ஓடும் நதியின் ஓசை

(இரண்டு பாகங்கள்)

வெ.இறையன்பு

நியூ செஞ்சுரி புக் ஹவுஸ் (பி) லிட்.,
41- பி, சிட்கோ இண்டஸ்டிரியல் எஸ்டேட்,
அம்பத்தூர், சென்னை- 600 050.
☎: 044 - 26251968, 26258410, 48601884

Language: Tamil

Odum Nadhiyin Osai

(Two Parts)

Author : **V.Iraianbu**

First Edition : July, 2005

Revised First Edition : August, 2017

Sixth Edition: October, 2023

Seventh Edition: February, 2025

Copyright: Publisher

No. of pages: viii + 332 = 340

Publisher:

New Century Book House Pvt. Ltd.,

41-B, SIDCO Industrial Estate,

Ambattur, Chennai - 600 050.

Tamilnadu State, India.

Email : info@ncbh.in

Online : www.ncbhpublisher.in

ISBN: 978 - 81 - 2343 - 500 - 8

Code No. A 3751

₹ 250/-

Branches

Ambattur 044 - 26359906 **Spenzer Plaza (Chennai)** 044-28490027
Trichy 0431-2700885 **Pudukkottai** 04322- 227773 **Thanjavur** 04362-231371
Tirunelveli 0462-4210990, 2323990 **Madurai** 0452-4374106
Dindigul 0451-2432172 **Coimbatore** 0422-2380554 **Erode** 0424-2256667
Salem 0427-2450817 **Hosur** 04344-245726 **Krishnagiri** 04343-234387
Ooty 0423 2441743 **Vellore** 0416-2234495 **Villupuram** 04146-227800
Pondicherry 0413-2280101 **Nagercoil** 04652-234990

ஓடும் நதியின் ஓசை

(இரண்டு பாகங்கள்)

ஆசிரியர் : வெ.இறையன்பு

முதல் பதிப்பு : ஜூலை, 2005

திருத்திய முதல் பதிப்பு : ஆகஸ்ட், 2017

ஆறாம் பதிப்பு : அக்டோபர், 2023

ஏழாம் பதிப்பு : பிப்ரவரி, 2025

அச்சிட்டோர்: **பாவை பிரிண்டர்ஸ் (பி) லிட்.,**

16 (142), ஜானி ஜான் கான் சாலை, இராயப்பேட்டை, சென்னை - 14

☎: 044-28482441

All rights reserved. No part of this book may be reprinted or reproduced or utilised in any form or by any electronic, mechanical, or other means, now known or hereafter invented, including photocopying and recording, or in any information storage or retrieval system, without permission in writing from the publishers.

பதிப்புரை

திரு.இறையன்பு அவர்களின் ஒவ்வொரு நூலுமே பல நூறு நூல்களைப் படிப்பதற்கு இணையான நிறைவைத் தருபவை. ஏராளமான புதிய தகவல்கள், குறுங்கதைகள், நிகழ்வுகள், அனுபவங்கள், கவிதைகள், பல்துறை அறிஞர்களின் வாழ்க்கைச் சம்பவங்கள், மேற்கோள்கள் என முழுமையான வாழ்வியல் களஞ்சியமாக விளங்குபவை அவரது நூல்கள். இந்நூலில் தங்களது சுயத்தை உணர்ந்து கொண்டு அவரவர் வாழ்க்கைப்பாதையினை திட்டமிட்டு அமைத்துக் கொண்டு வாழ்வை உன்னதமானதாக மாற்றிக்கொள்ளும் ரசவாதங்களை அனைவரும் படித்தறிந்துகொள்ளும் வகையில் எளிமையாக்கித் தந்துள்ளார்.

எத்தனையோ மலைப்பாதைகளைக் கடந்து வரும் நதி கடக்க முடியாத பாறைகளிடத்தே தன்னை வளைத்துக்கொள்கிறது. கடலில் சங்கமமாகும்வரை எண்ணற்ற தடைகளையும் இடர்களையும் சந்தித்த படியே கடந்துசெல்கிறது. பலதரப்பட்ட மனிதர்கள் தங்கள் வாழ்வில் எதிர்கொள்ளும் பிரச்சினைகளை ஒரு நதியைப்போல எப்படி எளிதாகக் கடந்து செல்கிறார்கள் என்பதைச் சொல்லி ஒவ்வொருவரும் எவ்வாறு கடந்து செல்லவேண்டும் என்பதையும் 'ஓடும் நதியின் ஓசை' எனும் இந்நூல் வாயிலாக திரு.இறையன்பு அவர்கள் கருத்துரைக்கிறார்.

எப்போதும் அலுத்தும் சலித்தும் காலத்தின் திசைவழி பயணித்துக் கொண்டிருக்கும் மனிதர்களுக்கு இந்நூல் தங்கள் விருப்பப்படி பயணிப்பதற்கான மார்க்கத்தை கைகாட்டுகிறது. இருண்டுபோன

கடந்தகாலத்தையே எண்ணிப் புலம்பிக்கொண்டிராமல் புதிய எதிர்காலத்தின் தொடக்கம் என்ற நோக்கில் பிரச்சினைகளை அலசி ஆராய்ந்து அதற்கொப்ப தன்னை ஆயத்தப்படுத்திக்கொள்ள துணை செய்யும் இப்புத்தகம் ஒவ்வொருவரின் வாழ்விலும் ஒளிபாய்ச்சும் என்பதில் அய்யமில்லை.

2005ம் ஆண்டில் இரண்டு பாகங்களாக வெளிவந்த இந்நூல் பல பதிப்புகளைக் கண்டுவிட்டநிலையில் தற்போது ஒரே புத்தகமாக வெளிவருகிறது. எல்லாக்காலத்துக்கும் பொருந்தக்கூடிய வகையில் மனிதர்கள் மீதான கரிசனங்களோடு எழுதப்பெற்ற இந்நூலை வாசிக்கும் அனைவருக்கும் நெறிப்படுத்தப்பட்ட நலவாழ்வு அமையும் என்பது திண்ணம். பண்பட்ட வாழ்க்கைக்கு வழிகாட்டும் மதிப்பாய்ந்த இப்புத்தகத்தை திருத்தப்பட்ட பதிப்பாக தற்போது வெளியிடுவதில் பெருமை கொள்கிறோம்.

- பதிப்பகத்தார்

நதிக்கரை செல்லும் முன்...

சுய முன்னேற்றத்தில் எனக்கு உடன்பாடு இல்லை.

ஜடாமுனிவரைப் போல் அமர்ந்து அறிவுரை கூறவும் எனக்கு ஆசை இல்லை.

நான் பகிர்ந்துகொள்ள விரும்புபவை என் அனுபவங்களை.

நான் நடந்த பாதையில் தென்பட்ட யாரோ நட்ட பூச்செடிகளை நாம் இருவருமாகப் பார்த்துக்கொண்டே செல்ல அழைப்பு விடுக்கிறேன்; அவ்வளவே. முடிந்தால் நாமும் நம் பங்குக்கு விதைகளைத் தூவ முடியுமா என்று யோசிப்போம்.

சுயத்தை எப்படி முன்னேற்ற முடியும்?

முதலில் அதை அறிய வேண்டாமா? முன்னேற்றுவதைப் பற்றி யோசிக்க 'சுயத்தை முன்னேற்று' (Improve your self). இது மேற்கத்திய வாதம். 'சுயத்தை அறி' (Know thy self) இது கிழக்கத்திய தர்க்கம். இதில் எது சரி?

'சுயம்' ஏற்கெனவே அழகாக இருப்பது. நாம்தான் அதை அசிங்க மாக்கிக் கொள்கிறோம். சுயம் ஏற்கெனவே பூரணமாக இருக்கிறது. நாம்தான் அதைப் பின்னமாக்கிக் கொண்டோம். ஒப்பனைகளைக் கலைத்தால் அல்லவா ஒரிஜினல் முகம் தெரியும்? 'சுயம்' நலமாக இருப்பவர்கள் சுயநலமாய் இருக்கத் தேவையில்லை. அறிவை நாம் வளர்க்க வேண்டியதில்லை. அறியாமையை நீக்கினால் போதும்.

அன்பை நாம் அதிகரிக்கத் தேவையில்லை. வெறுப்பைப் போக்கினால் போதும். இனிமையை நாம் உண்டாக்க வேண்டியதில்லை. நம் கசப்பைக் காறி உமிழ்ந்தால் போதும்.

சுயத்தை உணர்வதே உண்மையான சுயமுன்னேற்றம். பாசாங்குகளால் அது விளையாது. பயிற்சிகளாலும் சாத்தியமாகாது.

நாம் மாட்டிக்கொண்டிருக்கும் முகமூடியைக் கழற்றி நம் உண்மையான முகத்தைத் தரிசிக்கும் திராணியிருந்தால் மட்டுமே அது முடியும். அதை நோக்கி சின்னதாய் அடி எடுத்து வைப்போமா?

வெ. இறையன்பு

பொருளடக்கம்

பாகம் - 1

1. நதி தேங்குவதில்லை	3
2. நேரத்தில் நெருக்கடி	6
3. உயிருள்ள தோழர்கள்	9
4. ஆனந்த அனுபவம்	12
5. உணவும் உணர்வும்	15
6. அவசரம் - வேகமல்ல	19
7. நலம் தரும் நடை	23
8. விழிப்புணர்வு வைப்பு நிதியல்ல	28
9. படிப்பு மட்டுமா வாழ்வு?	32
10. திரைப்படம் கற்போம்...	38
11. புகழ்தேடும் புலம்பல்கள்	44
12. உதிர்ந்த உறவுகள்	48
13. இருத்தலுடன் இயைவோம்	55
14. மறைவாக நமக்குள்ளே...	61
15. தப்பித்தல் விடுதலையல்ல	67
16. துறைதோறும் பரிந்துரை	73
17. அயற்சியும் மலர்ச்சியும்	79
18. இமைகளான குறைகள்	85
19. மனனம் எனும் மாயை	91
20. சொற்களின் ஆற்றல்	98
21. அழகும் அவலட்சணமும்	105

22. உழைப்போம் உயர்வோம்	112
23. நன்றி வாலில் இல்லை	119
24. ஆடம்பர எளிமை	126
25. பணம் - கெட்ட வார்த்தை அல்ல	132

பாகம் - 2

1. தாழ்ந்தே இருக்கிறது கடல்	141
2. எது வளர்ச்சி?	148
3. முதியோரும் மதியாரும்	156
4. நேரம் கடிகாரத்தில் இல்லை	164
5. நேர்மையும் நேர்மையின்மையும்	172
6. புத்தாண்டுச் சிந்தனைகள்	180
7. வன்மம் அகற்றுவோம்	189
8. நம்பிக்கையும் மூட நம்பிக்கையும்	197
9. அடிபணிதலும் ஒப்படைத்தலும்	205
10. பெயரைத் தேடி	213
11. சிரிப்போம் சிந்திப்போம்	220
12. தோல்வியும் வெற்றியே	228
13. தேர்வும் சுகமே	237
14. எது ஆன்மிகம்?	244
15. இசைமயமான இளமை	251
16. நட்பெனும் வானம்	258
17. காதல் - காமம் - கவர்ச்சி	265
18. வீரம் - தீரம் - விளையாட்டு	273
19. தேசம் எனும் நேசம்	281
20. ஊர் சுற்றுவது	288
21. போட்டியும் பொறாமையும்	295
22. போதையின் பாதை	302
23. வார்த்தையே வாழ்க்கையாய்	310
24. பிரிவினைத் தவிர்ப்போம்	317
25. கல்லறை வரிகள்	324

பாகம் – 1

பாகம் – 1

1. நதி தேங்குவதில்லை

என் வீட்டிற்கு எதிரே ஒரு புன்னை மரம்.

அதன் இலைகள் உதிர்ந்து வெகு நாட்களாகின்றன. அதில் துளிர்களோ பூக்களோ தோன்றி பல நாட்கள் கழிந்துவிட்டன. வெறும் மொட்டை மரமாய் இலைகள் இல்லாத கிளைகளாய், குச்சிகளாய் வாழ்க்கையின் வெறுமையை உணர்த்தும் வண்ணம் அது நின்று கொண்டிருக்கிறது.

பறவைகளாலும், பட்டாம்பூச்சிகளாலும் அந்த மரம் தினமும் புறக்கணிக்கப்படுகிறது. காற்று வந்து தன் கால் சுவடுகளை அதன் மீது பதிப்பதற்குக் கூடத் தயக்கம் காட்டுகிறது.

அதன் கிளைகளிலிருந்து தென்றலோ, கொண்டலோ வருமென்று எதிர்பார்க்க முடியாது. தன்னையே காத்துக்கொள்ள முடியாத அந்த மரத்தின் கீழ் தற்போது பாதசாரிகள் யாரும் தங்குவதில்லை. வருடா வருடம் வருகின்ற வசந்தம் அந்த மரத்தை மட்டும் உச்சி முகரவில்லை.

என் வீட்டிற்கு வருபவர்கள் அந்த மரத்தைப் பார்க்கின்ற போதெல்லாம் வருத்தம் தெரிவிப்பார்கள். "இந்த மரத்தை வெட்டி விடவேண்டியதுதானே?" "இன்னும் எதற்காக இதை விட்டு வைத்திருக் கிறீர்கள். வெட்டி விறகாக்குங்கள்" என்று ஆளுக்கொரு விதமாய் அறிவுரைகளையும், ஆலோசனைகளையும் வழங்குவார்கள்.

அது பூத்துக் குலுங்கிய பருவத்தை, அதன் கிளைகளில் ஊஞ்சல் கட்டி ஆடி நான் விளையாடிய மகிழ்ச்சியை, உதிர்ந்து விழுகின்ற அதன் பூக்களைக் காலையில் சேகரிக்கும்பொழுதே என் கை மணந்த அனுபவத்தை, அதன் மீது பல்வேறு நேரங்களில் பறவைகளும், தேனீக்களும், வண்ணத்துப் பூச்சிகளும் வசித்துவிட்டுத் தன் கால் சுவடுகளை விட்டு விட்டுச் சென்ற மென்மையை, தகிக்கும் வெயிலில் அதன்கீழ் எத்தனையோ ஏழைகள் கைகளைத் தலையணைகளாக்கிக் கொண்டு அதை நிழற் கோபுரமாக நினைத்து இளைப்பாறியதை ஒரு நொடியில் மறந்துவிட்டு, வெட்டி வீழ்த்தி விட முடியுமா?

மரத்தின் மதிப்பு என்பது அதன் விறகின் விலைதானா? அதைக் காட்டிலும் உயர்ந்ததாக அது வாழ்ந்த காலத்தில் இயற்கையைத் தன் கிளைக் கைகளால் துடைத்துத்துடைத்து தூசியையும், மாசையும் அப்புறப்படுத்திய அற்புதச் செயல்களின் மதிப்பை யாரால் நிர்ணயிக்க இயலும்; நான் காத்திருந்தேன் - பொறுமையுடன், நம்பிக்கையோடு.

எனக்கு மட்டும் தெரியும், அந்த மரத்திற்கு உயிர் இருக்கிறது என்று, என் செவிகளுக்கு மட்டும் கேட்டது அதன் இதயம் இயங்கும் ஒலி. இன்று காலை விடியலைத் தரிசிக்க என் ஜன்னல் திரையை விலக்கினேன்.

அந்த மரம் சில துளிர்களைத் தன் கிளைகளில் தாங்கியிருக்கிறது. எனக்கு மகிழ்ச்சி, என் நம்பிக்கை நிஜமானதற்காக மட்டுமல்ல. அந்த மரம் தனக்கு உயிர் இருக்கிறது என்பதை நிரூபித்ததற்காக.

இனி அந்த மரத்தை நோக்கிப் பறவைகளும் வரும், பட்டாம் பூச்சிகளும் வரும்.

காய்க்கின்ற மரத்தின் மீது படுகின்ற கல்லடிகளை, மரங்கள் முத்தங்களின் முத்திரைகளாகப் பதிவு செய்து கொள்கின்றன.

மரம் துளிர் விடுவதால் மட்டுமே, தான் உயிருடன் இருப்பதை நிரூபிக்க முடியும். மரம் என்று துளிர்விடுவதை நிறுத்திக்கொள்கிறதோ, அப்போது அது பட்டுப்போனதாய் உலகம் பட்டியலிடுகிறது. இங்கே துளிர்விடும் மரங்களைக் காட்டிலும் பட்டுப்போனதாய்க் கருதி நாம் வைத்திருக்கும் மரங்களின் பட்டியல் நீளமாகவே இருக்கிறது.

எல்லா மரங்களும் துளிர்விடக் கூடியவை. தண்ணீரும், ஒளியும், தகுந்த மண்ணும் கிடைக்காதபோது கூட பூமியின் ஆழத்திலே இருந்து ஈரத்தை உறிஞ்சிக்கொண்டு அவை கிளைகளாய், மலர்களாய் உயர்ந்து எழ முடியும்.

மரங்களே அப்படி என்றால் மனிதர்கள் இன்னும் மேன்மை யானவர்கள் அல்லவா?

அவர்கள் நகரத் தெரிந்தவர்கள், நடமாடி அறிந்தவர்கள். வேர்களாய் பூமியில் தங்களை ஊன்றிக்கொள்ளாமல், கால்களால் தங்கள் பயணத்தைத் தொடர முடிந்தவர்கள்.

துளிர்விடுவது ஒன்றே உயிர் விடவில்லை என்பதை உணர்த்து வதைப் போல புதுப்பித்துக்கொண்டே இருப்பதன் மூலம்தான் இருத்தலை அவனால் உணர்த்த முடியும்.

மனிதன் எப்போது தேங்குகிறானோ அப்போதே அவன் நதியாக இல்லாமல் குட்டையாகிவிடுகிறான்.

ஓடுவது நதியின் அடையாளம். தொடர்ந்து இரவிலும், பகலிலும், குளிரிலும், கோடையிலும் ஓடிக்கொண்டேயிருக்கும் நதி கடலிலே விழுவது மரணம் ஆகாது. அது மகத்தான சங்கமமாக மலர்ந்துவிடும்.

நதியைப் போல ஓடுகிறவன் கடலிலே விழுகின்றபோது திருப்தி யோடு திரும்பிப் பார்க்கிறான். அவன் நடந்த பாதைகள், கழனிகள், வயல்கள், வரப்புகள், குளங்கள், ஏரிகள், வரிசையாய் பரிசல்கள்.

பலரின் வயிற்றை நனைத்த மகிழ்ச்சி, இயங்கிக்கொண்டே இருக்க வேண்டும், வளர்ந்துகொண்டேயிருக்க வேண்டும், தன்னைச் செதுக்கிக் கொண்டே இருக்க வேண்டும். புதுப்பித்துக்கொண்டேயிருக்க வேண்டும், துளிர்விட்டுக்கொண்டே இருக்க வேண்டும், ஓடிக்கொண்டே இருக்க வேண்டும் என்பது ஓடும் நதியின் ஓசையில் ஆசையாய்க் கலந்திருக்கிறது; வைராக்கியமாய் வியாபித்திருக்கிறது.

தொடர்ந்து தொய்வில்லாமல் இது நிகழ்கின்றபோதுதான், உயிர்த்தன்மை நம்மிடம் ஓடிக்கொண்டிருப்பதாக அர்த்தம்.

துளிர்விட்டு இருக்கும் அந்த மரத்தைப் பார்த்ததும் இந்த சிந்தனைகளெல்லாம் என் மனத்தில் நிழலாய் கண நேரத்தில் விரை வாக நகர நகர எனக்குள் புகுந்த புத்துணர்ச்சியுடன் புதிய மனிதனாய் உருவெடுக்கும் உத்வேகத்துடன் துள்ளி ஓடினேன்.

2. நேரத்தில் நெருக்கடி

வெகு நாட்களுக்குப் பிறகு கல்லூரியில் படித்த நண்பர் ஒருவரைக் கடற்கரையில் சந்திக்க நேர்ந்தது.

நான் அலைகளை ஆராய்ந்துகொண்டிருந்தேன்.

கரையை நோக்கித் தொடர்ந்து அலைக் குதிரைகளின் மூலம் சவாரி செய்யும் கடல் இயற்கையின் அற்புதங்களில் ஒன்று.

கடல் தொடர்ந்து இயங்குவது. அலைகள் இல்லாத கடல் ஒரு போதும் சாத்தியமில்லை. அலை என்று சொன்னாலும், சின்ன அலை பெரிய அலையைப் பார்த்து வருத்தப்பட வேண்டியதில்லை. அலை என்பது கடலின் ஒரு பரிமாணம் மட்டுமே. எல்லா அலைகளும் கடலில்தான் கலக்க வேண்டும்.

வெகுநாட்களுக்குப் பிறகு பார்த்த நண்பரைக் கண்டு எனக்கு மகிழ்ச்சி. நாங்கள் இருவருமே பிரபஞ்சக் கடலின் இரு வேறு அலைகளாகத் தெரிந்தோம்.

இந்த இடைவேளையில் காலம் எங்கள் இருவர் மீதும் கணக்கற்ற சுருக்கங்களை எழுதியிருக்கின்றது.

கல்லூரி நாட்களில் நெருக்கமாக இருந்தவர்கள்தான். அநேகமாக அந்த நான்கு ஆண்டுகளிலும் உணவு, திரைப்படம், நடை பயிலுதல் என்று எல்லா நுகர்வுகளிலும் பின்னிப் பிணைந்து இருந்தவர்கள்தான்.

படிப்பு முடிந்தபிறகும் சில நாட்கள் தொடர்பு இருந்தது. மாதம் ஒருமுறை வந்துகொண்டிருந்த கடிதம் ஆண்டுக்கொரு முறையாக மாறி அறவே நின்று போனது.

காலத்தின் இடைவெளியில் நட்பின் இடைவெளியும் அதிகரித்திருந்ததால் பார்த்தபோது ஏற்பட்ட மகிழ்ச்சியின் அதிர்ச்சி அடுத்த நிமிடமே கரைய ஆரம்பித்தது. நல விசாரிப்புகளுக்குப் பிறகு "என்ன பேசுவது? எப்படிப் பேச்சைத் தொடங்குவது" என்று இருவருக்குமே புரியவில்லை.

விருப்பங்கள், சூழல் ஆகிய அனைத்துமே இந்தப் பதினாறு ஆண்டு காலத்தில் மாறிப் போயிருந்தன. வெகுநேரம் மௌனமாக அமர்ந்திருந்து பிரிந்தால் போதும் என்கின்ற மனநிலைக்குத் தள்ளப் பட்டு கடற்கரையை விட்டு வந்தேன். "ஏன் கடிதம் எழுதவில்லை?" என்று நான் கேட்டேன். "நீயாவது எழுதியிருக்கக் கூடாதா?" என்று பதில் வந்தது. "நேரம் இல்லை" என்று நான் சொன்னேன். உண்மை அதுவல்ல என்பது எனக்குத் தெரியும்.

இந்த உலகத்தில் மிகப் பெரிய சாதனைகளை நிகழ்த்துகின்ற வர்கள் அனைவருக்கும் ஒருநாளின் அளவு 24 மணி நேரமாகத்தான் இருந்திருக்கிறது. இன்று மிக முக்கியமான பொறுப்புகளில் தங்களை ஈடுபடுத்திக்கொண்டிருப்பவர்களுக்கும் நமக்கும் ஒருநாளின் நீளம் ஒரே அளவுதான். நேரமில்லை என்பதை சாக்காக வைத்து சோம்பல் தனத்தை நான் மறைக்கப் பார்த்திருக்கிறேன்.

ஒரு கடிதம் வந்ததும் பதிலெழுத அதிகபட்சம் போனால் பத்து நிமிடங்கள் தேவைப்படலாம். பத்து வரிகளை எழுதி அஞ்சல் செய்வதில் என்ன தடை இருக்க முடியும்? நாளை செய்யலாம் என்று தள்ளிப் போடுவது நாளடைவில் மறந்து போனது.

முகவரிகளும் முகங்களும் நம் ஞாபகத்தில் இருந்து அழிந்து போய்விட்டன. இப்படித்தான் பல நண்பர்களை நான் தொலைத் திருக்கிறேன்.

ஆனால் ஒரு சில நண்பர்களைப் பார்க்கின்றபோது வியப்பாக இருக்கிறது. அவர்கள் எல்லோரிடமும் தொடர்பு வைத்துக்கொண் டிருக்கிறார்கள். அவ்வப்போது கடிதங்கள் எழுதியும், மின் அஞ்சல் அனுப்பியும் இன்றைய தேதி வரை அவர்கள் முகவரியையும், பணி களையும், குறித்து வைத்திருக்கிறார்கள். இது எனக்கு முடியாமல் போனதற்கு என்னுடைய சோம்பலும், கவனமின்மையும்தான் காரணங்கள்.

இப்போதெல்லாம் ஒரு கடிதம் வந்தவுடன் தாளை எடுத்து வைத்துக் கொள்கிறேன். உடனடியாக அதற்கு என் எண்ணங்களைப் பரிமாறி, அஞ்சலில் அனுப்பி வைக்கிறேன். இனியும் நான் நண்பர்களை இழக்கத் தயாராக இல்லை.

வெகுநேரம் இரவு அமர்ந்து யோசித்துப் பார்த்தேன். ஜன்னல் களின் வழியாக முழுமையான பௌர்ணமி ஒளியில் என் அறை மிக அழகாக இருக்கிறது. இந்த ஜன்னல்களை நான் மூடிக்கொண்டு

இருந்திருந்தால் இந்த பவுர்ணமி நிலவை நான் தவறவிட்டிருப்பேன். நான் செய்தது எல்லாம் அந்த ஒளிக்கு என் ஜன்னல் கதவுகள் தடையாக இல்லாமல் பார்த்துக்கொண்டதுதான்.

கடிதங்களை உடனுக்குடன் எழுதுவதைப் போலவே ஒவ்வொரு கோரிக்கையையும் உடனுக்குடன் செய்து விடுகின்ற வாழ்க்கை எவ்வளவு இனியதாக இருக்கும் என்று தோன்றியது.

இன்று அணிந்த உடைகளை இன்றே வெளுத்துவிட வேண்டும். இன்று செய்ய வேண்டிய பணிகளை இன்றே செய்து விடவேண்டும். எடுத்த புத்தகங்களை எடுத்த இடத்திலேயே வைத்து, கொடுக்க வேண்டிய பொருள்களை உரியவர்களிடமே உடனடியாக ஒப்படைத்து விடுவது, நாற்காலியை அது இருந்த இடத்திலேயே அதற்கு வலிக்காமல் நகர்த்தி வைப்பது - இவையெல்லாம் பெரிய சாதனைகள் அல்ல. சின்னச்சின்ன விஷயங்கள்தான். ஆனால் நிச்சயம் லேசான சமாச்சாரங்கள் அல்ல. இவற்றைப் பின்பற்றி இருந்தால் நாம் இன்னும் மேம்பட்டிருக்க முடியும்.

இந்த நொடியிலிருந்து இதைத் தொடருவேன் என்று நினைத்துக் கொள்கிறேன். என் மேஜையின் மீது நான் புத்தக அறையிலிருந்து எடுத்து வந்து படித்து முடித்த புத்தகம் என் கண்களில் விழுகிறது. அதைப் பழைய இடத்திற்கே வைக்க விரைகிறேன்.

3. உயிருள்ள தோழர்கள்

எதை வாசிப்பது? எப்படி வாசிப்பது? எதற்காக வாசிப்பது? என்கின்ற கேள்வி ஒவ்வொரு வாசிப்பாளனுக்கும் எழுவது இயல்பே. டெல்லி செல்கின்றபோது 'பழைய கோட்டை' என்று அழைக்கப் படுகின்ற பகுதிக்கு நண்பர்களோடு நான் பயணம் செய்வதுண்டு.

அங்கே பழைய புத்தகங்கள் குவித்து வைக்கப்பட்டிருக்கும். பழைய புத்தகங்களை வாங்குவது என்பது என்னைப் பொறுத்தவரை மலிவாகக் கிடைப்பதனால் அல்ல.

வாங்குகின்ற புத்தகம் புத்தம் புதியதாக இருக்க வேண்டும். அதில் வேறொருவர் போட்ட கோடுகூட காணப்படக்கூடாது என்பதில் தீவிரமாக இருப்பவன். புத்தகம் என்பது ஓர் உள்ளாடையைப் போன்றது என்றே அதன் இணக்கத் தன்மையைக் குறித்து எண்ணி வருகின்றேன்.

இருந்தாலும் இன்று நாம் விரும்பும் பல புத்தகங்கள் வெளிச் சந்தையிலே கிடைப்பதில்லை. தேடிப் பார்த்தாலும் அவை தென் படுவது இல்லை. அச்சிலேயே இல்லாத சில புத்தகங்களை அதை எழுதியவரே என்னிடம் பகிர்ந்துகொண்டால்தான் படிக்க முடியும் என்கின்ற உன்னதப் புத்தகங்கள் இருக்கின்றன.

இன்னும் சில புத்தகங்கள் வாழுகின்ற காலத்தைத் தாண்டி அதை எழுதியவர்கள் சிந்தித்ததாலேயே கரும்புள்ளி இடப்பட்டு நிராகரிக்கப் பட்டு முடக்கப்பட்டு விட்டன.

அதிகப் பிரதிகள் விற்றால்தான் அடுத்த பதிப்பு என்கின்ற நிலையில், அரிதான (extraordinary) சில புத்தகங்கள் கடையிலும் இருப்பில் இருப்பதில்லை.

'தாமஸ் பெயின்' எழுதிய புத்தகங்களோ, 'இங்கர்சால்' முழங்கிய நூல்களோ எவ்வளவு பணம் தந்தாலும் புத்தம் புதிய பிரதிகளாகக் கிடைக்க வாய்ப்பே இல்லை என்பதை சென்னையிலுள்ள பல பதிப்பாளர்களிடம் விசாரித்து நான் உறுதி செய்திருக்கிறேன்.

இப்போது இணையம் இருப்பதால் இவற்றை மேலோட்டமாகவாவது சுவைத்துவிட முடியும்.

இந்த வசதிகள் இல்லாத அந்தக் காலத்தில் டெல்லியின் பழைய கோட்டை, புத்தகப் பிரியர்களுக்குப் புகலிடம். அங்கே உன்னதமான பல புத்தகங்கள் குறைந்த விலைக்கு வாங்குகின்றவர்களுக்காகப் பரப்பி வைக்கப்பட்டிருக்கும்.

அரிய புத்தகங்களை அங்கே தேடிக் கண்டுபிடிப்பதில் தன்னையே தொலைத்துக்கொண்டு தேடுவதைப் போன்ற மகிழ்ச்சி ஏற்படும்.

புத்தகப்பிரியர்களை நேரில் சந்தித்திருந்தால் அது தெரியும். அவர்கள் புத்தகங்களைப் புதையல்களைப் போல் கையாளுவார்கள். மற்றவர்கள் பார்ப்பதற்கு முன்னால் அந்தப் புத்தகங்களைத்தான் எடுத்துக்கொண்டுவிட வேண்டுமென்று முந்தியடிப்பார்கள். யாரேனும் தன்னிடமிருந்து புத்தகத்தைப் பறித்துக் கொள்வார்களோ என்கின்ற பதற்றத்தில் புத்தகத்தைக் கெட்டியாக நெஞ்சோடு இறுக்கிப் பிடித்துக் கொள்வார்கள்.

அவர்கள் நேசித்த புத்தகம் மட்டுமே அவர்களுக்குத் தெரியும். சுற்றியிருக்கின்ற கழிவுகளை எல்லாம் அவர்கள் மறந்துவிடுவார்கள். அவர்கள் படிக்கின்றபோது புத்தகத்தைக் கவிழ்த்து வைக்க மாட்டார்கள். புத்தகத்தின் பக்கங்களை மடக்காமல், அவை காயப் படாமல் காப்பாற்றுவார்கள்.

புத்தகங்களைப் பொறுத்தவரையில் அவை உயிருள்ள ஒரு தோழன். இதயத்துடிப்புள்ள இன்னொரு உயிர். பழைய கோட்டைக்கு முன் பரப்பி வைக்கப்பட்டிருக்கின்ற புத்தகங்களைப் பார்க்கின்ற போது அவற்றை எல்லாம் அள்ளிக் கொள்ளலாமா என்கின்ற ஆசை ஏற்படும்.

ஆனால் அண்மையில் பழைய கோட்டை பக்கம் நான் சென்றிருந்தேன். அங்கே இருந்த புத்தகங்களில் ஏற்பட்டிருந்த மாற்றம் என் விழிகளை நனைத்துவிட்டன.

இப்போது அங்கே வாங்க வருகின்றவர்கள் பழைய புத்தகங்களுக்காக வரவில்லை. மலிந்த புத்தகங்களுக்காக வருகிறார்கள். அவையும் மலிவு விலையில் கிடைக்கின்றன என்பதற்காகத்தான் வருகிறார்கள்.

இந்தப் புத்தகம்தான் வாங்க வேண்டும் என்று வராமல் 'எந்தப் புத்தகம் கிடைத்தாலும் சரி' என்கின்ற சமரசத்தோடு வருகிறார்கள். விற்பவர்களிடம் விசாரிப்புகளும் நிகழவில்லை. வாங்குபவர்களிடம்

தேடல்களும் இல்லை. நான் ஒரு சில அறிஞர்களின் பெயர்களைச் சொல்லி அந்தப் புத்தகங்களைத் தேடினேன். "இப்போது அவை கிடைப்பதில்லை" என்று பதில் வந்தது. வாசிப்பின் தரம் மிகவும் நீர்த்துப் போய்விட்டது.

"அது சரி இந்த அரிய புத்தகங்களை வைத்திருந்தவர்கள் ஏன் பழைய கடைகளுக்கு அவற்றை விநியோகம் செய்து விட்டார்கள்?" என்கின்ற கேள்வி அப்போதெல்லாம் எனக்கு இயற்கையாகவே எழும்.

மாநகரங்களில் ஜன நெருக்கடியில், படுக்க வைத்துப் புதைப் பதற்கு இடமில்லாமல் நிற்க வைத்துப் புதைக்கின்ற நிலை நீடிக்கின்ற போது, வாங்குகின்ற புத்தகங்களை எல்லாம் வைத்துக்கொள்ள இடம் இல்லாதவர்கள் புதியன வருகின்ற போதெல்லாம் பழையனவற்றைக் கனத்த இதயத்தோடு கழிக்க வேண்டிய நிலை ஏற்படுகிறது. அப்போது தான் பல உன்னதப் புத்தகங்கள் அவற்றைத் தேடுபவர்களுக்குக் கிடைத்துவிடுகிறது.

வாசிப்பின் தரம் குறைந்ததற்கு வேகமான வாழ்க்கையும் ஒரு காரணம் என்று நியாயப்படுத்துவதுண்டு. இவர்களால் திரையரங்கு களின் வாசலிலும், உணவு விடுதிகளின் வாயிலிலும் கால்கடுக்கக் காத்திருக்க முடிகிறது. தொலைக்காட்சியின் முன்னே வாழ்க்கையைக் காட்டிலும் நீளமாக இருக்கின்ற மெகா தொடர்களுக்காக நேரம் செலவழிக்க முடிகிறது.

நம் வாழ்க்கையில் மூன்றில் ஒரு பகுதியை தூங்குவதற்காக மட்டுமே செலவழிக்கின்றோம். ஆனால் புத்தகங்கள் என்று வந்து விட்டால் நம் கடிகார முள் வேகமாக நகருகிறது.

புத்தகம் என்பது நாம் துளிர் விடுகின்ற வாய்ப்புகளை ஏற்படுத்திக் கொடுக்கிறது. நதியைப் போல் தொடர்ந்து ஓடவும். பலரின் தாகத்தைத் தணிக்கவும் தனி ஜன்னல்களைத் திறந்து விடுகிறது. இருட்டறைக்குள் இருக்கின்ற நமக்கு வெளிச்சத்தை விநியோகிக்கின்றது.

புதிய புத்தகங்களால் நம் ஆளுமையும் மேம்பட்டுக் கொண்டே யிருக்கின்றது. சிலர் அதைக் கைக்குட்டையாகப் பயன்படுத்து கிறார்கள். சிலர் மட்டுமே அவற்றை ஆடைகளாக அணிகிறார்கள். ஒவ்வொரு முறையும் புத்தகக் கடையை விட்டு வெளிவருகின்ற போதெல்லாம் நான் கனத்த இதயத்துடன்தான் வருகிறேன். நமக்குத் தெரியாதது எவ்வளவு என்பது தெரிந்த மகிழ்ச்சியும் அதில் மெலிதாகக் கரைந்திருக்கிறது.

4. ஆனந்த அனுபவம்

அண்மையில் அழகான ஒரு புத்தகக் கடைக்குச் சென்றிருந்தேன்.

புத்தகங்களை விற்பது வர்த்தகம் அல்ல - மாறாக அது ஒரு சேவை. அறிவைத் துலங்கச் செய்யும் அற்புதச் செயல் புத்தகங்களை வினியோகிப்பதன் மூலம் சாத்தியமாயிற்று.

புத்தகக் கடைக்குள் வாசிக்கின்ற அனுபவம் இல்லாதவர்கள் நுழைந்தால் அவர்கள் விரைவில் வெளியே வரத் துடிப்பார்கள். நீச்சல் தெரியாதவர் நீச்சல் குளத்தில் விழுந்ததைப் போல அந்த அனுபவம் அவர்களுக்கு ஆபத்தானதாகவே இருக்கும்.

வாசிப்பை நேசிக்கத் தெரிந்தவர்களுக்கு கவலை தருவது கதவு களைச் சாத்தி கடை மூடப்படுகின்ற நேரம்தான். 24 மணி நேரமும் இயங்குகின்ற புத்தகக் கூடங்கள் உருவாக்கப்பட வேண்டும். வர்த்தகத் திற்கு வேண்டுமானால் காலநேர வர்த்தமானம் அனுஷ்டிக்கப்படலாம். ஆனால் சேவைக்கு நேரம் ஏது? காலம் ஏது?

மனிதர்கள் நகைகளை, ஆடைகளை தேடிச் சென்று வாங்கு வார்கள். சுவையான ஒரு கோப்பை தேநீருக்காகப் பல காத தூரம் பயணம் செய்வார்கள். இனிய சிற்றுண்டிக்காக உணவு அரங்கம் நிறைந்திருந்தாலும், மேஜைகள் காலியாகும் வரை காத்திருப்பார்கள்.

ஆனால் புத்தகம் என்பது எவ்வளவு மேன்மையானதாக இருந்தாலும் அது அவர்கள் உணருகின்ற தேவையாக இல்லாத காரணத்தினால் கண்களில் பட்டால் மட்டுமே கைப்பற்றுவார்கள்.

எவ்வளவு நேர்மையானவனும் இரவல் வாங்கிய புத்தகத்தைத் திருப்பித் தருவதில் மட்டும் தன் நேர்மையை விலக்கிக் கொள்கிறான். புத்தகத்தை இரவல் கொடுப்பது தவறு என்றால் அதை எழுதிய வரிடமே இலவசமாகக் கேட்பது அநாகரிகத்தின் உச்சம்.

இங்கே கையொப்பமிட்டுத் தரப்படுகின்ற புத்தகங்களும், பதிப்பாளரே அன்பு கருதி அனுப்பி வைக்கின்ற புத்தகங்களும் பெரும் பாலும் படிக்கப்படுவதில்லை.

அந்தப் புத்தகக் கடையில் நான் உற்று நோக்கியபோது ஒன்று புரிந்தது. கணினிப் புத்தகங்களின் பக்கமே கல்லூரி இளைஞர்கள் குவிந்து இருந்தார்கள். வாழ்த்து அட்டைகளின் பக்கமே வாலிபர்கள் நிறைந்திருந்தார்கள்.

இலக்கியம், கவிதை, மனவியல், தத்துவம், அறிவியல் என்று அடுக்கி வைக்கப்பட்ட வரிசைகளில் எல்லாம் ஆள் அரவமே இல்லை.

இங்கே புத்தகக் கடைகள் பெரும்பாலும் வாழ்த்து அட்டைகளால்தான் வாழ்ந்துகொண்டிருக்கின்றன. இசை நாடாக்களை விற்பனை செய்வதன் மூலம்தான் அவை இயங்கிக்கொண்டிருக்கின்றன.

புத்தகங்களை வாசிப்பவர்கள் குறையவில்லை என்று வாதிட்டார் ஒரு புத்தக சாலையின் உரிமையாளர்.

என்னுடைய கேள்வியெல்லாம், பெருகியிருக்கின்ற மக்கள் திரளுக்கு ஈடாக வாசிக்கின்றவர்களின் எண்ணிக்கை கூடியிருக்கிறதா? என்பதுதான்.

இன்னமும் இங்கே ஒரு பதிப்பு என்பது ஆயிரம் பிரதிகள்தானே! இன்னமும் இவர்கள் புத்தகங்களை வெளியிடுவது நூலக ஆணையின் ஆசீர்வாதத்தை எதிர்நோக்கித்தானே!

புத்தகம் வாசிப்பவர்களைக் கவனித்தேன். அவர்களில் பெரும் பாலோர் முதலில் பார்த்தது, புத்தகத்தின் விலையை, அடுத்து சரி பார்த்தது பக்கங்களின் எண்ணிக்கையை.

இங்கே எழுதப்படுகின்ற செய்திகளைக் காட்டிலும் நிர்ணயிக்கப் பட்ட விலையும், மொத்தப் பக்கங்களின் எண்ணிக்கையுமே முக்கியமாகத் தோன்றுகின்றன. எடையை வைத்தே விலை நியாயமா என்று பலர் முடிவு செய்கிறார்கள்.

வாங்குகின்ற புத்தகங்களுக்குத் தொகை செலுத்தும் இடத்தில் கழிவு தந்து கழிவிரக்கம் காட்டமாட்டார்களா என்று சிறிதும் தயக்க மில்லாமல் சிலர் நச்சரிப்பார்கள். அருந்துகின்ற தேநீரைக் கூட விலை குறைத்துத் தரச் சொல்லி வாதிட்டு வெற்றி பெறமுடியுமா?

புத்தகங்கள் என்றால் மட்டும் நாம் அதீதமாக உஷாராகி விடுகின்றோம். புத்தகத்தில் மட்டும் ஏமாந்து விடக்கூடாது என்பதில் எச்சரிக்கையாய் இருக்கின்றோம். ஏன் இப்படி?

உண்மையில் நாம் புத்தகங்களை நேசிப்பதே இல்லை. நாம் வாங்குகின்ற புத்தகங்கள் கூட வலுக்கட்டாயமாக வாங்கப்படுகின்றன என்பதுதான் இதற்குப் பொருள்.

ஒவ்வொரு புத்தகமும் மனிதனை விசாலமாக்குகிறது. வாசிப்பு அவனுக்குள் ரசவாதத்தை நிகழ்த்துகிறது. அவனுக்குள் ஒரு பரிணாம வளர்ச்சியை ஏற்படுத்துகிறது. உணவைக் குறைத்துக்கொண்டுகூட புத்தகங்களுக்குச் செலவிடலாம்.

நாம் எவ்வளவு நேரம் வாசிப்பதிலும், அதை அசை போடுவதிலும் கவனம் செலுத்துகிறோம் என்பது நம் வாழ்க்கையை இன்னும் ஆழமானதாக ஆக்குகிறது.

புத்தகத்தோடு நாம் ஆசிரியரின் அனுபவங்களையும் உறிஞ்சிக் கொள்கிறோம். சில புத்தகங்கள் ஆயிரம் புத்தகங்களின் செறிவை தனக்குள் அடைகாத்துக் கொண்டிருக்கிறது.

புத்தக சாலைகளில் அதிக நேரத்தைச் செலவிடுபவர்கள் மிகப்பெரிய முதலீட்டைச் செய்கிறார்கள் என்றே முடிவு செய்ய வேண்டும்.

படிப்பது என்பது ஒவ்வொரு மனிதனையும் மேம்படுத்துகின்ற செயல்.

நான் நேரமிருந்த போதெல்லாம் புத்தகங்களைப் புறக்கணித்தேன். இன்று அவற்றை நேசிக்கின்றேன். வாசிப்பதற்கு இன்னும் அதிக நேரம் இருந்தால் நன்றாக இருக்குமே என்று நினைத்துக்கொள்கிறேன். இதுநாள் வரை வாசிக்காதவற்றிற்கும் சேர்த்து வாசித்து முடித்துவிட வேண்டும் என்கின்ற வைராக்கியத்துடன் ஒவ்வொரு புத்தகத்தையும் வருடிப் பார்க்கிறேன்.

ஆஹா! எவ்வளவு ஆனந்தமான அனுபவம்.

5. உணவும் உணர்வும்

ஒருநாள் காலையில் என் நலனில் அதிக அக்கறை கொண்ட நண்பர் ஒருவரைச் சந்திக்க நேர்ந்தது.

"காலை உணவைச் சாப்பிட்டு விட்டீர்களா?" என்று கேட்டார்.

"இன்று நிறைய எழுத வேண்டியிருந்தது, வாரப்பத்திரிகைக்கு ஒத்துக்கொண்டிருக்கும் கட்டுரைக்கான கெடு இன்றோடு முடிந்து விட்டது. எனவே சாப்பிட நேரம் கிடைக்கவில்லை."

"சாப்பிடுவதற்கு எவ்வளவு நேரம் தேவைப்படும்?"

"அதிகபட்சம் பத்து நிமிடம்."

"பத்து நிமிடத்தைக் கூட ஒதுக்க முடியாத அளவு நீங்கள் பிரபல மானவரா?"

அவர் சுட்டிக்காட்டிய உண்மை என்னைச் சுட்டது.

"உங்களுக்கு ஒரு விஷயம் தெரியுமா? அமெரிக்காவில் பெரிய பெரிய நூலகங்களிலெல்லாம் வாஷிங்டன், ஜெஃப்பர்சன், ஃப்ிராங்ளின், லிங்கன் போன்றோருடைய புகைப்படங்களை எல்லாம் மாட்டி 'இவர்கள் ஒருபோதும் காலை உணவைத் தவற விட்டதில்லை' என்று எழுதி வைத்திருப்பார்கள். அவர்களைக் காட்டிலும் நீங்கள் பெரிய மனிதரா?"

அந்தக் கேள்வி வெகுவாக என்னைச் சிந்திக்க வைத்தது.

அதற்குப் பிறகு ஒருநாளும் நான் காலை உணவைத் தவற விட்டதில்லை. 'இரவுக்கும் காலைக்குமான இடைவெளி அதிகம் என்பதால் காலை உணவை மட்டும் விலக்கக்கூடாது. அது உடலை வெகுவாகப் பாதித்து விடும்' என்று என்னைக் கேள்வி கேட்ட நண்பரே விளக்கம் சொன்னார். ஒருவகையில் நாம் உணவைத்தான் நம் உணர்வுகளை வெளிப்படுத்தும் சாதனமாகப் பயன்படுத்துகிறோமோ என்ற எண்ணம் எழுகிறது.

பெற்றோர்கள் மீது கோபமா - அதை உணவின் மீது காட்டுகிறோம்.

சகோதரர்களுடன் சண்டையா, சாப்பிடாமலிருக்கிறோம்.

உணவைப் புறக்கணிப்பதன் மூலம் கோபத்தை வெளிப்படுத்துகிறோம். சாப்பிடாமலிருப்பது ஒரு சின்ன தற்கொலை; அதன் மூலம் யாரையோ மறைமுகமாக இம்சிக்க நினைக்கிறோம்.

சாப்பிடும்போதே தட்டில் கைகளைக் கழுவி நம் வெறுப்பை உமிழ்கிறோம். சாப்பாடு என்ன செய்யும்? அதற்கும் நம் செய்கைக்கும் என்ன சம்பந்தம். எத்தனை நாட்கள் நாம் ஆற அமர சாப்பிட்டிருக்கிறோம்? ஒவ்வொரு பருக்கையாக ரசித்து ஒவ்வொரு துளியாக ருசித்து விழிப்புணர்வுடன் சாப்பிடும் போது நம்மையே நாம் உணவாக மாற்றிக் கொண்டிருக்கிறோமா?

தினமும் மூன்று வேளை சாப்பிடுகிறோம். இதுவரை எத்தனையோ ஆயிரக்கணக்கான வேளைகள் நாம் சாப்பிட்டிருப்போம். ஆனால் எத்தனை முறை முழுவதுமாக கவனம் சிதறாமல், சாப்பிடும்போது தர்க்கம் செய்யாமல், அதிகம் பேசாமல் அமைதியாக ஒவ்வொரு துளியையும் உள்வாங்கிக்கொண்டு 'இந்த உணவு எனக்குக் கிடைத்ததற்கு நான் நன்றி சொல்ல வேண்டும்' என்ற மரியாதை உணர்வோடு நாம் சாப்பிட்டிருப்போம்?

"சாப்பிடுவது என்பது சாதாரண செயலல்ல. தினமும் நிகழ்வதாலேயே ஒரு செயல் சாதாரணமான செயலாகிவிட முடியாது. தினமும் உதிப்பதாலேயே சூரியன் அற்பமானதாகி விடாது."

சாப்பிடுவது உடலுக்கு ஆற்றலையும், உள்ளத்திற்குப் புத்துணர்ச்சியையும் அளிக்கின்ற தவம்.

"என் நண்பர் பேசப்பேச நாம் சாப்பிடுவதைக்கூட ஒழுங்காகச் செய்யவில்லையோ என்று தோன்றியது. சாப்பிடுவதை மட்டுமல்ல. எல்லா செயல்களையுமே நாம் சரியாகச் செய்வதில்லை என்று எனக்குப் புரிந்து விட்டது."

"சாப்பிடுவதைச் சிரத்தையோடும், நெறியோடும் செய்கின்றவன் மற்ற அனைத்து செயல்களையுமே ஒழுங்காகச் செய்யக் கற்றுக் கொள்வான்."

நீங்கள் மற்றவர்கள் சாப்பிடும்போது பாருங்கள். பதற்றத்துடன் அவர்கள் உண்பது புரியும். சிலர் 'யாரோ பறித்துக்கொள்வார்களோ' என்கின்ற பயத்துடன் சாப்பிடுவதைப் பார்க்கலாம். சிலருக்கு அவசரம்.

சிலருக்குத் தவிப்பு, சிலருக்கு வெறி, சிலருக்கு ஏக்கம். சிலரது பார்வையோ தங்கள் இலை மீது இருப்பதைக் காட்டிலும் அடுத்தவர்கள் இலை மீதே அதிகம் இருக்கும். சிலருக்கு சில பதார்த்தங்கள் பிடித்துவிட்டால் 'அடுத்தவர்கள் உண்ண வேண்டும்' என்கின்ற அக்கறையே இன்றி அதிகம் தின்று தீர்க்கும் சுயநலம்.

"சிலர் சாப்பிடும் போது அடுத்தவர்கள் மீது கூட அது தெறித்து விழும் அநாகரிகம். சிலர் சாப்பிடும்போது முழங்கை வரை சாப்பாட்டின் சுவடுகள் பதிந்திருக்கும். இன்னும் சிலர் உறிஞ்சிச் சாப்பிடும் ஒலி அடுத்த அறையில் இருப்பவர்களின் செவிகளில் விழும்."

என் நண்பர் சொல்லச் சொல்ல எனக்கு வியப்பாயிருந்தது. நாமும் இவற்றை எல்லாம் கவனித்து இருக்கிறோம். ஆனால் இவரைப்போல இவற்றை ஓய்வு நேரத்தில் சிந்தித்து அசைபோட்டுக் கோவைப்படுத்த வில்லை. காரணம், சரியாக உணவருந்தும் முறை குறித்து நான் கவலைப்படவில்லை. வாலாயமாக அள்ளிப் போட்டுக்கொண்டு அலுவலகம் ஓடுவதில்தான் அதிக அக்கறையை நான் செலுத்துகிறேன். சாப்பிடாமல் பணியாற்றுவது பெரிய தியாகம் என்று தவறுதலாகக் கருதியிருக்கிறேன்.

"ஒருவர் சாப்பிடுவதை வைத்தே அவர் பண்பாட்டைப் பற்றிச் சொல்லிவிடலாம். உணவை நளினமாக மெதுவாக சிநேகத்துடன் கையிலெடுப்பவர்கள் உணவின் ஓர் அங்கமாக மாறி விடுகிறார்கள். உணவு என்பது சாப்பிடுவது, தின்பது, பருகுவது ஆகிய மூன்றையும் அடிப்படையாகக் கொண்டது. சோற்றைச் சாப்பிடுகிறோம். முறுக்கைத் தின்கிறோம். பாயாசத்தைப் பருகுகிறோம். சூப்பைக் குடிக்கும்போது சப்தம் வராமல் குடிக்க வேண்டும். காபியை சத்தம் போட்டு உறிஞ்சக் கூடாது. நாம் வைத்திருக்கும் தட்டில் ஸ்பூனை அழுத்தி மோதி ஒலியெழுப்பக் கூடாது. ஸ்பூனை நேராக வைத்தால் தட்டை எடுத்து விடலாம் என்று பொருள். குறுக்காக வைத்தால் இன்னும் வேண்டும் என்று பொருள்."

அவர் சொன்ன விஷயங்கள் சாப்பாட்டின் மீதும் சாப்பிடும் முறை மீதும் அதிக மதிப்பை ஏற்படுத்தின.

"நான் திருமணங்களுக்குச் செல்லும் போதெல்லாம் பார்க்கிறேன். இலை முழுவதும் விலையுயர்ந்த பதார்த்தங்களை அப்படியே வைத்து மூடுபவர்கள் மீது எனக்குக் கோபம் வருகிறது. அமர்ந்த பிறகு எது தேவை என்று கேட்டு நிதானமாகப் பரிமாறலாமே! அதன் மூலம் பொருட்கள் வீணாவதைத் தடுக்கலாமே. பொருள்களை வீணடிப்பது

என்பது உழைப்பை உதாசீனப்படுத்துவதற்கான குறியீடுதானே. இந்த உணவு கிடைக்காமல், இவற்றை ஒருமுறை கூட சுவைத்துப் பார்க்காமல் எத்தனை பேர் நம் நாட்டில் வாழ்கிறார்கள்" என்றேன்.

"போடச் சொல்லி இலையை நிரப்பிக்கொண்டு வீணடிப் பவர்களை என்ன செய்வது? திருமண விழாக்களில் மட்டுமல்ல. நம் வீட்டிலேயே பொருட்களை தட்டில் போட்டுக்கொண்டு சாப்பிட முடியவில்லை என வெளியில் எறிபவர்களை எங்கே எறிவது?"

நண்பரின் கேள்வி நியாயமானது. வீட்டிற்கு வந்து காபி தயாரிக்கும் வரை பேசாமல் இருந்துவிட்டு, "நான் காபி அருந்து வதில்லை" என்று சொல்பவர்களை, தட்டில் வைத்தவற்றைச் சிறிது மட்டும் கொறித்துவிட்டு முழுத் தின்பண்டங்களையும் வீணடிப்பவர்களை எப்படித் தண்டிப்பது?

"நாங்கள் இலையில் மிச்சம் வைத்தால்தான், வெளியில் எச்சி லிலை பொறுக்குபவர்கள் ஏமாறாமல் இருப்பார்கள்." இப்படி விளக்கம் சொன்னவர் மீது எனக்கு ஏகப்பட்ட எரிச்சல் வந்தது.

'அவர்கள் மீது கருணையிருந்தால் நல்ல நிலையிலேயே அழைத்துச் சாப்பாடு போடலாமே! சக மனிதர்களைக் கொச்சைப் படுத்தும் உங்கள் இரக்க சுபாவம் கொடூரத்தைக் காட்டிலும் கடுமை யானது' என்று குற்றம் சாட்டினேன்.

உணவுக்குத் தகுந்த மரியாதை கொடுக்கும்போதுதான் அது ஜீரணமாகிறது. சத்துக்களை அளிக்கிறது. சக்தியாக மாறுகிறது. ஆற்றலாக வெளிப்படுகிறது. பிணிகளையும் உடல்நலக் குறைகளையும் வராமல் தடுக்கும் கேடயமாக மாறுகிறது.

இப்போதெல்லாம் உணவு என் நேசிப்பிற்குரியது. ஒவ்வொரு கவளத்துக்கும் நான் கரைந்து போகிறேன்.

6. அவசரம் - வேகமல்ல

எ‌ன்னுடைய நண்பர் ஒருவரது திருமணத்திற்குச் சென்றிருந்தேன். புகை வண்டியில் பயணம். வழிநெடுக சிவப்புக்கொன்றை மரங்களும், மஞ்சள் கொன்றை மரங்களும் பூத்துக் குலுங்கின. அது விழிகளுக்கு விருந்தாயிருந்தது. ஓடும் ரயிலின் அதட்டல் ஓசையையே தாலாட்டாகக் கருதி மண்ணுக்குள் இருக்கும் ஈரத்தைத் தேடிப் பிடித்து பூக்களாய்ப் பூரித்து நிற்கின்றன.

"இந்த மரம் இவ்வளவு பூக்களைச் சுமந்துகொண்டிருக்கிறதே, இவ்வளவுமா காயாகப் போகின்றன?" அருகில் அமர்ந்திருந்தவர் கேட்டார்.

அவருக்கு மரம் முழுவதும் காய்த்திருந்த இன்னொரு கொன்றை மரத்தைக் காட்டினேன்.

"இத்தனையும் விதைகளுடனிருக்குமா?"

"இத்தனை விதைகளுக்கும் வீரியமிருக்குமா?"

"இத்தனை விதைகளும் முளைத்து வருமா?"

அவருடைய சந்தேகங்கள் தொடர்ந்துகொண்டேயிருந்தன. முடிவே இல்லாமல் "ஒவ்வொரு மரமும் நிறைய பூக்களைச் சுமக்கின்றன. மனிதர்கள் பறிப்பதையும் மீறி விலங்குகளின் தொல்லையையும் மீறி எத்தனை காயாகப் போகின்றனவோ? என அவை அதிக எண்ணிக்கையில் பூக்கின்றன. அவற்றில் மகரந்தச் சேர்க்கை நிகழ்பவை மட்டுமே காயாகக் காயகல்பம் பெறுகின்றன. அந்த விதைகளிலும் ஒருசில மட்டுமே ஈரமும், காற்றும், வெளிச்சமும் இருக்கும் நிலத்தின் மீது விழுகின்றன. தன் வாழ்நாளில் ஒரே ஒரு மரத்தையாவது வாரிசாக விட்டுவிட்டுத்தான் மடிந்து போக வேண்டும் என்பது அவற்றின் வைராக்கியம்."

நான் சொன்னது அவருக்குப் புரிந்தது. "அப்படியா?" என்று அசை போட்டார்.

"மரத்தின் வைராக்கியம் வீணாகாததால்தான் இன்றும் கொன்றைப் பூக்களை நாம் வழி முழுவதும் வாசிக்க முடிகிறது."

கொடி விதைகளில் ஒரு விதையாவது ஜெயிக்குமென்பது மரத்திற்குத் தெரியும்.

ஒரு விதை ஜெயிப்பதற்கு மரம் எவ்வளவு முறை பூக்க வேண்டி யிருக்கிறது? எத்தனை காய்களைச் சுமக்க வேண்டியிருக்கிறது?

யோசித்துப் பார்த்தேன். சக பயணியின் கேள்வி சலன வட்டங் களாய் பல எண்ணங்களை எழுப்பியது.

புனித யாத்திரை போகிறோம். 'வழிபாடு' நடக்கின்ற நேரத்தைக் காட்டிலும் பயணம் செய்கின்ற நேரம் பல மடங்கு அதிகமல்லவா?

திருப்பதியில் சுவாமியை தரிசிக்கும் நேரம் சில நொடிகள். ஆனால் அதற்குச் சென்று வருகின்ற கால அளவு எவ்வளவு மணிநேரம்?

தேர்வு எழுதுவது மூன்று மணிநேரம். ஆனால் அதற்குப் படிப்பு எத்தனை மாதங்கள்? சில தேர்வுக்கு எத்தனை வருடங்கள்!

திருமணத்தில் கூட முகூர்த்த நேரம் ஒன்றரை மணிதான். ஆனால் அதற்கு எவ்வளவு வருடங்கள் நம் மக்கள் உழைத்துப் பணம் சேர்க்க வேண்டியதாக இருக்கிறது.

பிரசவம் என்பது கூட சில நொடிகளில் நிகழ்ந்து விடுகிறது. ஆனால் ஒன்பது மாதங்களுக்கும் மேல் சுமக்க வேண்டியதாக இருக்கிறதே.

பத்துப் பதினைந்து நிமிடங்களில் சாப்பிட்டு விடுகிறோம். ஆனால் எவ்வளவு நேரம் சமைக்கிறார்கள்.

ஒரே நாளில் அறுவடை செய்துவிடுகிறோம்; எத்தனை நாள் பயிரைப் பாதுகாக்க வேண்டியதாக இருக்கிறது. எத்தனை நாள் எழுதிய புத்தகம்; ஒரே நாளில் அச்சாகி விடுகிறது. எத்தனை மாதங்கள் எடுத்த படம்; மூன்று மணி நேரத்தில் நாம் பார்த்து விடுகிறோம்.

உற்று நோக்கினால் நாம் பார்த்திருக்கும் நிகழ்வுகள் அதிக நேரம் நீடிப்பதில்லை. அதற்கான தயாரிப்புகளுக்குத்தான் அதிக நேரம் வேண்டியிருக்கிறது.

நாம் வெகுசாதாரணமாக ஒருசில நொடிகளில் கடக்கின்ற பாலம் எத்தனை வருடங்கள் எவ்வளவு பேருடைய உழைப்பால் உருவானது. நாம் எண்ணிப் பார்த்திருக்கிறோமா?

இப்படித்தான் எண்ணற்றவை நமக்கு அளிக்கப்பட்டிருக்கின்றன. என்பதாலேயே அவற்றின் மகத்துவத்தை நாம் அறியாமல் இருக்கிறோம்.

என்னுடன் கல்லூரியில் படித்த இளைஞன் ஒருவன் நீச்சல் குளத்தில் எகிறி குதித்தபோது நெஞ்சில் விழுந்த அடியில் இறந்து போனான். குன்னூரில் அவன் பெற்றோர்கள் கதறிய அலறல் இன்னும் செவிகளில் எதிரொலிக்கின்றது.

இருபது வருடங்கள் வளர்த்த உயிர், உடல் ஒரு நொடியில் மரணத்தைத் தழுவிய அதிர்ச்சி அது. யாருடைய கைத்தட்டலை ஏற்க நடந்த விளையாட்டு அது? யாருடைய பாராட்டை எதிர்பார்த்து நிகழ்த்திய சாகசம் அது?

இன்று இருசக்கர வாகனங்கள் தமிழகம் முழுவதும் பெருகி விட்டன. ஒரு காலத்தில் ஒரு வீட்டில் இரு சைக்கிள்கள் இருப்பதே பெருமைக்குரிய விஷயமாக இருந்தது. மாணவர்கள் மிதிவண்டியில் செல்வது நல்ல உடற்பயிற்சியாக இருந்தது. அவர்கள் உடலும் உறுதியாக இருந்தது.

இன்று நாமோ எல்லாவற்றிலும் வேகத்தைக் கடைப்பிடிக்கிறோம். சைக்கிள் என்கின்ற வாகனம் புதைபொருள் இலாகாவிற்குப் போய் விடுமோ என்று பயமாக இருக்கிறது. இன்றைய இளைஞர்கள் பாத்ரூமிற்குக் கூட காரில் போகத் துடிக்கிறார்கள்.

மோட்டார் சைக்கிளில் செல்வது ஒன்றும் குற்றமல்ல. ஆனால் அதில் வேகமாகச் சென்று பலர் முன் தன் வீரத்தைக் காட்ட வேண்டிய அவசியம்தான் என்ன?

ரெயில் சன்னல் வழியாக என் பார்வை படிந்திருந்தாலும், என் மனம் கொன்றை மரங்களின் அழகில் அதற்கு மேல் லயிக்கவில்லை.

என் பள்ளியில் படித்து மோட்டார் சைக்கிளில் சென்று விபத்துக் குள்ளான பல சக மாணவர்களுடைய உருவங்கள் நிழற்படமாய் என் முன் ஓடின.

குழந்தைகளை விபத்தில் பலி கொடுப்பது போன்ற அசம்பாவிதம் பெற்றோர்களை என்ன பாடுபடுத்தும் என்பதை நான் கண் எதிரே பார்த்திருக்கிறேன்.

இந்த வேகம் மனிதனை ஏன் ஈர்க்கிறது? நமக்கு எப்போதுமே முந்துவதில் ஓர் ஆர்வம். முந்துவதும் நம் பிறப்போடு தொடர்பு கொண்டது. அதனால்தான் முந்துவது நம்முடைய எல்லா இயல்பு களோடும் பின்னிப் பிணைந்து விட்டது.

செய்திகளை முந்தித் தருவது சாதனை.

எதிர்காலத்தை முந்திச் சொல்வது ஜோதிடம். குழந்தை ஆணா பெண்ணா என முன்கூட்டியே அறிய ஸ்கேன். எல்லாவற்றையும் முன்கூட்டியே தெரிந்துகொள்ளும் ஆர்வம் - அவசரம் - விதைகளைச் சாப்பிட சிரமப்பட்டு நேரத்தைக் குறைக்க விதையில்லாப் பழங்கள், நின்ற கதியில் உணவு - விரைவு உணவு என ஃபாஸ்ட்புட்.

ஒளியை மனிதன் நேசிப்பது அது மிகுந்த விரைவாகச் செல்வதால் தான். வேகம் மனித இயல்பு எனின் அதை எப்படி மறுதலிப்பது. வேகத்தை எல்லாவற்றின் முதுகிலும் சுமத்தினோம். குதிரைகள் பந்தயத்தில் ஓடுகின்றன; ஆனால் பணம் மனிதனின் கைகளில் சேர்கிறது.

வேகத்தை வைத்து விளையாடினோம். சூதாடினோம். பணம் திரட்டினோம். வேகமே பிரதானம் என்று முடிவு செய்தோம்.

ஆனால் வேகம் வெற்றிகளை மட்டுமா பெற்றுத் தந்தது? 30 வயதிலேயே இன்று ரத்தக் கொதிப்பு பலருக்கு! 25லேயே சர்க்கரை வியாதி சிலருக்கு!

வேகத்தை நாம் துரத்தினோம். இன்று வேகம் நம்மை துரத்துகிறது. வேகத்திலும் நிதானத்தை, விரைவிலும் பொறுமையை சரிவிகிதத்தில் கலக்க முயற்சி செய்வோமா? யோசிக்கும்போதே ஸ்டேஷன் வந்து விட்டது. எல்லோரும் முந்தியடித்துக்கொண்டே இறங்க முயற்சி செய்கிறார்கள்.

7. நலம் தரும் நடை

மதுரை ரேஸ் கோர்ஸ் அருகே நடை பயின்றுகொண்டிருந்தேன். இனிய விடியற் காலைப்பொழுது, தூசி கிளம்பாமல், புழுதி சேராமல் காற்று தூய்மையாக இருந்தது. பறவைகளின் பாடல் வரிகள் சொற்கள் கலக்காமல் இசையாய் எழும்பின.

விதம் விதமாய் இன்னும் பலர் பல்வேறு உடற் பயிற்சிகளைச் செய்த வண்ணம் உற்சாகமாய் பேசிக்கொண்டும், ஓடிக்கொண்டும். உடலைப் பேணுவதில் அக்கறையோடு இளைய சமுதாயமும் இருக்கும் வரை தேக நலத்துடன் இருக்க வேண்டும் என்கின்ற வைராக்கியத்துடன் வயோதிகர்களும் அதிகாலைப் பொழுதைக் கெட்டியாகப் பிடித்துக் கொண்டிருந்தார்கள்.

நடை முடிந்து திரும்பும்போது நண்பர் ஒருவர் தென்பட்டார்.

'இப்போதெல்லாம் உடலைப் பேணுவதில் சகல வயதினரும் அக்கறை செலுத்த ஆரம்பித்திருக்கிறார்கள். இப்படிப்பட்ட விழிப்புணர்வு மகிழ்ச்சியளிக்கிறது' என்றேன்.

"இப்பொழுது உடற்பயிற்சி செய்தே தீர வேண்டிய நிலைக்கு எல்லோரும் தள்ளப்பட்டிருக்கிறார்கள் அதுதான் உண்மை" என்றார்.

"நீங்கள் இன்னும் விரிவாகச் சொல்லுங்கள்" என்றேன்.

"நாம் சிறுவர்களாக இருந்தபொழுது குளிப்பதற்கும், வீட்டு உபயோகத்திற்கும் நீர் இறைக்கவேண்டும். நாமே துணிகளை அடித்துத் துவைக்க வேண்டும். அடிக்கடி பெற்றோர்கள் சொல்கின்ற பொருள் களை வாங்கி வருவதற்காகக் கடைவீதிக்கு ஓடிவரவேண்டும். அப்போ தெல்லாம் நாம் சாப்பிட்ட உணவு செரித்து ஆவியாகிவிடும். அடுத்த அரைமணி நேரத்திலேயே பசிக்க ஆரம்பித்துவிடும். இன்று நாம் என்ன உடலுழைப்பு மேற்கொள்கிறோம்? குழாயைத் திறந்தால் தண்ணீர். இறைக்க வேண்டிய காலத்தில் இன்னும் இறைக்க வேண்டுமே என்று தண்ணீரைச் சிக்கனமாகப் பயன்படுத்தினோம். ஆனால் இப்பொழுது பிரயத்தனம் இல்லாமல் பெறுகின்ற நீர், எனவே குவளை செலவாக

வேண்டிய இடத்தில் தவலை செலவாகிறது. துணிகளைத் துவைக்கவும் இயந்திரம். இப்பொழுது யார் கடைக்கு ஓடிப் போகிறார்கள். நடுத்தரக் குடும்பங்களில் கூட டூ வீலர்கள்."

நண்பர் சொன்னதிலும் நியாயம் இருப்பதாகத் தோன்றியது எனக்கு. 'நம் உணவு முறையும் சரியில்லை. நாகரிகம் என்கிற பெயரில் நிறைய கொழுப்புச் சத்தை சேர்க்கிறோம். சரியான நேரம், சரியான உணவு, சரியான அளவு என்ற கோட்பாட்டைக் கடைப்பிடிப்பதில்லை. எனவே நாம் நடந்தால்தான் ஓரளவிற்காவது உடலைக் காப்பாற்ற முடியும்' என்று தன் வாதத்தைத் தொடர்ந்தார்.

"ஏழை எளிய மக்கள் காலையில் நடக்க வேண்டிய கட்டாயமே இல்லை. ஏன் தெரியுமா? நாள் முழுவதும் அவர்கள் உழைப்பால் அவர்கள் உடலில் ஒரு துளி கொழுப்பு கூட சேருவதில்லை. 'பட்டினியால் அங்கு யாத்திரைகள் - இங்கு பசி வரவும் சில மாத்திரைகள்' அப்படீன்னு கேள்விப்பட்டிருக்கிறாயா?" என்று கோபமாகக் கேட்டார்.

நான் அவரைச் சாந்தப்படுத்த "என்ன செய்வது? ஒவ்வொரு வருடைய சூழலும் ஒவ்வொரு விதமாக இருக்கிறது. நாம் என்ன செய்ய முடியும். சிலர் உடலால் உழைக்கிறார்கள். சிலர் மூளையால் உழைக்கிறார்கள்" என்றேன்.

"அப்படியென்றால் உடலில் உழைப்பவர்கள் மூளையைப் பயன் படுத்துவதேயில்லையா? அவர்களுக்கு மூளை தேவையே இல்லையா?"

மூளையை அதிகம் பயன்படுத்தியவர்கள் யாருமே உடல் உழைப்பைத் தரவேயில்லையா?

என் நண்பர் ஒருவர் தன் மகளிடம் "என் பேனாவை எடுத்து வாம்மா" என்று சொன்னதற்கு "உங்களுக்கு நான் என்ன வேலைக் காரியா?" என்று கேட்டிருக்கிறாள், அந்தப் பெண்.

"இது என்ன கலாசாரம்? தந்தைக்கு மகளோ, தாய்க்கு மகனோ கூட உதவி செய்யாமல் வளர்க்கும் இந்த உடலால் யாருக்கும் என்ன லாபம். இவர்கள் நாளைய சமுதாயத்திற்கு என்ன செய்யப் போகிறார்கள். இவர்கள் பூமிக்குப் பாரம்தானே?"

அவருடைய கேள்வி சரியாகவே எனக்குப் பட்டது. "நீ என்ன சமுதாயத்திற்குச் செய்தாய்" என்று அவரைக் கேட்க முடியாது. ஏனென்றால் தன்னால் முடிந்த அளவுக்கு விளம்பரம் ஏதுமின்றி நற்பணிகளைச் செய்பவர் அவர்.

“இதற்குத் தீர்வு என்ன? மறுபடியும் மின்சாரம், இயந்திரங்கள், வாகனங்கள் என்ற வசதிகளையெல்லாம் ஒதுக்கித் தள்ளிவிட்டு கற்காலத்திற்குச் செல்ல வேண்டுமா?” என்றேன்.

“நான் அப்படி சொல்லவில்லை. என்னை நீங்கள் சரியாகப் புரிந்துகொள்ளவில்லை” என்று ஆரம்பித்தார்.

“குடும்ப விளக்கைப் படித்திருக்கிறீர்களா?”

“இல்லை.”

“சரி, டேல் கார்னிகி புத்தகங்கள் படித்தீர்களா?”

“படித்திருக்கிறேன்.”

“நாமன் வின்சென்ட் பீலே?”

“படித்திருக்கிறேன்.”

“அயன் ரேண்ட்?”

“படித்திருக்கிறேன்.”

“ஆங்கிலத்தில் இருக்கும் புத்தகங்களைப் படிப்பது கவுரவம். தமிழில் படிப்பது கேவலம் என்று நினைக்கிறீர்கள். அப்படித்தானே.”

நான் மவுனமாக இருந்தேன். குடும்ப விளக்கைப் பலமுறை முழுமையாகப் படித்திருக்கிறேன். என்றாலும் இப்படி எதிர்மறையாகப் பேசினால்தான் நண்பரிடமிருந்து சுவாரசியமான தகவல்கள் கிடைக்கும். அது ஒருவகையில் இரண்டு இனிப்புக் கடைக்காரர்கள் தங்கள் இனிப்புகளை ஒருவர் மீது ஒருவர் எறிந்து சண்டை போடுவது போல சுவையாக அமையும்.

“குடும்ப விளக்கில் இருப்பதைப்போல நம் வீட்டில் இருக்கும் பணிகளை நாமே செய்யலாமே - குழந்தைகளும், கணவனும், மனைவியும் வீட்டுப் பணிகளைப் பகிர்ந்துகொள்ளலாமே. நம் பணிகளை நாமே செய்யலாமே. அலுவலகத்தில் மின் தூக்கிக்காக இரண்டாவது மாடிக்குச் செல்வதற்குக் கூடக் காத்திருக்காமல் படிகளைப் பயன் படுத்தலாமே. இடவசதி இருந்தால், தோட்டம் அமைத்து தினம் ஒருமணி நேரம் தோட்டத்திற்கு நீர் பாய்ச்சினால் பயிர்களை வாஞ்சையோடு தடவிக் கொடுத்தால் சத்தான காய்கறிகளும் கிடைக்கும். சிறப்பான உடல் நலமும் அமையுமே?”

“உங்கள் யோசனையெல்லாம் சரி. எங்களைப் போல நடைபயில் வதைத் தவிர வேறெதுவும் செய்ய முடியாதவர்களுக்கு என்ன ‘டிப்ஸ்’ தரப் போகிறீர்கள்?”

“நடப்பது நல்ல பயிற்சிதான். ஆனால் பலர் சரியாக நடப்பதில்லை?”

“எதை வைத்துச் சொல்லுகிறீர்கள்?”

“எவ்வளவு தூரம் நடக்கிறோம் என்பது முக்கியமல்ல. எவ்வளவு வேகமாக நடக்கிறோம் என்பதுதான் முக்கியம். நாம் விரைவாக வியர்க்குமளவு அரை மணி நேரம் நடந்தால்கூட போதும். சமமான தளத்தில் நல்ல கான்வாஸ் ஷுக்கள் அணிந்து நடக்க வேண்டும். சீரான நடை இறுதிவரை இருக்க வேண்டும்.”

“சிலர் நாய்களோடு நடப்பதைப் பார்ப்பீர்கள். அவர்கள் நாய்தான் ‘வாக்கிங்’ போகிறதே ஒழிய அவர்கள் போகவில்லை என்றுதான் பொருள். அவர்கள் கவனம் முழுவதும் நாயின் மீது இருக்குமே தவிர நடையின் மீது இருக்காது. எங்கே மற்ற நாய் ஏதாவது வந்து தங்கள் நாயைக் கடித்து விடுமோ என்ற பயத்திலும், தங்கள் நாய் வேறு யார் மீதாவது பாய்ந்து விடுமோ என்ற அச்சத்திலும் அவர்கள் நடை பயில்வார்கள். அதனால் எந்தப் பிரயோஜனமும் இல்லை.”

“இன்னும் சிலர் பத்து வருடமாக நடக்கிறேன் - பதினைந்து வருடங்களாக நடக்கிறேன். ஆனால் ஒரு கிலோ கூட எடை குறையவே இல்லை என்று வருத்தப்படுவார்கள். நடப்பதால் மட்டும் உடல் எடை குறையாது. உணவையும் சரியான அளவில் கட்டுப்படுத்துவது அவசியம்- நடப்பதற்கு முன்னால் இரு குவளை காபி - நடந்த பிறகு ஒரு குவளை தேநீர் என்று நடந்தபோது இழந்த காலரிகளை அப்போதே ஈடுகட்டி விடுபவர்கள் என்ன பலனை எதிர்பார்க்க முடியும். சென்னையில் கடற்கரைப் பகுதியில் நடை பயின்றிருக்கிறீர்களா?” என்று கேட்டார்.

“மதுரை வரும் வரை சென்னைக் கடற்கரையில்தான் நடந்தேன்” என்றேன்.

“அங்கே பார்த்திருப்பீர்கள் அறுகம்புல்லிலிருந்து சூப் வியாபாரம் வரை. பலதரப்பட்ட சாப்பாட்டுப் பொருட்கள். நடக்கின்றவர்களைக் காட்டிலும் இந்தக் கடைகளில் நிற்பவர்கள்தான் அதிகம். காலையிலே பப்பாளிப்பழ வியாபாரத்திலிருந்து தக்காளி சூப் வரை எல்லாவற்றிற்குமே ஒரு வாடிக்கையாளர் பட்டாளம்.”

அதிக காலரி உள்ள பொருட்களையும், கொழுப்புச் சத்து உள்ள பொருட்களையும் விழிப்புணர்வோடு தவிர்த்தால்தான் நடப்பது பலனளிக்கும். ஒன்று மட்டும் உண்மை. எவையெல்லாம் அதிக மகிழ்ச்சியளிக்கின்றனவோ அவை ஒன்று உடலுக்கோ, அல்லது உள்ளத்துக்கோ கேடு விளைவிப்பதாகத்தான் இருக்கும்.

“யாரோடு நடக்கலாம்.”

“தனியாக நடப்பது நல்லது. தனியாக நடக்கும்பொழுது நம் கவனம் சிதறாமல் விழிப்புணர்வுடன் நடக்க முடியும். ஒவ்வொரு அடியை எடுத்து வைக்கும்போதும் பிரக்ஞையுடன் உள்ளுணர்வுடன் எடுத்து வைக்க முடியும். அப்போது நடையே தியானமாக மாற வாய்ப்பு உண்டு. அது மட்டுமல்ல. அப்போது இயற்கையை உற்று நோக்க முடியும். மரங்களை, அழகிய பறவைகளை, புல்நுனியில் படர்ந்திருக்கும் பனித்துளிகளை நாம் ரசிக்க முடியும். காலை நேரம் நம்மைப் புத்துணர்ச்சிக்கு அழைத்துச் செல்லும். ஒவ்வொரு நாளும் ஒவ்வொரு தனித்தன்மையுடன் மலர்கிறது. இயற்கையை, இருத்தலை முழுமையாக மவுனமான நேரத்தில் நாம் தரிசிக்க நம்முடைய நடை உதவ வேண்டும்.

ஜே.கிருஷ்ணமூர்த்தி யாருடனும் நடக்கவே விரும்ப மாட்டாராம். ஏனென்றால் உடன் வருபவர் இயற்கையை உற்று நோக்குவதைத் தடை செய்து விடுவார் என்ற எண்ணமே காரணம்.

நீங்கள் ஒருவேளை யாருடனாவது நடை பயின்றால் அவர் உங்கள் அளவிற்கு வேகமாக நடப்பவராக இருக்கட்டும். அவரும் வியர்க்க வியர்க்க விரைபவராக இருக்கட்டும். அவருடன் எதுவும் பேசாமல் நடக்கப் பழகுங்கள். நடக்கும்போது பேசுவது சக்தியை விழுங்கிவிடும்.

“ஒவ்வொரு மனிதனுக்கும் மூன்று அளவுகளில் ஆற்றல்கள் இருக்கின்றன. முதல் அளவில் உள்ள ஆற்றலைக் கடக்கும்போது ஏற்படும் தடையிலேயே நாம் தங்கி விடுகிறோம். அதைக் கடந்தால் இன்னும் அதிக தூரம் நடக்கலாம். அதற்குப் பிறகு வருகின்ற தடையைக் கடந்தால் இன்னும் பல மைல் நடக்கும் அளவு ஆற்றல் நம்மிடம் சேமித்து வைக்கப்பட்டிருக்கிறது.”

நண்பர் பேசப் பேச நடப்பது எவ்வளவு சிரமமானது என்பது புரிந்தது. சொன்ன சொல்படி நடப்பது சிரமம். நேர்மைப் பாதையில் தொடர்ந்து நடப்பது சிரமம். அந்த சிரமங்கள், வைராக்கியமே வாழ்வு எனக் கொண்டவர்களுக்கு சிற்றெறும்புகளே தவிர சீறும் சிங்கங்களல்ல என்று மட்டும் புரிகிறது.

8. விழிப்புணர்வு வைப்பு நிதியல்ல

என் சன்னல் வழியாக மழை மரத்தைப் பார்க்கிறேன். மழைத் துளிகள் இன்னும் காயாமல் ஈரமாய் கீழுள்ள கிளைகளில் ஈரத்தைத் தாரைவார்த்துத் தருகின்றன. பசுங்கிளிகள் குரலெழுப்பி வரப்போகின்ற வசந்தத்தை வரவேற்கின்றன.

பொந்துக்குள்ளிருந்து இளங்கிளியொன்று வெளிவருகின்றது. இதுநாள் வரை தெரியாத புதிய உலகம் அதற்கு அறிமுகமாக விருக்கின்றது. அதற்கு பெற்ற கிளிகள் ஏதேதோ சொல்லித்தருகின்றன. எனக்கு வியப்பாயிருக்கின்றது. கிளைகளைப் பிடித்துத் தொங்கவும், சிறகுகளை யடிக்கவும் அதற்கு வகுப்பெடுக்கின்றன.

தினமும் காலையில் அந்த இளங்கிளிக்கு நடக்கும் பாடத்தைத் தவறாமல் நானும் வாசிக்கத் தொடங்கிவிட்டேன். தாங்களே பறந்தும், கொத்தியும், அலகுகளால் கவ்வியும் பெற்றோர்கள் நடத்தும் பாடம் எவ்வளவு நடைமுறை வாழ்வு சார்ந்தது? 'கிளிப் பிள்ளைக்குச் சொல்லிக் கொடுப்பது போல்' என்பது இந்த நிகழ்வுகளிலிருந்துதான் வந்தது என எண்ணத் தோன்றுகிறது.

தாய், தந்தையிடம் மட்டுமல்லாமல் கிளிக் குடும்பத்தினரின் மூத்த உறுப்பினர்களிடமும் அவை பாடம் கற்றுக்கொள்வதைப் பார்க்கிறேன். எனக்குப் புரிகிறது - வாழ்க்கை என்பது அடுத்தவர்களிட மிருந்து கற்றுக்கொள்வது. அவர்கள் அனுபவங்களிலிருந்து நம்மை உருவாக்கிக்கொள்வது. 'நாமே தெரிந்துகொள்ளலாம் - யாருமே தேவையில்லை' என்று எண்ணும்போது நாம் இடையூறுகளில் இடறி விழுகிறோம். நம் உணவு யாருடைய உழைப்போ உருண்டு, திரண்ட அனுபவம் - நாம் பருகும் நீர் யாரோ நீரை சுத்திகரித்த முயற்சியின் அனுபவம் - நம் உடல், உணவு, உணர்வு என்று அனைத்துமே மற்றவர்கள் அனுபவங்களிலிருந்தே அறியப்படுவது; அனுபவித்து வருவது.

நேற்று என் வாசலில் ஒருவன் ஒரு ஜோடிக் கிளிகளைக் கூண்டில் வைத்து விற்று வருவதைப் பார்த்தேன். எனக்குத் திகைப்பு. இவ்வளவு

பயிற்சி வகுப்புகள் நடந்தும் இந்தக் கிளிகள் எப்படி மாட்டிக் கொண்டன?

இரவு முழுவதும் தூங்க முடியவில்லை. அப்படியாயின் பயிற்சி வகுப்புகள் அனைத்துமே வீணா? யோசித்துப் பார்த்தேன். பல வழி வினாக்கள் விழிகளின் முன் விரிந்தன.

ஒருவேளை இந்த இரண்டு கிளிகளும் வகுப்பு நடக்கும்போது தூங்கிவிட்டனவா? மாணவர்கள் வேண்டுமானால் ஆசிரியர்கள் சொல்வதை அடிக்கின்ற காற்றில் பறக்க விடலாம். ஆனால் கிளிகள் அப்படியல்லவே. அவற்றின் கல்வி வாழ்வு சார்ந்ததாயிற்றே!

எனக்கு வெகு நேரமாயிற்று. தூக்கத்தில் என்னைச் சுற்றி கிளி களாகப் பறந்தன. தாவியும், பறந்தும் என் தூக்கத்தைக் குலைத்தன.

விடியலைத் தாண்டி நான் தூங்கிப் போனேன். எழுந்தபோது கடிகாரம் வெகுதூரம் நடந்திருந்ததை முள்கள் உணர்த்தின. கடிகாரத்தி லிருப்பவற்றை 'முள்' என்று சொல்வது சற்று ஏமாந்தால் அவை குத்தி விடுவதால்தான்.

நான் கடிகாரத்தைக் காட்டிலும் வேகமாக ஓடினால்தான் தாமதத்திலிருந்து தப்பிக்க முடியும் என்பதையுணர்ந்து விரைவாகத் தயாரானேன். ஒரு வரிசைப் பற்கள் ஒழுங்காக துலங்கப்பட காலைக் கடன்களிலும் பாக்கி வைத்து அவசரஅவசரமாகக் காக்காய் குளியலுடன்.

முள்ளாக முளைத்த தாடியை மழிக்கவும் அவசரப்பட்டபோது கன்னத்தில் கத்தியால் கோடு விழுந்தது. வலியுடன் கூடிய ரத்தம் தாடையை நனைத்தது.

இத்தனை நாட்களாக முகச்சவரம் செய்கிறேன். ஒருமுறை கூட வெட்டிக்கொண்டதில்லை. ஆனால் இன்று அவசரம் - வேகம் எல்லாம் எனது விழிப்புணர்வைத் தின்று விழுங்கி விட்டன.

நான் முகச்சவரம் செய்கின்றபோது என் கவனம் முகச்சவரத்தைத் தவிர மற்ற எல்லாவற்றின் மீதும் இருந்திருக்கிறது. ஓடுகின்ற கடிகார முள் என்னை உறுத்தியிருக்கிறது. தாமதமானால் நிகழக்கூடிய விளைவுகளை மனம் அசை போட்டிருக்கிறது. காலை உணவைக் கூட உண்ணாமல் விடலாமா என எண்ணியிருக்கிறேன்.

அதனால் என் கவனம் கத்தியின் நுனியிலிருந்து தவறி இருக்கிறது. வழிகின்ற ரத்தம் சட்டென்று மின்னல் பொறியாய் ஒன்றை உணர்த்தியது. பிடிபட்ட கிளிகள் விழிப்புணர்வின்றி இருந்திருக்க வேண்டும். ஒரே ஒரு

நொடி, அந்த நொடியில் பிசகிய கவனம் அவை பிடிபடக் காரண மாயிருந்திருக்க வேண்டும். ஏதேனும் ஒரு பழத்தில், ஒலியில் அவை தங்கள் விழிப்புணர்வைத் தவறவிட்டு இருக்க வேண்டும்.

மூத்த கிளிகள் பறப்பதை, பழங்களைக் கொத்துவதை, கிளைகளில் வசதியாக அமர்வதைக் கற்றுத் தரலாம். ஆனால் விழிப்புணர்வை எப்படிக் கற்றுத் தர முடியும்? விழிப்புணர்வு என்பது தனிப்பட்ட முயற்சி. கற்றுத் தருவதற்கும் அப்பாற்பட்டது. வகுப்பு முழுவதுமே ஒரே பாடம் சொல்லித் தரப்படுகிறது. சிலர் மட்டும் அதிக மதிப்பெண் பெறுகிறார்கள். ஆனால் வேறு சிலர்தான் வாழ்க்கையில் வெற்றி பெறுகிறார்கள்.

எத்தனை முறை வாழ்க்கையில் நாம் இடறி விழுந்திருக்கிறோம் என எண்ணிப் பார்த்தேன். பலமுறை கீழே விழுந்ததால் ஏற்பட்ட தழும்புகளைத் தடவிப் பார்க்கிறேன். கழுத்திலும், காலிலும், முழங்கை களிலும் ஏற்பட்ட வடுக்கள் மின்னுகின்றன. இவையெல்லாம் கவனப் பிசகு ஏற்பட்டபோது தோன்றியவைதானே.

உடல் ரீதியாக ஏற்பட்ட இந்தக் காயங்களைக் காட்டிலும் மனரீதியாக ஏற்பட்ட காயங்கள் எவ்வளவு? ஒரு நொடியில் சற்று கண்ணயர்ந்தால் ஏற்பட்ட விபத்துக்கள்தானே அவை. தவறாக எடுத்த ஒரே ஒரு முடிவு வாழ்க்கையை எப்படியெல்லாம் அலைக்கழிய வைத்திருக்கிறது.

படிக்கும்போது, பின்பு பந்தயங்களில் கலந்துகொண்ட பொழுதும் இன்னும் சற்று விழிப்புணர்வுடன் இருந்திருந்தால் கவனத்தைச் சிதற விடாமல் புலன்களை எல்லாம் ஒரே புள்ளியில் குவித்திருந்தால் இன்னும் பயனுள்ள வாழ்க்கையை வாழ்ந்திருக்கலாமே!

கிளிகளைப் போன்ற ஆபத்தான வாழ்க்கை நமக்கு அமைய வில்லை. விஞ்ஞானத்தால், வசதிகளால் கருவறையைப் போன்ற பாதுகாப்பான வாழ்க்கை நமக்கு வாய்த்துவிட்டது. அதனால் நமக்கு விழிப்புணர்வு தவறும் போது அதிக நஷ்டங்கள் இல்லை. கிளிகளைப் போன்று கானகத்தில் இருக்க நேரிடின் நமது கவனக் குறைவால் எத்தனை முறை இறந்திருப்போம் - எத்தனை முறை கொல்லப் பட்டிருப்போம் - எத்தனை முறை சிறைப் பிடிக்கப் பட்டிருப்போம் - சிறகொடிக்கப்பட்டிருப்போம். நினைத்துப் பார்த்தாலே பயமாக இருக்கிறது.

செய்தித்தாள்கள் முழுவதும் விபத்து குறித்த செய்திகள். ஒரு நொடியை சேமிக்கப் பல வருடங்களை இழந்தவர்களைப் பற்றிய

பரிதாபக் கதைகள். எதிரே வாகனத்தை ஓட்டுபவன் விழிப்புணர்வைத் தவற விடுவதையும் ஈடுகட்டும் வகையில் அதிக விழிப்புணர்வுடன் இருந்தால் தான் விபத்து சமீபிக்காமல் தடுக்க முடியும்.

கண்ணாடியில் பார்க்கிறேன் - கன்னத்தில் ஏற்பட்ட சவரத் தழும்பு எச்சரிக்கை செய்கிறது.

இனி பூக்களுக்கு வலிக்காமல், புட்களுக்கு நோகாமல் விழிப்புணர்வுடன் நடக்க வேண்டும் என்று எனக்கு நானே இதயத்தில் எச்சரிக்கையை எழுதிக் கொள்கிறேன்.

9. படிப்பு மட்டுமா வாழ்வு?

அன்று நான் அமர்ந்திருந்தது அழகான மலைச்சாரல் பகுதி. மரங்கள் வானத்தைத் தொட முயற்சி செய்வதாகவும், அவற்றின் தேடலைப் பொறுத்து உயரமடைவதாகவும் எண்ணிக்கொண்டேன். மானுடத்தின் குரூரக் கைகளையும் மீறி இயற்கையின் அந்த அழகு எஞ்சியிருந்தது வியப்பானது. இன்னும் சில ஆண்டுகளில் இந்த மரகதத் தாவரங்கள் மனித இனம் விடும் மூச்சுக்காற்றுக்கே தாக்குப் பிடிக்காமல் கருகிவிடுமோ என்ற பயம் ஏற்பட்டது.

அமர்ந்திருந்த என்னைத் தாண்டிச் சென்ற வாகனம் ஒன்று சட்டென்று நின்று பின் வந்து என் முன்னே நின்றது. அதிலிருந்து இறங்கிய உருவத்தை அடையாளம் கண்டுபிடிக்க அதிக நேரம் ஆக வில்லை.

"என்ன அழகர் மலையில் அமைதியாய் அமர்ந்துவிட்டாய்?"

கேள்வியே சரியில்லை. அவர் மட்டுமா? நாம் யாருமே சரியான கேள்விகளைப் பல நேரங்களில் கேட்டதே கிடையாது. நமது கேள்விகள் பேச்சை ஆரம்பிப்பதற்கான வழிமுறைகள்.

'மதுரையில் பணி, மாலையில் இயற்கையோடு இயைய வாய்ப்பு.'

அதற்குப் பிறகு வெகு நேரம் நாங்கள் பேசிக்கொண்டிருந்தோம். மாலை ஆறு மணிக்குள் திரும்பி வராவிட்டால் பூட்டிவிடுவதாகப் பயமுறுத்திய காவலருடைய எச்சரிக்கையால் திரும்ப வேண்டியதாகி விட்டது.

கல்லூரியில் என்னுடன் படித்த நண்பரைத்தான் நான் சந்தித்தேன். பெயர் வெண்ணிலவன். படிப்பு, படிப்பு, படிப்பு என்று பாடப் புத்தகத்தையே வேதப் புத்தகமாக்கிக் கொண்டவன். கல்லூரிகளில் யாருடனும் அதிகம் பேசமாட்டான். எல்லாவற்றிலும் முதல் மதிப்பெண் பெற வேண்டும் என்பதே அவன் இலக்கு. லட்சியம், வெறி எல்லாம்.

வெறிக்கும், வெற்றிக்கும் சற்று வித்தியாசம் ஒற்று எழுத்து ஒன்று தான்.

ஒரு பாடத்தில் ஒரு மதிப்பெண் மற்ற யாரைக் காட்டிலும் குறைவாக எடுத்தாலும் அவனால் அதை ஏற்றுக்கொள்ள முடியாது. தேம்பித் தேம்பி அழுவான்.

அவன் அழுவதைப் பார்க்கச் சகிக்காமல் அவனே வாங்கட்டும் என்று விட்டுக்கொடுத்து விடலாம் என்று தோன்றும்.

படிப்பு மட்டும்தான் அவன் உயிர் மூச்சு. வேறு எந்தச் செயலிலும் அவன் ஈடுபடுவது இல்லை. விளையாட்டோ, ஓவியமோ, இசையோ எதுவுமே அவனுக்குத் தேவையில்லை, வேறு நூல்களை வாசிக்கின்ற வழக்கமும் இல்லை.

கல்லூரியில் உள்ள அரங்கத்தில் வாரந்தோறும் சனிக்கிழமை இரவு திரைப்படமிருக்கும். அந்தக் காலத்தில் தொலைக்காட்சிகள் சென்னையைத் தாண்டவில்லை. சென்னையிலும் வாரம் ஒருமுறை மட்டுமே திரைப்படம். அன்று வீதிகள் எல்லாம் வெறிச்சோடியிருக்கும்.

சனி இரவு திரைப்படத்தைத் தவறவே விடமாட்டோம். சொல்லப் போனால் அந்த நாளுக்காகவே தவமிருப்போம். மாணவர்கள் மட்டுமே திரைப்படம் பார்ப்பது என்றால் அது திருவிழாவாக இருக்கும். ஆனால் அந்த நிகழ்ச்சிக்கே வெண்ணிலவன் மட்டும் வரமாட்டான். ஆரவாரம், மகிழ்ச்சி, கொண்டாட்டம், இசைப்போட்டி, பேச்சுப் போட்டி எல்லாம் எங்களுக்கு அமாவாசைதான் (வெண்ணிலவன் வராததால்).

அழகர் மலையிலிருந்து திரும்பி வரும்போது அவனைப் பற்றிய பழைய நினைவுகள் என்னை மையமிட்டன. படிக்கும்போதே அவனுடைய போக்கு எனக்கு உடன்பாடு இல்லாமல் இருந்தது. பாயாசத்தை அருந்தும்போது அதில் இருக்கும் முந்திரிப் பருப்புகளை மட்டும் எடுத்து முதலிலேயே தின்று விடுபவர்களைப் போல சில மாணவர்கள் வீண் கேளிக்கைகளிலேயே கல்லூரி வாழ்க்கையைக் கழித்துவிட்டார்கள். அவர்களிலும் ஒரு சிலரை நான் சந்திக்க நேர்ந்தது.

ஆனால் வெண்ணிலவன் திடீரென உடைந்துபோய் அழ ஆரம்பித்தபோது அந்த நண்பர்களைக் காட்டிலும் அதிகமாக அவன் பாதிக்கப்பட்டிருப்பது தெரிந்தது.

"ஏன் இப்படி அழுகிறாய்? நீ தானே பல்கலைக்கழக முதல் மாணவன். அனைத்திலும் பதக்கம், பரிசு; பிறகு ஏன் விரக்தி?"

"அந்தப் பதக்கங்களைப் பெற்று வாழ்க்கையைத் தொலைத்து விட்டேனே அன்பு."

"ஏன் அப்படிச் சொல்கிறாய்?"

"ஆம். நீ எவ்வளவோ முறை சொன்னாய் சில புத்தகங்களைத் தந்து படிக்கச் சொல்லுவாய் - திரைப்படத்திற்கு அழைப்பாய் - படிப்பு மட்டுமே வாழ்க்கையல்ல என்று அடிக்கடி கூறுவாய் - நான்தான் அதைக் கேட்க வில்லை."

"இப்பொழுது அதற்கென்ன?"

"நான் நிறைய மதிப்பெண்கள் வாங்கியும் ஒரு போட்டித் தேர்வில் கூட தேர்ச்சி பெற முடியவில்லை. நல்ல நிறுவனங்களில் பணிக்காக நேர்முகத் தேர்வில் கலந்துகொண்டபோது நாட்டு நடப்பு பற்றி ஒரு கேள்விக்குக் கூட பதிலளிக்க முடியவில்லை. என் மதிப்பெண்கள் எவ்வளவு வீண் என்பது புரிந்தது. இருட்டுக் குகைக்குள் தனித்து விடப்பட்ட பயம் என்னை ஆட்கொண்டது. சிரமப்பட்டு இந்தப் பணியைத் தேர்ந்தெடுத்தேன். இதில் பாடத்திட்டத்தில் மட்டும் தேர்வு வைத்ததால் தப்பித்தேன்."

வெண்ணிலவனின் பிரச்சினை பணியில் சேர்ந்ததோடு தீர்ந்து விடவில்லை. பணியிடத்தில் மற்றவர்களோடு பேசவோ, பழகவோ அவருக்குச் செய்திகளில்லை. அவர்களிடமும் பாடம் சம்பந்தமான தகவல்களையே அதிகம் பேசியதால் அவரை எல்லோரும் ஒதுக்க ஆரம்பித்தார்கள்.

உதாரணமாக, அவர் படித்த பாடம் பூச்சியியல். யாராவது 'இன்று கொசுத் தொல்லை அதிகம்' என்று சொன்னால், கொசுக்களின் வகைகள், கொசு பரவும் விதம், கொசுவின் சிறப்புத் தன்மை என்று கொசுவைப் பற்றிய பிரசங்கத்தை ஆரம்பித்துவிடுவார். விட்டால் போதும் என்று எல்லோரும் அலறி அடித்துக்கொண்டு ஓடாததுதான் பாக்கி. அவரைவிட்டு எல்லோரும் கழன்றுகொள்ள ஆரம்பித்தார்கள். தனியாக சாப்பிட்டார். தனியாக அலுவலகம் சென்றார்.

இனிமேலாவது பொதுவான விஷயங்களில் சுவாரசியத்தை ஏற்படுத்திக்கொள்ள வேண்டும் என்கின்ற எண்ணம் துளியுமில்லாமல், மேற்படிப்புப் படிக்க ஆரம்பித்தார். திருமணமானது. மனைவியை நான் படித்ததை எல்லாம் ஒப்புவிக்கிறேன், சரியாக இருக்கிறதா பார் என்று வற்புறுத்தினார். அந்தப் படிப்பிலும் அவரே முதல் இடம் பெற வேண்டும் என்ற வெறி மட்டும் அவரை விட்டு விலகவில்லை. அவர் மனைவி அவரிடம் விவாகரத்துப் பெற்று விலகிக் கொண்டார்.

வெண்ணிலவன் வாழ்க்கை பரிதாபமானது. ஆனால் அவருக்காக என்னால் இரக்கப்பட முடியவில்லை. அவர் திருந்துவதற்கு நிறைய

வாய்ப்புகள் ஏற்பட்டும் அவர் திருந்தாமலேயே இருந்துவிட்டார். எல்லாரையும் தன்பக்கமாகத் திருப்பவேண்டும் என்று அவர் முயற்சி செய்தாரே தவிர அவர் மற்றவர்களை அனுசரிக்க வேண்டும் என்று ஒருபோதும் எண்ணவில்லை. எண்ணாதபோது முயற்சிகளெங்கே?

"நான் என்ன செய்வது? நம்முடன் கல்லூரியில் படித்த பலரை நான் சந்திக்கிறேன். ஆனால் யாரும் என்னை ஒரு பொருட்டாகவே கருதுவதில்லை."

'கல்லூரியில் படிக்கும் காலத்தில் நீ அவர்களைப் பொருட் படுத்தினாயா' என்கின்ற கேள்வி என் நாக்கின் நுனிவரை வந்துவிட்டது. ஆனால் அவருக்குக் குற்ற உணர்வு ஏற்படுத்துவது என் நோக்கமல்ல என்பதால் அந்தக் கேள்வியை நானே விழுங்கிவிட்டேன். வெண்ணிலவன் போல இன்னும் பலர் இருக்கிறார்கள். பாடப் புத்தகத்துடன் வாழ்க்கை நிறைவு பெற்றுவிட்டதாக அவர்கள் எண்ணி ஏமாந்து போகிறார்கள். மதிப்பெண்கள் என்னும் ஏட்டுச் சுரைக்காயின் பொய் விதைகளை முகமெங்கும் தெளித்து அழகு பார்க்கிறார்கள். ஆனால் அது மற்றவர் களுக்கு அசிங்கமாகவும், அருவருப்பாகவும் இருக்கிறது.

தன்னைப் பற்றியே அடுத்தவர்களிடம் எப்போதும் பேசுவது ஒரு மனநோய். அது தாழ்வு மனப்பான்மையின் அழியாத கால் தடங்கள்.

படிக்கும் நேரத்தில் படிப்பதும், மகிழ்ச்சியாகக் கழிக்க வேண்டிய சமயத்தில் மகிழ்ச்சியாய்க் கழிப்பதும் வாழ்வின் இன்றியமையாத அம்சங்கள். இல்லாவிட்டால் கழிவறைக்கே செல்லாமல் தொடர்ந்து சாப்பிட்டுக்கொண்டே இருப்பதைப்போல அது ஆபத்தில் முடியும்.

வெண்ணிலவன், தன் பெயரைப்போலவே இரவல் வெளிச் சத்திலேயே ஜொலித்துவிட முடியும் என்று கருதிவிட்டார். தன்னை இறுக்கிக் கொண்ட அளவிற்கு தளர்த்திக்கொள்ளத் தெரியாமல் போய் விட்டது. இப்பொழுது அவர் எதற்கெடுத்தாலும் அழுபவர். தன்னால் எதுவும் முடியாது என்கின்ற மனநிலைக்குத் தள்ளப்பட்டவர், தன்னை யாரும் விரும்பமாட்டார்கள் என்று தானாகவே சுயமதிப்பீடு செய்துகொண்டவர்.

நாம் பலரை தினமும் சந்திக்கிறோம். சிலர் வியாபாரிகள், சிலர் தனியார் நிறுவனங்களில் பணிபுரிபவர்கள், சிலர் ஆசிரியர்கள். சிலர் பத்திரிகைத்துறையைச் சார்ந்தவர்கள், சிலர் அரசு அதிகாரிகள், சிலர் இளைஞர்கள், சிலர் வேலையில்லாப் பட்டதாரிகள்.

இவர்கள் ஒவ்வொருவரிடமும் ஒவ்வொரு விதமாகப் பேச வேண்டும். அவர்கள் பேசுவதையும் நாம் கேட்கத் தயாராக இருக்க

வேண்டும். அவர்களுக்குப் பகிர்ந்துகொள்ள நாம் வாய்ப்புகள் தரவேண்டும். நாம் சரிசமமாகப் பேசுகிறோம். நம்மை மதிப்பவர்களைப் பேசுகிறோம். நம்மிடம் அன்பு செலுத்துபவர்களோடு பேசுகிறோம் என்கின்ற உணர்வு ஏற்பட்டால் தான் அவர்கள் நம்மோடு இயல்பாகப் பேசுவார்கள். இல்லாவிடின் உறுத்துகின்ற இருக்கையில் உட்கார்ந்து இருப்பதைப் போல் சிரமப்படுவார்கள்.

நம் எதிரே அமர்ந்திருப்பவர்கள் இருக்கை நுனிக்கு வந்து விட்டாலோ, அடிக்கடி கடிகாரம் பார்த்தாலோ, கைகால்களை அசைத்தாலோ அவர்கள் விடைபெற விரும்புகிறார்கள் என்று பொருள். அதற்கு மேலும் வளைத்துப் பேசுவது தேவையில்லாதது. ஒரு வண்ணத்துப் பூச்சியைக் கூட வலுக்கட்டாயமாகப் பிடித்து வைக்க முடியாது.

வாழ்வு என்பது வானத்தின் வண்ணங்களை ரசிப்பதும்தான், பறவைகளின் அழகை ரசிப்பதும்தான். மேகங்களை, முழுநிலவை, மழைச்சாரலை, அருவியை, நேசித்து பல நிமிடங்களை அதில் கரைய விடுவதும்தான். வானவில் வரும் அந்தக் கணத்தில் முழுமையாக நம்மை ஈடுபடுத்திக்கொள்வதிலும்தான். நல்ல திரைப்படத்தை முழுவதுமாக ரசிப்பதும்தான் வாழ்க்கை. இனிய நூலை, நல்ல புதினத்தை வாசித்து அதையே யோசித்து அசைபோடுவதும்தான். ஏதேனும் ஓர் இசையைக் கேட்டு உள்ளம் உருகுவதும்தான். நல்ல சிற்பத்தை ஓவியத்தை உற்றுநோக்கி உடல் சிலிர்ப்பதும்தான் வாழ்க்கை.

கல்லூரி வாழ்க்கைக்கென்று சிறப்புகள் இருக்கின்றன. பொறுப்புகள் அதிகமின்றி கூட்டமாக வாழ வாய்த்த பருவம் அது. அந்தப் பருவத்தில் வைராக்கியத்தை வளர்த்துக்கொள்வது அவசியம்தான். எதிர்காலத்தைச் செதுக்கிக் கொள்வது தேவைதான். ஆனால் அதற்காக கல்லூரி வாழ்க்கைக்கான உற்சாகத்தை, இனிமையை இழந்து தக்கை மனிதர்களாக மாறி விடக்கூடாது.

அந்தப் பருவத்தில் மகிழ்ச்சியாகக் கழித்தவர்கள் வெண்ணிலவனைப் போல ஏக்கப்பட வேண்டியதில்லை. வெண்ணிலவன் இருபதிலேயே அறுபதைப் போல இருந்துவிட்டான். அவனோடு பேச யாருக்கும் பொதுத்துறை இல்லை. அவனைப் பொறுத்தவரை தான் படித்தவற்றை பாடப் புத்தகங்களில் இருந்து மேற்கோள் காட்டி அடுத்தவர்களை வியக்க வைக்க வேண்டிய கட்டாயம் ஏற்பட்டது. ஆனால் அது எதிர் விளைவுகளையே ஏற்படுத்திவிட்டது.

அதிகமாய் அடுத்தவர்களுடன் பழகியறியாததால் சுவையாகப் பேசுவதும், அடுத்தவர்கள் மனம் புண்படாமல் நடந்துகொள்வதும் எப்படி என்பது அவனுக்குத் தெரியாமல் போய்விட்டது. (வெண்ணிலவனை அவன் என்று அழைப்பதா அவர் என்று அழைப்பதா என்ற குழப்பம் இன்றும் எனக்கே தீரவில்லை. அவன் சுபாவம் அப்படி)

அவன் தன்னைத் திருத்திக்கொள்வதற்குப் பதிலாக அடுத்தவர்களைக் குறை கூற ஆரம்பித்தான். அது அவனுடைய ஒருமையைக் குறைத்துவிட்டது.

அன்று மாலை வெண்ணிலவனைத் திரைப்படத்திற்கு அழைத்துச் சென்றேன். முதலில் அவனால் ஒன்ற முடியவில்லை. அதிலும் லாஜிக் பார்த்தான். அதில் ஒரு பட்டாம்பூச்சி கனவுக்காட்சியில் பறந்தது. அது எந்த வகைப் பட்டாம்பூச்சி என்று இனம் பிரித்தான். அவன் நிலை யறிந்து நான் அவனுக்கு ஒத்துழைப்புத் தந்தேன். கொஞ்சம் கொஞ்ச மாகப் படத்தின் போக்கு அவனை ஈர்த்தது.

இரவு ஒரு நல்ல உணவகத்திற்குச் சென்றோம். அவன் வழக்கமான உணவுகளையே ஆர்டர் செய்ய நினைத்தான். அவன் சாப்பிடாத உணவு வகைகளை ஆர்டர் செய்தேன். ருசித்து ரசித்து சாப்பிட்டான்.

எதிரேயிருந்த பலரைக் காட்டினேன். 'இவர்களில் எத்தனை பேர் உன் அளவிற்குப் படித்தவர்கள், அவர்கள் மகிழ்ச்சியாக இல்லையா? மகிழ்ச்சி என்பது நம் தகுதிகளைத் தாண்டியது.'

வெண்ணிலவனை மறைத்திருந்த கருமேகங்கள் விலகி முகம் பளிச்சிட்டது போலத் தெரிந்தது. தன்னைத் தளர்த்திக்கொள்ள அவன் கற்றுக்கொள்ள வேண்டும்.

டாவோ சொல்வது போல உயிரோடு இருக்கும் செடி மென்மையாக இருக்கிறது. அது காய்ந்த பிறகு கட்டையாகிக் கெட்டியாக இருக்கிறது.

எனக்குத் தெரியும், புறவய நிகழ்வுகளால் நாம் மாறப்போவ தில்லை. நாமாக மாற நினைக்காவிட்டால் யாராலும் மாற்ற முடியாது.

ஊருக்குக் கிளம்பும்போது வெண்ணிலவனைக் கேட்டேன் "ஆமாம்! அழகர் மலை பக்கம் ஏன் வந்தாய்?"

"எம்.ஏ. பொருளாதாரம் படிக்கிறேன். முதல் மதிப்பெண் வாங்க வேண்டும் என்று பிரார்த்தனை செய்ய வந்தேன்."

10. திரைப்படம் கற்போம்...

மதுரை மருது பாண்டியர் நகர் இரண்டாவது தெரு வழியாக பொது தொலைபேசியகம் செல்லும்போது இரு பெண்மணிகள் பேசிக் கொண்டிருந்தது எதேச்சையாகக் காதில் விழுந்தது.

"என் வீட்டுக்காரர் தனியார் கம்பெனி ஒன்றில் பணிபுரிகிறார். பார்க்க அப்படியே... நடிகர் மாதிரியே இருப்பார். எல்லாருமே அவர் மாதிரியே இருக்கிறார் என்று என்னிடம் சொல்வார்கள்."

"அப்படியா? என் வீட்டுக்காரர்கூட அசப்பில் அப்படியே... மாதிரி இருப்பதாக எல்லாரும் சொல்லுவார்கள்."

எனக்குத் தூக்கி வாரிப்போட்டது. யாராவது ஒரு நடிகரைப் போலத் தன் கணவர் தோற்றம் பெற்றிருந்தால்தான் அவர் உருவத்திற்கே அங்கீகாரம் கிடைத்ததாக எண்ணும் உலகத்தில்தான் நாம் வாழ்ந்து கொண்டிருக்கிறோம் என்கின்ற நினைப்பே என்னை உறுத்தியது.

திரைப்படங்கள் நம்மை ஆக்கிரமித்துக்கொண்டு இருக்கும் அடர்த்தியின் அளவு இங்கு அபரிமிதமாக இருக்கிறது.

மதுரையின் சுவர்களில் திருமண வாழ்த்துச் சுவரொட்டிகள் எல்லாம் நடிகர்களின் புகைப்படங்களைப் போட்டே அச்சிடப் படுகின்றன. மணமகன், மணமகள் புகைப்படம் ஏதேனும் ஒரு வாழ்த்துச் சுவரொட்டியிலாவது அகப்படுகிறதா என்று நானும் தோண்டித் துருவித் தேடுகிறேன்.

திரைப்படங்களே நமக்கு வாழ்க்கையாகிப் போய்விட்டனவா என்று பயமேற்படுகிறது. நடிகர்களின் பெயர்களைத் தந்தையின் பெயருக்குப் பதிலாக முதலெழுத்தாகப் போடுவதிலிருந்து, முன் தலையில் முடியை தன் அபிமான நடிகருக்கு இருப்பதைப் போல மழித்துக்கொள்வது வரை இங்கே எல்லாமே ஏன் விபரீதங்களாக இருக்கின்றன என எண்ணினேன். நடிகர்களின் கட் அவுட்களுக்குப் பால் அபிசேகம் என்பதிலிருந்து அனுமதிச்சீட்டு பெற வரிசையில் நெரிசலில் மரணம் என்பது வரை எங்கேயும் இல்லாத அளவுக்குத் தமிழகத்தில் நடந்து வரும் கேளிக்கைகள் எனக்குப் புரியவில்லை.

இவற்றிற்கெல்லாம் யாரிடம் விடை கிடைக்கும் - யாரிடம் இவற்றிற்கான சரியான விளக்கங்கள் பெற முடியும்.

நல்லவேளையாக அன்று மாலையே திரைப்படத் துறையிலே அதிக ஆர்வமும் சிறந்த கலை விமரிசகராகத் திகழும் திறனும் பெற்ற நண்பர் ஒருவரைச் சந்திக்க நேர்ந்தது.

"தமிழ்நாடு திரைப்படத் துறை ஒரு வித்தியாசமானது. இங்கு வெற்றி என்பது தரத்தைக் காட்டிலும் படம் பெறுகின்ற வசூலைக் காட்டியே நிர்ணயிக்கப்படுகிறது."

"எனக்குப் புரியவில்லை."

ஒரு படம் தருகின்ற தகவல், காட்சியமைப்புகள், கதைக்கு 'ட்ரீட்மெண்ட்', நடிப்பு இவற்றைப் பற்றி மட்டுமே படம் பார்ப்பவர்கள் கவலைப்பட வேண்டுமே தவிர, படம் ஓடுமா என்பது குறித்து இவர்கள் ஏன் கவலைப்பட வேண்டும்? ஆனால் படம் பார்த்துவிட்டு வெளியே வருபவர்கள் தொலைக்காட்சிகளில் தெரிவிக்கின்ற கருத்துகளைப் பாருங்கள். " படம் ஓடாதுங்க" என்றுதான் சொல்வார்கள். "படம் வெள்ளி விழாவைத் தாண்டும்" என்றுதான் பெரும்பாலும் மதிப்பிடுவார்கள். 'சிறந்த படம்' என்றோ 'முக்கியமான படம்' என்றோ 'இளைஞர்கள் பார்க்க வேண்டிய படம்' என்றோ யாராவது கருத்துச் சொல்லி நீங்கள் பாத்திருக்கிறீர்களா? என்று எதிர்க்கேள்வி கேட்டார்.

"ஆமாம், மிகச் சிறந்த கலைப்படம் ஓடாமல் போய் விடுகிறது. ஒரு காட்சி கூட நம்பகத்தன்மையுடன் அமைக்கப்படாத படம் வசூல் சாதனைகளை முறியடிக்கிறதே, ஏன்?"

"வெகுஜன ரசனைக்காகப் படம் எடுப்பது தவறு இல்லை. சத்யஜித்ரே கூட 'ஷோலே' திரைப்படத்தை 5 முறை பார்த்ததாகக் கேள்விப்பட்டிருக்கிறேன். எல்லாரும் இறுக்கமான நகைச்சுவையற்ற சோகமான திரைப் படங்களை யதார்த்தம் என்கின்ற பெயரில் எடுக்க வேண்டியதில்லை."

"நம் பேச்சு திசை திரும்புகிறது என நினைக்கிறேன். நான் பெண் மணிகள் இருவர் பேசிக்கொண்டிருந்த விஷயம் குறித்து விமர்சனத்தை எதிர்பார்க்கிறேன்."

"இதில் விமர்சனம் என்ன இருக்கிறது. பிரபலமானவர்கள் பெயருக்குப் பின் ஒளிந்துகொள்ள வேண்டும் என்கின்ற எண்ணம் நம்

மக்களுக்கு இருக்கிறது. யாராவது பிரபலமானவர் ஒருவர் பெயரைச் சொல்லி "அவர் எனக்கு உறவு" என்றோ "அவர் எனக்கு நண்பர்" என்றோ கூறுகின்ற மனப்பாங்கு பலருக்கு இருக்கிறது. எந்தச் சமுதாயத்தில் யார் பிரபலமாக இருக்கிறார்களோ அவர்களைப் பிரதானப்படுத்தி தொடர்புபடுத்திப் பார்ப்பது உலக இயல்பு. சர்ச்சில் காலத்தில் அவரைப் போலவே உடையணிந்து அவர் போலவே நடந்து தாங்கள் சர்ச்சில் போல இருப்பதாகக் கூறிக் கொண்டவர்கள் அனேகம் பேர். மகாத்மா காந்தியைப் பின்பற்றி அவரைப் போல சட்டை யணியாமல் வாழ்ந்தவர்கள் பலர். ஒரு சமுதாயத்தின் எழுச்சியும், வீழ்ச்சியும் அவர்கள் பிரதானப்படுத்தும் நபர்களால் அளக்கப்படுகிறது."

"யாரும் தன்னைப் பின்பற்றக்கூடாது என ஜே.கே. கூறினாராமே?"

"ஆமாம் பின்பற்றும்போது தன்னுடைய தனித்தன்மையை இழந்து விடுகிறோம். நம் முகத்தைக் கிழித்து விட்டு வேறு யாருடைய முகத்தையோ ஒட்டிக்கொள்ள நாம் முயற்சி செய்கிறோம். இயற்கை ஒவ்வொருவரையும், ஒவ்வொரு விதமாகப் படைத்திருக்கிறது. எல்லாப் பறவைகளுமே அழகு. மருத்துவ குணங்கள் மண்டிக்கிடப்பதால் எருக்கம்பூவும் அழகு. பசியாற்ற உதவுவதால் வாழைப்பூவும் அழகு. மானம் காக்கப் பயன்படுவதால் பருத்திப் பூவும் அழகு."

ரேஸ்கோர்ஸ் அருகில் உள்ள கற்பகம் ஓட்டலில் காபி அருந்திக் கொண்டிருந்தோம்.

"இளைஞர்களின் போக்கையும், ரசனையையும் குறை சொல் வதால் எந்தப் பயனுமில்லை. நான் அவர்களைக் குற்றம் சொல்ல மாட்டேன். தவறு நம்முடையதுதான். இந்தத் தவறை நாம் தொடர்ந்தால் விளைவுகள் மோசமாக இருக்கும். இதில் நம்முடைய பங்கு என்ன? ஒரு நல்ல காபி கிடைக்கும் என்பதற்காக என்னை இவ்வளவு தூரம் அழைத்து வந்திருக்கிறீர்களே! இதே அக்கறையை நல்ல கதையை நல்ல இலக்கியத்தை அறிமுகப்படுத்துவதில் நீங்கள் எடுத்துக் கொண்டிருக் கிறீர்களா?"

நான் மவுனமானேன்.

"நாம் அதிக கவனமும், உழைப்பும், முயற்சியும் எடுத்துக் கொண்டால் தான் நல்லவற்றைப் பயிரிட முடியும். நெல்லுக்குத்தான் நீர்ப் பாய்ச்ச வேண்டியிருக்கிறது. பார்த்தீனியத்திற்கு யார் பாத்தி கட்டுகிறார்கள்."

"திரைப்படம் குறித்து என்ன செய்ய முடியும்?"

"ஒரு நல்ல புத்தகத்தை வாசிப்பதும், ஒரு நல்ல திரைப்படத்தை நேசிப்பதும் கவுரவமான விஷயங்களாக மாறும்போது நச்சு விளைவிப் பவை தானாகக் கழன்றுகொள்ளும். அது பழுத்த இலை தானாக மரத்திலிருந்து உதிர்ந்து விழுவதைப் போல இயல்பாக நடக்கும். புது துளிர் வரும்போதுதான் காய்ந்த இலை கழன்று விழும். அதற்கான சூழலை ஏற்படுத்துகின்ற பொறுப்பு நம் எல்லாருக்கும் இருக்கிறது."

நான் அவரையே உற்றுக் கவனித்தேன். அந்த நொடியில் என் முழுக் கவனமும் அவருடைய பிரதிபலிப்புகளின் மீதே பதிந்திருந்தது.

"இளைஞர்களுக்கு கல்லூரியிலேயே திரைப்படச் சுவைக்கும் பயிற்சி தரவேண்டும். உலக வரலாற்றில் அழியாத சுவடுகளைப் பதித்துச் சென்ற திரைப்படங்களை அவர்களுக்குத் திரையிட்டுக் காட்ட வேண்டும். அதற்குப் பின் அந்தப் படத்தைக் குறித்து இளைஞர்கள் விவாதிக்க வேண்டும். சிறந்த வல்லுனர்களைக் கொண்டு அவர்களுக்கு அத்திரைப்படத்திலுள்ள சிறந்த தொழில் நுட்பங்களைக் குறித்து விளக்கிச் சொல்ல வேண்டும். நல்ல கருத்துகளுக்கு, நல்ல விமர்சனக் கட்டுரைக்குப் பரிசளிக்க வேண்டும். 'கோர்ஸ்' முடிந்தவுடன் அதில் கலந்துகொண்டவர்களுக்குச் சான்றிதழ்கள் வழங்க வேண்டும்."

"தேர்வுகூட நடத்தலாமில்லையா?"

"நடத்தலாம். ஆனால் அது நமது தொலைக்காட்சித் தொடர் களில் கேட்கப்படும் நாயகி உடுத்தியிருந்த புடவையின் நிறம் என்ன? என்பதுபோல அசட்டுத்தனம் இல்லாமல் சிந்தனை சார்ந்ததாக, தர்க்கம் சார்ந்ததாக இருக்க வேண்டும்."

"நான் அகாடமியில் பயிற்சி பெற்றுக்கொண்டிருக்கும்போது இதுபோன்ற கோர்ஸ் நடத்தினார்கள். நான் கூட கலந்துகொண்டேன். கொல்கத்தாவில் வேலை தேடும் இளைஞன் ஒருவன் பன்றிகளை அடுத்த கரைக்கு எடுத்துச் சென்று கூலி வாங்குவது போல ஒரு படம்; மிக அருமையாக இருந்தது."

"நீங்கள் சொல்கின்ற படம் 'பார்'. பார் என்றால் 'கரை சேர்தல்' என்று பொருள். நசிருதீன்ஷா நடித்திருந்தார். அற்புதமான படம். பன்றிகளைக் கரை சேர்த்து தானும் கரை சேர்கின்ற படம். இப்படி எத்தனையோ எண்ணற்ற படங்கள். வாழ்வின் யதார்த்தத்தை உருக்கித் தருபவை. ஒரு நல்ல திரைப்படம், பார்த்த இரு நாட்களுக்காவது நம்மை உலுக்குவதாக இருக்க வேண்டும்."

“சமீபத்தில் வெளிவந்த ‘கிளாடியேட்டர்’ படம் பற்றிக்கூட ஒரு சர்ச்சை கிளம்பியதே?”

“ஆமாம். மிகப்பெரிய பொருட்செலவில் எடுக்கப்பட்ட படம். அதில் வருகின்ற மாதிரி மார்க்கஸ் ஆருலோசை அவருடைய மகன் கம்மோடஸ் கொன்றதாக வரலாறு இல்லை. அது புனைவு என்பது தான் சர்ச்சைக்கான காரணம். பொழுதுபோக்குப் படம் என்றாலும் அதில் வருகின்ற சில சம்பவங்கள் உண்மையின் அடிப்படையில் அமைக்கப்பட்டவை.”

“நீங்கள் சொல்வதெல்லாம் சரி, சரியான திரைப்படங்களை அறிமுகப்படுத்துவதால் என்ன பெரிய மாற்றம் ஏற்பட்டு விடும்?”

“எந்த மாற்றமும் உடனடியாக ஏற்படாது. இன்று விட்டமின் மாத்திரை சாப்பிட்டுவிட்டு உடனே உடல் தேறிவிட்டதா என்று பார்க்க முடியாது. ஆனால் கொஞ்சம் கொஞ்சமாக மறுமலர்ச்சி ஏற்படும். நான் ஒரு போட்டித் தேர்வு எழுதியிருந்தேன். தோல்வி ஏற்பட்டிருந்த நேரத்தில் என் சகோதரருடன் ஒரு திரைப்படத்திற்குச் சென்றேன். அதில் காலிழந்த நாயகி மறுபடியும் நடனம் ஆடுவேன் என்ற வைராக்கியத்துடன் மரக்காலுடன் நடனமாடுவார். எனக்கு மிகப்பெரிய உந்துதலை அப்படம் ஏற்படுத்தியது. அந்தத் திரைப்படம் ஏற்படுத்திய வைராக்கியம் என்னைத் தீவிரமாக உழைக்கத் தூண்டியது. அடுத்த முறை நான் வெற்றி பெற்றேன். இப்படி எண்ணற்ற உதாரணங் களை என்னால் காட்ட முடியும்.”

“மிகச் சிறப்பாக எடுக்கப்படுகின்ற திரைப்படங்கள் வெற்றி பெறாமல் போய் விடுவதால்தான் நாங்கள் வர்த்தகம் கருதி சமரசம் செய்து கொள்கிறோம் என்று பல தயாரிப்பாளர்கள் கூறுகிறார்களே?”

“உண்மை ஓரளவிற்கு இந்தக் கூற்றில் இருக்கவே செய்கிறது. காந்தி திரைப்படம் ஓடியது, அதற்கு என்ன காரணம்? பல வருடங்கள் திட்டமிட்ட தீவிர முயற்சி. அதில் இருந்த அர்ப்பணிப்பு - ஈடுபாடு. மிகச் சிறந்த திரைப்படத்தை வெற்றி பெறச் செய்ய நாம் எல்லாருமாக முயற்சி செய்ய வேண்டும். அது நம்முடைய கடமை. அதையும் மீறி அப்படம் தோல்வியடைந்தால் - வசூலடையவில்லை என்பதை மட்டுமே தோல்வியாகக் கருதினால் அது இந்த சமுதாயத்தினுடைய ஒட்டுமொத்தத் தோல்வியாகக் கருதப்பட வேண்டும்.”

“உங்கள் வாதமெல்லாம் சரி. கதாநாயக வழிபாடு இதனால் எப்படித் தவிர்க்கப்படும் எனக் கருதுகிறீர்கள்?”

"எப்போது சர்க்கரையை சுவைக்க ஆரம்பிக்கிறார்களோ அப்போதே இலுப்பைப்பூ ஒதுக்கப்படும். நாம் ஏன் விஞ்ஞானிகளை விளம்பரத்தில் பயன்படுத்தக்கூடாது? எய்ட்ஸ் விளம்பரத்தில் ஏன் நல்ல பண்பாளர்களைப் பயன்படுத்தக் கூடாது? இளைஞர்களை, சாதனை படைத்த நல்லவர்களை ஏன் பத்திரிகைகளில் அட்டைப் படங்களில் அலங்கரிக்கக் கூடாது. அவர்கள் விளம்பரங்களைக் கண்டு விலகி ஓடினாலும் அவர்களை நாம் வற்புறுத்த வேண்டிய கட்டாயத்தில் இருக்கிறோம். பிரபலங்களை நாம்தான் உருவாக்குகிறோம் என்பதை மறந்துவிடக் கூடாது."

"திரைப்படம் என்பது அற்புதமான கலை. அதன் மூலம் நாம் இளைஞர்களை, சிறுவர்களை, மாணவர்களை நல்வழிப்படுத்த முடியும். அமைதியாக ஒரு பண்பாட்டுப் புரட்சியை நோக்கி நாம் அவர்களை அழைத்துச் செல்ல முடியும். விழிப்புணர்வை ஏற்படுத்த முடியும். திரைப்படத்தின் மூலம் பிரபலமும், பணமும் அடைந்தவர்களும் இந்தப் பொறுப்புணர்வை உணர ஆரம்பித்தால் இளைஞர்கள் கூர்மையான ஈட்டிகளாகவும் செயல்படுவார்கள். சமூக விரோதச் செயல்களைக் குறிபார்த்துச் சுடும் துப்பாக்கிகளாகவும் பணிபுரிவார்கள்."

நண்பர் சொன்னது இன்னும் எதிரொலிக்கிறது. எதிரே ஒரு நடிகர் நடித்த திரைப்படச் சுவரொட்டியில் அவர் முகத்தின் மீது யாரோ சாணம் அடித்திருந்த காட்சி என் கண்களில் பட்டது.

11. புகழ்தேடும் புலம்பல்கள்

பிரசித்தி பெற்ற ஒரு வார இதழைத் திறந்து பார்க்கிறேன். 'தன் தந்தைக்குக் கிடைக்க வேண்டிய அங்கீகாரம் கிடைக்காமல் போய் விட்டது' என்று ஒருவர் வருத்தப்பட்டிருந்தார். அவர் மட்டுமல்ல. இன்னும் எத்தனையோ பேரை நாம் சந்திக்கலாம். வழியில், வீதியில், புகைவண்டிப் பயணத்தில், மேடையில், வார இதழ்களில், தொலைக் காட்சிப் பெட்டிகளில், அவர்கள் எல்லோரிடமும் ஒரு வருத்தம் வெளிப்படும். தங்களுக்குக் கிடைக்க வேண்டிய அங்கீகாரம் கிடைக்க வேண்டும். இது கிடைக்காமல் போய்விட்டது என்கின்ற சோகம் அவர்கள் பார்வையிலும், ஏக்கம் அவர்களின் விழிகளிலும் வெளிப் படுவதைப் பார்க்கலாம்.

"அவர் செய்த பாவமெல்லாம் இந்தியாவில் பிறந்ததுதான்."

"நான் இங்கிருக்க வேண்டிய ஆளில்லை."

"அவர் மட்டும் வெளிநாட்டில் பிறந்திருந்தால் இன்னேரம்..."

இப்படி எண்ணற்ற புலம்பல்கள் நமக்கு செவிகளில் விழ வாய்ப்பு உண்டு. நிறைய விருதுகள் வாங்கியவர்கள், நிறைய பணம் சம்பாதித்த வர்கள், நிறைய சொத்து சேர்த்தவர்கள், இவர்கள் பலருக்கு இந்த எண்ணம் இருப்பதுதான் ஆச்சரியம்.

இவர்களுடைய ஏக்கத்திற்கெல்லாம் முக்கியமான காரணம் தங்கள் புகழ் எப்போதும் நிலைத்து நிற்கவில்லையே என்கின்ற ஆதங்கம்தான். 'நாம் தொடர்ந்து பேசப்படவில்லையே' என்கின்ற வருத்தம்தான். 'நாம் தலைப்புச் செய்திகளில் தவறாமல் இடம் பிடிக்க முடியவில்லையே' என்ற அங்கலாய்ப்புதான்.

நாம் ஒன்றை உற்றுக்கவனித்தால் தெளிவாகத் தெரியும். இன்று மிக முக்கியமான செய்தி நாளை சாதாரணமாகி விடுகிறது. ஒரு வருடத்திற்கு முன்பு புகழடைந்தவர் இன்று சமூகத்தில் அதே பாராட்டு களுடன் நடத்தப்பட வேண்டும் என்பதில்லை.

புகழ் என்பது தெர்மாமீட்டர் மாதிரி நிமிடத்திற்கு நிமிடம் வெப்ப மாற்றத்தை வேறுபடுத்திக் காட்டிய வண்ணம் இருக்கும். ஊடகங்களுக்கும் தகவல்கள்தான் முக்கியம்.

ஓடிக்கொண்டிருக்கின்ற நதி எதற்காக ஓடுகிறது? எந்த அங்கீகாரத்திற்காக ஓடுகிறது?

நதியின் சங்கமம் அது. தன்னை அது முற்றிலுமாகக் கடலிடம் ஒப்படைத்துவிடும் சங்கதிதான். கலக்க மறுக்கின்ற நதி சாக்கடையாகத்தான் மாறும்.

பெறுகின்ற அங்கீகாரத்தைப் பொருட்படுத்தாமல், விழுகின்ற மாலைகளால் மகிழ்ச்சியடையாமல் தொடர்ந்து செல்லத் தெரிகின்றவர்கள், எப்போதும் ஒரே மன நிலையுடன் இருக்கின்றவர்கள் பாறைகளையும் பஞ்சு மெத்தையாகக் கருதிக் கொள்கிறார்கள்.

உலகிற்குப் பெரிய பங்களிப்பைச் செய்தவர்கள் பலர் புகழுக்காகச் செய்யவில்லை. தன் திருப்திக்காகச் செய்தார்கள். மானுடத்தின் வளர்ச்சிக்காகச் செய்தார்கள்.

எத்தனை பொருட்களை, யார் கண்டுபிடித்தார்கள் என்கின்ற விவரத்தைத் தெரிந்துகொண்டு நாம் பயன்படுத்துகிறோம்?

பேனாவை தினமும் பயன்படுத்துகிறோம். அதைக் கண்டுபிடித்தவரின் பெயர் எல்லாருக்குமே தெரியுமா?

தீக்குச்சி, தொலைக்காட்சி, வானொலி, வாகனங்கள் இப்படி எண்ணற்ற சாதனங்கள்.

இவற்றை உருவாக்கியவர்களின் பெயர்கள், உபயோகிப்பவர்கள் எல்லாருக்கும் தெரியுமா?

மனிதன் உழைப்பது, பாடுவது, இசைப்பது, பேசுவது, எழுதுவது, விஞ்ஞானத்தில் ஈடுபடுவது எல்லாம் தன் இருத்தலை நியாயப்படுத்திக் கொள்வதற்காக.

மரம் கூட பலருக்கு நிழல் கொடுக்க வேண்டுமே என்று விரைந்து வளர்கிறது. வெப்பத்தை எதிர்த்து கிளைகளை விரித்து நிழல் ஒற்றடம் தருகிறது.

புல்கூட தான் வளர்ந்த மண்ணின் அரிப்பை எதிர்த்து வெள்ளத்துடன் போராட்டம் புரிகிறது. மாமல்லபுரத்தில் எத்தனை அழகிய கம்பீரமான சிற்பங்கள்? அவற்றை செய்தவர்களின் பெயர்கள்

தெரியுமா? அந்தச் சிற்பங்களில் ஏது சிற்பியின் கையொப்பம்? நம் நாடு முழுவதும் எண்ணற்ற கோயில்கள், கோபுரங்கள், சிற்பங்கள், ஓவியங்கள் - யார் அவற்றைச் செய்தார்கள் என்கின்ற விவரம் எந்த அளவிற்கு நம்மிடம் இருக்கிறது? பல்லாயிரக்கணக்கான ஆண்டுகள் நீடித்துக்கொண்டிருக்கும் அந்தக் கலைப் பொக்கிஷங்களைத் தந்தவர்கள் எந்த அங்கீகாரத்தை எதிர்பார்த்து அவற்றைச் செய்தார்கள்? செதுக்கினார்கள்?

அவர்களில் பலருக்கு விரல்களில் விரிசல் விழுந்திருக்கலாம். விழிகளில் கற்கள் தெறித்து காயமேற்பட்டிருக்கலாம். உள்ளங்கைகள் சிவந்து புண்ணாகியிருக்கலாம். முரட்டுப் பாறைகளைப் புரட்டிப் போடும் போது கால்கள் நசுங்கியிருக்கலாம்.

அவர்களுக்கு யார் எந்த விருது தந்தார்கள்? எந்த மண்டபம் கட்டினார்கள். தாங்கள் செதுக்குகின்ற சிற்பமும், வடிக்கின்ற சிலையும் வாழப்போகின்ற கால அளவைக்கூடக் கணக்கெடுத்துக் கொள்ளாமல் அவர்கள் கவனமெல்லாம் சிற்பத்தின் மீதே இருந்தது. அவர்களே உளியாக மாறினார்கள். சுத்தியலாகவும் ஆனார்கள்.

நமக்கு அங்கீகாரம் கிடைக்கவில்லை என்று நாம் வருத்தப் படுகிறோமே, அடுத்தவர்களை அங்கீகரிக்க நாம் என்ன செய்திருக் கிறோம்?

நல்ல நூலை வாசித்தாலும் எழுதியவருக்கு எத்தனை பேர் கடிதம் போடுகிறோம்? நல்ல நிகழ்ச்சியைப் பார்த்ததும் அதற்குக் காரணமான வர்களை தொலைபேசியில் பாராட்டுகிறோமா? நம் சகதுறையிலே இருப்பவர்களை ஒரே இரையை நோக்கிப் பாயும் இன்னொரு வேட்டை நாயைப் போலக் கருதுகிறோமே தவிர சிநேகத்துடன் கை குலுக்கிக் கவுரவப்படுத்துகிறோமா?

நம் இயல்பே நம்மை எல்லோரும் அங்கீகரிக்க வேண்டும். ஆனால் நாம் யாரையும் அங்கீகரிக்க மாட்டோம். முதலில் நமக்குக் கிடைத்திருக்கும் அங்கீகாரத்திற்கு நாம் யோக்கியமானவர்களா என்று யோசிக்க வேண்டும். அதற்கு நம்மைத் தகுதிப்படுத்திக்கொள்வது அவசியம்.

'இந்தியாவில் பிறந்திருக்கக் கூடாது' என விழுப்பொருள் தாங்கிய வாக்குமூலத்தைத் தருகிறோமே, இந்த நாட்டில் கலைஞர்களும் அறிவாளிகளும், திறமைசாலிகளும் கவுரவிக்கப்பட்டதே இல்லையா?

'மோசிகீரன்' அரசுக் கட்டிலில் தூங்கியபோது அரசன் கவரி வீசியதாக நாம் வாசிக்கவில்லையா? பிறகு ஏன் இந்த அங்கலாய்ப்பு? காரணம் வேறெதுவுமில்லை. நம்முடைய பேராசை நமக்குக் கிடைக்கும் மரியாதையைக் காட்டிலும் அதிகமாக இருக்கிறது. நம் எதிர்பார்ப்பு எதார்த்தத்தைக் காட்டிலும் கூடுதலாக இருக்கிறது.

பிளாட்டோ, அரிஸ்டாட்டில், சாக்ரடீஸ், திருவள்ளுவர் இருந்த காலங்களில் எந்த ஊடகம் இருந்தது? செய்தித்தாள்கள் இருந்தனவா? தொலைக்காட்சிகள் இருந்தனவா? ஆனாலும் இன்றும் அவர்கள் பெயர்கள் படித்தவர்கள் உதடுகளில் எல்லாம் உச்சாடனம் செய்யப்பட வில்லையா?

காலம் தாண்டியும் அவர்களுக்குக் கிடைக்கின்ற அங்கீகாரத் திற்குக் காரணம் அவர்கள் அங்கீகாரத்திற்கு ஆசைப்படாமல் வாழ்ந்ததால்தான். உண்மையைத் தேடுவதாகவே அவர்களுடைய பயணம் அமைந்திருந்த காரணத்தால்தான்.

முயல் ஏன் அழகாக இருக்கிறது? தான் அழகாக இருக்கிறோம் என்பதே அதற்குத் தெரியாமல் இருப்பதால்தான். நான் சிந்தித்துக் கொண்டே பார்க்கிறேன். என் பெயர்ப்பலகையில் என் பெயருக்கு முன்னும் பின்னும் ஒட்டியிருப்பவற்றின் வியர்த்தம் எனக்குப் புரிகிறது. உண்மையான அங்கீகாரம் நமக்கு நாமே கொடுத்துக் கொள்கின்ற அங்கீகாரம்தான் என்பது தெளிவாகத் தெரிகிறது. பெயரே செயற்கை யானது என்கின்றபோது பெயர்ப்பலகையை என்ன சொல்வது?

12. உதிர்ந்த உறவுகள்

என் மேசை முழுவதும் பரப்பி வைக்கப்பட்டிருக்கும் செய்தித் தாள்கள் அனைத்தும் ஏர்வாடியில் மனநலம் பாதிக்கப்பட்டவர்கள் எரிந்து போன துயரச் செய்தியை சுமந்து கனத்துக் கிடந்தன.

ஒரு நல்ல செய்தியை மற்றவர்களுக்கு அளிக்கிறோம் என்றால் அச்சுக் கோர்ப்பவர்கள் முதல் செய்தித்தாள்களை அடுக்கி வைப்பவர்கள் வரை அனைவரும் மகிழ்ந்து போவார்கள்.

துயரமானாலும், மகிழ்ச்சியானாலும் மத்தாப்பைப் போல பற்றிக் கொள்பவை. களிப்பு கற்பூரத்தைப் போல கரைந்துவிடும்; ஆனால் துயரம் தொண்டைக் குழிக்குள்ளேயே கோலி சோடாவில் இருக்கும் கோலி குண்டைப் போல நிரந்தரமாக நின்றுவிடும்.

நான் நமது உறவுமுறைகளைப் பற்றி சிந்திக்கிறேன்.

இன்று நாமெல்லாரும் சின்னச் சின்னத் தீவுகளாகச் சிதைந்து போய் விட்டோம்.

கூட்டுக்குடும்பம் அபூர்வமாகிவிட்டது. நம் தன்முனைப்பு யாரோடும் அனுசரித்துச் செல்ல நம்மை அனுமதிக்க மறுக்கிறது. நம் தலை பெருத்து அதில் இருக்கும் அகந்தை கனத்துத் தொங்குகிறது. முதியோர் இல்லங்கள், அனாதை ஆசிரமங்கள், ஆதரவற்றோர் இல்லங்கள் யாவும் மனித நேயம் வற்றிப்போனதால் ஏற்பட்ட முற்றிப் போன நோயின் முத்திரைகள்தாம்.

கூட்டுக் குடும்பம் இருந்தபோது கும்பல் கும்பலாகப் பரவும் நோய்கள் சுகாதாரமின்மையால் பரவின. அப்போது பிளேக் வரும், காமாலை வரும், அம்மை வரும்.

தனிக் குடும்பங்களான பிறகு இன்றும் ரத்த அழுத்தம், சர்க்கரை வியாதி, மாரடைப்பு என்று தனிநபர் வியாதிகள் அதிகரித்துவிட்டன.

இந்தக் கருத்தை ஒருமுறை ஓஷோ குறிப்பிட்டிருந்தார். இது எவ்வாறு நிகழ்ந்தது?

நாம் சேர்ந்து இருந்தபோது பகிர்ந்துகொண்டோம். நம் அன்பை, ஏமாற்றத்தை, சோகத்தை, வறுமையை, இழப்பை, மகிழ்ச்சியை. ஒரு குடும்பத்திற்கு ஏற்பட்ட நட்டம் பரவலாகி பாதிப்பு குறைந்தது. மகிழ்ச்சியோ பெருகி பன்மடங்காகியது.

இன்று நம் உள்ளத்து உணர்வுகளைப் பகிர்ந்துகொள்ளவோ, எதிர்காலம் குறித்த அச்சத்தைத் தணித்துக் கொள்ளவோ யாரும் இல்லை. கணவன் மனைவிக்குள்ளே கண்ணுக்குத் தெரியாத சீனப் பெருஞ்சுவர்கள். நம் துயரங்களுக்கு நடுவே அடுத்தவர் கவலையைப் பகிர்ந்துகொள்ள நமக்கு ஏது பொறுமை? ஏது நேரம்? ஏது மனம்? நாம் குடியிருக்கும் வீடுகளைப்போலவே நம்முடைய மனங்களும் குறுகிவிட்டன. அடுத்தவர்கள் மகிழ்ச்சியைக் கூடக் கேட்கத் தயாராக இல்லாத நிலையில் அவர்கள் துயரங்களையா கடற்பஞ்சைப் போல உறிஞ்சிக் கொள்ளப் போகிறோம்? நம் உறவுமுறைகள் அனைத்தும் நீர்த்துப் போகின்றன. ஒரே ரொட்டித் துண்டுக்காகச் சண்டையிடும் தெரு நாய்களைப் போல நாம் கழுத்தை அறுக்கும் போட்டி உலகில் பிரசன்னமாகப் பிரசுரம் ஆகிவிட்டோம்.

சுகமாக இருப்பவர்களே நமக்குச் சொந்தக்காரர்கள். வசதியாக இருப்பவர்களே நமக்குச் சுற்றத்தினர். பணக்காரர்களாக உள்ளவர்களே நல்ல பந்துக்கள். அதிகாரம் படைத்தவர்களே நமக்கு நண்பர்கள்.

நம் உடன் பிறந்தோர் கூட 'வாய்ப்பாக' இருந்தால் போக்குவரத்து இருக்கும். இல்லாவிட்டால் அந்த ஊருக்குப் போகின்ற போக்குவரத்து வழித்தடம் கூடத் தெரியாது.

நான் சிந்தித்துப் பார்க்கிறேன். என் வீட்டுக்கு எதிரேயுள்ள மரத்தருகில் குட்டி போட்டிருக்கும் நாய் தன் மடியை அதிக நேரம் நோஞ்சான் குட்டிகளுக்குத்தான் தருகிறது. பன்றிகள் தன் குட்டி களோடு நாய்களின் குட்டிகளுக்கும் பால் தருவதைப் பார்த்து இருக்கிறோம். மடியொட்டிய தாயிடம் இல்லாத பாலை, ஈன்று பெறாத பன்றித்தாயிடம் உறிஞ்சி வாழ்க்கையை நீட்டிக்க நினைக் கின்றன குட்டிகள். அவற்றிற்குப் பாலிருக்கும் இடமே தாயகம். மனிதர்களோ மறு துருவமாக, பெற்ற குழந்தைக்குப் பால் தரவே சிறப்பு விளம்பரங்கள் 'தாய்ப்பால்' தினங்கள். பெற்றோர்களிடம் என்று இல்லை உடன் பிறந்தவர்களுடன், உடன் வாழ்பவர்களுடன் கூட உடல் நலத்துடன் இருந்தால்தான் உறவு. சற்று சோர்ந்தால், உடல் மெலிந்தால், உடல்நலச் சிதைவு ஏற்பட்டால் அவர்கள் முன்பு முகச் சுழிப்பா?

இன்று 'பணிவிடை' என்கின்ற வார்த்தை மறைந்து, 'பணவிடை' என்கின்ற வார்த்தையே அதிகம் நம்மை ஆக்கிரமித்துக்கொள்கிறது. குடும்பம், உறவு, சொந்தம், பந்தபாசம் ஆகியவற்றைப் பற்றி 'சின்னத் திரை'யால் நம் மக்கள் அதிகம் பார்ப்பது நிஜ வாழ்க்கையில் அவை இல்லாததால்தானோ என்று தோன்றுகிறது.

நலிந்தபோது உதவத்தானே நண்பர்கள் - சோகத்தில் கை கொடுக்கத்தானே சொந்தம் - வருத்தத்தில் வருடித் தரத்தானே சுற்றம் - உள்ளத்தை உந்தித் தரத்தானே உடன் பிறப்பு.

இந்த 'மனநோயாளிகள்' பற்றி பகிர்ந்துகொள்வதற்கு முன்பு 'மனம்' என்றால் என்ன என்பது பற்றி யோசிப்போம். இவை எவற்றிற்கும் நேரடியான விடை எதுவும் கிடையாது. நாம் இன்றும் நாம் தேடித்தேடிப் புரிந்துகொள்ள வேண்டியவர்களாக இருக்கிறோம். மனம் என்பது வேறு. மூளை என்பது வேறு. நாம் மூளையோடுதான் பிறக்கிறோம். மனத்தோடு அல்ல. மனத்தை நாம் வாழும் சமூகம்தான் நமக்குள் திணிக்கிறது. அதனால்தான் மனநலம் ஒருவருக்குப் பாதிக்கப் பட்டால் அதற்கு ஒட்டுமொத்த சமூகமே பொறுப்பாக இருக்கிறது. மனம் என்கின்ற ஒன்று இல்லை. அது சிந்தனைகளின் தொகுப்பு. நாம் சிந்தனைகளை பொருட்களைப் போல பயன்படுத்த முடியும். அடுத்தவர்கள் மீது எறிய முடியும். அதனால்தான் வாழ்த்துகிறோம். சபிக்கிறோம். திட்டுகிறோம். வேண்டுகிறோம்.

எண்ணங்கள் இல்லாத மனத்தை அடைவதே தியானமாகிறது. நாம் தொடர்ந்து சிந்தித்துக்கொண்டே இருக்கிறோம். சொற்களின் மூலமாக.

மூளை வளர்ச்சி குன்றி பிறப்பிலேயே உருவாகி விடுகின்ற குழந்தைகள் வேறு ரகம். ஆனால் நல்லநிலையில் செயல்பட்டு திடீரென்று மனநலம் சிதைந்தவர்கள் இன்னொரு விதம்.

மனநோய் என்கின்ற பிரயோகமே சற்று அதிர்ச்சிகரமானது. நோய் என்பது உடலோடு தொடர்புடையது. சரிவர இயங்காமை. உடலுக்குப் பொருந்தும். மனத்துக்குப் பொருந்தாது. மனநோய்தான் என்று வாதிடுபவர்கள் ஒன்றைப் புரிந்துகொள்ள வேண்டும். இந்த உலகத்தில் முற்றிலும் மனம் சரியாக இருப்பவர்கள் யாருமில்லை. நாம் எல்லாருமே ஏதேனும் ஒருவித பயமோ, விருப்பமோ, அதீதமான ஆசை ஒரு பழக்கத்தின் மீதோ கொண்டவர்கள்தான். அந்த வகையில் நம் மனம் பாதிப்புக்குள்ளானதுதான். ஆனால் அடுத்தவர்களும் அந்த அளவிற்குப் பாதிப்புக்குள்ளான காரணத்தால் நமக்கு அது வித்தியாசமாகத்

தெரியவில்லை. பூமி சுற்றும்போது நம்மைச் சுற்றியுள்ள பொருட்களும், நாம் இருக்கும் வீடும், நாம் பணிபுரியும் அலுவலகமும்கூட சேர்ந்து சுற்றுவதால்தான் நாம் விழாமல் இருக்கிறோம். அதைப் போலத்தான் இதுவும்.

கல்லூரி விடுதியில் படிக்கும்போது விளக்குகளை அணைத்தால் மற்றவர்களும் படிக்க முடியாது என்று ஏற்படுகின்ற மனதிருப்தியைப் போலத்தான், இந்தக் குறைபாடுகளை எல்லாம் அடுத்தவர்கள் குறைபாடுகளோடு ஒப்பிட்டு நாம் நியாயப்படுத்துகிறோம்.

சரியாக நமக்கு ஒத்துப்போகின்ற மாதிரி நடந்துகொள்கிற ஒரு மனிதன் ஏன் மனநலம் பாதிக்கப்படுகிறான்? அவன் மனச்சிதைவை அவனாகத் தேடிக்கொண்டானா? அல்லது ஒரே நாளில் அது நிகழ்ந்து விட்டதா? நாகரிகம் வளர்ந்த சமூகங்களில்தான் மனச்சிதைவு அதிகம். இயற்கையோடு இயைந்து வாழும் பழங்குடியினரிடம் மனச்சிதைவும் இல்லை. எண்ணப்பிறழ்வும் இல்லை. கொஞ்சம் கொஞ்சமாக இந்த மாற்றம் நிகழ்கிறது. அது ஒரே நாளில் வருவதில்லை. தன் சக்திக்கு மீறி எடை அழுத்தும்போது அது பலருக்கு வெளிப்படுகிறது.

"உலகத்தில் வன்முறை எங்கு நடந்தாலும் அதற்கு நாமும் பொறுப்பு. நம் தனிப்பட்ட வன்மத்தின் ஒட்டுமொத்த வெளிப்பாடு தான் போர், யுத்தம், எல்லாம். மாபெரும் மனிதர்கள் கொலைகளில் நம் சொந்த வன்மமும் வேறொரு மனிதர் மூலம் வெளிப்பட்டிருக்கிறது" என்பதை உணர வேண்டும் என ஜே.கிருஷ்ணமூர்த்தி ஒருமுறை கூறியிருந்தார். இயல்பாக இருக்கும் ஒருவரை பிறழச் செய்வதற்கு நாம்தான் காரணம். நம் அணுகுமுறையும், அன்பும், அக்கறையும் இல்லாததால்தான் ஒருவித மாயச்சுழலில் சிக்கி பலர் நிலை தடுமாறிப் போய் விடுகிறார்கள். எல்லாராலும் சுட்டிக் காட்டப்படுகின்ற தவறு, குற்ற உணர்வையும் இயலாமையையும் ஏற்படுத்துகிறதே தவிர அது நிச்சயம் வளர்வதற்கு வாய்ப்பைத் தராது. பலராலும் குட்டப்படுபவன் தாழ்வு மனப்பான்மையையும் பதற்றத்தையும் வளர்த்துக் கொள்கிறான்.

பதற்றம் இருக்கும்போது நாம் கேட்கிறோம். கவனிப்பதில்லை. பார்க்கிறோம். ஆனால் கண்காணிப்பதில்லை.

சிறிது சிறிதாக வண்டல் மணல் படிவதைப் போலப் படிகின்ற கழிவிரக்கம், சுயபச்சாதாபம், ஏமாற்றம், இயலாமை உணர்வு, சோக மனப்பான்மை ஆகியவை ஒரு மனிதனை சிறகுகளை இழந்த பட்டாம் பூச்சியாய் மாற்றி விடுகிறது. அவனை எதிர்ப்பரிணாம வளர்ச்சியை நோக்கி அழைத்துச் செல்கிறது.

ஓர் ஆரோக்கியமான மனிதனை, வழியில் சந்திப்பவர்கள் எல்லோரும் "ஏன், இன்று ஒரு மாதிரி இருக்கிறாய்" என்று திரும்பத் திரும்பக் கேட்டால் அவன் இலக்கை அடைவதற்குள் உண்மையிலேயே ஒருமாதிரியாகி விடுவான். மேல் மனம், (Conscious) ஆழ் மனத்திற்கு (Sub-conscious) இடுகின்ற கட்டளைகளை உடலின் இயக்கத்தைக் கூட தூண்டுவனவாக இருக்கின்றன.

'இது செரிக்காது' என சாப்பிடுகின்ற உணவு ஆழ்மனத்தின் தாக்கத்தால் குமட்டலையும், வாந்தியையும் வரவழைத்துவிடுகின்றது.

வார்த்தைகளால் ஒருவரை குணப்படுத்தவும் முடியும். ரணப்படுத்தவும் முடியும்.

தேர்வில் தோல்வியுற்றதால், எதிர்பார்த்த படிப்புக்கு இடம் கிடைக்காததால், நினைத்த பதவியை அடைய முடியாததால், தான் நேசித்த பெண் தன்னைப் புறக்கணித்ததால், தன் மனைவியின் அகால மரணத்தால், திடீரென இறந்த கைக்குழந்தையின் பிரிவால் மனத்தின் செயல்பாடுகள் பாதிக்கப்படுகின்றன. அதிர்ச்சியும், பயமும், சோகமும் மூளையின் செயல்பாட்டைத் திடீரெனத் தாக்குகின்றன. அந்தச் சூழலிலும் நிதானமும் முதிர்ச்சியும், அமைதியும் மனத்தை ஒழுங்கு படுத்தத் தெரிந்தவர்களுக்குத்தான் சாத்தியமாகின்றது.

மனத்தையும், சிந்தனையையும் ஒழுங்குபடுத்தத் தெரிந்தவர்கள் மகிழ்ச்சி வந்தால் மொட்டைமாடி உயரத்திற்கு எழும்பிக் குதிப்பது மில்லை. துயரம் வரும்போது இலைகளை இழந்த மொட்டை மரமாய் மாறுவதுமில்லை.

அதிர்ச்சியும், துயரமும் அடைந்தவர்களுக்கு நம் சொற்களையே மயிலிறகாக்கி வருடிவிட வேண்டிய கட்டாயத்தில் இருக்கிறோம். துயரம் பகிரப்பகிர குறைகிறது. அவர்கள் தனியாக இல்லாமல் பார்த்துக்கொள்ள வேண்டும். அவர்களுக்கு நம்பிக்கையூட்டும் சொற்களால் புத்துணர்ச்சியை ஊட்ட வேண்டும். ஜவகர்லால் நேரு பல்கலைக் கழகத்தில் சிவில் சர்வீஸ் எழுதி, தேர்வு ஆகாத மாணவனுக்கு மனச் சிதைவு ஏற்பட்டதை நான் பார்த்திருக்கிறேன்.

அவன் தோல்வியுற்ற போது சுற்றியிருந்த மாணவர்கள் செய்த கேலியும், கிண்டலுமே அவனுக்கு வெறுமையை ஏற்படுத்தி அவனைக் குப்புற தள்ளிவிட்டது.

சற்றுத் தாழ்வு மனப்பான்மை உள்ளவர்களைக் கண்டால் அவர்களைச் சுழலில் மாட்டிக்கொண்டவர்களை மீட்பது போல மீட்க

வேண்டிய கட்டாயம் நமக்கு உண்டு. ஏனென்றால் வறுமையைக் காட்டிலும் கொடியது வெறுமை. பெருமையைக் காட்டிலும் சிறந்தது பொறுமை.

நாம் இயல்பாகவே சற்று கர்வம் பிடித்தவர்கள். ஆங்கிலம் தெரியாதவர்கள் முன்புதான் ஆங்கிலத்தில் பேசுவோம். காரில் போகின்றபோது சைக்கிளில் செல்பவர்களை முந்தி திரும்பிப் பார்ப்போம். காலற்றவர்கள் முன்புதான் ஓடிக் காண்பிப்போம்.

'உன்னிடம் இல்லாதது என்னிடமிருக்கிறது பார்' என்கின்ற பெருமை நமக்கு உண்டு.

திடீரென சரியாக சாப்பிடாமல் உள்ளவர்களை, விரக்தி மனப்பான்மையுடன் இருப்பவர்களை. தாடி வளர்த்துக்கொள்ள ஆரம்பிப்பவர்களை, வாழ்க்கையின் நிலையற்ற தன்மை பற்றிப் பேசுபவர்களை, சகஜமாகப் பேசாமல் ஒதுங்குபவர்களை அல்லது வழக்கத்தைக் காட்டிலும் அதிகமாய் பேசுபவர்களை, தொடர்பின்றிப் பேசுபவர்களை நாம் புறக்கணிப்பதன் மூலம் அவர்களுக்கு மிகப் பெரிய தீங்கை இழைக்கிறோம் என்பதை உணர வேண்டும். குச்சியால் குத்தினால் சுருட்டிக் கொள்ளும் மரவட்டையைப் போன்ற மனநிலையுடன் இருக்கும் அவர்களை நாம் சகஜநிலைக்குக் கொண்டு வரவேண்டும். அது நாம் அவர்களிடம் பாராட்டுகின்ற நட்பு மனப்பான்மையில் மட்டுமே நிகழும்.

ஏர்வாடியில் அனுமதித்தவர்களின் உறவினர்கள் சிலர் போலி முகவரிகள் கொடுத்ததால் குணமடைந்தும் சிலரை திருப்பியனுப்ப முடியாத சூழல் இருப்பதாகப் படித்தபோது மனம் கனத்தது. பெரிய குப்பைத் தொட்டிகள் மட்டும் இருந்திருந்தால் இவர்களை அதில் எறிந்திருப்பார்களோ என்னவோ? எவ்வளவு போலியாகப் போய் விட்டன நம் உறவுகள் - விதையில்லாத மாதுளம் பழத்தில் உள்ள விதை களைப் போலவே.

இந்த உலகம் உண்மையான மனநோயாளிகளை எப்படிப் போற்றிப் புகழ்ந்திருக்கிறது என்று பாருங்கள்?

ரத்த வெறிபிடித்து உயிர்களை வெட்டிச் சாய்த்த செங்கிஸ்கான், மனிதத் தலைகளால் 'பிரமிடுகள்' அமைத்த தைமூர்.

உயிர்களின் பலிவாங்குதலால் பீடம் அமர்ந்த பல கொடுங் கோலர்கள்தான் உண்மையான மனநோயாளிகள். அவர்கள் குணப் படுத்த முடியாத அளவுக்குக் குரூரமானவர்களாக இருந்தனர். ஆனால் அவர்களைப் பற்றி நாம் படம் எடுக்கிறோம். பார்த்து ரசிக்கிறோம்.

அனுதாபத்திற்குரிய சகோதரர்களை ஆரம்பக் கட்டத்திலேயே அறிந்து நல்வழிப்படுத்தாமல் முத்திரை குத்தித் தனிமைப்படுத்து கிறோம். அவர்களை நாம் உறவு என்றோ, நண்பர் என்றோ சொல்லக் கூச்சப்படுகிறோம். அவர்கள் குணமான பிறகும் அவர்களை அதே கண்ணோட்டத்தில் பார்த்து, பழையவற்றையே ஞாபகப்படுத்தி 'பைத்தியம்' என்று நமக்குள் கிசுகிசுவெனப் பேசி அவர்களை மீண்டும் புத்தி சுவாதீனமற்றவர்களாக மாற்றுகிறோம். 'ஏன் குணமானோம்' என வருத்தப்பட வைக்கிறோம். 'அவர்களை சங்கிலிகளால் பிணைத்தவர் களும், ஆதரவின்றி அழைத்துச் சென்று விட்டவர்களும் தீவிர சிகிச்சைக்கு உகந்தவர்கள். நாமும் அவர்களை சங்கிலிகளால் கட்டுவோம். அன்புச் சங்கிலியால் - அரவணைப்புச் சங்கிலியால் - பாசச் சங்கிலியால். கண்ணுக்குத் தெரியாத இந்தச் சங்கிலிகள் அவர்களை மூல நீரோட்டத்துடன் இணைக்கும், நம்பிக்கையுடன் நம்மோடு பிணைக்கும்.'

13. இருத்தலுடன் இயைவோம்

யானை ஒன்று தெரு வழியே நடந்து போய்க்கொண்டிருந்தது. பாகன் ஒவ்வொரு வீடு முன்பாகவும் நிறுத்த, மக்கள் பணமும், பழமும், கீரைகளும், தேங்காயும் கொடுத்தனர். காட்டில் நடக்கும்போது இருக்கும் கம்பீரம், அந்த யானைக்குத் தற்போது இல்லை. தெருவில் நடந்ததால், மனிதர்கள் மத்தியிலே வாழ்வதால் அது கூனிக் குறுகி விட்டது.

"பட்டம் கட்டி பவனி வந்த மிருகம் கூட பிச்சை எடுக்கும்படி செய்து விட்டோமே" என்று யானைகளைப் பற்றி ஒரு நண்பர் வருத்தப் பட்டிருந்தார்.

"யானை படுத்தால் குதிரை மட்டம்" என்பது பழமொழி. ஆனால் நாம் அதைக் குழியில் அல்லவா படுக்க வைத்து விட்டோம்? சிங்கங் களைக் கூட கூண்டில் அடைத்து அவற்றின் மீது சிறுவர்கள் கல்லெறிந்து மகிழும் படியல்லவா செய்து விட்டோம்?

இவ்வளவு பேரழிவைக் கண்ட பிறகும் மனிதன் இயற்கையின் மடியில் கைவைக்கின்ற காரியத்தை நிறுத்தவில்லையே என்ற வேதனை ஏற்பட்டது.

"தந்தம் இருந்தால்தானே நம்மைக் கொல்கிறார்கள். இந்தத் தந்தமே வேண்டாம்" என்று சில யானைகள் சின்ன வயதிலேயே மரத்தில் உராய்ந்து தந்தமே வளராமல் பார்த்துக்கொள்கின்றனவாம். களிறுகள் பிளிறுவதை விட்டு விட்டு அலறுவதற்கு ஆரம்பிக்குமளவு மனிதனின் விரல்களில் விஷம் தடவப்பட்டுவிட்டது.

இயற்கை ஆரம்பத்தில் சிணுங்கியது. பிறகு சீறியது. அதற்கும் பலன் இல்லாததால் இப்போது கோர தாண்டவம் ஆட ஆரம்பித்துவிட்டது.

சில வருடங்களுக்கு முன்பு முதுமலையில் தெப்பக்காடு முகாமில் யானைகளைப் பார்த்தது நினைவுக்கு வருகிறது. அவற்றிற்கு இருந்த கம்பீரம், அறிவாற்றல், சுயக்கட்டுப்பாடு அனைத்தும் பிரமிக்க வைத்தன. வழி தவறிய அனாதை யானைகளுக்கும் அங்கு புகலிடம்

உண்டு. மாலையில் யானைகளுக்குக் கொடுக்கும் உணவு சிந்தும்போது அவற்றை உண்ண வருகின்ற காட்டுப் பன்றிகள் கூட்டம் அதிகம்.

யானைகளைப் பலமுறை சந்திக்கும் வாய்ப்பு கிடைத்தது. 'ஜிம் கார்பட் நேஷனல் பார்க்', 'சரிஸ்கா', 'காஸிரங்கா', 'மானஸ்' போன்ற பல இடங்களில் யானைகள் மீது சவாரி செய்து வனங்களைப் பார்க்கும் அனுபவம் கிடைத்திருக்கிறது.

'ராம் கங்கா' நதியில் சாவகாசமாக வந்து நீர் அருந்தும் மான்கள், மானஸ் சரணாலயத்தில் சுற்றித் திரியும் காட்டெருமைகள், முதுமலையில் கூட்டம் கூட்டமாகச் செல்லும் முரட்டு எருமைகள் அனைத்தும் மகிழ்ச்சியை, திருப்தியை, உள்ளத்தில் இயற்கை அழகின் தூண்டுதலால் ஏற்படும் குதூகலத்தை உண்டாக்கினாலும் என்னையும் அறியாமல் ஒருவித அச்சத்தையும் ஏற்படுத்தியது. அந்த நடுக்கம் இன்றும் தொடர்கிறது.

நெடிதுயர்ந்த அந்த மரங்களும், கொடிகளும், மனிதன் நுழைய முடியாதபடி அடர்த்தியாய் செறிந்து வளர்ந்திருந்த பசுந்தாவரங்களும் இருத்தலின் முன் நம் மகத்துவமின்மையை வெளிப்படுத்தின. இன்னும் எத்தனை ஆண்டுகள் மனிதனின் குரூரக் கைகளுக்கு அகப்படாமல் இவை எஞ்சியிருக்கப் போகின்றன என்று தோன்றியது.

ஒரு காலத்தில் இந்தியாவில் 11 சிங்கங்கள் மட்டுமே இருக்குமளவு சிங்கத் தொகை நொடிந்து போய்விட்டது. இப்போதும் ஆசிய சிங்கங்கள் மறைந்து போகக்கூடிய அபாயக்கட்டத்திலேயே இருக்கின்றன. நாம் சர்க்கசில் பார்க்கின்ற சிங்கங்கள் சிங்கங்களே இல்லை. ஏனென்றால் சிங்கத்தன்மையை அவை இழந்து பல ஆண்டுகள் ஆகின்றன. தூக்கி எறியப்படும் எலும்புகளுக்காக அவை நாய்களைப் போலவே தவமிருக்கின்றன. அவற்றைக் கொண்டு சென்று காட்டில் விட்டால் அவை எப்படியேனும் தப்பித்து சர்க்கசிற்கே வந்துவிடும் - வேட்டையாடுவதற்கான பயிற்சியோ தெம்போ அவற்றின் உடலில் இல்லை.

'புலிகள் பகலில்தான் நடமாடிக்கொண்டிருந்தன. அவற்றின் கண்ணமைப்பு இரவில் நடமாடுவதற்கு உகந்ததே அல்ல. அதிக அளவில் இந்தியாவிற்கு வந்த வெள்ளையர்கள் தமுக்கடித்து அவற்றை வேட்டையாடியதால் அவை தப்பிப்பதற்காக இரவில் நடமாட ஆரம்பித்துவிட்டன' என்று முன்பொரு முறை வன அலுவலர் திரு. நாதன் கூறியது நினைவுக்கு வந்தது.

வேடந்தாங்கலில் பறவைகள் வருடா வருடம் தவறாமல் வருவதற்குக் காரணம் அங்குள்ள மக்கள் பறவைகளிடம் நேசமாக இருப்பதுதான். தங்கள் உயிருக்குப் பாதுகாப்பு இருக்கிற காரணத்தால் தான் அவை கருப்பைக்குள் இருக்கும் கதகதப்புடன் அங்கு வருகின்றன. அவற்றின் எச்சம் கலப்பதால் ஏரியின் நீரில் எருவும் சேர்ந்து பயிர்கள் எல்லாம் மரகத முலாம் பூசி மகத்தான மகசூலைத் தருகின்றன.

காஞ்சிபுரத்தில் பொன்னேரிக்கரையில் ஏரியை அழகுபடுத்திப் படகு விட்டோம். ஒருசில நரிக்குறவர்கள் அங்கே அடிக்கடி தென்படுவதாய் சேதி வந்தது. ஏரி நீரில் தெரியும் நீர்வாத்துகளும், அழகிய நாரைகளும் அவர்களை ஈர்த்திருக்குமோ என்ற ஐயம் ஏற்பட்டது. ஒருமுறை வாகனத்தை நிறுத்தி அங்கிருந்த குறவர்கள் பைகளை சோதனை செய்தபோது மடிந்திருந்த இரு நீர்வாத்துகள் கிடைத்தன. அவர்களது துப்பாக்கிகள் பறிமுதல் செய்யப்பட்டன. அதற்குப் பிறகு ஓரிரு வாரங்களில் பொன்னேரிக்கரையே சின்ன வேடந்தாங்கலாகப் பரிமளிக்குமளவு பறவைகள் மாநாடு.

பறவைகளுக்கும், விலங்குகளுக்கும் மனிதர்கள் பாஷை புரியாது. ஆனால் அவர்கள் உள்ளம் எப்படிப்பட்டது என்பது நன்றாகத் தெரியும்.

ராஜஸ்தான் மாநிலத்தில் ஆள்வார் மாவட்டத்திற்குச் சென்றிருந்த போது பார்த்த காட்சி மனதை வருடியது. ஒவ்வொரு கிராமத்திலும் பத்துப் பதினைந்து மயில்கள், நிறைய புறாக்கள், ஏகப்பட்ட குயில்கள், நிறைய வானம்பாடிகள். அங்கு பறவைகளின் மீது யாரும் கண் வைப்பதும் இல்லை; கை வைப்பதும் இல்லை; கன்னம் வைப்பது மில்லை.

இப்போதெல்லாம் பட்டாம்பூச்சிகள் திரைப்படங்களில் மட்டும் தான் பறக்கின்றன. பட்டாம்பூச்சியைப் பிடித்து அவற்றைக் கொன்று பதப்படுத்தி விற்பது நல்ல லாபகரமான தொழிலாம். அதனால் அபூர்வமான பட்டாம் பூச்சிகளை சேகரிக்க ஆயிரக்கணக்கான சாதாரண பட்டாம்பூச்சிகளும் பிடிக்கப்படுகின்றன. கொன்று அவை தூக்கி எறியப்படுகின்றன. பட்டாம்பூச்சியைக் கடத்துபவர்கள்கூட கைது செய்யப்பட்டிருக்கிறார்கள்.

கோடியக்கரையில் துள்ளித்துள்ளி அழகாக ஓடும் கறுப்பு மான்கள் (Black buck) அருகி வருகின்றன.

ஒவ்வொரு வருடமும் எண்ணற்ற பறவைகளும், மிருகங்களும், பட்டாம்பூச்சிகளும், ஊர்வனவும், நீந்துவனவும் பூமியின் முகத்திலிருந்தே மறைந்து வருகின்றன.

அவை அருகி வருகின்றன; மனிதன் மட்டும் பெருகி வருகின்றான். மனிதனே மிருகமாக மாறுவதால், மிருகங்கள் மறைய ஆரம்பித்து விட்டன.

அரசினர் தோட்ட வளாகத்தில் இருக்கும் அழகிய மழை மரங்களில் எப்போதும் பறவைகளின் பாடும் ஒலி கேட்டுக்கொண்டே இருக்கும். இப்போதெல்லாம் சேவல்கள் நடு இரவிலேயே கூவ ஆரம்பித்துவிட்டன. பகலைப் போல வெளிச்சம் போடும் சோடியம் ஆவி விளக்குகளின் மத்தியில் எது பகல், எது விடியற்காலை என்கிற அடையாளத்தை அவற்றால் கண்டுபிடிக்க முடியவில்லை. சேவல்கள் இல்லாமலே கோழிகள் முட்டையிடும் முறை வந்து விட்டதால் இனி சேவல்கள் கூடக் காணாமல் போகலாம்.

அரசினர் தோட்ட மழை மரங்களின் பொந்துகளில் தாய்ப் பறவைகள் குஞ்சு பொரித்துவிட்டுப் பாதுகாப்பாய் இருக்கும் எனக் கருதிப் பகல் வேளையில் இரை தேடச் சென்றால், அவற்றையும் கம்பி போட்டுக் குத்தி எடுத்துச் செல்லும் கயவர்கள் இருக்கிறார்கள். எத்தனை முறை விரட்டினாலும் அடித்த பந்தாய் திரும்பி வருகிறார்கள். சக குடியிருப்போருக்கு அது ஒன்றும் முக்கியமான சேதியாய்ப் படவில்லை.

சாலையில் நம் கண் முன்னே அறுபடப்போகும் வாயில்லாத ஜீவன்களை நெருக்கி ஏற்றிக்கொண்டு முன்னே செல்லும் வாகனங்கள். அவை கொல்லப்படுவதற்கு முன்பே இறந்து போகுமளவு இரக்கமின்றி நடத்தப்பட்டு வரும் அவலம். செல்லுகின்ற பலநூறு மைல் பாதையில் அவற்றிற்கு நீரும் தரப்படுவதில்லை; புல்லும் தரப்படுவதில்லை.

இந்த வன்முறைகளுக்கெல்லாம் என்ன தீர்வு? இந்தப் பாவத்திற் கெல்லாம் என்ன பரிகாரம்? மனித உரிமைகள் மீறப்படும் போதெல்லாம் குரல்கள் ஒலிக்கின்றன. இந்த வாயற்ற ஜீவன்களின் உரிமைகளுக்காக யார் குரல் கொடுக்கப் போகிறார்கள்?

ஒவ்வொரு ஆண்டும் மரம் நடுகிறோம் - நட்ட இடத்திலேயே திரும்பத் திரும்ப நடுகிறார்கள். 'மரம் நடுவிழாவிற்குப் பந்தல்போட ஆயிரம் மரங்கள் அவசர அவசரமாக வெட்டப்பட்டன.' நல்ல நகைச்சுவைதான். ஆனால் பிட்டுக்கு மண் சுமந்தபோது விழுந்த

அடிபோல நம்மீதே இந்த நகைச்சுவை அடியாக விழுகிறது. நம்மை நாமே குறை சொல்லிக்கொள்கிறோம் - நமக்கு நாமே கேலி செய்து கொள்கிறோம். நமது முகத்தில் நாமே கரிபூசிக் கொள்கிறோம் - அவ்வளவுதான்.

நட்ட மரங்களைப் பிடுங்கி எறிவதில் நமக்கு என்ன அப்படி மகிழ்ச்சி?

யானை வீதியில் வலம் வருவதைப் பார்த்ததும் என் மனத்தில் இந்த எண்ணங்கள் எல்லாம் சலன வட்டங்களாக விரிந்தன.

மற்ற விலங்குகளையெல்லாம் விட்டுவிட்டு நரியை ஏன் பிரான் பரியாக்கினார் தெரியுமா? எல்லா விலங்குகளையும் மனிதன் சர்க்கசில் பழக்கிவிட்டான். ஆனால் நரியை மட்டும் பழக்க முடியாது. அந்த நரியைப் பரியாக்கிய வித்தியாசமான செயலை இறைவன் செய்து காட்டினார். 'கிருபானந்தவாரியார் மாணிக்கவாசகரைப் பற்றிப் பேசிய ஒலி நாடா எங்கோ ஒலிக்கிறது.'

எனக்குப் புரிகிறது 'தனக்கு அடிபணியாததால்தான் நரியைத் தந்திரங்கள் மிகுந்தது' என மனிதன் முத்திரை குத்தி அதைத் தன்னுடைய கவிதைகளில் எல்லாம் பரிகாசம் செய்கிறான் என்று. பாட்டி வடை சுட்ட கதையில்கூட நரிதான் ஏமாற்றுகிறது. சொல்லப் போனால் நரி வடையே சாப்பிடாது. இன்னும் கொஞ்ச நாட்களில் சாம்பார் வடை சாப்பிட்டதாகக் கூட கதை மருவ வாய்ப்பு உண்டு.

இன்று - காற்று கசங்கிவிட்டது என வருத்தப்படுகிறோமே, யாரால் கசங்கியது? பாலாறு முழுவதும் கோளாறு என்கிறோமே, அதில் கழிவு நீரை யார் கொண்டுவிட்டது? ஏரியெல்லாம் தூர்ந்து விட்டது என்கிறோமே, எந்த ராட்சதக்கை அவற்றைத் தூர்த்தது? நீர் முன்பு போல் சுவையாக இல்லை என அங்கலாய்த்துக் கொள்கிறோமே, அதை யார் கெடுத்தது?

மரங்கள் இல்லாத பூமியை

பறவைகள் இல்லாத உலகத்தை

விலங்குகள் இல்லாத பிரபஞ்சத்தை

பட்டாம் பூச்சிகள் இல்லாத அண்டத்தை

குயில்கள் இல்லாத தோட்டங்களை

நந்தவனங்களற்ற சூழலை நம்மால் நினைத்துப் பார்க்க முடியுமா?

இப்போதே நாம் 'கறுப்பு வெள்ளையாய்' ஓர் உலகத்தை சிருஷ்டித்துப் பார்த்துக்கொள்வோம். ஏனென்றால் நாம் அதை நோக்கித்தான் நெருங்கிக்கொண்டிருக்கிறோம்.

மின் விசிறிகளின் சுழற்சியில் இனி அனல் காற்றே வீசும்.

பூமிக் குகைகளில் நீர் ஊற்றுகள் மறைந்து போகும்.

அருவிகள் எல்லாம் குருவிகளுக்கும்கூடப் பற்றாத அளவு குறைந்து சுரக்கும்.

மேகமற்ற வானம் - மழையற்ற மண்டலம் - தென்றலற்ற வீடு.

எங்கோ படித்திருக்கிறேன் - "தேனீக்களும் சுறுசுறுப்பாக இருக்கின்றன. கொசுக்களும் சுறுசுறுப்பாகத்தான் இருக்கின்றன. ஆனால் அவற்றின் சுறுசுறுப்பில் வேறுபாடு உண்டு" என்று.

நாம் கொசுக்களைப் போல சுறுசுறுப்பாயிருக்கிறோம் ரத்தத்தை உறிய - சதைகளைத் தேடி - தேனீக்களாய் மாறி மலர்களைத் தேடினால் தேனும் கிடைக்கும், மகரந்தச் சேர்க்கையும் நிகழும்.

இயற்கையை இளைஞர்கள் போற்றக் கற்றுக் கொள்ளாதவரை எந்த முன்னேற்றமும் நீடித்து நிற்காது என்று தோன்றுகிறது.

'கணினிகள் எல்லாம் நிறைந்திருக்கும்; காற்று மட்டும் குறைந் திருக்கும்.' நினைக்கும் போதே மனம் கனக்கிறது. யானை வெகுதூரம் போய்விட்டது. இப்போது அவ்வழியே கலப்பினப் பசு குப்பைத் தொட்டியில் கிடக்கும் எச்சிலையைத் தேடி வந்து கொண்டிருக்கிறது.

14. மறைவாக நமக்குள்ளே...

வெளியே நல்ல மழை. வெகு நாட்களாக மதுரையை சுட்டெரித்த வெப்பத்திலிருந்து விடுதலை என்று நினைத்திருந்தேன். மழை சகியாகவும், ராட்சசியாகவும் பல்வேறு விதமாய் மானுடத்தை ரட்சிக்கிறது என்று ஒருவர் எழுதிய வரிகள் நினைவுக்கு வந்தன.

காய்ந்திருந்த மண் மீது மென்மையாக மழைத்துளிகள் பட்டதும் ஓர் இனிய வாசம் நாசிகள் மீது படர்ந்தது. மண் வாசனை என்பது Actinomycetes (ஆக்டினோமைசிட்ஸ்) என்கின்ற நுண்ணுயிரியால்தான் ஏற்படுகிறது என்பது மண்ணியல் (soil science) படித்தவர்களுக்குத் தெரியும்.

சிலவற்றை ரசிக்க, அது குறித்த செய்திகளைத் தெரிந்து கொள்ளாமல் இருப்பதுதான் நல்லது. புதிராக இருக்கும்போது கிடைக்கும் இனிமை, சுவாரசியம், புரிந்துபோகின்றபோது காணாமல் போய்விடுகிறது. அதனால்தான் எவ்வளவு நெருக்கமான நட்பிலும் சிலவற்றை நமக்குள்ளே தேக்கி வைத்துக்கொள்வது தேவைப்படுகிறது.

மழையில் நனைந்துகொண்டே என் வீட்டு முற்றத்தில் ஒதுங்கினார் நண்பர். 'சனியன் பிடித்த மழை' என்று சபித்தார்.

என்னால் பொறுக்க முடியவில்லை.

"இந்த மழை வரவேண்டும் என்றுதானே இத்தனை நாட்கள் ஏங்கித் தவித்தோம். அமிர்தமாய் பூமியில் விழும் இந்த வானத்துத் தாய்ப்பாலை ஏன் வைகிறீர்கள்?" என்றேன்.

"முக்கியமான இடத்திற்குச் சென்று கொண்டிருக்கிறேன். மழை வரும் என்று எதிர்பார்க்கவில்லை. உடையெல்லாம் நனைந்துவிட்டது. அதனால் தான் கோபம் வந்துவிட்டது."

"உங்கள் ஒருவருடைய சுயநலத்திற்காக உலக நன்மையைக் கூட மறுதலித்து விட்டீர்களே. நீங்கள் நினைத்த நேரத்தில் நினைத்த காரியத்திற்காக மழையை நிறுத்த முடியுமா?" என்றேன்.

நண்பர் சற்று வித்தியாசமானவர். நாகரிகம் கருதி நாம் பலரை நண்பர் என்று அழைத்தாலும் உண்மையில் அவர்கள் வெறுமனே பரிச்சயமானவர்கள்தான்.

நட்பு என்கின்ற உன்னதத்தை வாழ்வில் ஒருமுறையேனும் சுவைத்து அனுபவித்தவர்கள் ஒரு சிலராக மட்டுமே இருக்க முடியும்.

நண்பருக்கு நிறைய அடையாளச் சிக்கல் (Identity Crisis). தன்னை யாரும் சரியாக இன்னும் அங்கீகரிக்கவில்லை என்பது அவருக்குப் பெருங்குறை. தன்னைத்தானே வியந்து ரசித்து மகிழ்பவர்.

மழை நிற்கும் வரை அவருடன் உரையாட நான் திணிக்கப் பட்டேன். எதிரே அமர்ந்து இருப்பவர்கள் எந்த மனநிலையில் இருக்கிறார்கள் என்று தெரியாமல், அப்படியே தெரிந்தாலும் அதை ஒருக்களிக்கச் செய்துவிட்டு நம் நேரத்தை ஆக்கிரமிப்பவர்களில் அவரும் ஒருவர்.

அவருடைய சுய புராணம் பல நேரங்களில் அலுப்புத் தட்டு வதுடன் சில சம்பவங்களைத் திரும்பத் திரும்பக் கேட்க வேண்டிய இக்கட்டான சூழலுக்குத் தள்ளப்பட்டோம்.

நம் வாழ்க்கையை விவரிப்பது நமக்கு வேண்டுமானால் சுவாரசிய மாகவும், மகிழ்ச்சியாகவும் இருக்கலாம். அடுத்தவர்களுக்கும் அது அப்படித்தான் இருக்க வேண்டும் என்கின்ற அவசியமில்லை.

"என்னிடம் நிறையப் பேர் நீங்கள் ஓய்வு பெற்றுவிட்டீர்களே எப்படிப் பொழுது போகிறது என்று கேட்கிறார்கள். நான் அவர் களிடம், 'எனக்கு உண்மையிலேயே பொழுதே போதவில்லை. இன்னும் கொஞ்சம் நேரம் கிடைத்தால் பரவாயில்லை' என்று பதில் சொல்லுவேன்" என்று நண்பர் பெருமைப்பட்டுக் கொண்டார்.

"பொழுது போகவில்லை" என்று சொல்வதும், "பொழுது போதவில்லை" என்று சொல்வதும் கிட்டத்தட்ட ஒரே மாதிரியான பதில்கள்தான். எதிர்த் திசையில் செயல்படுகின்ற சரியற்ற பதில்கள்.

பொழுது போகவில்லை என்று சொல்பவர்கள் சோம்பேறிகள்.

பொழுதுபோதவில்லை என்று சொல்பவர்கள் சுறுசுறுப்பாக இருப்பதைப் போலக் காட்டிக் கொள்பவர்கள். இருவருமே ஆபத்தான வர்கள். நம்முடைய நல்ல நேரத்தை அவர்கள் வீணடித்துவிடுவார்கள்.

எப்பொழுது பார்த்தாலும் 'பழம் பெருமையை' அடுத்தவர்கள் காதுகள் வலிக்குமளவு பேசுகின்ற இவர், அதைக் கொஞ்சம் குறைத்துக்

கொண்டால் நிறைய நேரம் கிடைக்குமே என்று நினைத்துக் கொண்டேன்.

நண்பர் பாவம் - அடையாளச் சிக்கலால் 'தான்' நிரம்பி வழிபவர் - அவர் மீது பரிதாப்பட வேண்டுமே தவிர கோபப்படக்கூடாது. ஒருவிதமான மனச் சிதைவினால் இவர்கள் பாதிக்கப்பட்டிருக் கிறார்கள். நாம்தான் அனுசரித்துப் போகவேண்டும்.

பிரபலமானவர்கள் சிலரோடு நான் பயணம் செய்கின்ற வாய்ப்பு எனக்கு ஏற்பட்டிருக்கிறது. தங்களை சக பயணிகள் அடையாளம் கண்டு கொள்ளாவிட்டால் அவர்கள் படும் தவிப்பு எனக்கு வியப்பைத் தந்திருக்கிறது. சில நிமிடங்களில் தாங்கள் இன்னாரென்று அடை யாளம் காட்டிக்கொள்ள அவர்கள் எடுக்கும் முயற்சிகள் நூதனமாக இருக்கும். தாங்கள் எழுதிய புத்தகத்தை, தாங்கள் வெளியிட்ட கேசட்டை, தங்களைப் பற்றி வெளிவந்த செய்திகளை மற்றவர்கள் கண்களில் படும்படியாக வாசிக்க ஆரம்பிப்பார்கள். தலையை சிலுப்பு வார்கள். உடலைக் குலுக்குவார்கள். மற்றவர்கள் கவனத்தைத் தன் பக்கம் இழுக்க நினைக்கும் கழைக் கூத்தாடியைப் போல செயல் படுவார்கள்.

நண்பர் கிளம்புவதற்கு வாய்ப்பில்லாத அளவிற்கு வெளியில் நல்ல மழை. நல்ல மழையைக் கூட அனுபவிக்க விடாத மோசமான துணை சமயத்தில் சேர்ந்து விடுகிறது என்று நினைத்துக்கொண்டேன்.

"என் பாரம்பரியம் எப்படிப்பட்டது தெரியுமா? என் தாத்தா அந்தக் காலத்திலேயே வக்கீல்." நண்பர் முகம் நவரசங்களுடன் மின்னியது.

தான் செய்த நற்காரியங்களை. தான் வாங்கிய பரிசுகளை, தான் எழுதிய நூல்களை, தான் செய்த தான தருமங்களை, தன் பாரம்பரியப் பெருமையை, தன் முன்னேற்றங்கள், சாதனைகளை ஒருமணி நேரத் திற்கும் மேலாக அவர் எடுத்துச் சொன்னார்.

இயல்பாகச் சொல்லாமல் மிகைப்படுத்தப்படும் எதுவும் நம் கவனத்தை ஈர்க்கத் தவறி விடுகிறது என்பதற்கு அவரது உரையாடலே இலக்கணமாக இருந்தது.

நண்பர் மட்டுமல்ல - நாமும் பல நேரங்களில் ஏதேனும் ஒரு வகையில் பழம் பெருமையைத்தானே பேசிக்கொண்டிருக்கிறோம் என்று தோன்றியது.

பழம்பெருமை என்பது தனிப்பட்ட நபரைப் பற்றித்தான் இருக்க வேண்டும் என்பதில்லை.

அது மொழி குறித்ததாக இருக்கலாம். அது நாடு குறித்ததாக இருக்கலாம். அது இனம் குறித்ததாக இருக்கலாம். பேசப்படுகின்ற பொருளால் 'பழம் பெருமை' சிறப்பு வாய்ந்ததாக ஆகிவிடாது.

இலக்கியங்களில் நாம் பேசிய பழம் பெருமையால் புதிய பரிசோதனை முயற்சிகள், நவீன உத்திகள் நிகழ்காலத்தில் நிகழாமல் போயின. உலக அளவில் பேசப்படும் அளவிற்கு தற்சமயம் நாம் எதையும் சாதிக்காமல் இருக்கிறோம்.

சரித்திரத்தில் நாம் பேசிய பழம் பெருமை, தவறுகளைத் திருத்திக் கொள்ளத் தூண்டாமல் அவற்றை நியாயப்படுத்த செய்தமையால் இன்று வட்டாரச் சண்டை வரை வளர்ந்து விட்டோம். விஞ்ஞானத்தில் நாம் பேசிய பழம் பெருமை, நம் நாட்டு விஞ்ஞானிகள் அமெரிக்கா விற்குச் சென்று ஆய்வு செய்து நோபல் பரிசு பெறுமளவு நம்மை உயர்த்தியுள்ளது. நிகழ்கால வெறுமையே நம்மைப் பழங்காலப் பெருமை பேசி திருப்திபட்டுக்கொள்ளச் செய்கிறது.

"நாம் பெரும்பாலும் இறந்த காலத்திலோ, எதிர்காலத்திலோ வாழ்கிறோம். நிகழ்காலத்தில் நாம் வாழும் நிமிடங்கள் மிகவும் குறைவு" என்றார் ஓஷோ.

"நீ மூச்சுக்காற்றை உள்ளிழுக்கும்போது நாம் மூச்சை உள்ளிழுக் கிறோம் என்கின்ற விழிப்புணர்வுடன் இரு - அதுவே தியானம்" என்றார் புத்தர்.

"அறிவு என்பது கடந்த காலம் - நுண்ணறிவு என்பது நிகழ்காலம்" என்றார் ஜே.கே.

"மறைவாக நமக்குள் பழங்கதைகள்" பேசுவதை பாரதியாரும் வன்மையாகக் கண்டித்தார்.

"நொடிக்கு நொடி வாழ்க." இதுவே ஜென் தத்துவம்.

இப்படி எல்லாம் உணர்ந்தவர்களும் நிகழ் காலத்திலேயே வாழக் கற்றுத் தருவதற்குக் காரணம் - நாம் இறந்த காலம் குறித்து எதுவும் செய்ய முடியாது என்பதால்தான். அப்படியே செய்தாலும் அதை நிகழ்காலத்தில் தான் செய்ய வேண்டிய கட்டாயத்தில் இருக்கிறோம்.

நம் முன் தட்டை வைத்துவிட்டு, "இந்தத் தட்டில் நேற்று சர்க்கரை பொங்கல் இருந்தது. அதற்கு முதல்நாள் அறுசுவை உணவு இருந்தது"

என்று சொன்னால் நம் பசியாறுமா? இப்போது காலியாக இருக்கிறதே அதற்கு என்ன சொல்லப் போகிறீர்கள் என்று திரும்பக் கேட்போம் அல்லவா?

உலகத்தில் அற்புதமான சாதனைகளைப் புரிந்தவர்கள் எல்லாரும் நிகழ்காலத்தில் வாழ்ந்தவர்கள். பாம்பு தோலைக் கழற்றிவிடுவது போல பழங்கால நினைவுகளை உரித்து விடத் தெரிந்தவர்கள்.

இன்று முன்னேறிய நாடுகள் பலவற்றிற்கு ஆயிரம் ஆண்டு களுக்குக் குறைவான வரலாறுகள் உண்டு. நமது மாநிலத்தில் கூட அதிகம் வளர்ச்சியடைந்த பகுதிகள் சரித்திரத்தில் இடம் பெறவில்லை.

நிகழ்காலத்தில் பணியாற்றுவது ஒன்றுதான் வளமான எதிர் காலத்திற்கு வழிவகுக்கும் - நல்ல நிகழ்காலம் நல்ல எதிர்காலத்திற்கு எழுதப்படுகின்ற முன்னுரையாகத் திகழ்கிறது.

எத்தியோப்பியாவில் 'பூச்சியியல் பாடம்' நடத்திக் கொண் டிருக்கும் என் கல்லூரிப் பேராசிரியர் திரு.குணதிலகராஜ் என்னைச் சந்திக்க வந்திருந்தார்.

நாம் எத்தியோப்பியாவைக் குறித்து வைத்திருக்கும் எண்ணமும், அந்நாட்டு மக்கள் தங்களைக் குறித்து வைத்திருக்கும் அபிப்ராயமும் எவ்வளவு மாறுபடுகிறது என்பதை குணதிலகராஜ் பேசும்போது தெரிந்து கொண்டேன்.

"நாங்கள்தான் உலக நாகரிகத்திற்குப் பிள்ளையார் சுழி போட்ட வர்கள், மற்ற நாகரிகங்கள் எல்லாம் எங்களுக்குப் பிந்தையதுதான். நாங்களே உலக நாகரிகத்திற்கு முன்னோடி" என்றெல்லாம் அவர்கள் பெருமை மட்டுமல்ல, தூக்கலான கர்வத்துடன் இருப்பதாக அவர் குறிப்பிட்டார்.

'நைல் நதி எத்தியோப்பியாவில்தான் ஆரம்பித்து எகிப்தில் ஓடுவது ஒரு காரணம்' என்றார் அவர். அவர்கள் எந்தக் காலனி யாதிக்கத்திற்கும் உட்படவில்லை என்ற பெருமையும் ஒரு காரணம்.

அவர்களுடைய கூடுதலான கர்வம் அவர்களைப் புதிதாகக் கற்றுக் கொள்ளத் தடை செய்கிறது. அது கருத்துத் தடை சாதனமாகச் செயல் படுகிறது. நாம் யாரிடமும் கற்றுக்கொள்ள வேண்டிய அவசியமே இல்லை என அவர்கள் நினைக்கிறார்கள்.

சுற்றியுள்ள இஸ்லாத்தைச் சார்ந்த நாடுகளால் அதுவும் தாக்க மடைந்து விடக்கூடாது என்பதற்காக சில ஐரோப்பிய நாடுகளில்

கிராண்ட் (Grant) என்கின்ற பெயரில் நிறைய பணத்தையும் கொண்டு வந்து கொட்டுகின்றன. எனவே சோம்பலுடன், அவர்கள் சுகவாசிகளாக இருக்கிறார்கள். பெரும்பாலான பணிகளைப் பெண்கள்தான் செய்கிறார்கள். ஆண்கள் சோம்பித் திரிகிறார்கள்.

இது எத்தியோப்பியாவில் மட்டுமல்ல எல்லா இடங்களிலும் நிகழ்வது தான். 'தந்தை சேகரித்து வைத்தால் மகன் உழைக்க வேண்டிய தேவையில்லை' என்பதைப் போல ஒட்டுமொத்த சமுதாயமே பல நேரங்களில் செயல்பட ஆரம்பித்து விடுகிறது.

நேற்று அணிந்த சட்டையின் மீது எப்படிப் புதிய சட்டை போட முடியும்? அதே சட்டையை அணிவது என்றால்கூட அதைத் துவைத்து சலவை செய்ய வேண்டாமா?

நேற்று நாம் எதை சாதித்திருந்தாலும் பரவாயில்லை. அவற்றை அப்படியே ஒதுக்கித் தள்ளிவிட்டு இந்த நொடியில் என்ன செய்கிறோம் என்பதில் கவனம் வைக்க வேண்டியவர்களாக இருக்கிறோம்.

"இந்த நொடியே உண்மையானது; இந்த நிமிடமே சத்தியமானது" என்பதை நாம் உணர வேண்டியவர்களாக இருக்கிறோம்.

தொடர்ந்து செயல்பட்டுக்கொண்டிருந்தால்தான் நாம் உயிரோடு இருப்பதாகப் பொருள். தொடர்ந்து துளிர்ப்பதே மரம். தொடர்ந்து வீழ்வதே அருவி. புதை பொருள் ஆராய்ச்சியில் புதையல்களைக் கண்டு பிடிக்கலாம். நதிகளைக் கண்டுபிடிக்க முடியாது. கண்டுபிடித்தாலும் பயனில்லை. ஓடுகின்ற போதே நதி பெருமையடைகிறது.

நண்பர் விடைபெற்றுச் சென்ற பின்னும் இதயத்தில் மழை. நாம் தப்பித்தவறி எங்காவது நம் பழம்பெருமை பேசினாலும் மற்றவர்களுக்கு இப்படித்தானே இருக்கும் எனக் கருதிக் கொண்டேன்.

15. தப்பித்தல் விடுதலையல்ல

"எந்தவித மனச்சிக்கலும் இல்லாத நபரைச் சந்தித்தால் நீங்கள் என்ன செய்வீர்கள்?"

என்று மனநல மருத்துவர் ஒருவரிடம் கேட்டார்கள்.

"அப்படி யாரேனும் ஒரு நபர் இருந்தால், நிச்சயம் நாங்கள் அவரை குணப்படுத்திவிடுவோம்."

ஒரு சமுதாயம் வளர்ச்சியடைகிறது என்றால் அங்கு மனரீதியான தொல்லைகள் அதிகமாகிறது என்று மறைமுகமாகப் பொருள்.

வளர்ச்சியடையாத சமுதாயத்தில் பசி, வறுமை, உடல் சம்பந்த மான நோய்கள் அதிகம். வளர்ச்சியடைந்த சமுதாயத்தில் மனரீதியான குறைபாடுகள் அதிகம்.

படிக்காத பகுதிகளில் கொலைகள் அதிகம். அதிகம் படித்தவர்கள் இருக்கும் மாநிலங்களில் தற்கொலை அதிகம்.

வன்முறை ஒன்றுதான். தன்னை நோக்கி அதைத் திருப்பி விடுகின்ற போது தற்கொலையாகிறது. அடுத்தவர்களை நோக்கிச் செலுத்தும் போது கொலையாகிறது.

அடுத்தவர்களைப் பட்டினிபோடுவதும், தன்னையே பட்டினி போட்டுக் கொள்வதும் ஏறத்தாழ ஒரே மாதிரியான நிகழ்வுகள்தான். அவை எதிர்காலத்தில் ஏற்படுகின்ற கோபத்தின் வெளிப்பாடுகள்.

தற்கொலை என்பது கோழைத்தனம் என்பார்கள். உண்மை அதுவல்ல. வாழ்வைக்காட்டிலும் சாவே மேல் என்று தேர்ந்தெடுப் பதற்குத் துணிச்சல் வேண்டும். "மானங்கெட்ட வாழ்க்கையை வாழ்வதைக் காட்டிலும் உயிர்விடுவதே மேல்" என்று தொன்றுதொட்டு தமிழ் இலக்கியங்கள் போதிக்கின்ற காரணத்தால் தமிழ் மக்களின் ஒருமித்த உள்ளுணர்வில் (Collective consciousness) அது கலந்துவிட்டதோ என்று அச்சப்பட வேண்டியிருக்கிறது.

உயிரை மாய்த்துக்கொள்வதற்கு நமக்குக் கூட உரிமையில்லை என்பது சட்டம். இந்த ஒரு குற்றத்தை மட்டும் செய்தவனைத் தண்டிக்க

முடியாது. அதனால் முயற்சி செய்பவர்களை மட்டும் தண்டிக்க முடியும்.

செய்துவிட்டவனைத் தண்டிக்க இயலாது என்பதால்தான் தற்கொலை செய்பவர் ஆவியாக அலைவார்கள் என்றெல்லாம் பயமுறுத்தும் பொருட்டு பல இட்டுக்கட்டிய கதைகளை நாட்டில் அலைய விடுகிறார்கள்.

உலக வரலாற்றைப் பார்த்தால் தற்கொலை செய்துகொண்டவர்கள் பலர் அசாத்தியமான செயல்களைச் செய்தவர்களாகவும் இருப்பதைப் பார்க்கலாம். சாக்ரடீஸ் கூட ஒருவகையில் தற்கொலை செய்து கொள்ளக் கட்டாயப்படுத்தப்பட்டவர்தான். ராபர்ட்கிளைவ் முதல் புகழ் பெற்ற ரஷிய கவிஞன் மாயாகாவ்ஸ்கி வரை பலர் இந்தப் பட்டியலில் இடம் பெறுகிறார்கள்.

மரணம் எப்படி இருக்கும் என்பதை அறிந்து பார்க்கும் ஆவலில் அதை ருசித்துப் பார்த்தவர்களும் உண்டு.

இன்றைய இளைஞர்கள் பலர் தற்கொலைக்குள்ளாக்கிக் கொள்வது குறித்துப் பல செய்திகளைப் படிக்கிறோம். அற்ப காரணங்களுக்காக யார் மீதோ இருக்கும் வன்மத்தை, கோபத்தைத் தங்கள் மீது திருப்பி விட்டுக் கொள்பவர்கள் பலர்.

தற்கொலை என்பது ஒரு நிமிடத்தில் எடுக்கும் முடிவு. அந்த நேரத்தில் அவர்கள் எண்ணத்தை இதமான சொற்களால், நம்பிக்கையூட்டும் வார்த்தைகளால், ஆறுதலான, அரவணைப்பால் மாற்ற முடிந்தால் அவர்கள் சிக்கியிருக்கும் மனச்சூழலிலிருந்து மீண்டு விடுவார்கள்.

தளர்ந்த நடை, சோர்ந்த உடை, மரணத்தைப் பற்றிய பேச்சு, இறந்தவர்கள் குறித்து சிந்தனை, வாழ்க்கையைப் பற்றிய விரக்தி என்று இருப்பவர்கள் தற்கொலைச் சூழலில் வாழ்பவர்களாகக் கருதப்படுவார்கள். 'அவர்களை நல் வழிப்படுத்துவதும், அவர்களுக்கு இயைந்து நடந்து கொள்வதும் சுற்றியுள்ளவர்களுடைய கடமை - அதை விடுத்து நாமும் அவர்களைத் தூண்டுவது போல 'ஆமாம்! வாழ்ந்து என்ன பயன்', 'இந்த வாழ்வே ஒரு மாயை' என்றெல்லாம் தத்துவம் பேசினால் அது அவர்கள் எண்ணத்தை விரைவுபடுத்த வாய்ப்பாகி விடும்.

நான் என் கண் எதிரே பார்த்திருக்கிறேன். இருபது இருபத்தைந்து வருடங்களாக வளர்ந்த மகன்களும், மகள்களும் தற்கொலையிலோ, விபத்திலோ இறப்பதுபோன்ற பெரிய அதிர்ச்சியைப் பெற்றோர்கள்

சிந்திக்கவே முடியாது. அது அவர்கள் உள்ளமெல்லாம் நிறைந்து காலம் முழுவதும் நகர்த்தி வைக்க முடியாத பாறாங்கல்லாய் பலவீனப் படுத்திவிடும்.

தான் இறப்பதன் மூலம் அடுத்தவர்களுக்குக் குற்ற உணர்வை ஏற்படுத்துவதே இவர்களில் பெரும்பாலோருக்குக் குறிக்கோளாக இருக்கிறது. மனைவி கணவன் மீதும், குழந்தைகள் பெற்றோர் மீதும், காதலன் காதலி மீதும் ஏற்படுத்த நினைக்கும் குற்ற உணர்வு ஒருவிதக் குரூர மனப்பான்மையின் வெளிப்பாடு.

எந்தக் குற்ற உணர்வும் நீடித்து இருப்பதில்லை என்பதையும், யார் இல்லாமலும் இந்த உலகம் இயல்பாக இயங்கும் என்பதையும் இந்த இளைஞர்கள் புரிந்துகொண்டால், வாழ்க்கை இவர்களுக்கு முள்மஞ்சமாக இல்லாமல் மலர்ப்படுக்கையாக மாறிவிடும்.

எனக்குத் தெரிந்த ஒருவருடைய மகள் பத்தாம் வகுப்பு தேர்ச்சி பெறவில்லை என்பதற்காக பாலிடால் மருந்தை அருந்தி உயிரைப் போக்கிக் கொண்டாள். அவர் ஒருவேளை தன் பெண் ஆவியாகவாவது நடமாடுவாளோ என்கின்ற நப்பாசையில் இரவுநேரம் சுடுகாட்டில் அலைந்துதிரிந்ததை நான் அறிவேன்.

இன்று நடக்கின்ற தற்கொலைகளில் பலவற்றை ஆராய்ந்தால் அவற்றில் எந்த வலுவான காரணமோ, பின்னணியோ இல்லை என்பதை நாம் உணரமுடியும்.

தேர்வில் தேர்ச்சி பெறாததற்காக, விரும்பிய வண்ணம் திருமணம் புரிய பெற்றோர்கள் சம்மதிக்காததற்காக, தான் விரும்பிய பொறியியல், மருத்துவப்படிப்புகளில் இடம் கிடைக்காததற்காக, கணவன் திட்டியதற்காக, மாமியார் வைததற்காக, தான் மேற்கொண்ட தொழிலில் நட்டமடைந்ததற்காக, வேலை கிடைக்காததற்காக என்று பல்வேறு காரணங்களுக்காகத் தற்கொலையின் வசம் தஞ்சமடைந்தவர்கள் இருக்கிறார்கள்.

'மரணமடைபவன் எல்லாக் கடன்களையும் திருப்பிச் செலுத்தி விடுகிறான்' என்று ஷேக்ஸ்பியர் கூறுவது போல மரணத்தால் அனைத்தையும் ஈடுகட்டிவிடலாம் என எண்ணுபவர்களை நாம் அன்போடும் அரவணைப்போடும் அணுக வேண்டும்.

என் கல்லூரியில் ஒரு நண்பர் தன் சக மாணவர்கள் தன்னை கேலி செய்கிறார்கள் என்பதற்காகத் தன்னுடைய சுண்டுவிரலை வெட்டிக் கொண்டார். இது ஒருவிதமான மிரட்டல்.

“நான் உயிரோடு இருக்கமாட்டேன்” என்பது சுயபச்சாதாப உணர்வை வரவழைப்பதோடு அடுத்தவர்கள் கவனத்தைத் தன்மீது குவிய வைக்கின்ற ஒரு விளம்பர உத்தி.

இந்த பூமி யாருடைய மரணத்திற்காகவும் தன்னுடைய சுழற்சியை ஒரு நிமிடம் கூட நிறுத்துவதில்லை. ‘புவியீர்ப்பு விசை’யை அறிந்து கொண்டவருக்காகக்கூட.

வாழ்க்கை ஒரு வரம்

வாழ்க்கை ஓர் அற்புதம்

வாழ்க்கை ஒரு திருவிழா

வாழ்க்கை ஒரு கொண்டாட்டம்

அதன் ஒவ்வொரு நொடியையும் நாம் உற்றுநோக்கி வாழக் கற்றுக்கொள்ள வேண்டும். துயரங்களிலிருந்தும் இன்ப நார்களைப் பிரித்தெடுத்து அனுபவ நெசவை நெய்யத் தெரிந்தவர்களுக்கு அது சுமையாக இருப்பதில்லை.

போர்க்களத்தில் முழங்கும் பீரங்கிகளுக்கிடையே எதிரிகளைச் சந்திப்பவர்களும் புன்முறுவல்களைச் சிந்துகிறார்கள்.

எரியும் நெருப்புக்கிடையேயும் உயிரை மீட்கப் போராடும் வீரர்களிடமும் இன்முகமும் நம்பிக்கையும் இருக்கிறது.

பனிமலைகளில் துப்பாக்கிகள் துருப்பிடிக்காமலிருக்க தங்கள் ரத்தத்தையே அதில் உராய்வைத் தடுக்கும் உபகரணமாகப் பயன்படுத்து பவர்கள்கூட எல்லா அச்சத்தையும் ஒதுக்கி வைத்துவிட்டு அழகிய சூரிய உதயத்தைத் தரிசிக்கிறார்கள்.

உலகத்தில் அவமானம் என்பது அடுத்தவர்களால் எழுதப் படுவதல்ல - நம்மீது நாமாகவே திணித்துக் கொள்வதுதான். நம்முடைய அவமானங்களுக்கு நாம்தான் காரணம். அழிக்க முடியாத அவமானம் என்று எதுவுமில்லை. நாம் நமக்குள் நடக்கும் பரிணாம வளர்ச்சியால் நல்லவராக மாறமுடியும். கெட்டவர்கள் திருந்தினால் அவர்களைப் போல் நல்லவர்கள் இல்லை. அதனால்தான் ‘வால்மீகி’யை உதாரண மாகக் காட்டுவார்கள்.

நேர்மையின்மையால், உழைப்பின்மையால், புலன்களைச் சரிவர புரிந்துகொள்ளாமையால், கேளிக்கைகள் மீது உள்ள விருப்பங்களைக் கட்டுப்படுத்த இயலாமையால் நிகழுகின்ற அவமானங்கள்தான்

கல்வெட்டுக்களைப்போல் நம் நெற்றியில் அழியாத வண்ணம் செதுக்கப்பட்டுவிடுகின்றன.

அவற்றிலிருந்து காப்பாற்றிக்கொள்ளும் காலத்தின் கடிவாளம் நம் கைகளில்தான் இருக்கிறது.

அனாவசியமான காரணங்களை நாமாகக் கற்பிதம் செய்து கொண்டு வரமாக வாய்த்திருக்கும் வாழ்வை சாபமாக மாற்றிக் கொள்வது சரியல்ல.

'விடுதலை' என்பது வேறு.

'தப்பித்தல்' என்பது வேறு.

இரண்டையும் நாம் ஒன்று என்று கருதிக்கொள்ளக்கூடாது.

'தற்கொலை' என்பது தப்பித்தல் - எந்தப் பிரச்சினையிலிருந்துமே தப்பிக்க நினைத்தால் அது ஏதேனும் ஒரு காலகட்டத்தில் தற்கொலைக்கு அழைத்துச் செல்லும் பாதையாகத்தான் இருக்கும்.

'ஆணவம்' அதிகமிருப்பவர்கள் -

ஆதிக்க எண்ணமிருப்பவர்கள் -

'தான்' என்ற தன்முனைப்பு அதிகம் பெற்றிருந்தவர்கள் ஏதேனும் ஒரு காலகட்டத்தில் மண்மேடுகளைப் போல் சரிந்து விழுந்து தற்கொலைக் குழிக்குள் அகப்பட்டு விடுவார்கள். நீரோவிலிருந்து ஹிட்லர் வரை வரலாறு அவர்கள் குறித்த எண்ணிக்கையை எழுதி வைத்து நமக்கு வாசித்துக் காட்டுகிறது.

நாம் பிரச்சினைகளை எதிர்கொள்ளப் பழக வேண்டும். கழுதையின் முதுகில் கம்பீரமாக அமர்வதைக் காட்டிலும் முரட்டுக் குதிரையின் முதுகிலிருந்து தூக்கி எறியப்படுவதில்தான் வாழ்க்கையின் சாராம்சம் அடங்கியிருக்கிறது. சுவை அடங்கியிருக்கிறது.

வெடிக்காத துப்பாக்கியால் விரக்தியில் தற்கொலைக்கு முயன்றவர் தான் ராபர்ட்கிளைவ். அந்த நொடியில் மாண்டதில் இருந்து மீண்டதால் மிக உயர்ந்த நிலைக்கு வந்தார். (ஆனால் இறுதியில் தற்கொலைக்குப் பலியானார் என்பது வேறு விஷயம்) கிடைக்காத பாடத்திற்காக ஏங்குவதைக் காட்டிலும் அமைதியாக அமர்ந்து எங்கே தோற்றோம், ஏன் தோற்றோம் என்று சிந்திப்பது சிறந்தது. கிடைத்ததைக் கெட்டியாகப் பிடித்துக்கொண்டு உயர எழும்புவதில் தான் ஆற்றல் அடங்கி யிருக்கிறது.

சரித்திரப் பாடத்திலும் சாதனை புரிய முடியும்.

பொறியியலிலும் அசாதாரணமாய்த் திகழ முடியும்.

நாம் முதலில் உணர வேண்டும். உண்மையான உணர்தல் இல்லாமல் எந்த முன்னேற்றமும் நிகழ முடியாது. நம் முயற்சி யின்மையை, நம் தவறுகளை, நம் அலட்சியத்தை நாமாக அமர்ந்து அசைபோடாவிட்டால் நமக்குள் எந்த - மகசூலும் நிகழாது. நாம் கல்லாகப் படைக்கப்பட்டிருக்கிறோம். நம்மை நாம்தான் சிற்பமாக மாற்றிக்கொள்ள வேண்டும். இதில் நாமே கல், நாமே உளி, நாமே சுத்தியல், நாமே சிற்பியும் கூட.

ஓர் ஊரில் ஒரு பெரியவர் 'வாழ்க்கையே வீண்' என்றும் 'சாவதே மேல்' என்றும் எல்லாரிடமும் பேசுவாராம். அவர் பேச்சைக் கேட்டுப் பலர் தற்கொலை செய்து கொண்டனர்.

அவரிடம் ஒருவர் கேட்டார். "நீங்கள் மட்டும் 90 வயது வரை வாழ்கிறீர்கள்! ஏன் நீங்கள் தற்கொலை செய்துகொள்ளவில்லை?"

"நானே இறந்துவிட்டால், அப்புறம் மற்றவர்களைத் தற்கொலை செய்ய யார் தூண்டுவார்" என்று அவர் பதில் சொன்னாராம்.

வாழ்க்கையின் மீது நம்பிக்கையூட்டுபவர்களையே நாம் நாட வேண்டும். அவர்கள் சொற்களையே நாம் சங்கீதமாக்கிக் கொள்ள வேண்டும்.

16. துறைதோறும் பரிந்துரை

மதுரை சொக்கிகுளத்தில் இருக்கும் என் அலுவலக மின்சார வயர்களை மாற்றும் வேலை தீவிரமாக நடந்துகொண்டிருந்தது. நான் எலக்ட்ரிசியனுக்கு எடுபிடி வேலை செய்யும் மீசை அரும்பாத சிறுவனைக் கேட்கிறேன்.

"ஏதாவது படித்திருக்கிறாயா தம்பி?"

"எட்டாவது வரை படித்திருக்கிறேன்."

"ஏன் அதற்கு மேல் படிக்கவில்லை?"

"வீட்டில் படிக்க வைக்கவில்லை."

"இப்போது படிப்பதற்கு என்ன வசதி தேவைப்படுகிறது? இலவச கல்வி, மதியம் சத்துணவு, இலவச பாட நோட்டுப் புத்தகங்கள், வருடம் இரண்டு சீருடை, இன்னும் வறியவர்களுக்கு விடுதி வசதி. இத்தனை சலுகைகள் இருக்கும்போது படிப்பைத் தொடர என்ன தடை?"

அவனிடம் இருந்து பதில் வரவில்லை.

தனக்குப் படிப்பின் மீது ஆர்வம் இல்லை என்பதையோ, தனக்குப் படிக்க விருப்பமில்லை என்பதையோ, தனக்கு சோம்பல் அதிகம் என்பதையோ ஒத்துக்கொள்ளத் துணிவு இல்லாதவர்கள்தான் "வசதியில்லை" என்ற பழைய பல்லவியின் கீழ் ஓடி ஒளிகிறார்கள்.

நாம் நம்முடைய இயலாமையைக் கூட பகிரங்கமாக ஒத்துக் கொள்ளத் தயாராக இல்லை என்பதே உண்மை. எப்போது நாம் ஒத்துக் கொள்கிறோமோ அப்போதே அதிலிருந்து விடுபடவும் சாத்தியமாகிறது.

'கனவுதான் கண்டுகொண்டு இருக்கிறோம்' என்ற உணர்வு வந்த உடனேயே எப்படி விழித்துக்கொள்கிறோமோ, அதைப் போல இயல்பாக நிகழக்கூடியது அது.

இரண்டு விதமாக இது நிகழ்வதைக் காணலாம்.

முதலாவதாக நம்முடைய திறமையின்மையை, நாம் முயற்சி செய்யாததை ஏதேனும் காரணம் சொல்லி சமாளிக்க சமாதானம் கூறுதல்.

இரண்டாவதாக அடுத்தவர்கள் திறமைகளைக் குறைத்து மதிப்பிடுதல் அல்லது அவர்கள் சாதனைகளை மிகவும் சாதாரணம் என்று ஏளனம் பேசி தனக்குள் திருப்திப்பட்டுக் கொள்ளுதல்.

தான் முன்னேறாததற்குத் தனக்கு அதிர்ஷ்டமில்லையென்றும், வசதியில்லை என்றும், சிபாரிசுக்கு ஆள் இல்லை என்றும், மேலிடத்தில் யாரையும் தனக்குத் தெரியவில்லை என்றும் அங்கலாய்த்துக் கொள் பவர்களை நாம் அடிக்கடி காணலாம்.

நாமும் அதே பட்டியலில் சேர்ந்து விடாமல் பார்த்துக்கொள்வது மிகவும் அவசியம். ஏனென்றால் மனம் எப்போதும் எளிதான பாதையையே தேர்வு செய்ய விரும்புகிறது. பலர் நடந்து வந்த பாதையே பாதுகாப்பானது என்று கருதுகிறது.

நம் தோல்விக்கான காரணங்களை எளிதாக அடுத்தவர்கள் தோளில் தொங்கவிட்டு விடலாம் என்று எண்ணுபவர்கள் பலர், தங்கள் தோள்களில் அடுத்தவர்களின் தோல்விகள் தொங்குவதைக் கவனிக்க மறந்து விடுகிறார்கள்.

இன்றைய இளைஞர்களைப் பிடித்திருக்கும் கொடிய நோய் எது என்று சொல்ல வேண்டும் என்றால் - "சிபாரிசு பிடித்து வாழ்க்கையில் முன்னேறிவிட வேண்டும் என்கின்ற அவர்கள் எண்ணம்தான்."

படிக்க ஆரம்பிப்பதிலிருந்து பணியில் அமர்வது வரை பணி மாற்றத்திலிருந்து பதவி உயர்வு வரை...

எல்லாவற்றிற்கும் யாரையாவது பிடித்துக் கூழைக் கும்பிடு போட்டு கையைப் பிடித்து காலைப் பிடித்து எப்படியாவது சாதித்து விட வேண்டும் என்று நினைப்பவர்கள் இங்கு ஏராளம்.

சிபாரிசுக்கு அலைகின்ற வேகத்தைப் படிப்பதில் செலவழித் திருந்தால், உழைப்பில் செலவழித்திருந்தால் இவர்கள் எதிர்பார்க்கும் முன்னேற்றம் தானாகக் கிடைத்திருக்கும். ஆனால் அதை நம்ப இவர்கள் தயாராக இல்லை.

தன்னை நம்புவதைக் காட்டிலும் அடுத்தவர்கள் தயவை நம்புகின்றவர்கள்தான் சிபாரிசு தேடி அலைபவர்கள்.

தாழ்ந்து, தன்மானத்தைத் தொலைத்து, வெகு நேரம் காத்திருந்து உதாசீனத்திற்கு உள்ளாகி... இப்படியொரு உயர்வு தேவையா? என எண்ணிப் பார்க்க வேண்டும்.

சிபாரிசு தேடி அலைபவர்களை வலை விரித்துப் பிடிக்கவே பல இடைத்தரகர்கள் உண்டு. கையில் ஒரு பையுடன் கம்பீரமாக நடக்கும் இந்த எடுபிடிகளிடம் அங்கும் இங்கும் கடன்பட்டு கணிசமான தொகையை முன்பணமாகக் கொடுத்து ஏமாறுபவர்கள் ஏராளம்.

உள்நாட்டில் வேலை வாங்கித் தருவதாக நம்ப வைப்பதிலிருந்து வெளிநாட்டுக்கு விசா வாங்கித் தருவதாக செய்கின்ற மோசடி வரை விதவிதமாகத் தினமும் நடந்து கொண்டுதானிருக்கின்றன.

நாளைக்கு இன்னொருவர் இதுபோன்ற உறுதிமொழிகளுடன் முளைத்தால் - புதிய மோசடி நிதி நிறுவனத்திடமும் ஏமாறுகின்ற நடுத்தர மக்களைப் போல - ஏமாறுகின்ற இளைஞர்கள் தயாராகக் காத்திருக்கிறார்கள்.

எதைத் தின்றால் பித்தம் தெளியும் என, தங்கள் வேலை யின்மைக்கே தீர்வாக சமயத்தில் இவர்கள் விஷத்தையே அருந்துவது தான் வேதனையான சமாச்சாரம்.

இங்கு 'உதவி' என்று சொல்வது பணத்தை அடுத்தவர்களுக்கு அள்ளித் தருவது, தெரிந்த நபருக்கு வேலை வாங்கித் தருவது, இலவச நோட்டுப் புத்தகம் வழங்குவது என்பவற்றோடு முடிந்துவிடுகிறது. இவற்றால் மட்டுமே சமுதாயத்திற்குப் பயன் உள்ளவர்களாகத் தங்களைக் கருதிக்கொள்கின்ற திருப்தி பலருக்குக் கிடைத்து விடுகிறது.

நாம் ஒன்றைத் தெளிவாக உணர வேண்டும். தகுதியற்ற நபர் ஒருவருக்கு ஒரு பணியை பெற்றுத் தருவதன் மூலம் தகுதியுள்ள நபர் ஒருவருக்கான வாய்ப்பை நாம் பிடித்து விடுகிறோம். அது எவ்வளவு பெரிய தவறு.

இது தனி மனிதனுக்கான இழப்பு மட்டுமல்ல - இதனால் அவன் பணிபுரிகின்ற நிறுவனத்தின் நிர்வாகத்திறன் குறைவிற்கும் வளர்ச்சிப் பணிகளின் தேக்கத்திற்கும், தேசிய பொருளாதாரப் பின்னடைவுக்கும் கூட நாம் மறைமுகமான ஒரு கருவியாகச் செயல்பட்டிருக்கிறோம். சிபாரிசின் மூலம் பணியை அடைந்தவர்கள் பலர், அதற்குப் பிறகு தங்களைத் தகுதிப்படுத்திக்கொள்ள வேண்டும் என்று நினைப்ப தில்லை. இதனால் ஒரு சராசரித்தன்மை பரவ அவர்களே கிருமிகளாகச்

செயல்படுகிறார்கள். திறமையின்மையும், நேர்மையின்மையும் எயிட்சைக் காட்டிலும் வேகமாகப் பரவக் கூடியது.

இவர்களைக் கண்டு திறமைசாலிகளும், 'நாம் மட்டும் ஏன் இவ்வளவு சிரமப்பட வேண்டும்' என எண்ணி அலட்டிக்கொள்ளாமல் வாழக் கற்றுக்கொள்கிறார்கள். தன்னுடைய திறமைக்காக தகுதிக்காக கிடைக்கின்ற பணியைக் கூட யாருடைய சிபாரிசிலோ பெற்றதாகக் கருதுகின்ற இளைஞர்களும் உண்டு.

நேர்மையாக நியமிக்கப்படுகின்ற பணிகளில் கூட எல்லோரிடமும் வாக்குறுதி தந்து ஒரு தொகையை வாங்கிக்கொண்டு, நியாயமாகத் தேர்வு ஆகிறவர்களிடம் "என் சிபாரிசால்தான் கிடைத்தது" என்று பணத்தை அமுக்கிக்கொண்டும், மற்றவர்களிடம் பணத்தை திருப்பித் தந்தும் நல்ல பெயர் எடுக்கின்ற நயவஞ்சகர்களும் இருக்கிறார்கள்.

நான் ஐ.ஏ.எஸ் தேர்வில் தேர்ச்சி பெற்றபோது கூட,

"எவ்வளவு செலவழித்தீர்கள்?"

"யார் சிபாரிசு செய்தார்கள்?"

என்று கேட்டு என்னை வெறுப்பேற்றியவர்கள் உண்டு. நியாயமான முறையில் நேர்மையான வழியில் எந்த நியமனமும் நடக்க வாய்ப்பே யில்லை என்கிற அளவுக்கு வந்துவிட்டவர்கள் இவர்கள்.

சிபாரிசு பிடிப்பது என்பது ஒருவகையான போதை. கைவிடவே முடியாத அளவிற்கு அது தீய பழக்கமாகப் பின்தொடருகிறது.

சிபாரிசுக்குக் கிடைக்கின்ற உத்தியோகம் ஒருவரைக் கால மெல்லாம் குற்ற உணர்வுக்கு ஆட்படுத்த வேண்டும். 'இது நமது திறமைக்குக் கிடைக்கவில்லை' என்கின்ற வருத்தம் ஏற்பட வேண்டும். ஆனால் எல்லாவற்றையும் துடைத்து எறியும் 'முதிர்ச்சி'யடைந்த இளைஞர்கள் இது குறித்து சிறிதும் கவலைப்படுவதில்லை.

சிபாரிசு என்பது வேலைக்குச் சேருவதில் மட்டுமல்ல;

நகை வாங்குவதிலிருந்து,

மின்சார எரிமேடை வரை தொடர்கிறது.

கடைகளில் கிடைக்கிற 'நோட்ஸ்'களை வாசித்து பரீட்சையில் தேர்வாகின்ற நிகழ்வில் இருந்தே குறுக்குவழிகளில் வெற்றி பெறுகின்ற மனப்பான்மை பலருக்கு ஏற்பட்டுவிடுகிறது.

தேர்வுக்கு முதல் நாள் ஏதேனும் கேள்வித்தாள் 'லீக்' ஆகாதா? என்று எதிர்பார்த்து கனவுகளை அடை காக்கும் அபாக்கியவான்கள் இவர்கள்.

வாழ்க்கையில் ஆறில் ஒரு பகுதியை 'யாரைப் பிடிப்பது' என்கின்ற சிந்தனையிலும், பெரும் தொகையை பயணத்திலும், கையூட்டு தருவதிலும் செலவு செய்தும் விரக்தியையும், ஏமாற்றத்தையும் சமவிகிதத்தில் வாங்கி முதலீடு செய்துகொள்ளும் இந்த இளைஞர்கள் நமக்கு 'எச்சரிக்கைப் பாடம்' என்று நாம் எழுதி வைத்துக்கொள்ள வேண்டும்.

முதலில் நாம் நமது திறமையின் மீது நம்பிக்கை வைக்க வேண்டும். ஏதேனும் திறன்களில் நமக்குப் பற்றாக்குறை இருந்தால் அவற்றை நாம் வளர்த்துக்கொள்ள இன்னும் அதிகப்படியாக உழைக்க வேண்டும்.

நாம் நமது உழைப்பைப் பெருமைப்படுத்த வேண்டும். உழைக்கும் நேரத்தை, உழைப்பில் உள்ள ஈடுபாட்டை நாம் அதிகப்படுத்திக் கொள்ள வேண்டும்.

தகுதியான நபர்களிடம் ஆலோசனை பெற வேண்டும். அனுபவம் பெற்றவர்களிடம் சென்று நம்முடைய முயற்சி சரியான திக்கில் சென்று கொண்டிருக்கிறதா என்று பார்க்க வேண்டும்.

எங்கேயாவது நமக்குத் தோல்வி ஏற்பட்டால் 'ஏன் தோல்வி ஏற்பட்டது?' என்று அமைதியாக அமர்ந்து அலசி ஆராய வேண்டும். நம் பலவீனங்களைக் கண்டறிந்து அவற்றைக் களையப் பயிற்சிகள் மேற்கொள்ள வேண்டும். வானத்தை இலக்காக நினைப்பதில் தவறு இல்லை. ஆனால் அதற்காக கிடைத்த கிளைகளையும் தவறவிட்டு மண்ணில் குப்புற விழுவது நியாயமல்லவே.

எந்தப் பணி கிடைத்தாலும் அதை ஏற்றுக்கொண்டு அதைத் திறம்படச் செய்து நமது அனுபவத்தை விசாலப்படுத்திக்கொள்ள வேண்டும். அந்தப் பணியில் நாம் பணிபுரியும் நேர்த்தியைக் கண்டு வேறொருவர் நமக்குப் பயனளிக்க முன் வரலாம். அதுமட்டுமல்ல, அப்பணியில் நாம் பெறுகின்ற ஊதியம் வேறொரு பணிக்கு விண்ணப் பிக்கும் செலவுக்கு, தேர்வு எழுதத் தேவைப்படும் புத்தகங்கள் வாங்கும் பணத்திற்கு உதவியாக இருக்கலாம் - ஏன் நாம் சேர்ந்த பணியே நாம் சுயதொழில் தொடங்கத் தூண்டுதலாக இருக்கலாம்.

அதனால்தான் தெரிந்ததிலிருந்து தெரியாததற்கு நாம் பயணம் செய்ய வேண்டும். எளியதில் இருந்து கடினமானதற்கு நாம் உந்திச் செல்ல வேண்டும். கிடைத்ததிலிருந்து நினைத்ததை அடையப் பாடுபட

வேண்டும். வாழ்ந்தால் குறுக்கு வழி என்று எதுவும் இல்லை. அப்படி ஏதேனும் குறுக்கு வழிகளைக் கண்டுபிடித்தால் அவை நேர்வழிகளைக் காட்டிலும் நீளமாக இருப்பதை நாம் உணர முடியும். பார்ப்பதில், பணம் சம்பாதிப்பதில், பதவிகளைப் பெறுவதில் குறுக்கு வழிகளை நாம் கண்டு பிடித்தால் அவை வெகுநாட்கள் தாக்குப் பிடிக்காமல் சரிந்து போவதை நாம் விரைவில் உணர முடியும்.

நம் வாழ்க்கையைத் தீர்மானிக்கும் முக்கிய நிகழ்வுகள் எதிலும் 'சிபாரிசு' செல்லுபடியாவதில்லை. நம் திறமையும், தனித்தன்மையும், நேர்மையும் மட்டும் நமக்கு சிபாரிசு சான்றிதழ் தர வேண்டுமே தவிர யாரோ வாலாயமாகத் தன்னுடைய லெட்டர் பேடில் கையொப்ப மிட்டுத் தருகின்ற ஜீவனற்ற பச்சை மைக் கடிதமல்ல என்பதை நாம் உணர வேண்டும்.

17. அயற்சியும் மலர்ச்சியும்

விடிந்துவிட்டது. அதிகாலையிலேயே இயங்கத் தொடங்கிவிடும் மதுரை எனக்கு உற்சாகத்தை ஏற்படுத்துகிறது. உழைப்பும், உழைப்பை அனுபவிக்கத் தெரிந்த பண்பும் மிகுந்த மகிழ்ச்சியைத் தருகின்றன.

என் சன்னல் வழியாக கீழே வீட்டைத் தூய்மைப்படுத்திக் கொண்டிருக்கும் நான் குடியிருக்கும் வீட்டுச் சொந்தக்காரர் தங்கதுரை என் கண்களில் படுகிறார். எதிர்வீட்டில் காலை 4 மணிக்கே எழுந்து தியானம் செய்கின்ற கருப்புசாமியின் வீட்டு விளக்குகள் தெரிகின்றன.

இருவருமே ஓய்வு பெற்றவர்கள். ஆனாலும் சோம்பி இராமல் சகல நேரமும் ஏதேனும் ஆக்கப்பூர்வமான பணிகளைச் செய்பவர்கள். அனாவசியமான வெட்டிப் பேச்சுக்கு இடம் கொடுக்காமல் நேரத்தைப் பயனுள்ள வகையில் செயல்படுபவர்கள்.

சுய முன்னேற்றப் புத்தகங்களில் குறிப்பிடப்படும், மேல் நாட்டு அறிஞர்களைப் பற்றிப் படித்துதான் நம்மை மேம்படுத்திக்கொள்ள வேண்டும் என்பதில்லை. நம் கண்களுக்கு எதிரேயே, நம் பக்கத்து வீட்டிலேயே நம் தெருவிலேயே வாழ்ந்துகொண்டிருப்பவர்கள்கூட எத்தனையோ வகைகளில் நமக்கு உதாரண புருஷர்களாகத் திகழ்கிறார்கள். மருதுபாண்டியர் நகர் 2-ஆவது தெருவிலே இருக்கும் அனைவருமே எனக்கு வியப்புக்குறியாகத் தோன்றுகிறார்கள்.

ஓய்வு பெற்ற பிறகும் சுறுசுறுப்பாக இயங்குபவர்களுக்கு "அயற்சி" ஏற்படுவதே இல்லை. என் நண்பர் ஒருவர் சொல்வார், "இந்தியாவில் ஓய்வு பெற்ற பின் வாழ்க்கையை கழிப்பது குறித்துப் பலருக்கு சரியான ஞானம் இல்லை."

"ஆம்; நம் நாட்டில் பலர் உழைக்கும்போதே ஓய்வாக இருப்பதால், ஓய்வு பெறுவது ஒன்றும் அவர்களுக்குப் புதிதாக இல்லை."

ஓய்வு என்பது உழைக்காமல் இருப்பது இல்லை. மாறாக, நம் விருப்பத்திற்கேற்ப உழைப்பது. நாம் உழைக்கின்ற களத்தைத் தேர்ந்தெடுத்துக் கொள்வது. நமக்கு நாமே எஜமானர்களாக மாறிக் கொள்ள அனுமதிக்கும் சுதந்திரமே ஓய்வு.

இன்று எல்லோரும் அதிகம் பயன்படுத்துகின்ற வார்த்தை "போர்". அதற்கு இணையான தமிழ்ச் சொல் எது என்று தமிழாய்ந்த ஒருவரைக்

கேட்டேன். சற்று நேரத்திற்குப் பிறகு தமிழர்களுக்குப் பழங்காலத்தில் "போர்" அடித்ததே இல்லை. அதனால் அது குறிக்கும் சொல் தமிழில் இல்லை" என்றார்.

ஒருவேளை 'அகம்', 'புறம்' என்று தமிழர்கள் எப்போதும் 'பிசி'யாகவே இருந்ததால் அவர்களுக்கு 'போர்' அடிக்கவே இல்லையோ என்னவோ தெரியவில்லை.

'அயற்சி' என்ற சொல் ஓரளவுக்குப் பொருந்துவதாகத் தோன்று கிறது. இந்த 'போர்' என்பது எப்படித் தோன்றுகிறது என்று சற்று யோசிப்போம். "போர்" என்ற சொல்லை அடிக்கடி பிரயோகிப் பவர்களே, "நேரமில்லை" என்ற சொல்லையும் பிரயோகிப்பதைப் பார்க்கலாம். இதிலிருந்தே நேரத்தைச் சரியாகத் திட்டமிடாததே அவர்களின் அயற்சிக்குக் காரணம் என்பதை அறிந்துகொள்ளலாம்.

நாம் எதைத் திரும்பத் திரும்ப செய்கிறோமோ அது அயற்சியை ஏற்படுத்துகிறது. ஒரே உணவை திரும்பத் திரும்ப உண்ணும்போதுதான் அலுப்புத் தட்டுகிறது. ஒரே மாதிரி வாழ்க்கைச் சக்கரம் சூழலும்போது அலுப்பு ஏற்படுகிறது.

மனிதனுக்கு நிறைய ரகங்கள் உணவிலும். உடையிலும் தேவைப் படுகிறது. புதிய இடத்துக்குப் போய்விட்டு வருவதும், புதிய மனிதர் களைச் சந்திப்பதும் அவனுக்குப் புத்துணர்ச்சியைத் தருகிறது. இதுவரை சுவைத்திராத உணவு, சந்திக்காத மனிதர்கள், பார்த்திராத அருவி, மலைகள் ஆகியவை அவன் உள்ளத்தில் உற்சாகத்தைத் தெளிக்கிறது.

ஆனால் அவை எவ்வளவு காலத்திற்குத் தாக்குப் பிடிக்கும்? அவன் பழைய இடத்துக்கே திரும்புகிறான். பழைய இடங்கள், பழைய, மனிதர்கள், பழைய பணி. அவனுக்கு ஏற்கெனவே இருந்ததைக் காட்டிலும் அதிக அலுப்பை ஏற்படுத்துகிறது.

அவனுக்குப் புரிய ஆரம்பிக்கிறது - இடங்களை மாற்றுவது வெறும் தப்பித்தலாக இருக்குமே தவிர விடுதலையாக இருக்காது என்கின்ற உண்மை.

கைகளைப் பிசைந்துகொள்கிறான். உதட்டைக் கடித்துக் கொள் கிறான். அவன் விழிப்புணர்வு தேய்ந்து விடுகிறது.

இதற்கு என்னதான் வழி? எப்போது நாம் மேற்கொள்கின்ற பணிகளை ஆர்வத்துடனும், விழிப்புணர்வுடனும், மகிழ்ச்சியுடனும் செய்கிறோமோ அப்போது எத்தனை முறை செய்தாலும், அது அலுப்புத் தட்டுவதே இல்லை. செய்கின்ற பணியில் நம்முடைய படைப்பாக்கமும் இணைகின்றபோது பணி மெருகேறுவதுடன் நாமும் முலாம் பூசப்படுகிறோம்.

வெ.இறையன்பு

நமக்குள்ளும் ஓர் அற்புத மலர்ச்சி நிகழ்கிறது. நமக்குள்ளும் ஒரு பரிணாம வளர்ச்சி ஏற்படுகிறது.

பூக்களுக்கு நீர் வார்க்கும்போது கூட கடனே என்று செய்பவர்கள் இருக்கிறார்கள். பாறைகளை உடைக்கும்போதுகூட மென்மையான இதயத்துடன் செய்பவர்கள் இருக்கிறார்கள். பணி எப்போது திருவிழாவாக மாறுகிறதோ அப்போதுதான் நாம் அதை முழுவதுமாக லயித்து அனுபவிக்க முடியும்.

அயற்சியும், அலுப்பும் ஏற்படாமல் வாழ, நாம் நேரத்தை சரியாகப் பயன்படுத்தக் கற்றிருக்க வேண்டும்.

"இன்று காலையில் நாள் முழுவதும் எப்படிச் செலவழிக்கப் போகிறோம்" என்பதை முடிவு செய்ய வேண்டும். ஏதேனும் ஒரு பயனுள்ள செயலைக் கூட செய்யாமல் வெறுமனே உண்டு உறங்கி எப்படி வாழ முடியும்? இரவு படுக்கும் முன் ஏதாவது உருப்படியாகச் செய்திருக்கிறோமா என்று சிந்திக்க வேண்டும் என்று குடும்ப விளக்கில் பாரதிதாசன் குறிப்பிடுகிறார்.

ஓர் இனிய புத்தகத்தை வாசித்திருந்தாலோ, ஒரு மரக்கன்றுக்கு நீர் வார்த்திருந்தாலோ, யாருக்கேனும் இளைப்பாற உதவியாக இருந்திருந் தாலோ, அவற்றைக் கூடப் பயனுள்ள செயலாக நாம் இதயத்தில் குறித்துக் கொள்ளலாம். யாரும் பாராட்டுவார்கள் என்றோ, பரிசு தருவார்கள் என்றோ, இதை நாம் செய்யப் போவதில்லை.

மாறாக நம் திருப்திக்காகவும் நம் மகிழ்ச்சிக்காகவும்தான் அவற்றை மேற்கொள்ள வேண்டும்.

உபரியாக நேரம் கிடைக்கின்ற ஒவ்வொருவரும் இருத்தலுக்கு நன்றி சொல்ல வேண்டும். இந்த நேரம் நாம் நம்மை மேம்படுத்திக் கொள்ளக் கிடைத்த வாய்ப்பு. நம்மை செதுக்கிக் கொள்ளவும், பட்டை தீட்டிக் கொள்ளவும், பயன்படுத்திக்கொள்ளக் கிடைத்திருக்கும் அற்புதப் புதையல் என்று எண்ணிக்கொள்ள வேண்டும்.

"உன்னதமான மனிதர்கள் எல்லோரும் இறுதிநாள் வரை உழைத்திருக்கிறார்கள்" என்றார் என் நண்பர்.

"இறுதிநாள் வரை உழைப்பவர்களே உன்னதமான மனிதர்கள்" என்றேன் நான்.

நேரம் அதிகம் இருப்பவர்கள் அது குறித்து மகிழ்ச்சியடைய வேண்டும். ஏதேனும் ஒரு பயனுள்ள பொழுதுபோக்கில் கவனத்தைச் செலுத்தலாம். "சேகரிப்பு" என்பதும் "சேமிப்பதும்" இருவேறு செயல்கள். சேகரிப்பது எப்போதும் நிகழ்காலத்திற்கு. சேமிப்பு என்பது எதிர்காலத்திற்காக.

'ஹாபி' என்கின்ற ஆங்கிலச் சொல்லுக்கும் Pastime என்பதற்கும் Entertainment என்பதற்கும் நிறைய வேறுபாடுகள் இருக்கின்றன. அவற்றிற்கு இணையான தமிழ்ச் சொற்களை நாம் உருவாக்குவது நல்லது. Hobby என்பது பணி தவிர நாம் கவனம் செலுத்தும் இன்னொரு செயல். Pastime என்பது பணியைக் காட்டிலும் அதிக அக்கறை செலுத்தும் செயல். அது ஆரோக்கியமான அணுகுமுறை அல்ல. Entertainment என்பது வெறும் பொழுதுபோக்கு.

ஒரு நேர்முகத் தேர்வில் கலந்துகொண்ட போட்டியாளர்களிடம் கேட்டார்கள். உங்கள் 'ஹாபி' என்ன? - 'சமைப்பது'

"நீங்கள் சமைப்பது உண்பதற்காக. அது எப்படி 'ஹாபி' ஆக முடியும்" "நான் சமைப்பதை நான் சாப்பிடுவதில்லை. அதனால்தான் அது ஹாபி."

நம்முடைய 'ஹாபி' நமது குணநலன்களைப் பிரதிபலிப்பதாக இருக்க வேண்டும். சீட்டு விளையாடுவது, வேட்டையாடுவது ஆகியவை கூட 'ஹாபி'தான். ஆனால் அவை ஆக்கப்பூர்வமானவை அல்ல. நமது 'ஹாபி' நம்மை மேன்மைப்படுத்துவதாக இருக்க வேண்டும். நம்மை விசாலப்படுத்துவதாக இருக்கவேண்டும். நாம் நுணுக்கங்களுடன் அதைக் கையாள வேண்டும்.

நாணயங்களை சேகரிக்க ஆரம்பிப்பவர்கள் அவை குறித்த வரலாற்றுத் தகவல்களையும் நுட்பமாக அறிந்துகொள்ள வேண்டும். தபால்தலையை சேகரிப்பவர்கள் ஒவ்வொரு தபால் தலைக்குப் பின் ஒளிந்துகொண்டிருக்கும் சங்கதிகளைப் பற்றி விவரமாக அறிய வேண்டும்.

ராஜராஜசோழன் தபால்தலையை மட்டும் வைத்துக்கொண்டு அவரைப் பற்றி ஏதும் அறியாமல் இருந்தால் அந்த சேகரிப்பால் எந்தப் பயனுமில்லை. இந்தத் தகவல்களைக் கூட Information என்கிற வகையில் மட்டும் மூளையில் பதிவு செய்து கொள்ளாமல் Experience அனுபவம் என்கின்றவாறு இதயத்தில் நாம் பதியம் போட்டுக் கொள்வது மிகவும் முக்கியம்.

நாம் சேகரிப்பவை நமக்குள் என்ன மாற்றத்தை ஏற்படுத்துகின்றன என்பதுதான் இங்கு தீவிரமாக நோக்க வேண்டிய இலக்கு. இங்கு நாம்தான் இலக்கே தவிர, நாம் சேகரிப்பவை அல்ல. நம் இதயத்துக்குள் எதைச் சேகரிக்கப்போகிறோம்? அதுவே கேள்வி.

நாம் தேர்ந்தெடுக்கும் 'ஹாபி' சமூகத்துக்கே பயனுள்ளதாக மாறலாம். புதைபொருள் ஆராய்ச்சி கூட 'ஹாபி' ஆக ஆரம்பமானது தான். நாம் சேகரிக்கும் ஒரு நாணயம் நமது நாகரிகம் குறித்து ஓர் அரிய

தகவலை உலகத்திற்குத் தரலாம். வீதிக் குழந்தைகளுக்கு தன் உபரி நேரத்தை செலவிடுகிறார் ஒருவர். அவர்களில் பலருக்கு வாழ்க்கையின் மீது பிடிப்பு ஏற்படுவதற்கே அவர் மூல காரணமாக இருக்கிறார்.

தேனீக்களை வளர்க்கிறார் இன்னொருவர். அருகிலிருக்கும் பூந்தோட்டங்களும், பழத்தோட்டங்களும் அவற்றின் மகரந்தச் சேர்க்கையால் பூத்தும், காய்த்தும் குலுங்குகின்றன.

வீட்டுக்குப் பின்புறம் கீரைகளை வளர்க்கிறார் இன்னொருவர். சத்தான உணவு அவரால் பலருக்குக் கிடைக்கிறது.

நாம் நிழல் தரும் மரத்தடியில் நிற்கின்ற போதெல்லாம் அதை நட்டவர்களை நினைத்துக் கொள்கிறோமா? கவிதை எழுதுவது, கதை எழுதுவது கூட, ‘ஹாபி’ ஆக ஆரம்பமானவைதான். ஒரே கவிதை கூட ஒரு நாட்டின் வரலாற்றில் கல்வெட்டாய்ப் பதிந்து போகலாம்.

இப்பொழுது எல்லாம், எல்லா ஆளுமைத் தேர்வு Personality Testகளிலும் ‘ஹாபி’ குறித்த கேள்விகள் எழுப்பப்படுகின்றன.

நம் உணர்வுத் தன்மையை, கேள்விகளை எதிர்கொள்ளும் ஆற்றலை, சமயோசித புத்தியைத்தான் இந்த ஆளுமைக்கேள்விகள் அதிகம் பரிசோதிக்கின்றன. அவை நம் பதில் சொல்லும் திறமையைப் பற்றி கவலைப்படுவதில்லை.

ஒரு நபரை ‘பசிபிக்’ சமுத்திரத்திலிருந்து எத்தனை வாளி தண்ணீர் எடுக்கலாம் என்று கேட்டார்கள். அது வாளியின் அளவைப் பொறுத்தது என்று சட்டென்று விடை வந்தது. ஏகப்பட்ட மதிப்பெண் களுடன் தேர்ச்சி பெற்றார்.

ஒரு நபரிடம், “நீங்கள் அசிங்கமாக இருக்கிறீர்கள்.”

“நாம் இருவரும் ஒரே மாதிரி நம்மைப் பற்றிய அபிப்ராயங்களைக் கொண்டிருக்கிறோம் (Feeling is Mutual)” என்றார். அவர் திறன் பாராட்டப்பட்டது.

“தேசிய கீதத்தைப் பாட முடியுமா?”

“நீங்கள் எழுந்து நில்லுங்கள். நான் பாடுகிறேன்” என்று பாடியவருக்கு எக்கச்சக்கமான மதிப்பெண்கள்.

இப்போது நேர்முகத் தேர்வுகளில் “ஹாபி” குறித்து நிறைய கேள்விகள் எழுப்பப்படுகின்றன.

இசையை நாம் “ஹாபி” என்று சொன்னால் அது குறித்த அடிப்படை விஷயங்கள் நமக்குத் தெரிந்திருக்க வேண்டும்.

சாஸ்திரிய இசையிலிருந்து மேனாட்டு இசை வரை, இந்துஸ்தானி முதல் கர்நாடகம் வரை, கல்யாணி முதல் காம்போதி வரை, பீத்தோவனில் இருந்து மொசார்ட் வரை நமக்குப் பரிச்சயமாக இருக்க வேண்டும்.

பறவைகளை உற்றுக் கவனிக்கத் தெரிந்திருந்ததால் நமக்கு ஒரு சலீம் அலி கிடைத்தார். இப்படித்தான் நமது ஈடுபாடு ஒவ்வொன்றும் நம்மை உயர்த்துபவை. நம்முடைய நேரத்தை அவற்றிற்காக செல வழிப்பது செலவு அல்ல, பயன்பாடு. வீண் அல்ல, முதலீடு.

பயணம் செய்வதுகூட ஒரு "ஹாபி"தான். அங்கு உள்ள மக்களை, அவர்களது கலை ஆர்வத்தை, அவர்கள் பண்பாட்டைத் தீவிரமாக அறிந்துகொள்வதும் நமக்கு நல்ல பயனைத் தரும். அவை ஏதாவது ஒருவகையில் நம்மையும் அறியாமல் நமக்குள் புகுந்து நமக்கே தெரியாத நேரத்தில் வெளிப்பட்டு அதிசயிக்க வைக்கும்.

வாழ்க்கை நமக்கு வரமாக அளிக்கப்பட்டிருக்கிறது. நான் ஒரு நோட்டுப் புத்தகத்தை வெளியே போட்டு வைத்திருந்தேன். அதில் சில பக்கங்களில் மட்டுமே எழுதப்பட்டிருந்தது. சில பக்கங்களில் கிறுக்கல்கள், சில பக்கங்கள் வெறுமனே விடப்பட்டிருந்தன. எழுதப் படாமல் விட்ட பக்கங்களை வீணடித்து விட்டோமே என வருத்தப் பட்டேன்.

ஆனால் வாழ்க்கை என்னும் நோட்டுப் புத்தகத்தில் எத்தனை பக்கங்களை எழுதாமலே வீணடித்து விட்டோம் என்ற நினைவு வந்ததும் நேரம் காலம் ஆகியவற்றின் அருமை எனக்குத் தெரிந்தது.

என் எதிரே மிகப் பெரிய கடற்கரையின் படம். "கடல் ஏன் மிகப் பரந்த நீர் நிலையாக இருக்கிறது. இது தாழ்ந்தும், எல்லா நீரையும் ஏற்றுக்கொள்ளக்கூடியதாக இருப்பதாகவும் உள்ளது. அதனால்தான் எல்லா நதிகளும் அதில் வந்து விழுகின்றன" என்ற தாவோ வாசகம் நினைவுக்கு வந்தது.

நாமும் கடலாக மாறலாம். கொஞ்சம் தாழ்த்திக்கொண்டால் நம் அறிவும் அனுபவமும் விரிந்தும், பரந்தும் நமக்குள்ளும் பல படகுகளும், கப்பல்களும் நீந்த வாய்ப்பு ஏற்படலாம்.

இதுதான் வாழ்க்கை. இதுதான் அனுபவம். இதுதான் ஞானம்.

என் விழிகள் ஒளிர வெளியே பார்க்கிறேன். இரு சிட்டுக்கள் வானவீதிகளில் உல்லாசமாகப் பறந்துகொண்டிருக்கின்றன. நான் என் கால்களைக் கவனித்தேன்.

18. இமைகளான குறைகள்

நிறைகளைத் தவிர்த்துக் குறைகளைச் சொல்லி, சுட்டிக்காட்டும் பழக்கம் நம்மிடம் அதிகம் இருக்கிறதோ என்று தோன்றுகிறது.

காகத்தைக் கூடி வாழ்வதற்கு உதாரணம் காட்டுவதைவிட கறுப்பு நிறத்திற்குத்தான் அடையாளமாக்கினோம்.

உழைப்பதற்குக் காட்ட வேண்டிய கழுதையை உதைப்பதற்கும், தூய்மைக்கு எடுத்துக்காட்டாய் இருக்கும் பூனையை, போலச் செய் வதற்கும், நன்றிக்கு இலக்கணமாய் விளங்கும் நாயை வாலை நிமிர்த்த முடியாததற்கும் தானே நாம் உவமைகளாகப் பெரும்பாலும் கையாளு கிறோம்.

என் எதிரே அமர்ந்திருக்கும் நபர் விலங்குகளுக்காக உழைக்கும் அமைப்பில் ஓர் அங்கத்தினர். மனிதர்களைக் கூட அவர்கள் குறைபாடு களைச் சொல்லித்தானே நாம் அடையாளம் காணுகிறோம். 'கரிபால்டி' என்றும் 'மொண்டி' என்றும் 'மொட்டை' என்றும் பல்வேறுவிதமாக நாம் இல்லாதவற்றை வைத்தே மற்றவர்களைச் சுட்டிக்காட்டுகிறோம்.

நம் மொழி முழுவதும் ஏளனமும், கேலியும், கிண்டலும் - நமது நகைச்சுவை என்பது உயர்த்துவதாக இல்லாமல் தாழ்த்துவதாக மாறிப்போய் விட்டது என்று தோன்றியது.

பரிச்சயமான இரண்டு பேருடன் பயணம் செய்ய நேரிட்டது.

பயணம் முழுவதும் அவர்கள் பேச்சில் அடுத்தவர்களை விமர் சிப்பதும், மட்டம் தட்டுவதாகவும் தொடர்ந்தது. அவர்களுக்கு மிகவும் நெருக்கமானவர்களைக் கூட அருவருப்பாகக் குறை சொன்னார்கள். குறை சொல்வது 'இடுப்புக்கு கீழ்' (Below the belt) செல்லுகிற அளவுக்கு சென்றது. இந்த உரையாடலில் அமைதியான பங்கேற்பாளர் என்பது கூட எனக்கு அசிங்கமாக இருந்தது. அவர்களில் ஒருவர் சற்று முன்னதாக உள்ள புகைவண்டி நிலையத்தில் இறங்கிவிட்டார். மற்றவர் என்னைப் பார்த்து 'இப்போது இறங்கினாரே அவரைப் பற்றிப் பேசலாமா' என்று கேட்டார்.

எனக்கு அதிர்ச்சியாயிருந்தது.

குறை காண்பது, குறைகளை மிகைப்படுத்துவது, குறைகள் குறித்தே புலம்பி அடுத்தவர்களை வைவது... உடல் நலனைக் கூடக் கெடுத்துவிடும்.

இனிய செய்திகளைப் பேசும் போதும் நல்லவற்றை சிந்திக்கும் போதும் மனம் உடலுக்கு ஆரோக்கியமான சமிக்ஞைகளை அனுப்புகிறது. உடலை மனம்தான் இயக்குகிறது. உடலின் கடிவாளம் மனதின் கைகளில் தான் இருக்கிறது.

எந்தவொரு செயலைப் பற்றியும் விவாதிக்கும்போதும் அதில் உள்ள சிறந்த அம்சங்களை முதலில் எடுத்துக் கூறி விட்டுப் பிறகு அதில் உள்ள குறைகளை மென்மையாகக் கூறுவதுதான் நாகரிகம், நல்ல பண்பு.

'குணம் நாடி, குற்றமும் நாடி' என்று கூறும்போது குணத்தைத் தான் திருவள்ளுவர் முதலில் குறிப்பிடுகிறார்.

நான் யோசிக்கிறேன்...

நாம் ஒருவரைப் பாராட்டினால்

தோள் வலிக்கத் தூக்குகிறோம்-

இகழ்ந்தால் பாதாளத்திற்குத்

தூக்கி எறிகிறோம் -

வெற்றி வந்தால் வானத்திற்குத்

துள்ளிக் குதிக்கிறோம் -

தோல்வி ஏற்பட்டால் மூலையில்

முடங்கி விடுகிறோம்.

எல்லாவற்றிலும் நாம் மிகையாகச் செயல்படுகிறோமோ என்று தோன்றுகிறது. நம் சிரிப்பு, அழுகை, நகைச்சுவை எல்லாமே திரையைச் சார்ந்து மிகுதலாக மாறிவிட்டனவோ?

ஒருமுறை எம்.பி. நிர்மல், பெட்டிஷன் எழுதுவது பற்றி குறிப்பிட்டார்.

"இதுவரை பல மனுக்கள் எழுதியும் எந்த நடவடிக்கையும் எடுக்க வில்லை."

"எங்கள் ஊருக்கு எந்த வசதியும் செய்து தரவில்லை."

"நீங்கள் எங்கள் மனுக்களைப் படிக்கிறீர்களா என்பது சந்தேகமாக இருக்கிறது!"

"எங்கள் மனுவைக் குப்பைத் தொட்டிக்கு அனுப்புகிறீர்களோ என்று எண்ண வைக்கிறது…"

என்பன போன்ற வாசகங்கள் எழுதிய மனுக்கள்தான் அதிகம். ஒருவகையில் இவை அனைத்தும் விரக்தியின் வெளிப்பாடுதான் என்றாலும், எல்லா நேரங்களிலும் அவற்றிற்கான காரணங்களாகத் தற்சமயம் பணியில் இருப்பவர்கள் இருப்பதில்லை.

நல்ல செயல்பாடு உடையவர்கள் கூட இப்படிப்பட்ட மனுக்களை வாசித்தால் தளர்ச்சியடைந்து விடுவார்கள். நல்ல செயல்திறன் கொண்டவர்களை அணுகுகின்றபோது அவர்கள் மீது நம்பிக்கையோடு அணுக வேண்டுமே தவிர சந்தேகத்துடன் செல்லக்கூடாது.

தங்கள் தெருவில் உள்ள விளக்கு எரியாதது குறித்து இருவிதமான மனுக்கள்.

முதலாவது மனு:

ஐயா,

எங்கள் தெருவில் ஒரு தெரு விளக்குக் கூட இல்லை. இரவானால் கும்மிருட்டு. பெண்களும், குழந்தைகளும் வெளியே செல்லக்கூட முடியவில்லை. எங்கள் வரிப்பணம் எங்கே செல்கிறது என்று தெரியவில்லை. இதுவரை பல மனுக்கள் கொடுத்துவிட்டோம். ஆனால் எந்த நடவடிக்கையும் எடுக்காமல் மெத்தனமாகச் செயல்படுகிறீர்கள். இந்த மனுவின் மீது நடவடிக்கை எடுக்காவிட்டால் நாங்கள் சாலை மறியலில் ஈடுபடுவோம் என்பதைத் தெரிவித்துக்கொள்கிறோம்.

இப்படிக்கு

ஊர் பொதுமக்கள்.

இரண்டாவது மனு:

ஐயா,

தங்களுக்கு முதலில் எங்கள் பாராட்டைத் தெரிவித்துக் கொள்கிறோம். நம் நகராட்சி முழுவதும் இரவு நேரத்தில் வண்ணவண்ணப் பிரகாசமான விளக்குகளால் இரவு கூட பகல் போல ஒளிருவதை உணர முடிகிறது. இது தங்களுடைய நல்ல நிர்வாகத்தைத்தான் காட்டுகிறது.

இந்தச் சூழலில் நகரே ஒளி வெள்ளத்தில் இருக்கும்போது எங்கள் தெரு மட்டும் இருளில் கிடப்பது, நாங்கள் இந்தத் தகவலை உங்கள் கவனத்திற்குக் கொண்டு வராததால்தான் என்பது எங்களுக்குப் புரிகிறது.

இத் தகவல் தெரிந்திருந்தால் உங்கள் நிர்வாகம் இக்குறையை நிவர்த்தி செய்திருக்கும் என்கின்ற நம்பிக்கை எங்களுக்கு உண்டு.

எனவே தங்கள் நிர்வாகத்தில் எங்கள் தெரு மட்டும் இருண்டு கிடக்கிறது என்கின்ற அவப்பெயர் ஏற்படக்கூடாது என்பதற்கே இந்த மனுவை எழுதுகிறோம்.

இப்படிக்கு...

எம்.பி. நிர்மல் இந்த இருவிதமான மனுக்களையும் ஒரு கூட்டத்தில் சுட்டிக்காட்டினார். இரண்டுமே ஒரே குறையை குறிப்பிட்டு எழுதப்பட்டவை தான். ஆனால் சொல்லப்படுகின்ற விதத்தில் எத்தனை வேறுபாடுகள்!

எதிரே இருப்பவரை திட்டுவதற்காகக் கூறப்படாமல் திருத்து வதற்காக அவை கூறப்பட வேண்டும். அதை எதிரே இருப்பவரும் ஒத்துக்கொள்ளும் அளவுக்கு மயிலிறகால் மென்மையாக வருடுமாறு அவை சொல்லப்பட வேண்டும். மென்மையுடன் உறுதியும் ஒரு சேர, கை குலுக்கும்போதுதான் நம் நோக்கம் நிறைவேறும்.

நம் நாட்டில் 'மொட்டை பெட்டிஷன்' என்று ஒன்று உண்டு. யாரை வேண்டுமானாலும் கவிழ்க்க அது பயன்படும். எவ்வளவு மேன்மையானவர் மீதும் சேறு வாரி எறிவதற்கு அவை பயன்படும். தங்கள் இயலாமையை, கோபத்தை, வெறுப்பை, வெளிப்படுத்தும் வகையில் எய்தவர்கள் தெரியாத அம்புகள் அவை. யாரை வேண்டு மானாலும் எளிதில் அசிங்கப்படுத்தி விடுகின்ற ஆயுதங்கள் அவை.

சிலருக்கு யாரையாவது பற்றி பெட்டிஷன் போடுவது பொழுது போக்கு. ஒவ்வொரு ஊரிலும் இப்படிக் குட்டையைக் குழப்புபவர்கள் உண்டு.

தன் பெயரைத் துணிச்சலுடன் எழுதும் திராணியில்லாதவர்கள் பொது விஷயங்களில் அக்கறை காட்டுவது போலித்தனம். தங்கள் சுயகோபத்தையும் தனிப்பட்ட விரோதத்தையும் தெரிவிக்கவேண்டு மானால் இந்த யுக்தி பயன்படலாம் - 'உண்மை விளம்பி' என்றும் 'பொது நலம் விரும்பி' என்றும் பெயர் தாங்கி வரும் இவற்றை ஒருபோதும் எழுதத் துணியாத நேர்மை தேவை.

வெ.இறையன்பு

நான் பணியில் சில வித்தியாசமான படைப்பாக்கத் திறனுடன் கூடிய பெட்டிஷன்களைப் பார்த்ததுண்டு. மிகுந்த கலைநயத்துடன் எழுதப்பட்டிருந்த இரண்டு மனுக்களை மட்டும் குறிப்பிட விரும்புகிறேன். முதலாவது மனு ஓர் ஊரில் கள்ளச்சாராயம் காய்ச்சுவது குறித்து எழுதப்பட்டு இருந்தது.

வழக்கமாக எழுதப்படும் மனுக்களிலிருந்து முற்றிலும் மாறுபட்டவை அவை.

"பானை தன் வரலாறு கூறுதல்".

நானும் ஒரு பானையாகத்தான் உருவானேன். மண்ணிலிருந்து கலையார்வம் கொண்ட தொழிலாளியால் உருவாக்கப்படும்பொழுது எண்ணற்ற கனவுகளுடன் நான் இருந்தேன்.

குளிர்ந்த நீரால் நிறைந்து தாகத்தால் தவிக்கும் பலருக்கு தாகம் தணிக்க உதவியாய் இருந்து அவர்கள் வாழ்த்துகளைப் பெறுவேன் என்று நினைத்தேன். இல்லாவிடின் தயிரும், மோரும் வைக்கப் பயன்பட்டு ஏழைகள் தம் பசியினைப் போக்க, கருவியாய் இருப்பேன் என்று கருதியிருந்தேன்.

ஒருவேளை என் பணிக்காலம் முடிந்தாலும் கஞ்சியும், அரிசி களையும் நீரும் கலந்து பால் தரும் பசுக்களின் வயிறு நனைக்க நான் பயன்படுவேன் என்று மகிழ்ந்திருந்தேன்.

புதுப்பானையாயிருக்கும் போது சுண்ணம் பூசி, பொட்டு வைத்து பொங்கலிடப் பயன்பட்டு பூச்சூடி வலம் வருவேன் என எண்ணினேன்.

இப்படி எத்தனை கனவுகளுடன் நான் இருந்தேன்.

ஆனால் இவை ஏதும் நடக்காமல் இன்று புதரில் தினமும் இரவு பகலாக எரியும் நெருப்பின் மேல் நான் நின்றிருக்கிறேன். நான் கண்ட கண்ட பொருள்களையெல்லாம் தாங்கி போதை தருகின்ற பொருளைக் காய்ச்சவே உபயோகப்படுத்துவதால், உடல் மெலிந்தும் கறுத்துப் போய்விட்டேன். இன்று கையேந்திக் குடிப்பவர்கள் தள்ளாடி நடப்பதால், வீடுகளில் இருக்கும் என் சகோதரப் பானைகள் காலியாயிருக்கின்ற காரணத்தால், பெண்களும் குழந்தைகளும் பட்டினியால் தவிக்கின்றனர்.

இன்று கள்ளச் சாராயப் பானையாய் இருக்கும் என்னை யாராவது உடைத்து எனக்கு வீர சொர்க்கம் தர மாட்டார்களா? என்று காத்துக் கிடக்கிறேன்.

இப்படிக்குப் பானை.

இன்னொரு மனு...

ஒரு வாய்க்கால் தன் கதையைக் கூறுவது போல அமைந்திருந்தது.

"நான்தான்... கால்வாய். என் மேனி முழுவதும் புதர்களும், முட்களும் மண்டிக் கிடக்கின்றன. நான் இந்தப் பார்த்தீனியச் செடிகளும் வேலிக்கருவை மரங்களும் அடர்ந்து சீர்கெட்டு என் மேனி அழகு கெட்டு வலுவிழந்து விட்டேன். என் கையோரமெல்லாம் குடிசைகள் ஆக்கிரமித்து இருப்பதால் நான் கைகளை விரிக்கவோ, கால்களை நீட்டவோ கூட முடிவதில்லை. என் மீது ஓடும் நீரை இந்தப் புதர்களே உறிஞ்சிக் கொள்வதால் என் பயன் குறைந்து வாடும் உழவர்கள் என்னைத் திட்டுகின்ற சத்தம் என் செவிகளில் விழுகிறது. என்னைத் தூர் வாரி பழைய நிலைக்கு யார் கொண்டு வரப் போகிறார்கள்?"

நாம் குறைகளைச் சொல்பவர்களாக மட்டுமல்லாமல் அவற்றை அடுத்தவர்களுக்கு வலிக்காமல் சொல்லுகின்ற நேர்த்தியையும் கற்றுக் கொள்ள வேண்டும். அப்போதுதான் அது பயன் தரும். எப்போது பார்த்தாலும் குறை சொல்லிக்கொண்டிருக்கிற எதிர்மறை மனப் பான்மையையும் கைவிட வேண்டும்.

சரி, இதுவரை நான் என்ன செய்தேன்?

குறை சொல்பவர்களைக் குறை சொன்னேன். அவ்வளவுதான்.

19. மனனம் எனும் மாயை

நெடிதுயர்ந்த மேடை. அரங்கம் முழுவதும் கூட்டம் நிரம்பி வழிகிறது. நேர்த்தியான பிரசங்கம் நடந்து கொண்டிருக்கிறது. கூட்டம் முழுவதும் பேச்சில் சொக்கிப் போய் தன்னை மறந்து நிற்கிறது.

பேச்சாளர், தமிழ்நாட்டில் 'திரு' என்று ஆரம்பிக்கின்ற ஊரின் பெயர்களை உச்சரிக்க ஆரம்பிக்கின்றார். பட்டியல் நீள நீள பார்வையாளர்களுக்குக் கொண்டாட்டம். பாதிப்பெயர்கள் கூட முடிந்திருக்காது கைதட்டல் ஆரம்பித்து விட்டது. மீதிப் பெயர்கள் எதுவும் காதில் விழவில்லை.

அடுத்து மலர்களின் பெயர்களை உச்சரிக்கிறார். அதற்கும் உற்சாகம், ஆரவாரம். சிறிது இடைவெளிவிட்டு ஒரு நகைச்சுவை கலந்த துணுக்கு,

பின்பு கம்பராமாயணத்தில் இருந்து மூச்சுவிடாமல் ஒரு பாடல். அதற்கும், பாடல் முடிவதற்குள் கைதட்டல். அதுவும் அது 'கடக் முடக்' பாடலாக ஓசை நயத்துடன் இருந்ததால் மகிழ்ச்சிப் பெருக்கு.

சில விளக்கங்களுக்குப் பிறகு 'விருந்தோம்பல்' பற்றி கூறுகிறார். திருக்குறளில் 'விருந்தோம்பல்' என்ற அதிகாரத்தின் கீழ் இடம்பெற்ற பத்து குறட்பாக்களையும் ஒரே மூச்சில் சொல்லி முடிக்கிறார். 'அசத்தறாருப்பா' என்று என் அருகில் இருந்தவர்களுக்கு வியப்பு.

ஒன்றரை மணி நேரப்பேச்சு முழுவதும் அவ்வப்போது உபயோகப்படுத்தப்படும் காற்புள்ளிகள் அரைப்புள்ளிகளைப் போல், கடகடவென அவர் தமிழ்ப்பாடல்களையும் இலக்கியத்தையும் கையாண்ட விதம் எல்லாரையும் வசீகரித்துவிட்டது.

கூட்டம் முடியும்போது இரண்டு நிமிடத்திற்கும் மேலாக இடைவிடாத கரவோசை. அரங்கத்தைவிட்டு வெளியே வந்ததும் இந்தப் பேச்சை வெகுவாக ரசித்த என் பக்கத்து இருக்கையாளரிடம்,

"நான் பாதியில்தான் வந்தேன். எனவே முன் பகுதியில் என்ன பேசினார் என்பது தெரியாது. முன்பகுதி பேச்சு எப்படி இருந்தது?" என்று கேட்டேன்.

"பிரமாதம் சார். இப்படி ஒரு பேச்சைக் கேட்டதே இல்லை" என்றார்.

"அப்படியா? முன் பகுதியில் எதைப்பற்றி சொன்னார்? அதன் சாரம் என்ன?"

"அதை இப்போது சொல்ல முடியலை சார். ஆனால் பேச்சு 'சூப்பர்' சார். ரொம்ப நல்லா பேசினாரு சார்."

அவர் என்ன பேசினார் என்பதை வலியுறுத்திக் கேட்க, என்னிடமிருந்து அவசர அவசரமாக அவர் நழுவுவதைக் காண முடிந்தது.

ஒன்றரை மணி நேரமாக என்ன சொல்கிறார் என்பதைப் புரிந்து கொள்ளாமலேயே ஒரு கவனிப்பும், 'எதைச் சொல்லப் போகிறோம்' என்பதைத் தெளிவாக்காத ஒரு சொற்பொழிவும் நடந்திருக்கிறது. அவ்வளவுதான்.

ஆணழகன் போட்டியில் தன் தசைகளை முறுக்கிப் பார்வையாளர்களுக்கு வித்தை காட்டுவதைப் போல தன் மனப்பாட ஆற்றலை, மூளையை முறுக்கிக் கசக்கி வெளிப்படுத்திப் பாராட்டை பேச்சாளர் பெற்றுவிட்டார்.

நான் சிந்தித்துப் பார்க்கிறேன். பேச்சாளர் சாதாரணமானவர் அல்ல. நுண்மான் நுழைபுலம் உள்ளவர்தான். கற்றறிந்த ஆர்வலர்தான். சுயசிந்தையாளர்தான். அடுத்தவர்கள் சிந்திக்கும்படி வீட்டிற்குச் செல்லும் பொழுது கை நிறைய கருத்துகளை எடுத்துச் செல்லும்படி பேசக்கூடியவர் தான். சந்தேகமில்லை, ஆனால் ஏன் அவர் அப்படிப் பேசினார்?

கனமான விஷயங்களைப் பேசுவதைக் காட்டிலும் இப்படிப் பேசினால் நிறைய கைத்தட்டல்கள் கிடைக்கும் என்கின்ற யுக்தியை அவர் தெளிவாகத் தெரிந்து வைத்திருப்பதால்தான் அப்படிப் பேசினார். நான் யோசித்துப் பார்க்கிறேன்.

நம்மிடையே மனப்பாடம் செய்வது குறித்து மிகப்பெரிய அபிப்ராயம் இருக்கிறது. மனப்பாடம் செய்வதே அறிவு என்றும், மூச்சு விடாமல் ஒப்பிப்பதுதான் சிறந்த பேச்சு என்றும், நிறைய பாடல்களை ஓசை நயத்துடன் கூறுவதுதான் பேச்சுத்திறன் என்றும் நாம் கருதிக் கொண்டிருக்கிறோமோ என்ற அச்சம் எனக்கு ஏற்பட்டது. நீள வசனங்களைக் கண்டு அதிசயிப்பதும், வரிசையாய் பெயர்களை அடுக்குவது குறித்து புளகாங்கிதம் அடைவதும் நம்முடைய பாரம்பரியத்தில் ஒருசேரக் கூடி விட்டனவோ என்று எண்ணினேன்.

"இவருக்கு 1330 திருக்குறளும் மனப்பாடமாகத் தெரியும். எந்தக் குறளைக் கேட்டாலும் அப்படியே ஒப்பிப்பார்."

"கேளுங்கள். திருக்குறளில் ஓர் அதிகாரத்தை தலைகீழாகக் கூடச் சொல்வார்."

எனக்குத் தெரிந்த ஒரு நண்பர் ஓர் அழகான வீடு கட்ட வேண்டும் என்று ஆசை - கனவு எல்லாம் இதயத்தில் தேக்கி வைத்திருந்தார். அந்த வீட்டைப்பற்றிப் பேசும்போதே அவருடைய கண்கள் ஒளிரும். அதற் காகப் பலவற்றைத் துறந்து, நல்ல உணவை, உடையை, இனிமையான நிகழ்வுகளை இழந்து அதிகப்படியாக உழைத்து, தூக்கமிழந்து, உடல் நலம் கெட்டு எப்படியோ தனது கனவு இல்லத்தைக் கட்டி முடித்து விட்டார்.

அந்த வீட்டுக் கிரகப்பிரவேசத்திற்கு என்னை அழைத்திருந்தார்.

"இந்த வீடு எப்படி இருக்கிறது?" என்று வினவினார்.

"இதைப் பார்க்கும் பொழுது என்ன தோன்றுகிறது?"

"இதை அடைவதற்காக நீ இழந்தவற்றை எல்லாம் நான் எண்ணிப் பார்க்கிறேன். அவைதான் என் கண்முன்னே வருகின்றன" என்றேன்.

அதைப் போலவே அனைத்துக் குறள்களையும் மனனம் செய்யும் முயற்சியில் அவர் எவற்றையெல்லாம் இழந்திருப்பார் என்று எனக்குத் தோன்றியது.

"அனைத்துக் குறள்களையும் நினைவில் வைத்துக்கொள்வதற்கு சிரமப்படுவதைக் காட்டிலும் ஒரே ஒரு குறள்படி வாழ்ந்தால் அதுவே மேலானது அல்லவா?" என்று தெரிந்த தமிழாசிரியர் கேட்டார்.

"குறள்படி வாழ்வதைக் காட்டிலும் மனப்பாடம் செய்வது எளிது என்பதால்தான் அப்படிச் செய்கிறார்கள்" என்றார் உரையாடலில் தானாக மூக்கை நுழைத்த மற்றொருவர்.

மனப்பாடம் செய்கின்ற மரபு தமிழக மரபு என்றுகூட சொல்ல முடியாது. அதை இந்திய மரபு என்றுதான் அழைக்கவேண்டும். இந்தியாவைக் காட்டிலும் கூட தொன்மையான நாகரிகம் கொண்ட சீனத்தில் ஏன் இந்த மனப்பாட மரபு இல்லை என்பதையும் யோசித்துப் பார்க்க வேண்டும்.

ஓலைச்சுவடிகளில் எழுதுவது சிரமமானது. அதனால்தான் நீண்ட உரைநடையாக எழுத வேண்டிய தகவல்களை சின்ன செய்யுள்களாக

எழுதி வைத்தார்கள். அதனால்தான் குறிப்பிட்ட காலம் வரை உரை நடை என்பது சரியான வளர்ச்சியை நம்நாட்டில் அடையவில்லை.

இந்த ஓலைச்சுவடிகளில் இருப்பவற்றைப் படியெடுப்பதற்கு ஆகின்ற கால அளவைவிட மனனம் செய்துகொள்வதற்கு ஆகின்ற கால அளவு குறைவாக இருந்தது. எனவே வாய்மொழியாகவே இலக்கியம், உபநிடதம், வேதம் ஆகியவை பரவிவந்தன. அதனால்தான் ‘செவிச் செல்வம்’ செல்வத்துள் சிறந்த செல்வமாகக் கருதப்பட்டது.

சீனாவில் கி.பி. 85-ஆம் ஆண்டே காகிதம் கண்டுபிடிக்கப்பட்டு பிளாக் பிரிண்டிங் (Block printing) புழக்கத்துக்கு வந்துவிட்டது. படி எடுப்பது எளிதாக இருந்ததால், அவர்கள் மனப்பாடம் செய்கின்ற மரபை உருவாக்கவேண்டிய அவசியம் இல்லாமல் இருந்தது. (சீனர்கள் 8-ஆம் நூற்றாண்டு வரை காகிதம் கண்டுபிடித்த செய்தியை ரகசிய மாகவே வைத்திருந்தார்கள் என்பது இன்னொரு அதிசயத் தகவல்)

இன்று ஒரு பெரிய புத்தகத்தை ஒரு ‘டிஸ்க்கில்’ (Disk) அடக்கிவிட முடியும் என்கின்றபோது வரிக்கு வரி மனப்பாடம் செய்வதற்கு என்ன அவசியம் இருக்கிறது என்று சிந்தித்துப் பார்க்க வேண்டும்.

நம் மூளையும் ஒரு கணினியைப் போலவே செயல்படுகிறது என்று நாம் உணரமுடியும். கணினியைக் காட்டிலும் உயர்ந்த செயல்பாடு உடையது நம் மூளை. உலகில் உள்ள அத்தனை புத்தகங்களையும் திணித்தாலும் அதற்குப் பிறகும் நம் மூளையில் காலியிடங்கள் இருக்கும் என்கிறார்கள் வல்லுனர்கள். இதை ஒரு சின்ன உதாரணத்துடன் பார்க்கலாம்.

நம் அம்மா நம்மிடம், ‘இன்று இனிப்பு செய்யலாம் என்று இருக்கிறேன். என்ன இனிப்பு உனக்குப் பிடிக்கும்?’ என்று கேட்கிறார். உடனே நம் மூளை நமக்குப் பரிச்சயமான எல்லா இனிப்புகளையும் வரிசையாக நம் நினைவுக்குக் கொண்டு வருகிறது.

கணினியில் “List, Display” என்று நாம் கொடுக்கும் ஆணைகளைப் போல மூளை செயல்படுத்தி எல்லா இனிப்பு வகை களையும் வரிசைப்படுத்துகிறது. அவற்றில் நமக்கு இனிமையாக இருக்கும் இனிப்பு வகைகளை, அடுத்ததாக நாம் தேர்ந்தெடுக்கிறோம்.

அப்போது கணினியில் நாம் ‘locate’ என்கின்ற ஆணைக்கு ஒப்ப மூளை அதைச் செயல்படுத்துகிறது.

அடுத்து அதில் மிக விலை உயர்ந்த இனிப்புகளை செய்தால் அது அதிக செலவு ஏற்படுத்தும் என்பதற்காக அவற்றை மனத்திரையிலிருந்து நீக்குகிறோம். 'Delete' என்கின்ற கட்டளைக்கு ஈடாக அது செயல்படுகிறது. திடீரென்று யாரோ சமீபத்தில் சுவைத்ததாகச் சொல்லும் இனிப்பு வகையை நாம் நினைவுபடுத்துகிறோம். அந்தப் பட்டியலுடன் அதை இணைக்கிறோம்.

'Append' என்கின்ற கட்டளைக்கு இணையாக அது இயங்குகிறது. அதன் பிறகும் நம் வீட்டில் இருக்கும் இடு பொருள்களுக்கு ஏற்ப ஓர் இனிப்பை தேர்ந்தெடுக்கிறோம். 'go to' என்கின்ற ஆணைக்கு ஒப்ப செயல்படுகிறது. மற்ற இனிப்பு வகைகளை எல்லாம் அகற்றி விடுகிறோம்.

'pack' என்கின்ற கட்டளை பிறப்பிக்கப்படுகிறது.

இந்த இத்தனை ஆணைகளையும் நாம் கணினியில் பிறப்பிக்க வேண்டுமானால் குறைந்தது 5 நிமிடமாவது ஆகும். ஆனால் இதை மூளையில் ஒரே நிமிடத்தில் நம்மையும் அறியாமல் செயல்படுத்தி முடிவைத் தெரிவித்து விடுகிறோம்.

மேலாண்மையில் இது முடிவு எடுத்தல் (Decision Making). புள்ளியியலில் இது வாய்ப்பு (chance). பொருளாதாரத்தில் இது காசுக் கணக்கு (Cost analysis). வர்த்தகத்தில் இது மூலாதாரக் கோட்பாடு (Resource utilisation). இப்படி எண்ணற்ற பாகுபாடுகளைத் தெரிந்து கொள்ளாமலேயே பல்வேறு முடிவுகளை நாம் எடுத்து வருகிறோம்.

மனித மூளையைப் போன்ற ஒரு கணினியை, அதே ஆற்றல் உள்ள கணினியை நாம் செய்தால் அது ஓர் அறையைக் காட்டிலும் பெரிதாக இருக்கும் என்று அறிஞர்களும் விஞ்ஞானிகளும் குறிப்பிடுகிறார்கள்.

ஆகவே பல செய்திகளை நாம் மூளையில் தேக்கி வைப்பதும், அவற்றை அவ்வப்போது வெளிப்படுத்துவதும் அதிசயமான செயல் அல்ல. மனப்பாடம் செய்வதும் அதைக் கண்டு அதிசயிப்பதுமாக மூளையின் உண்மையான பயன்பாட்டை நாம் மழுங்கடித்து விடுகிறோம். நம் கணினியில் தேவையற்ற செய்திகளைத் திணித்து அதன் 'மெமரிசைஸ்'ஐ ஆக்கிரமித்துக் கொண்டால் அது பயனுள்ள செயல் பாடுகளைச் செய்ய முடியாமல் போவதைப் போலவே, நமது உண்மை யான ஆற்றலை மனப்பாடம் செய்கின்ற பழக்கம் தேய்ந்து விடக் கூடாது.

உலகத்தில் மிகச் சிறந்த கண்டுபிடிப்புகளைத் தந்தவர்கள் எல்லாரும் ஞாபகத் திறனில் அதிகம் கவனம் செலுத்தாதவர்களாக இருந்தார்கள். ஐன்ஸ்டினில் இருந்து எடிசன் வரை, ஆர்க்கிமிடிஸில் இருந்து ராமானுஜம் வரை ஞாபக சக்திக்கு முக்கியத்துவம் தரவில்லை. தந்திருந்தால் அவர்கள் சராசரி மனிதர்களாக ஆகியிருப்பார்கள். சரித்திரப் புருஷர்களாக இருந்திருக்க மாட்டார்கள்.

"அப்படியெல்லாம் ஞாபக சக்தியே தேவையில்லை என்கிறாயா?" என்றார் நண்பர்.

"உனக்கு இவற்றையெல்லாம் மனப்பாடம் செய்ய முடியாததால் தான் இப்படி அங்கலாய்த்துக் கொள்கிறாய்" என்றார் இன்னொருவர்.

அளப்பரிய ஆற்றலை தேவையற்ற செயல்களில் வீணடித்து விடுகிறார்களே என்கின்ற ஆதங்கத்திலும், தவறான ரசனையை இடுப்பில் ஏற்றிக்கொள்கிறார்களே என்ற வருத்தத்திலும்தான் இவற்றைப் பற்றி நான் பேசுகிறேன் என்பதை அவர்களிடம் வலியுறுத்தக் கூட விரும்பவில்லை.

மனனம் செய்வது என்பது செயற்கையானது. நினைவில் நிறுத்திக் கொள்வது என்பது இயல்பானது.

நாம் நம் பெற்றோர்களின் பெயரை, அவர்களின் முகத்தை, நம் வீட்டு முகவரியை மனப்பாடம் செய்தா நினைவில் வைத்துக் கொள் கிறோம்? எந்தச் சூழலிலாவது அவற்றை நாம் மறப்போமா? ஞாபகசக்தி என்பது பிதுக்கிக் காட்டுகின்ற 'பற்பசை' மாதிரி இல்லாமல் உள்ளுக்குள் ஊறுகின்ற ஊற்று போல இயல்பாக இயற்கையாக இருக்க வேண்டும்.

திரும்பத் திரும்ப பயிற்சி செய்து மூளையில் திணிக்கின்ற முயற்சி யாக இருக்கக்கூடாது. "தூக்கத்தில் எழுப்பிக் கேட்டாலும் சொல்வது" "உள்ளுணர்வு இல்லாமல் இயந்திரத்தனமாக வெளிப்படுகின்ற ஒன்று."

விருப்பம் இருப்பதை நாம் மறப்பதே இல்லை. ஆகவே ஒன்றை நினைவில் வைத்துக்கொள்ள அதன் மீது உள்ள ஆர்வமே முக்கிய காரணமாக இருக்க வேண்டும். நான் கேள்விப்பட்ட செய்தி எனக்கு அதிர்ச்சி தருவதாக இருந்தது. சில பள்ளிகளில் 10-ஆம் வகுப்புக்கான பாடங்கள் 9-ஆம் வகுப்பிலேயே நடத்த ஆரம்பித்து விடுவதாகவும், திரும்பத் திரும்பத் தேர்வுகள் வைத்துப் புத்தகத்தில் இருப்பதை விடைத்தாளில் அட்சரம் பிறழாமல் அப்படியே கக்குகின்ற பயிற்சிக்கு

சிறப்பாகத் தயார் செய்வதாகவும், காது வழியாக வந்த செய்திகள்தான் அவை.

புத்தகத்தில் இருப்பதை அப்படியே எழுதுவது எதற்காக? அதை அப்படியே நகலெடுக்க ஒரு ஜெராக்ஸ் மிஷின் போதுமே? அதற்கு எதற்கு மாணவர்கள்?

கிரகிப்பது மட்டுமா கல்வி? அதை அலசுவதும் ஆராய்வதும் அதை விருத்தி செய்வதும், பல்வேறு தொடர்புடைய தகவல்களைப் படிப்பதும், சேர்த்துத்தானே ஒரு மாணவனை மேன்மை அடையச் செய்ய முடியும்?

மனப்பாடம் செய்து அப்படியே எழுதுகின்ற ஆயிரம் வரிகளைக் காட்டிலும் சுயமாகச் சிந்தித்து எழுதுகின்ற ஒரே ஒரு வரி மேம்பட்டது இல்லையா? கட்டிக் கொடுக்கின்ற சோறு எத்தனை நாளுக்கு உதவும்?

மனப்பாடம் என்பது மேல் மனத்தில் (conscious) நடக்கின்ற பரிமாற்றமாக இருக்கும் வரை அது விரைவில் கழன்று கொள்கிற சாதனமாகவே பரிமளிக்க முடியும். உள்மனதில் (Sub conscious mind) அது நுழைய வேண்டுமானால் நாம் அதற்காக நம்மை வருத்திக் கொள்ள வேண்டியதில்லை. பிரயத்தனப்பட வேண்டியதில்லை. பூத்ததும் செடி கைத்தட்டிக் கூப்பிடாமலேயே வண்டுகள் வருவதைப் போல அது வெகு இயல்பாக நடக்கும். செடிக்கு இருக்கும் சிறப் பெல்லாம் விதையிலிருந்து விருத்தி அடைவதுதான். விதையாகவே வெகுநாட்கள் இருந்தால் அதற்கு என்ன மரியாதை? அது 'விதை' என்று அழைக்கப்படாமல் தானியம் என்றே தருவிக்கப்படும்.

நம் சிந்தனைகளைச் செதுக்கிச் செதுக்கிச் செழுமைப் படுத்தியும், செம்மைப்படுத்தியும் நாம் சேர்க்கின்ற மதிப்பு (Value Addition), ஞாபகத் திறனைத் தாண்டிய பரிணாம வளர்ச்சியாகப் பரிமளிக்க வல்லது. இதை உணர்ந்தால் நாம் இன்னும் கூர்மையாக நம்முடைய நினைவாற்றலைப் பயன்படுத்த இயலும்.

அப்படிப்பட்ட நினைவாற்றல் அடுத்தவர்களைக் கவர (Impress) உபயோகப்படும் ஆடம்பரமாக இல்லாமல், நம் கருத்தை உணர்த்த அவசியமான கருவியாகப் பயன்படும்.

20. சொற்களின் ஆற்றல்

நண்பர் ஒருவருடைய வீட்டிற்குச் செல்ல நேர்ந்தது. "நான் இப்பொழுது புத்தகங்களுக்காக நிறைய செலவிடுகிறேன். எண்ணற்ற புத்தகங்களைப் படிக்க ஆரம்பித்திருக்கிறேன். கடந்த 4 வருடங்களாக 40 ஆயிரம் ரூபாய்க்கு மேல் புத்தகங்களுக்காக நான் செலவழித் திருப்பேன்" என்றார்.

அவருடைய புத்தகத் திரட்டைப் பார்க்க வேண்டும் என்கின்ற ஆர்வம் எனக்கு ஏற்பட்டது. அவரிடம் இருந்தவை எல்லாம் மேற் கத்திய சுய முன்னேற்ற நூல்களும் அவற்றை அப்படியே அடியொட்டி எழுதிய உள்ளூர் சரக்குகளும்தான். (தமிழ்ச் சூழலுக்கு ஏற்ப சுய விசாரணை செய்யத் தூண்டும் நூல்கள் எழுதப்பட்டிருக்கின்றன. அவை மலிவாகக் கிடைக்கும் கடைச்சரக்காக அதிக விளம்பரமின்றி விற்பனையாகிக் கொண்டுள்ளன.)

நண்பரின் புத்தகங்கள் முழுவதும் அறிவுரைகளின் தொகுப் பாகவும், அவரைப் பார், இவரைப் பார் என்று பக்கத்துக்குப் பக்கம் பிரபலமானவர்களுடைய வாழ்வில் நடந்த சம்பவங்களின் கோர்வை யாகவும் இருந்தன.

"இந்த புத்தகத் தொகுப்பைப் பார்த்த பிறகு என்னைப் பற்றி என்ன நினைக்கிறாய்?"

"இதில் சில சுயமுன்னேற்ற நூல்கள் எழுதியவர்களே தற்கொலை செய்துகொண்டதும், அதிக ஆண்டுகள் வாழ்வது குறித்து எழுதியவர் களே அற்பாயுசில் போனதும், சுயநலமே பெரிது என்று எழுதியவர் களே மனமொடிந்து மரணம் அடைந்ததும் உனக்குத் தெரியுமா? அவர்களுக்கே பயன்படாத இந்நூல்களா நமக்குப் பயன்படப் போகின்றன?" என்று என்னுடன் வந்திருந்த இன்னொரு நண்பர் சற்று அழுத்தமாகக் கேட்டார்.

நான் சற்று நேரம் அமைதியாக இருந்தேன். என்னுடைய அபிப்ராயம் முக்கியம் என்பது போல அவருடைய முக பாவனை இருந்தது.

"இந்த நூல்களைப் பற்றி நான் வைத்திருக்கும் அபிப்ராயத்தைக் காட்டிலும் இவற்றை வாசித்த பின் உன் மீது உன் மனைவி குழந்தைகள் வைத்திருக்கும் அபிப்ராயம்தான் மிகவும் முக்கியம்" என்றேன்.

"அவர்கள் அபிப்ராயம் ஏன் முக்கியம்?"

"ஒருவன் உலகத்தில் எல்லாரிடமும் செயற்கையான முகமூடியை அணிந்து ஏமாற்றி விடலாம். தன் வீட்டில் உள்ளவர்களுக்குத்தான் நம்முடைய உண்மையான முகம் தெரியும். இந்தப் புத்தகத்தையெல்லாம் வாசித்த பிறகு உன்னிடம் ஏதாவது மாற்றம் ஏற்பட்டிருக்கிறதா என்பதை அவர்கள்தான் சொல்ல வேண்டும்."

நான் அவருடைய மனைவி, குழந்தைகளைப் பார்த்தேன்.

"எந்த மாற்றமும் ஏற்படவில்லை. அடிக்கடி ஏதாவது புத்தகத்தின் பெயரைச் சொல்லி அதில் அப்படிச் சொல்லியிருக்கிறது. இதில் இப்படிச் சொல்லி இருக்கிறது என்று சொல்கிறார். அதைத் தவிர வேறெந்த மாற்றமும் நிகழவில்லை; எப்போதும் போலத்தான் எரிச்சலும் கோபமும் படுகிறார்."

"அப்படியொரு மாற்றம் நிகழவில்லை என்றால் எனக்கு மகிழ்ச்சி தான். மேலும் எந்த மாற்றமும் நிகழ்ந்திருக்காது என்பது எனக்குத் தெரியும்" என்றேன்.

"ஏன் நிகழ்ந்திருக்காது?"

"மாற்றம் நிகழ்வதற்கு ஒரு புத்தகம் போதும், இத்தனை புத்தகங்கள் தேவை இல்லை. மேலும் மேற்கோள் காட்டுவதற்கு மட்டும் இவற்றைப் பயன்படுத்துகிறார் என்றால் பரவாயில்லை; வாழ்க்கையில் பயன்படுத்தினால் அது சிக்கலை ஏற்படுத்திவிடும்" என்றேன்.

ஏன்?

"இந்தப் புத்தகங்கள் எல்லாம் மேற்கத்திய சூழலை ஒட்டி எழுதப்பட்டவை. நம் சூழல் வேறு. அவர்கள் கருத்துகள் நமக்கு ஒத்து வராது."

"சற்று விளக்க முடியுமா?"

"உதாரணமாக ஒவ்வொரு முறை சாப்பிட்ட உடனும் மனைவியைப் புகழ வேண்டும். சமையலைப் பாராட்ட வேண்டும். நிறைய Positive Strokes" தர வேண்டும் என்று இவை சொல்லுகின்றன. ஆனால் நம்முடைய பண்பாடு வேறு, இன்னொரு முறை ரசத்தைக் கணவன்

கேட்டு வாங்கிச் சாப்பிடுகிறான் என்றால் அதுவே ரசம் நன்றாக இருக்கிறது என்பதை உணர்த்துகின்ற செயலாக இருக்கிறது. நாம் வார்த்தைகளில் வெளிப்படுத்துவதைக் காட்டிலும் செய்கைகளால் தான் நம் உணர்வை வெளிப்படுத்துகிறோம்.

"சொற்களால் தெரிவிப்பது சொற்பமே. கண்களால், முக அசைவால், கையசைப்பால்தான் நம்மை உணர்த்துகிறோம். நாமும் உணர்ந்து கொள்கிறோம்."

"இங்கே மகன் தந்தைக்கு நன்றியோ, தந்தை மகனுக்கு நன்றியோ சொல்வது தேவையில்லை. நன்றியுணர்வு உதடுகளால் வெளிப்படுவதைக் காட்டிலும் கண்களால், தழுவலால் வெளிப்படுவதுதான் நல்லது" என்று நாம் நினைக்கிறோம்.

"யார் காலையாவது மிதிக்க நேர்ந்தால் நாம் காலை அதிர்ச்சியுடன் விரைவாக நகர்த்துகின்ற தொனியே நம்முடைய வருத்தத்தை வெளிப்படுத்திவிடும்.

அன்னையர் தினம், தம்பியர் தினம் எல்லாம் நம் பண்பாட்டில் இல்லை. நாம் எல்லா நாட்களிலுமே அவர்களை நினைத்துக்கொண்டு, கிளை, வேருக்குச் செலுத்துகின்ற மரியாதையைப் போல செலுத்தி வருகிறோம்.

"மேலும் தினமும் கணவனை மனைவி, 'நீங்கள் இன்று நேர்த்தியாக இருக்கிறீர்கள்' (You Look smart) என்றோ 'நீ அழகாகத் தோன்று கிறாய்' என்று மனைவியைக் கணவன் வர்ணிப்பதோ நம் உறவு முறைகளில் போலியான செயற்கையான தன்மையைப் புகுத்திவிடும்.

"அடிக்கடி உபயோகப்படுத்தப்படுகின்ற சொல் வெகு சீக்கிரம் தன்னுடைய சிறப்பையும், பொருளையும் இழந்துவிடும்" என்று நான் சொன்னேன்.

"தமிழில் இவற்றைக் காட்டிலும் சிறந்த சுயம் அறியும், சுயம் வெல்லும் நூல்கள் இருக்கின்றன" என்றார் நண்பர். சுயத்தை அறிந்தால் தானே அதை நாம் உதிர்க்க முடியும்? 'திருக்குறள்' ஒரு சுயம் அறியும் நூல்தானே.

"தனி மனித ஒழுக்கத்தை, மேன்மையை, மேம்பாட்டைத்தானே அது விலாவாரியாக எடுத்துச் செல்கிறது" என்றார் அவர்.

"அதிகமாகப் பிரயோகிக்கப்படும் சொற்கள் தங்கள் சிறப்பை இழப்பதாகக் கூறினீர்களே, இது எந்த அளவு உண்மை?"

"எல்லாரையும் பாராட்டுகின்றவர், எதற்கெடுத்தாலும் புகழ்பவர் ஒருவர் நம்மைப் பாராட்டினால் அதை நாம் பெரிதாக எடுத்துக் கொள்வோமா! அரிதாகப் பாராட்டுபவர், ஓரிரு வார்த்தைகள் மட்டுமே மிகைப்படுத்தாமல் யதார்த்தமாகப் பேசுபவர் பாராட்டினால் தானே நாம் மகிழ்ச்சியடைகிறோம். உட்காருவதற்கும் எழுவதற்கும் கூட நன்றி கூறினால் அந்த நன்றிக்கு என்ன மதிப்பிருக்கும்? சொற்களுக்கு ஆற்றல் அவற்றைப் பயன்படுத்துவதில் மட்டும் இல்லை; சமயத்தில் அவற்றைப் பயன்படுத்தாமல் இருப்பதிலும் அடங்கியிருக்கிறது" என்றேன்.

"சொற்களுக்கு மட்டுமா! அதிகாரத்தைக் கூட பயன்படுத்தாமல் இருக்கும் பொழுதுதானே சிறப்பு. எந்த நாடு குறைவாக நிர்வாகம் செய்கிறதோ அதுதானே சிறந்த நாடு" என்று நண்பர் சொன்னார்.

"பயன்படுத்தாமலே இருந்தால் எந்தப் பொருளும் துருப்பிடித்து விடும். தேவையான போது தேவையான அளவு பயன்படுத்தத் தெரிந்தால் அவற்றின் மதிப்பும் குறையாது. மெருகும் சேரும்."

மன இயல் படித்த இன்னொரு நண்பர் சில சுவாரசியமான தகவல்களைத் தந்தார்.

அதிகமாகப் பேசுபவர்களை யாரும் உற்றுக் கவனிப்பதில்லை எப்பொழுதாவது பேசுபவர்களைத்தான் கவனிக்கிறார்கள்.

"பலருக்கு உலகத்திலேயே மிகவும் பிடித்ததாக அவர்களுடைய சொந்தக் குரல் மட்டும் இருக்கிறது."

"நீங்கள் யாரிடமாவது அறிமுகப்படுத்தப்படும் பொழுது உங்கள் ஊரையோ, பணியையோ வேலை பார்க்கும் அலுவலகத்தின் பெயரையோ சொல்லுங்கள். உடனே அவர் தனக்கு அதே ஊரில் தெரிந்தவர் பெயரையோ, பணியில் அலுவலகத்தில் தனக்கு வேண்டியவர் ஒருவர் பெயரையோ நிச்சயம் சொல்வார். பல நேரங்களில் அவர்களுக்கு இவர்களைத் தெரிந்திருக்கவே வாய்ப்பு இருக்காது."

"பெரும்பான்மையானவர்கள் தாங்கள் சந்திக்கும் நபர்களிடம் அவர்களுடைய சொந்த விஷயங்களைத் தோண்டித் துருவிக் கேட்டு அவர்களைத் தர்ம சங்கடத்தில் நெளிய வைப்பார்கள்."

உதாரணமாக திருமணமாகாத ஒருவரிடம் மனைவியைப் பற்றிய விவரங்களைக் கேட்பார்கள். குழந்தைகள் இல்லாததைக் குறையாக நினைக்கும் தம்பதியரிடம் "பிள்ளைகள் எங்கு படிக்கின்றன" என்பார்கள்.

துணையை இழந்தவர்களிடம் அவர்களைப் பற்றி விசாரிப்பார்கள். தீவிரமான நோயால் பாதிக்கப்பட்டிருக்கும் ஒருவரிடம் அவர் பாதிக்கப்பட்டிருக்கும் விவரமே தெரியாமல் அந்த நோய் எவ்வளவு கொடியது என்று புள்ளிவிவரத்துடன் ஆதாரபூர்வமாக விளக்கிப் பயமுறுத்துவார்கள். நண்பர் மன இயல் படித்தவர்; அவருடைய கணிப்புகளைப் புத்தகத்தில் இருந்து மட்டும் சொல்லாமல் வாழ்க்கை யோடு தொடர்புபடுத்திப் பேசியதால் எனக்குப் பெரும்பாலும் அவை சரியாக இருப்பதாகத் தோன்றியது.

நம் நாட்டில் இன்னொரு அதிகப்படியான ஆர்வம் - ஒருவருடைய சாதியைத் தெரிந்துகொள்வதில் இருக்கிறது.

கிராமமாக இருந்தால் நேரடியாகவே கேட்பார்கள்.

நகரமாக இருந்தால் முதலில் எந்த ஊர் என்பார்கள்.

பிறகு சைவமா, அசைவமா? என்பார்கள்.

'சைவம்' என்றால் 'பரம்பரை சைவமா பழக்கத்தால் சைவமா' என்பார்கள். 'பழக்கத்தால்' என்றால் நம் ஊரில் உள்ள சில முக்கிய புள்ளிகளின் பெயர்களையெல்லாம் சொல்லி 'அவர்களைத் தெரியுமா?' என்பார்கள்.

'தெரியும்' என்றால் 'அவர்கள் சொந்தமா?' என்று கேட்பார்கள்.

நண்பருடைய அனுபவம் சுவாரசியமாக இருந்தது. அடுத்தவர் களுடைய சொந்த விஷயங்களைத் தெரிந்துகொள்வதில் நமக்குத்தான் எத்தனை ஆர்வம் என்று தோன்றியது.

'நம் வாழ்நாளில் ஏழில் ஒரு பகுதியை பேசியே நாம் வீணாக்கு கிறோம்' என்றார் அவர். எவ்வளவு தூரம் தக்கையான சொற்களை நாம் பயன்படுத்துகிறோம் என்பதை நாம் சுய பரிசோதனை செய்தால் தெரியும்.

நாம் பேச்சைக் குறைக்கக் குறைக்க அதில் இருக்கும் பொருள் இன்னும் தீவிரப்படும். நாம் பேசுவதைக்காட்டிலும் முகபாவங்களால் தான் அதிகமாக மற்றவர்களுக்குப் புரிய வைக்கிறோம். நம் பரிமாற்றங் களில் பெரும் பகுதியை நம் கைகளால், உடலசைவு மொழிகளால் நாம் உணர்த்துகிறோம்.

"உங்களுக்கு ஒரு செய்தி தெரியுமா? உலகத்தில் 90 சதவீத ஆண்கள் சட்டையை அணியும்போது வலக்கையைத்தான் முதலில் நுழைக்

கிறார்கள். 90 சதவீத பெண்கள் இடக்கையைத்தான் முதலில் நுழைக் கிறார்கள்."

வணக்கம் வைப்பது, கைகுலுக்குவது, சலாம் செய்வது அனைத்துமே தன் கைகளில் ஆயுதம் எதையும் ஒளித்து வைத்திருக்க வில்லை என்பதை உணர்த்துவதற்காகத்தான். தவறு நிகழ்ந்துவிட்டால் நெற்றியில் அடித்துக்கொள்வதும் 'தெரியாது' என்பதற்குத் தோள் களைக் குலுக்குவதும் உலகெங்கும் உள்ள சமிக்ஞைகள்.

"கைகளைக் கட்டிக்கொள்வது பாதுகாப்பின்மையாலும் பயத்தி னாலும் ஏற்படுகிற ஒரு பிரதிபலிப்பு."

ஒருவர் உறுதியாக அழுத்திக் கை குலுக்கினால் அவர் உறுதியான மனப்பான்மை கொண்டவர் என்றும் நம் கைகளின் மேல் தன் கையை வைத்துக் கைகுலுக்கினால் மற்றவர்கள் மீது ஆளுகை செய்பவர் என்றும், நம் கைகளுக்குக் கீழ் தன் கைகளைக் கொடுத்துக் குலுக்கினால் பணிந்து செல்பவர் என்றும், விரல்களை மட்டுமே நம் கைகளில் ஒற்றி எடுத்துக் கைகுலுக்கினால் பிரச்சினைகளிலிருந்து நழுவுபவர் என்றும் நாம் தெரிந்துகொள்ளலாம்.

நம் கண்களைப் பார்த்துப் பேசப் பயப்படுபவர் எதையோ மறைக்கப் பார்க்கிறார் என்பதையும் நாம் தெரிந்துகொள்ளலாம்.

உதடுகளின் மீது சுட்டு விரலை வைத்தால் 'அமைதியாக இருக்கவும்' என்பது உலகம் முழுவதும் பயன்படுத்தப்படும் குறியீடு.

நண்பர் உடலசைவு மொழிகளைப் பற்றி சொன்ன தகவல்கள் முக்கியமானவைகளாக இருந்தன. ஒருவர் பேசுவது உண்மையா பொய்யா அவர் பாராட்டுவது உள்ளத்தில் இருந்து வருகிறதா? உதட்டில் இருந்து வருகிறதா?

ஒருவர் உண்மையிலேயே பயப்படுகிறாரா? அல்லது நடிக்கிறாரா? ஒருவருடைய புன்னகை போலியா? அசலா? என்பதையெல்லாம் எப்படிக் கண்டுபிடிப்பது என்று அவர் விலாவரியாக எடுத்துச் சொன்னார்.

Body Language என்பது பேசுகின்ற மொழியோடு இயைகின்ற போதுதான் நம்முடைய உரையாடல் யதார்த்தமாக இருக்க முடியும்.

Body Language குறித்து தொல்காப்பியம், திருக்குறள் போன்ற நூல்கள் எடுத்துச் சொல்லியிருக்கின்றன. அன்பை, காதலை, மகிழ்ச்சியை, வருத்தத்தை ஆனந்தத்தைப் பகிர்ந்துகொள்ளலை, வேகத்தை, விரைவை

நாம் குறிப்புகளால், கண்களால், உடல், கை அசைவுகளால் உணர்த்தி வருகின்றோம்.

இன்னா செய்தாரைத் தண்டிப்பது கூட அவர் வெட்கப்படும் படியாக நற்காரியம் செய்வதன் மூலம்தான் என்று சொல்லுவதுதான் மிகப்பெரிய positive stroke ஆக இருக்க முடியும்.

அண்ணா ஒருமுறை குறிப்பிட்டிருந்தார். "இரவு எத்தனை மணி நேரம் பேசினாலும் நண்பர்கள் பிரியும்பொழுது 'நேரம் ஆகிவிட்டது. மறுபடியும் நாளை பேசிக் கொள்வோம்' என்று சொல்லிவிட்டுத்தான் பிரிவார்கள்" என்று நம்முடைய அரட்டை அடிக்கும் மனப்பான்மையைப் பற்றி அவர் சொன்னது இத்தனை ஆண்டுகளுக்குப் பின்னும் பொருந்துவதாக இருந்தால் நாம் இன்னும் கூட வளரவில்லை என்றுதானே பொருள்?

"நான் எதையும் வெளிப்படையாகப் பேசி விடுவேன்" என்று தர்ம சங்கடமான கேள்விகளைக் கேட்டு அடுத்தவர்களைப் புண்படுத்து வதும் தவறு. தேவையில்லாமல் இனிய உயர்ந்த சொற்களை அடிக்கடிப் பயன்படுத்தி அவற்றின் பொருளைத் துருப்பிடிக்கச் செய்வதும் தவறு.

நம் பேச்சின் மகத்துவம் நாம் சொல்லாத சொற்களில் அடங்கி யிருக்கிறது.

ஆம் - சொன்ன சொல்லையும் எறிந்த கல்லையும் மட்டுமல்ல- அவை ஏற்படுத்திய காயத்தையும் கூட திரும்பப் பெற நம்மால் முடியவே முடியாது.

21. அழகும் அவலட்சணமும்

வானொலியில் பணிபுரியும் நண்பர் ஆவுடையப்பன் சொன்னார்... "வானொலி பேட்டிக்குக்கூட அரைமணிநேரம் அலங்கரித்துக் கொண்ட பிறகுதான் சிலர் பேட்டி தர அனுமதிக்கிறார்கள்" என்று.

இளைஞர்களின் எண்ணிக்கையை விட இளைஞர்களாகக் காட்சி யளிக்க முயற்சி செய்பவர்களின் எண்ணிக்கை நம் நாட்டில் அதிகம். இளைஞர்களை நேசிப்பவர்களைக் காட்டிலும் இளமையை நேசிப் பவர்களே இங்கு ஏராளம். 'முதுமை' என்பதும் 'முதிர்ச்சி' என்பதையும் முதலில் புரிந்துகொண்டால், இளமை என்பதை சரிவரப் புரிந்து கொள்ள இயலும். முதுமை அடைந்தவர்கள் எல்லாரும் முதிர்ச்சி அடைந்தவர்கள் என்று சொல்ல முடியாது.

முதுமை உடலோடு தொடர்புடையது, முதிர்ச்சி மனத்தோடு தொடர்புடையது.

யார் தன்னுடைய வயதுக்கேற்ற முதிர்ச்சியோடு வாழ்கிறார்களோ அவர்கள்தான் இளமையுடன் இருப்பவர்கள். இளமை என்பது புத்துணர்ச்சியுடன் திகழ்வது.

புதியன நிகழ்த்தும் உந்து சக்தியுடன் இருப்பது, அயற்சியடையா உள்ளத்துடன் வாழ்வது - பிரபஞ்சத்தைப் பார்க்கும் போதெல்லாம் தானும் புதிதாகப் பிறந்தது போலக் கருதிக் கொள்வது.

அதனால்தான் 25 வயதிலேயே முதுமையடைந்தவர்களும் நம்மிடையே இருக்கிறார்கள்.

75 வயதிலும் இளமையுடனிருப்பவர்களும் நம்மிடையே வாழ்கிறார்கள்.

புறத்தோற்றத்தைச் சரி செய்வதால் மட்டுமே இளமை விளைகிறது என எண்ணுவது நமது கடிகார முள்ளை 6 மணிக்கு வைத்து விடியும் என்று எதிர்பார்ப்பதைப் போல.

பல கருப்புத் தலைக்கடியில் இருக்கும் கிழட்டு முகங்கள் இன்றும் முதுமையாகவே காட்சியளிக்கின்றன.

புருவத்தை வரையும் பென்சில்கள் நரைத்த மீசையை மறைக்க அதிகமாகத் தமிழகத்தில்தான் பயன்படுத்தப்படுகின்றன.

வயதாவது இயற்கை. நாம் பிறந்த உடனேயே முதுமையடைய ஆரம்பித்து விடுகிறோம். ஒவ்வொரு நாள் கழியும் பொழுதும் ஒவ்வொரு நாள் நம் வயதில் கூடிக்கொண்டே போகிறது. நாம் முதுமையை நோக்கி நகர்கிறோமே தவிர இளமையை நோக்கி அல்ல.

முதுமையை நோக்கிய பயமும், மரணத்தை நோக்கிய பயமும் கிட்டத்தட்ட ஒரே மாதிரியானவை. அதனால்தான் புத்தர்கூட முதலில் பார்த்தது ஒரு முதியவரை. அதற்குப் பிறகுதான் அவர் பிணத்தைக் கண்டு அதிர்ச்சி அடைந்தார்.

இளமை என்பது வயதாகாமல் இருப்பதல்ல. ஆகிய வயதை ஏற்றுக்கொள்கின்ற மனப்பக்குவம்தான் அது.

எப்போது நாம் ஏற்றுக்கொள்கிறோமோ அப்போது முதுமையிலும் ஓர் அழகு ஒளிர்கிறது. அந்தந்த வயதுக்கு ஏற்றபடி தோற்றமளிப்பதும், அந்தந்த வயதுக்கு ஏற்ற இயல்பான குணங்களுடனும் நடப்பதும்தான் நல்லது.

இருபது வயதில் அறுபது போலப் பேசுவது எவ்வளவு அபத்தமோ அதே போன்று 60 வயதில் இருபது போலத் தோற்றமளிப்பதும் தவறுதான்.

இன்னும் சொல்லப் போனால் அப்படி யாரேனும் தோற்ற மளித்தால் ஏதோ கோளாறு நடந்திருக்கிறது என்று புலன் விசாரணை நடத்த வேண்டும்.

இயற்கை தனது முதுமையை அப்படியே ஏற்றுக்கொள்கிறது. அது இருத்தலோடு ஒருபோதும் எதிர்ப்புக் காட்டுவதில்லை.

பழுத்த இலைகளை மவுனமாக மரம் கழற்றி விடுகிறது.

உதிர்ந்த மலர்களுக்காகச் செடி ஒரு நிமிடம்கூட துக்கம் அனுஷ்டிப்பதில்லை. நதி கடலில் கலக்கும்போது நடந்து வந்த பாதையை எண்ணிப் பெருமூச்சு விடுவதில்லை. உதிர்ந்த சிறகுகளுக் காகப் பறவைகள் பதற்றப் படுவதில்லை.

முதுமை என்பது இயல்பாக நடப்பதால்தான் இயற்கை தன்னைப் புதுப்பித்துக்கொண்டே இருக்க முடிகிறது. அது இனி துளிர்க்கப் போகின்றவற்றிற்காக ஆற்றல்களை, திரட்டுமே தவிர இழந்தவற்றுக்காகக் கண்ணீர் வடிப்பதில்லை.

மனிதன் மட்டுமே முகத்தில் விழுந்த சுருக்கங்களுக்காகவும் நரைத்துத் திரிந்த முடிகளுக்காகவும் வருத்தப்படுகிறான். அந்த வருத்தத்தில் மேலும் சில சுருக்கங்கள் விழுகின்றன.

ஏதேனும் காய கல்பம் சாப்பிட்டுத் தன்னை அப்படியே தக்க வைத்துக்கொள்ள முடியுமா? என்று அவன் இன்னும் தீவிரமாக ஆராய்ச்சி செய்து வருகிறான்.

அழகிப் போட்டிகள் எல்லாம், எல்லாரும், எப்படியோ அழகாகி விடலாம் என்கின்ற மனோவசியச் செயல்களாக எல்லா மனதிலும் ஆசைகளைத் தூண்டிவிட்டுக்கொண்டிருக்கின்றன.

இப்போது நிறைய அழகு நிலையங்கள். எங்கு பார்த்தாலும் முகத்தை வெளுப்பாக்க விதம் விதமான கிரீம்கள். யாரை ஈர்க்க இவையெல்லாம்? நம்முடைய உண்மையான முகம் நமக்கு ஈர்க்கத் தெரிய, போலி முகம் எதற்கு மற்றவர்களுக்காக?

முதலில் நாம் அழகைத் தொலைக்கவேயில்லையே பிறகு எங்கு அவற்றைத் தேடிப் பிடிப்பது?

நாம் அழகோடுதான் பிறக்கிறோம். இயற்கை நம்மை தனித் தன்மையுடன் நமக்கே உண்டான இயற்கையான அழகுடன்தான் படைத்தது.

ஆனால் நாம் அழகாக இல்லை என்ற எண்ணம் ஏன் ஏற்பட்டது? அழகுக்கான இலக்கணங்களை யார் ஏற்படுத்தியது? அதை யார் ஏற்றுக்கொண்டது? நம்முடைய அழகு எப்போது சிதைய ஆரம்பித்தது?

நாம் எப்போது அழகாக முயற்சி செய்ய ஆரம்பித்தோமோ, அப்போதே அவலட்சணமாக ஆக ஆரம்பித்துவிட்டோம். செயற்கை களில் நாம் இயற்கைத் தன்மையை இழந்து விட்டோம்.

நமது முயற்சி, நம்மை நாம் அப்படியே ஏற்றுக்கொள்ளாததால் ஆரம்பித்தது. எப்போது நாம் நம்மை அடுத்தவர்களுடன் ஒப்பிட ஆரம்பித்தோமோ அப்போதே நமக்குள் ஒரு தாழ்வு மனப்பான்மை தோன்றியது.

நம்முடைய எல்லாப் பிரச்சினைகளுக்குமே அடிப்படையான காரணம் நாம் நம்மைத் தொடர்ந்து அடுத்தவர்களுடன் ஒப்பிட்டுக் கொண்டே இருக்கின்ற மனநிலையால்தான்.

அடுத்தவர்களைப் போன்ற நிறத்திற்கும், அடுத்தவர்களைப் போன்ற ஆற்றலுக்கும், அடுத்தவர்களைப் போன்ற கூந்தலுக்கும் ஆசைப்பட்டு நம் நிஜ முகத்தைத் தொலைத்தோம்.

இப்படி -

எண்ணற்ற ஒப்புதல்களால் நம் வாழ்க்கையை நாம் தொலைத்து விட்டோம். முகமூடிகளே நமக்கு முகத்தைக் காட்டிலும் பிடித்திருக்கிறது.

இங்கே நிறம், மணம், குணம் மூன்றும் கச்சிதமாகத் தேயிலை களுக்கு இருக்கலாம் - மனிதர்களுக்கு இருக்க முடியுமா?

எல்லாருக்கும் ஏதேனும் ஓர் அபூர்வ ஆற்றலை இயற்கை வழங்கி இருக்கிறது. உலகத்திலேயே அழகு இதுதான் என்று எதுவுமில்லை. இது எதுவுமே முடிவு பெற்றதாக இருக்க முடியாது. இவை தொடர் புடையவை. பார்க்கின்றவர்கள் விழிகளில்தான் அழகு அப்பிக் கொண்டிருக்கிறது.

"வன்மையில்லை ஓர் வறுமையின்மையால்" என்று கம்பன் கூறு வதைப்போல அழகு என்று இல்லாதபோது அவலட்சணமும் இல்லை.

"எப்போது அழகை அழகு என்று கண்டுபிடித்தோமோ அப்போது அவலட்சணமும் ஆரம்பமாகிவிட்டது" என்று லா-வோட்ஸீ கூறுவது அதனால்தான்.

நாம் இயற்கையை 'இம்ப்ரூவ்' செய்ய வேண்டியதில்லை. நம்முடைய தோற்றத்தை அப்படியே ஏற்றுக்கொள்வதில் எந்தத் தவறும் இல்லை.

உயரத்தை இன்னும் அதிகரிக்க உடற்பயிற்சிகள் செய்யலாம். எடையைக் கூட்ட, குறைக்க முயற்சி மேற்கொள்ளலாம். நம் உடலைத் தூய்மையாகவும், ஆரோக்கியமாகவும், தீய பழக்க வழக்கங்களுக்கு இடம் தராமலும் வைத்துக் கொள்ளலாம்.

இவை எல்லாம் நம்முடைய ஆளுகைக்கு உட்பட்ட செயல்கள். அதை விடுத்து மூக்கை இன்னும் கொஞ்சம் நீட்டுவது முடியுமா? பிறகு எல்லா இடத்திலும் மூக்கை நுழைப்பவர்களாக மாறிவிட மாட்டோமா?

வயதாக வயதாக அழகாக மாறியவர்களும் உண்டு.

மகாத்மாகாந்தியின் புகைப்படங்களைப் பாருங்கள் - இளமையில் இருந்ததைக் காட்டிலும், முதுமையில் இன்னும் அழகுடன் அவர் விளங்கினார். வயோதிகத்துடன் அவருடைய வசீகரமும் கூடியது.

தாகூருடைய புகைப்படங்களைப் பாருங்கள். இளமையைக் காட்டிலும் முதுமையில் அவர் ஏணியைப் போல வழிந்தோடுகின்ற வெண்தாடியுடன் ஒளிர்வதைப் பார்க்கலாம்.

இது நேதாஜிக்கும் பொருந்தும். அவருடைய கம்பீரமானது நாளுக்குநாள் அதிகரித்தது. ஜே.கிருஷ்ணமூர்த்தியின் தோற்றத்தில் முதுமையின் முதிர்ச்சியால் தோன்றும் அழகு அபரிமிதம்.

இப்படி எண்ணற்ற பேர் நாளாக நாளாக அழகு பெற்றதற்கு காரணம் அவர்கள் அழகாக மாற முயற்சி செய்யாததால்தான்.

அவர்கள் தங்களுக்குள் அமுங்கிக்கிடந்த அழகை வெளிக் கொண்டு வந்தார்கள். அதற்கு அவர்கள் பிரயத்தனம் செய்யவில்லை. அது தானாகவே வெளிவந்தது.

அவர்கள் உள்ளத்தில் பொங்கிய கருணை அவர்கள் கண்களை மின்னச் செய்தது. அவர்களிடம் இருந்து ஆசை அகல அகல முகமும் பொலிவு பெற்றது.

அவர்கள் நெற்றிச் சுருக்கங்கள் அனுபவங்களின் முகத்திரை களாகத் தெரிய ஆரம்பித்தன. அவர்கள் இதயத்தில் கசிந்த ஈரம் அவர்கள் தோற்றம் முழுமையையும் பிரகாசிக்கச் செய்தது.

வள்ளலாருடைய கருணை, ராமகிருஷ்ண பரமஹம்சருடைய கபடமற்ற முகம், சாரதா தேவியின் அன்பு ததும்பும் வதனம் இவை யெல்லாம் காலமெல்லாம் மற்றவர்களுக்குக் கலங்கரை விளக்கமாகத் திகழும் காந்த சக்தி உடையவை.

ஒவ்வொரு மனிதனுமே தனக்குள் ஒளிந்து கிடக்கும் அழகை வெளியே கொண்டு வர முடியும். அவன் தன் கண்களை விளக்குகளைப் போல மின்னச் செய்ய முடியும்.

வெளியில் இருந்து நாம் திணித்துக்கொள்கின்ற அழகைக் காட்டிலும் உள்ளுக்குள்ளிருந்து கசியச் செய்கின்ற அழகே அற்புத மானது.

மன அமைதியும், சாந்தமும், நடுநிலைமையுடன் கூடிய இயல்பும், அன்பும் கருணையும், எதற்கெடுத்தாலும் கோபம் கொள்ளாத தன்மையும், பொறுமையும் கொண்டவர்கள் முகம் இருளில்கூட ஒளிர ஆரம்பித்து விடுகிறது.

நம் செய்கைகளால், நம் பங்களிப்பால், நாம் பெறுகின்ற அறிவுத் திறனால், நம்முடைய விழிப்புணர்வால், சாத்தியமாகிற நேர்த்தியே நீடித்து வாழும் - அது வயோதிகத்திலும், ஏன் மரணத்திலும் கூட அழிக்க முடியாத அளவுக்கு உள்ளுணர்வாய் நீடித்து நிற்கும்.

நான் சிலரை சந்தித்திருக்கிறேன். முகம் வெளுப்பதற்காக அவர்கள் பூசிய முகப்பூச்சுகள் ஏற்படுத்திய ஒவ்வாமையால் அவர்களுக்கு எதிர்வினை ஏற்பட்டு, உள்ளதும் போன கதை.

இன்னும் சிலருடைய பெரும்பான்மையான நேரம் அலங்காரம் செய்துகொள்வதற்காகவே கழிகின்ற அவலத்தை -

இன்னும் சிலருக்கு மற்றவர்களிடம் பேசுவதில், பழகுவதில் ஏற்படுகின்ற தாழ்வு மனப்பான்மையை -

இவையெல்லாம் சில நேரங்களில் மனதைப் பிழிவதாகவும், தன்னுடைய தோற்றம் குறித்து சிலருக்கு இருக்கும் அதிகப்படியான ஆணவம் குறித்த செயல்பாடு எண்ணத்தையும் சுடுவதாகவும் இருக்கின்றன.

யாரேனும் ஒருவர் நம்மை அழகாக்கி விட முடியும் என்றும், எந்த நொடியிலாவது நாம் அழகாக மாட்டோமா என்பதும் இவர்களுடைய கற்பனைக் கனவுகளாக இருக்கின்றன.

இவர்களுடைய காதுக்குள் 'நீங்கள் ஏற்கெனவே அழகானவர்கள்' தான் என்று நாம் உரத்துச் சொல்ல வேண்டியவர்களாக இருக்கிறோம்.

"நீங்கள் செய்ய வேண்டியதெல்லாம், நீங்கள் உங்கள் செயல்களால், மானிடத்திற்கு அளிக்கும் பங்களிப்புகளால் உடல்களை மேன்மைப்படுத்திக் கொள்ள வேண்டும்" என்பதே - நம்முடைய தோற்றத்தை மீறிய நம்முடைய பங்களிப்பு மானிட சமுதாயத்திற்கே கிடைக்குமேயானால் நம் தோற்றத்தைப் பற்றி யார் கவலைப்படப் போகிறார்கள். மேரிகியூரியின் அழகைப் பற்றி யார் பட்டிமன்றம் நடத்தப் போகிறார்கள்.

ஒருவர் அழகில்லை என்று நிராகரித்த பெண்ணை மற்றொருவர் 'பேரழகு' என்று வியந்து திருமணம் செய்து கொள்கிறார். ஒருவர் உணவு மற்றொருவருக்கு விஷமாக இருக்கிறது. நமக்குள் அடங்கிக் கிடக்கும் அற்புத ஆற்றல்களையெல்லாம் ஒளிகொண்டு தேடி வெளிக் கொண்டு வருவதுதான் முகத்தை நோக்கி நாம் பிரகாசத்தை உற்பத்தி செய்யும் யுக்தி.

இன்றைய நாளை நாம் முழுமையாக வாழ்ந்திருக்கிறோம். ஒவ்வொரு நொடியையும் சரியாகக் கழித்திருக்கிறோம் என்று திருப்திப் படுவோமேயானால் அழகு நம் விழிகளில் குடியேறுவது ஒன்று மட்டும் நிஜம். அழகு திருப்தியினால் தோன்றுவது, விரக்தியினால் அல்ல.

நாம் எல்லாருமே பிரபஞ்சத்தின் பகுதிகளாக இருக்கும்போது, இதில் யார் இன்னொருவருக்காகப் பொறாமைப்பட முடியும்? ஏக்கம் எய்த முடியும்?

மதர் தெரஸாவிடம் 'இவ்வளவு கடுமையான வாழ்க்கை முறையிலும் எப்படி குழந்தையைப் போல உற்சாகமாக இருக்கிறீர்கள்' என்று கேட்டதற்கு 'உள்ளுக்குள் ஏற்படும் இனிய உணர்வு அழகுக் கலை நிபுணரின் கைவேலையைக் காட்டிலும் பல மடங்கு உயர்ந்தது' என்று பதில் அளித்தார்.

அழகுக்கும், அருவருப்புக்கும் இடையில் இருக்கின்ற இடை வெளி மயிரிழையைக் காட்டிலும் மெல்லியது என்பதை உணர்த்தத் தான் அசிங்கமான கூட்டுப் புழுவில் இருந்து வண்ணமயமான பட்டாம் பூச்சியை இயற்கை சிறகடிக்கச் செய்கிறது.

சேற்றில் இருந்து செழுமையான செந்தாமரையை பூமி தோற்று விக்கிறது.

மக்குகிற கரியே மின்னுகின்ற வைரமாக மாறுகிறது மினுக்குகின்ற கூழாங்கல்லோ கூழாங்கல்லாகவே காலமெல்லாம் கிடக்கிறது.

அழகும் அவலட்சணமும் தனித் தனியாக இல்லை. அது நம் மனதில்தான் இருக்கிறது.

நாம் கரியாக இருந்தால் - அது வைரமாவதற்கு

புழுவாக இருந்தால் - பட்டாம் பூச்சியாவதற்கு

விதையாக இருந்தால் - விருட்சமாவதற்கு

இலையுதிராக இருந்தால் - வசந்தத்தைத் தழுவுவதற்கு...

என்று கருதிக்கொண்டால் வசீகரத்துடன் வயோதிகத்தைத் தழுவுவோம். அதைத்தான் Ageing with grace என்று குறிப்பிடுகிறார்கள்.

இளமை எப்போதும் மனம் சம்பந்தப்பட்டது. முதுமை எப்போதும் உடல் சம்பந்தப்பட்டது. உடலின் சாவி மனத்தின் கைகளில்தான் இருக்கிறது.

22. உழைப்போம் உயர்வோம்

என் சன்னல் வழியாக எதிர்வீட்டு மேஜையும், அதில் தாள்கள் பறக்காமலிருக்க வைக்கப்பட்டு இருக்கும் காகித கனமும் (paper weight) தெரிகின்றன. காகித கனத்தைக்கூட பொம்மையைப் போலக் கலை நேர்த்தியுடன் செய்திருக்கும் சீன நாட்டின் நுட்பமும், நுண்ணிய கைத்திறனும் என் விழிகளில் விழுகின்றன.

"கண்சென்று பற்றும் பொறி
காதுநின்று பற்றும் பொறி"

என, பொறிகள் பற்றி படித்த விவரம் பொறி தட்டியது.

சீனப் பொருட்கள் இந்திய சந்தையில் நிறைந்திருக்கின்ற விவரமும், உள்நாட்டு சந்தையை ஆக்கிரமித்திருப்பவர்கள் அடைந்த கலக்கமும் என் கண்முன் நிழலாக விரிந்தது.

"உலக வர்த்தக மைய ஒப்பந்தத்தின் காரணமாக இனி எல்லா நாடுகளும் இழுத்துச் சாத்திய கதவுகளைத் திறந்துவிட வேண்டியது தான் - வேறு வழியில்லை என்கின்ற கட்டாயம் ஏற்பட்டுவிட்டது. இனி வர்த்தகத்தில் உலகளாவிய போட்டி நிகழ்ந்துதான் தீரும். பொருளை வாங்குபவன் பொருள் தரமாக இருக்கிறதா? விலை குறைவாக இருக்கிறதா? என்கிற கேள்விகளுடன் நிறுத்திக் கொள்வானே தவிர அதைச் செய்தவனின் சாமுத்ரிகா லட்சணமும் முகவரியும் அவனுக்கு முக்கியமில்லை.

"ஓர் ஓட்டப் பந்தயத்தில் கலந்துகொள்ள வேண்டும் என்றால் நாம் ஓடுவதற்கு நம்மை நன்றாக ஆயத்தப்படுத்திக்கொள்ள வேண்டுமே தவிர, 'நன்றாக ஓடுபவர்கள் பந்தயத்திலிருந்து விலகினால்தான் நான் கலந்து கொள்வேன்' என்று பிடிவாதம் பிடிக்க முடியாது."

இவையெல்லாம் அதற்குச் சார்பாக முன் வைக்கப்படுகின்ற வாதங்கள்.

"கங்கை நதிப்புறத்துக் கோதுமைப் பண்டம் காவிரி வெற்றிலைக்கு மாறு கொள்வோம்" என்ற பாரதியின் கனவு இன்னும் சற்று விரிவடைந் திருக்கிறது, அவ்வளவுதான்.

சீனத்தைச் சேர்ந்தவர்கள் இவ்வளவு நேர்த்தியாகவும், விலை குறைவாகவும் பொருட்களைத் தர முடிகிறதே அதற்கு என்ன காரணம்? அவர்கள் 'உழைப்பு' மட்டுமே அவர்களுக்கு பலமாகவும், நமக்குப் பலவீனமாகவும் இருக்கிறது.

உழைப்பும், உண்மையும், நேர்மையும் சமவிகிதத்தில் கலக்கின்ற சமூகம் போட்டிகளுக்கும், சவால்களுக்கும் பயப்பட வேண்டியதில்லை என்பதற்கு அவர்கள் உதாரணமாகத் திகழ்கிறார்கள்.

உதாரணமாக, இல்லாதவர்களை காலம் உதாசீனம் செய்துவிடும். நாம் உழைப்பைப் போற்றியவர்கள் இல்லையா? திறனில் மேம்பட்டவர்கள் இல்லையா?

நாம் எழுப்பிய கோபுரங்களும் நாம் வடித்த சிற்பங்களும் நம் உழைப்பின் முத்திரைகள்தாம். இன்னும் இரண்டு மணி நேரக் கூடுதல் உழைப்பு, விலையை மலிவாக்க அவர்களுக்கு உதவுகிறது.

உழைப்பு என்பது வெறும் வியர்வை சிந்துகின்ற சடங்கு மட்டுமல்ல. அது அனைத்துப் புலன்களையும் ஆற்றல்களையும் ஒரே புள்ளியில் குவித்து நம்மையே நாம் செய்கின்ற செயலில் கரைத்துக் கொள்வது.

நாம் நேசிக்காவிட்டால் உழைப்பு வெறும் பிழைப்பு நோக்கி நடத்தப்படுகின்ற சாதாரண செயல்பாடு. உழைப்பின் தீவிரத்தையும் அதற்கான நேர முதலீட்டையும் அதிகரிக்கின்ற நாட்டின் மக்கள் எந்தப் புயல் அடித்தாலும் நிமிர்ந்து நிற்கிறார்கள். புதிய சூழலுக்கு ஏற்ப தளங்களைப் புதுப்பித்துக்கொண்டு புறப்படுகிறார்கள்.

எந்த நாட்டில் உளிகளைக் காட்டிலும் படுக்கை விரிப்புகள் அதிகம் விற்பனையாகின்றனவோ அங்கே கொசுவர்த்தி விற்பவர்களே அதிகம் லாபம் ஈட்டுவார்கள்.

உழைப்பை நேசிக்கின்ற பழக்கம் ஒரே நாளில் வந்து விடாது. அது சின்ன வயதிலிருந்தே கற்றுக்கொள்ளவேண்டிய ஒன்று. "நாளையில் இருந்து நான் உழைப்பை நேசிக்கப்போகிறேன்" என்று சங்கல்பம் செய்வது சரிப்படாது. இப்பொழுதே தொடங்க வேண்டும். இந்த நொடியிலிருந்தே...

பல் துலக்குவதையும், குளிப்பதையும் நேசிக்க முடியாதவர்கள் நிச்சயம் சிற்பத்தை வடிப்பதைக் கூட நேசிக்க முடியாது.

உழைப்பால் உயரிய படைப்புகளையெல்லாம் சாத்திய மாக்கிய வர்கள்தாம் இன்று 'சும்மாயிருப்பதே சுகம்' என்று சோம்பலுக்குச் சாமரம் வீசிக்கொண்டிருக்கிறோம்.

சுகவாசிகள் இருக்கும் நாட்டில் 'விலைவாசி'யும் அதிகமாகத் தான் இருக்கும்.

கபீருடைய வாழ்வில் நடந்த ஒரு சம்பவம்.

மிகச் சிறந்த ஆன்மிக ஞானியாக இருந்தும் அவர் தொடர்ந்து நெசவு செய்துகொண்டே இருந்தார். அவர் தன்னுடைய விரல்கள் தடுமாறிய பிறகும், விழிகள் மங்கிய பிறகும் நெசவை மட்டும் தொடர்ந்து செய்துகொண்டிருப்பதைக் கண்ட அவருடைய சீடர்களுக்கு வருத்தம் ஏற்பட்டது.

"உங்களுடைய குரு என்ன செய்கிறார் என்று யாராவது கேட்டால் 'ஆசிரமம் நடத்துகிறார்' 'தீட்சை தருகிறார்' என்று சொன்னால் பெருமையாக இருக்கும். அதை விடுத்து 'நெசவு செய்கிறார்' என்று சொல்ல வேண்டியிருக்கிறதே" என்று அவர்கள் வருத்தப்பட்டார்கள். அதில் சில சீடர்கள் பெரிய பணக்காரர்கள்.

அவர்கள் கபீரிடம் சென்று 'ஐயா நாங்கள் இவ்வளவு செல்வத்துடன் இருக்கும்போது நீங்கள் ஏன் இப்படி நெசவு செய்கிறீர்கள். உங்களுக்குத் தேவையான பணத்தைத் தருவதற்கு நாங்கள் தயாராக இருக்கிறோம். நெசவை நிறுத்திவிடுங்கள்' என்றனர்.

கபீர் சிரித்துக்கொண்டே 'நான் என் வயிற்றுப்பாட்டுக்காக இந்த நெசவை மேற்கொள்வதாக நீங்கள் நினைக்கிறீர்களா? இல்லவே இல்லை. இந்தப் பணிதான் உயிரோடு என்னைப் பிணைத்து வைத்திருக்கிறது. இல்லாவிட்டால் நான் எப்போதோ இறந்திருப்பேன். ஒவ்வொரு ஆடையை நான் நெய்யும்போதும் இறைவனே அணிந்து கொள்ளப் போவதாக எண்ணி அதை நெய்கிறேன். இது இறைமை யோடு எனக்கு உள்ள காதல் விவகாரம் (Love affair with existence). இந்தச் செயல்பாடுதான் என்னுடைய உண்மையான வழிபாடு. இதுவே தியானம், இதுவே தவம். இந்த ஒவ்வொரு ஆடையிலும் நான் கரைந்து போயிருக்கிறேன். ஒவ்வொரு ஆடை நெய்து முடிக்கும் போதும், அதற்குள் இந்த ஆடை முடிந்து விட்டதே என்று வருத்தப்படுகிறேன். என் கைகள் தறியிலிருந்து பிரியும்போது என் உயிரும் உடலை விட்டு நீங்கியிருக்கும்" என்றார்.

பொம்மை செய்பவர்கள், ஒவ்வொரு பொம்மையையும் தன் குழந்தை விளையாடுவதற்காக என்று எண்ணி செய்தால், ஆடை நெய்பவர்கள் தனக்கு விருப்பமானவர்கள் அதை அணியப் போவதாகக் கருதி நெய்தால், நோட்டுப் புத்தகம் தயாரிப்பவர்கள் தன் மகன் அதில் எழுதப் போவதாக ஒவ்வொரு நோட்டையும் கருதிக் கொண்டால்,

எவ்வளவு தரமான பொருட்கள் தயாராகும்?

கபீரின் செயல் அதைத்தான் வலியுறுத்துகிறது.

இங்கும் திருநாவுக்கரசர் உழவாரப் பணியையே தவமாக மேற்கொண்டு வந்தது - உழைப்பே இறைமையை அடைய வழி என்பதற்காகவே.

நாம் எப்போதும் யாருக்காகவோ பணிபுரிவதாக எண்ணிக் கொள்கிறோம்.

நமக்கு நாமே முதலாளியாக மாற நினைக்கும்போது தான் நமக்கு உழைப்பு திருவிழாவாக முடியும்; வியர்வை பன்னீராகக் கருதப்படும். 'முதலாளி' என்பது 'முதல் தொழிலாளி' என்பதன் சுருக்கம்தான்.

எனக்குத் தெரிந்த ஒருவர் மிக நேர்த்தியான மேசைகள் செய்வார். அவற்றைப் பார்த்தாலே மற்றவற்றிலிருந்து வேறுபட்டிருப்பதை அறிய முடியும். அவற்றின் தரம் அத்தனை அழகு. பொதுவாக தேக்கினால் மேசை செய்வார்கள். அறைகளை மாத்திரம் மா அல்லது பலா மரத்தில் தான் செய்வார்கள். வெளியே தெரிகின்ற பொருள்களை, பகுதிகளை மாத்திரம் விலையுயர்ந்த மரத்தால் செய்தால் போதும் என்பதுதான் நம்முடைய பழக்கம்.

ஒருமுறை நான் அவரிடம் கேட்டேன். "நீங்கள் அறைகளைக் கூடத் தேக்கினால் செய்கிறீர்களே, அவை தேக்கினால் செய்யா விட்டால் யாருக்குத் தெரியப்போகிறது?"

அவர் சொன்ன பதில் அதிர்ச்சியாயிருந்தது.

"யாருக்குத் தெரியவேண்டும்? எனக்குத் தெரியுமே -அது போதாதா? நாம் செய்கின்ற செயல்களில் காட்டுகின்ற அக்கறையும், ஆர்வமும் அதில் செலுத்துகின்ற மகிழ்ச்சியும் நமக்குத் தெரிந்தால் போதும். வேறு யாருக்கும் தெரிய வேண்டியதில்லை."

காலைக் கடன்களைப் போல வியர்வையும் கட்டாயமாக்கப்படும் சமூகத்தில்தான் சாதனைகள் பூத்துக் குலுங்குகின்றன.

இருத்தலுக்கும், நமக்கும் உழைப்பின் மூலம்தான் தொடர்பை ஏற்படுத்திக்கொள்ள முடியும். நான் கேள்விப்பட்டிருக்கிறேன்.

மிகுந்த ஊதாரியாகத் திரிந்த ஒரு செல்வந்தரின் மகன், தன் தந்தை இறந்ததும் அவருடைய சொத்து முழுவதையும் விரயமாக்கினான். கையில் ஒரு காசுகூட இல்லை என்கின்ற நிலை வந்தபோது தான் அவனுக்குப் பணத்தின் அருமை தெரிந்தது. உழைத்துத்தான் தீர

வேண்டும் என்கிற சூழல். அவன் யாருக்காகவெல்லாம் செலவழித் தானோ அவர்கள் எல்லோரும் முகத்தைத் திருப்பிக் கொண்டார்கள். அவன் உழைக்கத் தொடங்கினான். வியர்வையை சிந்துவது உடலுக்கு எவ்வளவு நல்லது என்று உணர ஆரம்பித்தான். முதன் முதலாக சேமித்த பணத்தில் செருப்பு வாங்கினான். 5 காசு மட்டும் மிஞ்சியது.

வெளியே வரும்போது நல்ல மழை. குனிந்து பார்த்தான். செருப்பு சேற்றில் கிடந்தது. கைகளில் எடுத்து தோளில் இருந்த பட்டு பீதாம்பரத்தால் துடைத்தான்.

வழிப்போக்கர் ஒருவர் அதிர்ச்சியடைந்தார்.

"தம்பீ, பட்டுப் பீதாம்பரத்தால் செருப்பைப் போய்த் துடைக்கிறாயே? 'பீதாம்பரம் என் தந்தை சம்பாதித்தது; செருப்பு நான் சம்பாதித்தது' என்று பதில் சொன்னான்."

உழைத்து ஈட்டிய காசில் உண்ணுகின்ற உணவே அதிக சுவை யுடனிருக்கும். உழைப்பும், சேமிப்பும் உண்மையாக இருக்கும் பட்சத்தில் அவற்றால் விளையும் ஆனந்தம் அபரிமிதம்.

"நாம் ரசித்துச் செய்யாவிட்டால் ரொட்டி கூடப் புளித்துப் போகும்" என்கிறார் கலீல் ஜிப்ரான். ரொட்டி மட்டுமல்ல, வாழ்க் கையே உழைப்பை நேசிக்காததால்தான் புளித்துப் போய்விடுகிறது.

செய்கின்ற பணியால் அல்ல, செய்கின்ற விதத்தால்தான் ஒரு பணியின் தன்மை உன்னதமடைகிறது.

நம் தோட்டத்தில் நாம் நட்ட மலர்ச்செடி பூக்கும்போது நமக்குள்ளும் சில இதழ்கள் விரிகின்றன. அச்செடியில் யாராவது பூக்களைப் பறித்தால் நம் விரல்களைக் கிள்ளியது போல நாமே காயப்படுகிறோம்.

'மொட்டாகி இருக்கிறதோ செடி இதழ்கள் - அவை கொட்டாவி விடுவதனால் மலர்கிறதோ' என்று நம் தோட்டத்துப் பூச்செடியை நாம் அதனால்தான் உற்றுக் கவனிக்க ஆரம்பிக்கிறோம். நம் முற்றத்தில் காய்த்த காய்கறிகளுக்குத் தனிச் சுவைதான். நாம் வளர்க்கும் பசுவின் பால் தனி ருசிதான். காரணம் அவற்றில் நம் உழைப்பு என்னும் கண்ணுக்குத் தெரியா 'உப்பு' சேர்க்கப்பட்டிருப்பதால்தான்.

ஆபிரகாம் லிங்கன் ஜனாதிபதியான பிறகும் தன் காலணிகளுக்குத் தானே பாலீஷ் போடுவார். ஒருமுறை அவரை சந்திக்க வந்த இன்னொரு தலைவர்...

"என்ன உங்கள் ஷூக்களுக்கு நீங்களே பாலீஷ் போடுகிறீர்கள்?" என்றார். "ஏன் நீங்கள் மற்றவர்கள் ஷூவிற்குப் போடுவீர்களா?" என்று திருப்பிக் கேட்டார்.

"இல்லை, மற்றவர்கள் என் ஷூவுக்குப் பாலீஷ் போடுவார்கள்."

"அது இன்னும் அசிங்கம்."

இதுபோன்ற செயல்கள்தான் நாம் உயர்ந்திருப்பதை நியாயப் படுத்துகின்றன என்றார் லிங்கன்.

நம் வீட்டை யாரோ பெருக்க, நாம் தெருவைச் சுத்தம் செய்யப் புறப்படுவதில் என்ன சேதியிருக்க முடியும்.

ஒன்றை நினைவில் வைத்துக்கொள்ள வேண்டும். உலகம் நம்மிடம் இருந்துதான் ஆரம்பமாகிறது. உலகத்தின் மையமாக நம்மைப் பொறுத்த வரை நாம்தான் இருக்கிறோம். எனவே எதையும் நம்மிடம் இருந்து ஆரம்பிப்பதுதான் நல்லது. நாம் மாறினால் உலகமும் அன்பு மயமாக மாறிவிடும்.

கிணறு தோண்டுபவன் 'எத்தனை பேருடைய தாகம் இதனால் தான் தணியப் போகிறது' என எண்ணினால் பாறைகள் கூட இளக ஆரம்பித்துவிடும்.

அறுவடை செய்பவன் 'எத்தனை பேர் பசியாறப் போகிறார்கள்' எனக் கருதினால் சிந்துகிற மணிகளின் எண்ணிக்கை குறைந்து கதிர்கள் கூடக் கனிந்து கைகளுக்குள் தஞ்சம் புகும்.

இப்படித்தான் உழைப்பை நேசிக்க ஆரம்பித்தால் நாம் கடிகார முட்களைக் கண்டு வாழ்க்கையை வாழத் தேவையிருக்காது.

நாம் நேசிப்புடன் நீர் வார்த்தால் செடிகூட வேகமாக வளரும்.

நீளும் யோசனைகளுடன் கணினி அறிவை மேம்படுத்திக் கொள்ள மதுரை புதுநகரில் உள்ள 'தமிழ்நாடு கணினி மையம்' (Tamilnadu Computer Centre) நுழைகிறேன்.

கல்லூரிகளிலும், பள்ளிகளிலும் படிக்கும் பல மாணவர்கள் கணினி முன் கம்பீரமாக அமர்ந்திருக்கிறார்கள். மகிழ்ச்சியாக இருந்தது. இன்றைய இளைஞர்கள் தங்கள் தலைமுறையைச் சார்ந்த சிலரிட மிருந்தே உழைப்பையும், முயற்சியையும் கற்றுக்கொள்ள வேண்டியவர் களாக இருக்கிறார்கள்.

கணினி மைய உரிமையாளர் மோகன்ராஜ் அங்கு தீவிரமாகப் பணியில் ஈடுபட்டுக்கொண்டிருக்கும் ஒரு பெண்ணைக் காண்பித்துச் சொன்னார்.

'இந்தப் பெண் லேடி டொக் கல்லூரியில் படிக்கிறார். பெயர் தனலட்சுமி, நம் மையத்தில் பணியும் புரிகிறார்.'

'குடும்பக் கஷ்டமோ?'

'அப்பா உயிருடன் இல்லை. அண்ணன் பராமரிப்பில்தான் இருக்கிறார். இவர் பணிபுரிவது தன் செலவுக்காக இல்லை.'

'எனக்குப் புரியவில்லை?'

'இவரும் இவருடைய தோழியரும் 'சிநேகம்' என்ற அமைப்பு மூலமாக ஏழை மாணவர்களுக்கு உதவி செய்கிறார்கள். அதற்கு இந்தப் பணியின் மூலம் கிடைக்கும் பணத்தை முதலீடு செய்கிறார்.'

தனலட்சுமி என் கண்முன் உயர்ந்து நின்றார்.

படிக்கின்றபோதே உழைக்கின்ற பழக்கம் நம்மை சோம்பல் சுருட்டி விடாமலிருக்கத் துணைபுரியும். நாம் உழைப்பின் நுணுக்கங் களைக் கற்றுக் கொள்ளவும் உதவியாக இருக்கும். (18 வயதுக்கு மேற்பட்டவர்களை மட்டுமே குறிப்பிடுகிறேன்)

உழைப்பு மட்டும் உயர்வு தந்துவிடுமா? படைப்புத்திறன் (Creativity) வேண்டாமா? என்று கேட்கலாம்.

நாம் எப்போது உழைப்பை நேசிக்கிறோமோ அப்போதே புதிய புதிய படைப்பு நுணுக்கங்கள் நம் கண்முன் வந்துவிடும். ஏனென்றால் நேசிப்பின் போது உச்சக்கட்ட விழிப்புணர்வுக்கு நாம் தானாகப் பயணிக்கிறோம்.

அப்போது உழைப்பு கொண்டாட்டமாகும். வாழ்வு திருவிழாவாகும்.

23. நன்றி வாலில் இல்லை

பிரபலமான நபர் ஒருவர் தனக்கு சோதிடம் தெரியும், கைரேகை தெரியும் என அறிமுகப்படுத்திக் கொண்டார்.

தன் எதிர்காலம் எப்படியிருக்கும் என்பதைத் தெரிந்துகொள்வதற்கு ஏற்கெனவே இறந்து போனவர்களுக்குக் கூட ஆர்வம் உண்டு.

நண்பர் உடனே தன் வலது கையைக் காட்டி "என் கையைப் பார்த்துச் சொல்லுங்கள்" என்றார். வெகுநேரம் உன்னிப்பாகக் கவனித்து விட்டு... நான் மூன்று முக்கியமான செய்திகளை மட்டும் சொல்கிறேன்.

1. நீங்கள் யார் யாருக்கு உதவி செய்தீர்களோ அவர்கள் தக்க நேரத்தில் உங்களுக்கு உதவி செய்திருக்கமாட்டார்கள். நன்றியுணர்வுடன் நடந்துகொண்டிருக்க மாட்டார்கள்.

2. நீங்கள் இப்பொழுது சற்று மனக்கவலையில் இருப்பீர்கள். பல காரியங்கள் தேவை இல்லாமல் தாமதமாகும்.

3. இப்பொழுது உங்கள் வரவைக் காட்டிலும் செலவு அதிகமாக இருக்கும். என்ன? என் பலன்கள் சரியாக இருக்கிறதா? என்று கேட்டார்.

உடனே அவர் பிரபல நபரின் கையைப் பிடித்து ஆகா எவ்வளவு துல்லியமாகச் சொன்னீர்கள்! எப்படி இவ்வளவு துல்லியமாகச் சொல்கிறீர்கள் என்றார்.

இந்த மூன்று பலன்களையும் யாருடைய கையைப் பார்த்துச் சொன்னாலும் அவர்கள் அதை சரி என்று ஒத்துக் கொள்வார்கள் என்றார்.

நாம் எல்லாருமே மற்றவர்கள் நம்மிடம் நன்றியுணர்வுடன் நடந்து கொள்ளவில்லை என்கின்ற மனக்குறையை சுமந்துகொண்டுதான் நடமாடி வருகிறோம்.

நன்றி சொல்வது எல்லாரும் எதிர்பார்க்கின்ற, ஆனால் தாங்கள் மட்டும் சவுகரியமாக மறந்து போகின்ற ஒரு செயல்.

நன்றி என்பது மனித நேயத்தில் ஓர் அளவுகோலாக இருக்கிறது. நன்றியற்ற சமுதாயம் களர் நிலமாகக் காட்சியளிக்கும்.

வேரில் உறிஞ்சிய நீரைத் தலை வழியாகத் தென்னை தருகிறது என்பது பைந்தமிழ்ப் பாடல்.

வேர்களுக்கு நன்றி செலுத்தத்தானே மலர்கள் மரங்களின் பாதங்களில் உதிர்ந்து விழுகின்றன. தேன் எடுக்கும் நன்றிக்காகத்தானே பட்டாம்பூச்சிகள் பூக்களுக்கு மகரந்தச் சேர்க்கை எனும் பெயரால் திருமணம் நிகழ்த்தும் புரோகிதர்களாகப் பணிபுரிகின்றன.

இயற்கையின் ஒவ்வொரு செயலும் நன்றியறிதலினால் நிகழ்கிறது. வாழ்க்கை என்பது தனித்திருப்பதல்ல, சார்ந்திருப்பது; ஒருவரையே சார்ந்திருப்பதல்ல. ஒருவருக்கு ஒருவர் சார்ந்திருப்பது; பரஸ்பரம் புன்னகைப் பூக்களை உதிர்த்துக்கொள்வது; மகிழ்ச்சியை, அன்பை, நல்ல எண்ணங்களை, இனிய சொற்களை இயல்பாக வலிந்து திணிக்காமல் பரிமாறிக்கொள்வது. கைகளை அன்போடு உள்ளங்கைகளில் வைத்து மவுனத்தின் மூலம் உள்ளத்தை உணர்த்துவது.

We are not independent, we are inter dependent.

காற்றுக்கும் தென்றலுக்கும் இருக்கும் உறவுபோல், மென்மையாக ஒன்றை ஒன்று சார்ந்து பிணைந்து இயங்கும் தன்மை பிரபஞ்சம் முழுவதும் உண்டு.

நன்றி சொல்வது என்பது சொற்களால்தான் என்று அல்ல; நெகிழ்ந்த ஒரு பார்வையால், கனிவு கசியும் கண்களால், ஈரம் நிறைந்த இதயத்தால், திருப்தி தெறிக்கும் முகபாவனையால் ஆயிரம் நன்றி களைப் பேசாமலேயே சொல்ல முடியும். அடுத்தவர்கள் அந்த அதிர்வுகளை உணர்ந்து கொள்ளவும் முடியும்.

நன்றி சொல்வது அடுத்தவர்களுக்குத் திருப்தி ஏற்படுவதற்காக மட்டுமல்ல. அது அவர்கள் தொடர்ந்து உற்சாகமாகப் பணியாற்ற அளிக்கும் ஊக்கம். சில நேரங்களில், தான் செய்த உதவி சரியாகப்போய் சரியான நபரை அடைந்திருக்கிறதா என்பதை அறிய உதவும் தெர்மா மீட்டர்.

வார்த்தைகளால் சொல்லப்படும் நன்றியைக் காட்டிலும் மேன்மையானது செய்கைகளால் உணர்த்தப்படும் நன்றி.

உதவியை மறக்காமல் இருப்பது முதல் வகை. உதவிக்கு ஏதாவது கைமாறு செய்வது இரண்டாம் வகை. தான் ஒருவரிடம் பெற்ற நல்ல

செயல் தன்னை உயர்த்தியதை உணர்ந்து, தன்னிடம் வருபவர்களிடமெல்லாம் அன்புடனும் அனுசரணையுடனும் இருப்பது இன்னும் மேம்பட்ட மூன்றாவது வகை.

நன்றி என்று சொன்னவுடன் மேற்கத்திய கலாசாரம் போல எதற்கெடுத்தாலும் "நன்றி" என்று சொல்லி அந்தச் சொல்லை நீர்த்துப் போகச் செய்வது அல்ல... மாறாக, சொல்லாமல் சொல்லித் தன் எண்ணத்தை வெளிப்படுத்துவது.

தான் எதிர்பார்க்காத நேரத்தில் உதவி வரும்போது ஒருவன் கண்கள் கலங்குவதில்...

மகிழ்ச்சியில் விழிகள் பனிக்கும்போது, முகத்தில் அன்பு கொப்பளிக்கும்போது...

நன்றி கம்பீரமாகத் தன்னைத் தாழ்த்திக் கொள்ளாமல் நடை போடுகிறது.

ஒருவர் செய்த உதவியை மறப்பது ஈனச் செயல் என்றால் அதனினும் ஈனச் செயல் அப்படி நன்மை செய்தவர்களுக்கே கேடு செய்வது. இந்த இரண்டாம் வகையைத்தான் துரோகம் என்று பெயர் சூட்டினோம். அது அதிகரித்திருப்பதற்கு காரணங்கள் மனிதனின் சுயநலமும், தன் முனைப்பும்தான்.

நன்றியைப் பற்றியும் துரோகத்தைப் பற்றியும் இரு உலக கதைகளை (popular world fables) அதிகாரத்திற்கு 48 வழிகள் (48 Law of Power) என்ற நூலில் வாசிக்க நேர்ந்தது. (தமிழில் தற்போது ரா.கி. ரங்கராஜன் அழகாக மொழி பெயர்த்திருக்கிறார்)

20 ஆண்டுகளுக்கு மேல் சுல்தான் ஒருவரிடம் விசுவாசமாகப் பணியாற்றிய வஸீர் மீது சந்தேகம் கொண்டு மரண தண்டனை விதித்துவிடுகிறான் சுல்தான். அந்த நாட்டு மரபுப்படி மரண தண்டனை விதிக்கப்பட்டவர்கள், ஒரு மைதானத்தில் கை கால்கள் கட்டப்பட்டு உருட்டி விடப்படுவார்கள். அவர்கள் மீது சுல்தான் வளர்த்து வரும் வேட்டை நாய்கள் அவிழ்த்துவிடப்படும். அவை கடித்துக் குதறிக் கொன்றுவிடும்.

தனக்கு மரண தண்டனை விதிக்கப்பட்டதும் வஸீர் எனக்குப் பத்து நாட்கள் அவகாசம் வேண்டும். எனக்கென்று சில கடமைகள் இருக்கின்றன. அவற்றை நிறைவேற்ற வேண்டும் என சுல்தானிடம் மன்றாடிக் கேட்டு தப்பிச் செல்லமாட்டேன் என்று அல்லாஹ் மீது ஆணையிட்டுக் கோரிக்கை நிறைவேற்ற அவகாசம் பெறுகிறார்.

அவகாசம் கிடைத்ததும் அவசர அவசரமாக வீட்டுக்கு ஓடிவந்து 100 பவுன்களை எடுத்துக்கொண்டு அரண்மனைக்கு ஓடுகிறார். அங்கே அந்த நாய்களைப் பாதுகாத்துக் கொள்பவரிடம் அவற்றைக் கொடுத்து ரகசியமாகப் பத்து நாட்களுக்கு நாய்களைப் பார்த்துக்கொள்ளும் பொறுப்பைத் தன்னிடம் ஒப்படைத்துவிட்டுச் செல்லுமாறு கூறினார்.

அதுவும் நடந்தது.

இந்த 10 நாட்களில் நாய்களுக்கு மிகவும் சுவையான உணவு வகைகளைச் சமைத்துப்போட்டார். அவருடைய கைகளிலிருந்து உணவை எடுத்துச் சாப்பிடும் அளவுக்கு அவை நெருங்கிவிட்டன. 10வது நாள் முடிந்ததும் சுல்தானிடம் சென்று ஆஜரானார்.

வழக்கமான மரபுப்படி கைகால்களைக் கட்டி, மக்கள் சூழ்ந்திருக்கும் பொழுது, அரண்மனை மண்டப நடு மைதானத்தில் உருட்டி விடப்பட்டார் அவர். வேட்டை நாய்கள் அவிழ்த்து விடப்பட்டன. ஆனால் அவையோ அவரை கடித்துக் குதறாமல் வாலாட்டி முகத்தை நக்கிக் கொடுத்து மகிழ்ந்தன.

சுல்தானுக்கு வியப்பு; எப்படி இவ்வாறு நிகழ்ந்தது என்று வஸீரைக் கேட்டான். அவர் நடந்ததையெல்லாம் சொல்லிவிட்டு பத்தே நாட்கள் இவற்றிற்கு உணவு கொடுத்தேன். இவை இவ்வளவு விசுவாசமாக இருக்கின்றன. 20 ஆண்டுகள் உனக்காக உழைத்தேன். ஆனால் நீ என்னை நம்பவில்லை என்றார்.

சுல்தான் அவரை விடுவித்து தன்னுடன் பழையபடி வைத்துக் கொண்டார்.

நன்றி விசுவாசத்திற்கு இந்தக் கதை என்றால் துரோகத்திற்கு இன்னொரு கதை.

வயல்வெளியில் பனியில் உறைந்து அசைய முடியாதபடி கிடந்த ஒரு பாம்பை விவசாயி ஒருவன் பார்த்தான். அதன்மீது பரிதாபப்பட்டு அதை எடுத்து வயிற்றில் விட்டான்.

அவன் உடல் சூடுபட்டதால் அது பழைய நிலைக்குத் திரும்பியது. ஆனால் வயிறு தனக்குக் கதகதப்பாக இருந்ததால் பாம்பு வெளியில் வர மறுத்தது. விவசாயி எவ்வளவோ கெஞ்சிப் பார்த்தான். ஆனால் அது மசியவில்லை.

அப்போது அங்கு வந்த நாரை ஒன்று, கவலையுடன் காணப்பட்ட விவசாயியின் விஷயத்தைக் கேள்விப்பட்டது.

“நீ முட்டிபோட்டு அமர்ந்து முக்கு; அப்போது அதன் தலை வெளியே தெரியும். நான் கொத்தி வெளியே இழுத்துவிடுகிறேன்” என்றது. அப்படியே பாம்பைத் தன் அலகால் கொத்தி வெளியே இழுத்துத் தள்ளியது. “இவ்வளவு நேரம் என் வயிற்றில் பாம்பு இருந்ததே. இது உடல் நலத்தைக் கெடுக்காதா?” என்று கேட்டான்.

“நான்கு நாரையைப் பிடித்து சூப் வைத்துச் சாப்பிட்டால் சரியாகி விடும்” என்றது அது.

‘முதல் நாரை கிடைத்துவிட்டது’ என்று சொல்லி அந்த நாரையையே சட்டென்று பிடித்துக்கொண்டு வீட்டுக்குச் சென்று அங்கு ஒரு கூண்டில் அடைத்து வைத்தான். அவன் மனைவி நடந்ததை யெல்லாம் கேள்விப்பட்டு உதவி செய்த நாரையையே கொல்ல நினைப்பது தவறு என்று அறிவுறுத்தினாள்.

அவள் நச்சரிப்பு தாங்காமல், அவன் கூண்டைத் திறந்துவிட்டான். அந்த நாரை பறக்கும்போது, விவசாயியின் மனைவியின் ஒரு கண்ணைக் கொத்திக் குருடாக்கி விட்டுப் பறந்தது.

இதில் -

பல நேரங்களில் நாம் பாம்பாகவும், விவசாயியாகவும், ‘நாரை யாகவும், உழவன் மனைவியாகவும் இருக்கிறோம்.’

கல்லூரிகளில் நடக்கின்ற ராகிங் கூட இப்படித் தொடர்கின்ற விபரீத விளையாட்டுத்தான்.

எனக்குத் தெரிந்த ஒருவர் சென்ற வாரம் என்னைச் சந்தித்தபோது அவர் செய்த நல்ல செயல்களுக்கெல்லாம் மற்றவர்கள் பாராட்டப் பட்டது குறித்து வருத்தத்துடன் சொன்னார். தனக்கு நன்றி சொல்லாமல் விட்டதைக் காட்டிலும் மற்றவர்களுக்குத் தேவையில்லாமல் நன்றிகள் போய்ச் சேர்ந்ததுதான் அவருக்கு அதிக வருத்தத்தை வரவழைத் திருக்கிறது.

பிறந்த குழந்தை “அழகாகச் சிரிக்கின்றது” என்று அடுத்தவர்கள் சொல்லும்போதே, அது மற்றவர்களுடைய அங்கீகாரத்தை எதிர் பார்க்கும் பழக்கத்தை ஏற்படுத்திக்கொள்கிறது. நன்றி மனிதனுடைய தன் முனைப்பை வலுப்படுத்துகிறது. தன்னால் நிகழ்ந்தது என்று மற்றவர்கள் சொல்லும்போதே அவன் வைத்திருக்கும் சுய அபிப்ராயம் திருப்திப்பட்டுக் கொள்கிறது.

நன்றி சொல்வது முதலில் நம்முடைய திருப்திக்காக என்பதை நாம் உணரவேண்டும். நாம் ஒவ்வொரு வேளைத் தேநீரைப் பருகும் போதும் அது உருவாகக் காரணமான முகம் தெரியாதவர்களுக்கு நன்றி சொல்லவேண்டும்.

ஒவ்வொரு கவளம் உணவை அருந்தும் போதும் அவற்றிற்காக வியர்வையைச் சிந்தியவர்களுக்காக நாம் நன்றி சொல்ல வேண்டும்.

நன்றி என்பது நினைத்துக்கொள்ளுதல்; அன்பு என்னும் பரந்த குடையை விரித்து அதன் பரந்த நிழலில் பலரையும் தங்க வைத்தல். கற்றுக்கொடுத்த ஆசிரியருக்குச் செலுத்துகின்ற நன்றி அந்தக் கலையை செழுமையான செயல்களுக்குப் பயன்படுத்துவதிலும் -

பணியமர்த்தியவர்களுக்குச் செலுத்துகின்ற நன்றி அப்பணியை நேர்மையுடனும் உறுதியுடனும் ஆற்றுவதிலும்,

நமக்கு உதவி புரிந்தவர்களின் பெயர்களை உள்ளத்தில் உச்சரித்துக் கொண்டு நாமும் நம்மை நாடி வருபவர்களுக்கு இன்முகத்துடனும், இனிமையுடனும் உதவி செய்வதிலும் உண்மையான நன்றியின் இலக்கணங்கள் ஒளிந்திருக்கின்றன.

நன்றி என்பது மனிதர்களுக்காக மட்டுமல்ல.

நமக்கு நிழல் தரும் மரங்களையும், நீர் தரும் ஓடையையும், உணவு தரும் பூமியையும், சுவாசம் தரும் தென்றலையும் கூட நன்றியுடன் நினைத்துப் பார்த்தால் அவை அதிகமாகப் பூக்கும், ஊறும், உருவாக்கித் தரும், இன்னும் சுகமாக வீசும்.

மரத்திற்குச் செய்யும் நன்றி அதற்கு நீர் வார்ப்பதிலும், ஓடைக்குச் செலுத்தும் நன்றி காடுகளைக் காயப்படுத்தாமல் இருப்பதிலும், பூமிக்குச் செய்யும் நன்றி அதற்கு இயற்கை எருவை இடுவதிலும், காற்றுக்குச் செய்யும் நன்றி அது களங்கப்படாமல் காப்பாற்றுவதிலும் அடங்கி இருக்கின்றன.

நமக்காக உழைக்கும் எருதுகளுக்கும் நன்றி செலுத்தி அவற்றின் கழுத்துப் புண்களுக்கும் களிம்பு தடவவேண்டும்.

தேன் எடுக்கும்போது தேனீக்கள் சாகாமல் எடுப்பது ஆபத்தில்லாத சுரண்டல். பால் தரும் பசுக்களின் வயிறுகளையும்கூட நேசிப்பது அவற்றின் மீது வைக்கும் நன்றி.

குதிரைகளின் குளம்புகள் வலிக்காதபடி அவற்றை வருடுவது அவற்றின் மீது செலுத்துவதற்கான பாசத்திற்கான அறிகுறி. (செகாவ்

கதையில் தன் அத்தனை சோகத்தையும் தன் குதிரையிடம் சொல்லி அழுவான் அந்தக் குதிரை வண்டிக்காரன்).

உயிருள்ள பொருட்களுக்குத்தான், என்றில்லை; உயிரில்லாத பொருட்களின் மீது கூட நாம் நன்றி செலுத்த வேண்டும்.

உபயோகம் முடிந்து உதறி எறியும்போது ஒவ்வொரு பொருளிடமும் இதுவரை எனக்காக உழைத்தாய். உனக்கு நன்றி என்று சொல்லிப் பார்ப்போம். உலகம் எவ்வளவு இனிமையானதாக மாறிவிடும்!

நாம் பயன்படுத்தும் நாற்காலி நம்மைச் சுமப்பதற்காக,

நாம் பயன்படுத்தும் செருப்பு நமக்காகத் தேய்வதற்காக என்றேனும் ஒரு நாளாவது நன்றியுடன் அவற்றை நினைத்துப் பார்த்திருப்போமா?

இப்படித்தான் நாமென்பது நாமல்ல. பலருடைய கூட்டு முயற்சியும், கூட்டு உழைப்பும், நம் உடலில் ரத்தமும், சதையுமாக இருக்கின்றன. நம் பெருமை, பதவி, வசதி ஆகிய எதற்கும் நாம் மட்டுமே உரிமை கொண்டாட முடியாது. அதற்குப் பங்களித்தவர்கள் பலர். சிலருடைய முகம் நமக்குத் தெரியும், பலரை நமக்குத் தெரியாது. ஆயிரம் ஆண்டுகளுக்கு முன்பு வாழ்ந்தவர்களும் அதில் அடக்கம்.

நல்ல காரியம் செய்தவர்கள் ஏதேனும் ஒரு சூழலில் ஓர் உதவி செய்ய முடியாமல் போனால், அவர் செய்த நல்லவற்றையெல்லாம் மறந்துவிட்டு அந்தப் புறக்கணிப்பை மாத்திரம் வடிகட்டி நினைவில் வைத்திருக்கும் பண்ணாடை புத்தி நம்முடையது.

நாம் யாருக்காவது நன்றி சொல்லப் போனால் அடுத்து நாம் கேட்கப் போகும் பெரிய உதவிக்கான அஸ்திவாரமாகத்தான் அது இருக்கும்.

நாம் உணர வேண்டியதெல்லாம் நன்றி - உதடுகளில் இருந்து உதிர்க்கின்ற சொற்களில் இல்லை. மாறாக உள்ளத்திலிருந்து குதிக்கின்ற உணர்வுகளில்தான் அடங்கியிருக்கின்றது.

24. ஆடம்பர எளிமை

'அவர் மிகவும் எளியவர்.' 'அவரைப் பார்த்தால் பணக்காரர் மாதிரியே தெரியாது. அவ்வளவு சிம்பிள் ஆக இருப்பார்.' இந்த மாதிரி வாக்கியங்களை நீங்கள் அடிக்கடி கேட்கலாம். எளிமையைப் பற்றிய தோற்றத்திற்கும், எளிமை என்பதற்கான இலக்கணத்திற்கும் நாம் கொடுத்திருக்கும் வடிவம் தவறானவையாகவே பெரும்பாலும் இருக்கின்றன.

ஆடம்பரத்திற்கு எதிர்ச்சொல் எளிமை என்று நாம் எண்ணிக் கொண்டிருக்கிறோம். ஆணவம் என்பதற்கான (உண்மையான) எதிர்ச்சொல்தான் எளிமை.

கதராடை அணிந்துகொண்டும் எளிமையற்று இருக்கலாம், பட்டாடை அணிந்துகொண்டும் எளிமையுடன் திகழலாம்.

எளிமை என்பது உடல் சம்பந்தப்பட்ட தன்மையல்ல. அது மனம் சம்பந்தப்பட்ட மலர்ச்சி.

உண்மையான எளிமை எதையும் தேர்ந்தெடுக்காத தன்மையை உடையது. அது மலிவானவற்றைக் கூடத் தேர்ந்தெடுக்காது. ஏனென்றால் தேர்ந்தெடுக்கும் போதே நாம் இறுகிப் போகிறோம்.

நதிபோல ஓடிக்கொண்டிருக்கும் தன்மையில்தான் எளிமை அடங்கியிருக்கிறது.

மாறாக பனிப்பாறையைப் போல உறைந்து போவதில் ஒரு போதும் அது இருக்க முடியாது.

சிலரை எளிமையாக வைத்திருப்பதற்குக்கூட நாம் பணம் செலவழிக்க வேண்டி இருக்கிறது.

உதாரணத்திற்கு - ஒருவர் நம் வீட்டிற்கு வருகிறார். இரவு நேரம் - தங்க வேண்டிய சூழல்.

நம் வீட்டில் மெத்தைகள் மட்டுமே இருக்கின்றன. அவரோ "நான் பாயில்தான் படுப்பேன். மெத்தை என்னைப் பொறுத்தவரை ஆடம்பரம்" என்கிறார்.

அவருக்காக ஓடிப்போய் பாய் வாங்கி வருகிறோம். தன் எளிய வாழ்க்கையைத் தொடரும் மகிழ்ச்சியில் அவர் தூங்கப் போகிறார். இதில் எது எளிமை?

எது ஆடம்பரம்?

ஒருவர் நம் வீட்டிற்கு திடீரென்று வருகிறார். இட்லி தயாராக இருக்கிறது. "நான் கூழ் மட்டும்தான் குடிப்பேன்" என்கிறார். அவருக்காக சிரமப்பட்டு கேழ்வரகு மாவு வாங்கி வந்து கூழ் தயாரிக்கிறோம். இது எளிமையா?

எளிமை என்பது இருப்பதில் தன்னை தளர்த்திக்கொள்வது. மற்றவர்களுக்குச் சிரமம் கொடுக்காமல் தன்னுடைய எளிமையை நிலை நாட்டிக்கொள்வது. இறுக்கமில்லாத தன்மையைக் கையகப் படுத்துவது.

அது இயல்பாக நிகழ வேண்டும். உள்ளுக்குள் இருந்து ஆயிரம் பூக்கள் பூத்ததைப் போல இனிய மாற்றத்தை ஏற்படுத்த வேண்டும். அப்போதுதான் அது ஆடம்பரமாக இல்லாமல் அவசியமானதாகத் தோன்றும்.

இங்கு -

எளிமையே ஆடம்பரமாகி விடுகிறது. தகுதியின்மையே தகுதியாகி விடுகிறது.

எளிமை என்பது புனிதத்தன்மையாக ஆக்கப்பட வேண்டிய தில்லை. அது குணநலன் (virtue) என்று ஆராதிக்கப்பட வேண்டிய அவசியமும் இல்லை. எதை நாம் அதிகமாகப் போற்ற ஆரம்பிக் கிறோமோ, அது அருகி வர நேரிடுகிறது.

உண்மையான எளியவர்கள்தான் எளிமையாக இருப்பது கூடத் தெரியாமல் எளிமையாக இருக்கிறார்கள். ஏனென்றால் எளிமையை அவர்கள் தேர்ந்தெடுக்கவில்லை. யாரும் பாராட்ட வேண்டும் என்றோ, புகழ வேண்டும் என்றோ அவர்கள் அப்படி ஆகவில்லை.

அப்படி இருப்பதுதான் அவர்களுக்குப் பிடித்திருக்கிறது. கனமான உடைகளைக் களைந்துவிட்டு தூய பருத்தி உடையில் தூங்குவது போல எளிமையில் இருக்கும் வசதி அவர்களுக்குப் பிரிய மானதாக உள்ளது.

அவர்களின் எளிமை மூச்சுக்காற்று போல சொல்லிலும் செயலிலும் எண்ணத்திலும் கலந்து இருக்கிறது. அவர்களுடைய எளிமை யாராலும் திணிக்கப்பட்ட பண்பு அல்ல.

சந்தன மரத்திற்கு யார் நறுமண திரவியம் தடவ வேண்டும்?

'எளிமை' 'ஏழ்மை' இரண்டும் வெவ்வேறு சொற்கள் மட்டுமல்ல. அவை முரண்பட்ட சொற்கள். 'எளிமை' என்பது நிறைந்து வழிவதால் நேருகின்ற ரசவாதம். அன்பினால், கருணையினால் மனித நேயத்தினால், மகிழ்ச்சியினால், கொண்டாட்டத்தினால் நிறைந்தவர்கள் மட்டுமே எளிமையாக இருக்க முடியும். இன்மையினால் வருவது ஏழ்மை, திண்மையினால் நிகழ்வது எளிமை.

பலர் தங்கள் எளிமையையே உயர்ந்த பீடமாக்கி அதில் அமர்ந்து தங்களை மற்றவர்களைக் காட்டிலும் உயரமாகக் காட்டிக்கொள்ள விரும்புகிறார்கள்.

எளிமை - என்பது ஒப்பிட நினைக்காத தன்மை. எப்போது 'நாம் தான் எளிமை' என எண்ணத் தொடங்குகிறோமோ அப்போதே ஆணவம் நம்மை ஆக்கிரமித்துக்கொள்கிறது.

டயோஜினஸ் என்கின்ற கிரேக்க ஞானி பிளேட்டோவினுடைய வீட்டுக்குச் சென்றார். அங்கு பிளேட்டோவுடைய மெத்தையின் மீது அழுந்த அமர்ந்து 'நான் பிளேட்டோவுடைய தன் முனைப்பை நசுக்குகிறேன்' என்றார்.

"என்னைக் காட்டிலும் அதற்கு அதிக முக்கியத்துவம் கொடுப்பது நீங்கள்தான்" என்று பதிலளித்தார் பிளேட்டோ.

வெளித்தோற்ற எளிமை என்பது வெறும் பாசாங்கு. எப்பொழுது மையப்பகுதியும் எளிமையுடன் திகழ்கிறதோ அப்போதுதான் அது சுற்றியிருப்பவர்களைச் சங்கடப்படுத்தாமல் கவுரவப்படுத்தும்.

எளிமையை எப்பொழுது கண்காட்சிப் பொருளாக்குகிறோமோ அப்போது அது ஆடம்பரத்தைக் காட்டிலும் ஆபத்தானதாக மாறி விடுகிறது. போலியான எளிமையைவிட உண்மையான ஆடம்பரம் எவ்வளவோ மேலானது. ஏனென்றால் அவர்கள் திருந்துவதற்காவது வாய்ப்பு இருக்கிறது.

லியோ டால்ஸ்டாய் தன் சீடர் ஒருவரிடம் 'நீ முதல் வகுப்பு பெட்டியில் பயணம் செய்கிறாயே, இது எவ்வளவு பெரிய ஆடம்பரம்! எனவே இனி நீ இரண்டாம் வகுப்புப் பெட்டியில்தான் பயணம் செய்ய வேண்டும்' என்று கட்டளையிட்டார்.

அவரும் 'சரி' என்று சொல்லிவிட்டு இரண்டாம் வகுப்பில் ஒரு கம்பார்ட்மெண்ட் முழுவதையும் முன் பதிவு செய்துகொண்டு அதில் தான் மாத்திரம் பயணம் செய்தார்.

இன்று -

துறவு கூட வெளிக் காட்டிக்கொள்ளும் பகட்டாக மாறிவிட்டது. இவர்களில் பலர் உதிர்த்தவற்றைக் காட்டிலும் அவர்களை ஒட்டிக் கொண்டவை அதிகம். துறவு எல்லாவற்றைக் காட்டிலும் மதிப்பு மிக்க அரியாசனத்தை அமைத்துத்தரும் என்கிற ஆசையில்தான் சிலர் அதைக் கைக்கொள்கிறார்கள்.

துறந்து விட்டோம் என்கின்ற எண்ணத்தையும் துறப்பதே சிறந்த துறவு.

நாம் எப்போது எளிமையாக மாற முடியும்? எப்போது நாம் நம்முடைய ஆடம்பரத்தை ஒப்புக் கொள்கிறோமோ அப்போதுதான் அதை உதிர்க்க முடியும். உதிர்ப்பது மரம் இலைகளைக் கழற்றி விடுவது போல இயற்கையாக நடக்க வேண்டுமே தவிர, நாம் உடையை மாற்றுவதைப் போல் செயற்கையாக ஏற்படக்கூடாது.

உண்மையில் நாம் ஆடம்பரத்தைத்தான் விரும்புகிறோம். நம் ஒவ்வொருவர் உள்ளத்திலும் ஆடம்பரம்தான் அதிகமாக அப்பிக் கொண்டிருக்கிறது.

நமக்கு ஆடம்பரமே பிடித்திருக்கிறது. ஆடம்பரத்தைக் கண்டு அதிசயப்படுகிறோம். ஆடம்பரத்தை சில நேரங்களில் கண்டிப்பது கூட 'நம்மால் முடியவில்லை' என்கின்ற ஆதங்கத்தில்தான்.

நாம் சில நேரங்களில் எளிமையாக இருப்பது கூட அதன் மூலம் நமக்கு ஏதாவது அங்கீகாரம் கிடைக்காதா என்கின்ற நப்பாசையில் தான். அது பூசிக்கொண்ட சாயம் என்பதால் விரைவிலேயே வெளுத்து விடுகிறது.

"தான் ஒன்றுமில்லை" என்கிற எண்ணம் வரும்போதுதான் நாமாக நமக்கு ஒரு ஒளிவட்டத்தை உருவாக்கிக் கொள்ளாமல் இருக்க முடியும். நாம் Some Body என்று எண்ணாமல் No Body என்று நினைத்தால் தான் அந்த முதிர்ச்சியைப் பெற இயலும். எல்லா உயிர்களையும் சமமாக எண்ணுபவனால்தான் எளிமையாக இருக்க முடியும்.

எருதின் காயத்திற்கும் குயிலின் சோகத்திற்கும் கூடத் தன் இதயத்தில் ஈரம் கசிபவன்தான் எளிமையாக இருப்பான். ரமண மகரிஷி தன்னைத் தேடி வரும் பசு ஒருநாள் வராதபோது அவர் அதைத் தேடிச் சென்றதாகப் படித்திருக்கிறேன்.

அதுதான் எளிமை. 'பசுவும் நாமும் ஒன்றுதான்'. 'புல்லும் நாமும் ஒன்றுதான்' என எண்ணும்போது பிரபஞ்சம் அழகாகத்தான் தெரியும்.

தன்னை சுருக்கிக்கொள்வதால் விளைவதல்ல எளிமை. தன்னை பிரபஞ்சம் அளவிற்கு விரித்துக்கொள்ள சம்மதிப்பவர்களுக்குத்தான் அது சாத்தியமாகிறது. சமீபமாகிறது.

மதங்களைக் கடந்த மனிதநேயம்.

சாதிகளைக் கடந்த சமத்துவம்.

வசதிகளைக் கடந்த பொதுப்பார்வை பூக்கின்ற மனிதர்கள் மட்டும்தான் எளிமையாக வாழ முடியும். அவர்கள் இருப்பதைப் பகிர்ந்துகொள்வார்கள். இல்லாதபோது தங்கள் உழைப்பால் அதைப் பெற்று பகிர்ந்து தருவார்கள். அவர்கள் எதையும் ஒளித்து வைத்து நுகரத் தெரியாதவர்கள். அவர்கள் சொற்கள் மென்மையாக இருப்பதா லேயே நம் காதுகளில் அதிக நேரம் எதிரொலிக்கும். அவர்கள் வார்த்தைகள் வலியுறுத்துவதாக இல்லாததாலே நம்மை வசீகரிக்கும்.

எளிமையினால் மட்டுமே ஏழ்மையையும் இன்மையையும், வன்முறையையும் அடியோடு ஒழிக்க முடியும்.

எளிமை பொருட்களற்ற தன்மையல்ல, பொருட்கள் குறித்த பிரக்ஞையற்ற தன்மை அது.

ரவீந்திரநாத் தாகூர் ஒருமுறை தன் பணியாளர் பணிக்கு வராததற்கு மிகுந்த கோபமுற்றார். அடுத்த நாள் அவர் வந்தபோது கோபப் பார்வையை வீசினார். பிறகுதான் தெரிந்தது. மகள் இறந்ததால்தான் பணியாளர் வரவில்லை என்று. அதற்காக அவரிடம் மன்னிப்புக் கேட்டார்.

வாழ்க்கையில் மிகுந்த உன்னதத்தை அடைந்தவர்களைச் சந்திக்கும் வாய்ப்பு எனக்கு ஏற்பட்டது.

அவர்கள் எல்லாருமே தங்களைப் பற்றி சொந்தமாக பெரிய அபிப்பிராயம் வைத்திருக்காதவர்களாக இருந்தார்கள். தங்கள் தவறுகளை ஒத்துக்கொள்பவர்களாக, அதற்கு வருந்துபவர்களாக இருந்தனர். அவர்கள் தாங்கள் செய்தவற்றையெல்லாம் நியாயப்படுத்த ஒருபோதும் நினைக்கவில்லை. ஒரு கைக் குழந்தையைப் போல கள்ளம் கபடமற்ற வாழ்வு வாழ்பவர்கள்தான் எளிமையானவர்கள். அவர் களுடைய கண்கள்தான் கீழே கிடக்கும் சக்தியை பிரதிபலிக்காமல் மேலே தவழும் மேகங்களை எதிரொலிக்கும்.

குழந்தையைப் போல அவர்கள் இருப்பதால் அவர்களின் 'புன்னகை' மின்னலைப் போல வந்து போகும். அடுத்தவர்களின் தவறுகளை கட்டுச்சோறு கட்டி மரணத்திற்குப் பின்னும் எடுத்துச் செல்லும் மனப்பான்மையில்லாமல், அப்போதே அவற்றை நினைவி லிருந்து அழித்துவிடும் பெருந்தன்மையுடன் அவர்கள் இருக்கிறார்கள்.

மாட மாளிகையில் தவழும் போதும், ஓலைக் குடிசையில் தங்கும்போதும் ஒரே மனநிலையுடன் வாழ்பவர்கள்தான் எளியவர்கள். ஏனென்றால் மகிழ்ச்சி வெளியிலிருந்து வருவதில்லை என்பது அவர்களுக்குத் தெரியும்.

தன்னை மட்டும் விஸ்வரூபமாக்கிக்கொண்டு வாழ்பவர்கள் எளிமையின் நிழலைக்கூட வருட முடியாத துர்பாக்கியசாலிகள்.

ஒரு பள்ளியில் இறுதித் தேர்வு முடிந்தது. சான்றிதழ் வழங்கும் போது கேட்கப்பட்ட கேள்வி: "தினமும் உங்கள் வகுப்பறையை சுத்தம் செய்பவர் பெயர் என்ன?"

ஒருவருக்குக் கூடத் தெரியவில்லை. ஏனென்றால் நாம் நம்மைக் காட்டிலும் கீழ்நிலையில் (பொருளாதார ரீதியில்) இருப்பவர்களை ஒரு பொருட்டாகவே நினைப்பதில்லை. அவர்கள் பணியைச் சொல்லி அழைப்போமே தவிர பெயரைச் சொல்லியல்ல.

எளிமையாக இருக்கும் எவரிடமும் தயவுசெய்து 'நீங்கள் எளிமையானவர்கள்' என்று சொல்லிப் பாராட்டாதீர்கள். அது அவர்களுக்குத் தெரிந்துவிட்டால் அதில் இருக்கும் அழகு ஒருவேளை நீர்த்துப் போனாலும் போகலாம்.

25. பணம் - கெட்ட வார்த்தை அல்ல

வகுப்பறையில் ஆசிரியர் பாடம் நடத்திக்கொண்டிருந்தார்.

"எதிர்காலத்தில் என்னவாக விருப்பம்?" என்று மாணவர்களைப் பார்த்துக் கேட்டார். ஒரு மாணவன் மருத்துவர் என்றான். அடுத்தவன் பொறியாளர் என்றான். இப்படி ஒவ்வொரு மாணவனும் ஒவ்வொரு துறையைச் சொல்லிக்கொண்டே போக...

ஒருவன் மட்டும் "பணக்காரன் ஆவேன்" என்றான்.

"எப்படி? கள்ள நோட்டு அச்சடிக்கப் போகிறாயா?" என்று ஆசிரியர் அவனை மடக்க அறை முழுவதும் கொல்லென்று நகைச் சுவை.

பணத்திற்காகத் தனிக்கடவுளும், பணத்தின் பெருமை பற்றி பழமொழிகளும் உள்ள நாட்டில்தான் 'பணம்' என்பது கெட்ட வார்த்தையைப் போல சமயங்களில் பேசப்படுகிறது. இந்த முரண் பாட்டுச் சக்கரங்களிடையே சிக்கி நம் நாட்டு முன்னேற்றம் முக்கி முனகும் ஓசை என் காதுகளில் விழுகிறது.

பணம் என்பது மோசமானதல்ல. உரிய முறைகளில் உழைத்துச் சம்பாதிக்கும் பணம்தான் ஒரு நாட்டின் உயிர்த்துடிப்பை நிர்ணயிக்கின்ற மழை மானியமாக இருக்கிறது.

பணத்திற்கென்று சில பண்புகள் உண்டு.

நல்ல இசைக் கோவையைக் கேட்டு மகிழ, உயர்ந்த நூல்களை வாசித்து நுகர, இனிய நண்பர்களை உபசரித்துப் பழக, குளிர்ந்த தென்றலில் ஒரு கோப்பை தேநீர் பருகக்கூட பணம் கட்டாயம் தேவை.

பணத்தை வெறுத்து ஒதுக்க வேண்டிய அவசியமும் இல்லை; அதை வழிபட்டுத் துதிக்க வேண்டிய தேவையும் இல்லை. அது ஒரு சாதனம்; வழி; உபகரணம் என்பதைப் புரிந்துகொண்டால் வாழ்வை இனிமையாக்கிக் கொள்ள முடியும்.

பணக்காரராக இருப்பதே குற்றமல்ல. உழைப்பால், திறமையால் நேர்மையாக ஈட்டக்கூடிய பணம் நம்மை மட்டும் முன்னேற்றாமல்

நாம் சார்ந்திருக்கும் சமுதாயத்தையும், நம் நாட்டையும் கூட உயர்த்த உதவியாக இருக்கிறது.

"ஒரு மாடி வீடு எழ ஆயிரம் குடிசைகள் இடிக்கப்பட வேண்டிய தாகிறது" என்று ஒரு கஜல். நாம் குடிசையிலே இருப்பதை இப்படி நியாயப்படுத்திக் கொள்ளலாம்.

எல்லா மாடிகளுமே குடிசைகளைக் காலி செய்துதான் உருவா கின்றன என்று சொல்வது பொதுப்படையானது. (Sweeping statement) உழைப்பால் ஒருவன் முன்னேறவே முடியாது என்று முடிவு கட்டி விடுகின்ற இயலாமை.

வெறும் சைக்கிள் கடையில் வந்த வருமானத்தைக் கொண்டுதான் ஆகாய விமானத்தைக் கண்டுபிடித்தனர் ரைட் சகோதரர்கள். அதற்குப் பிறகு ராணுவத்திற்கே அந்தத் தொழில் நுட்பத்தை விற்று பணக்காரர் ஆனார்கள்.

இங்கே எந்தக் குடிசை இடிக்கப்பட்டது?

ரெயிலில் பேப்பர் விற்றுக்கொண்டிருந்த எடிசன், பின்னாளில் தன் கண்டுபிடிப்புகளை எல்லாம் நிறுவனமாக்கிப் பணமாக்கினார். இதில் எங்கு சுரண்டல் இருக்கிறது?

இப்படி நம் நாட்டிலும் அறிவை முதலீடாக்கி, உழைப்பையே மூலதனமாகப் போட்டு எத்தனையோ பேர் பணம் சம்பாதித்து இருக்கின்றனர். அவர்கள் பணம் பலருக்கு வேலை வாய்ப்பைப் பெற்றுத் தருவதாக, சேமிப்பு நாட்டு வளர்ச்சித் திட்டங்களுக்கு உதவுவதாக, பொருட்களின் உற்பத்தியைப் பெருக்குவதற்காக, தொழில்கள் மேம்படுவதற்காக உபயோகமாக இருக்கிறது.

இன்னும் சொல்லப்போனால் ஏழ்மைக்கு எதிராக கோஷங்கள் போடுவதற்குக் கூடப் பணம் தேவைப்படுகிறது.

ரத்தத்தின் ஓட்டமும், பணத்தின் சுழற்சியும் ஒரே மாதிரி. ரத்தம் ஒரே இடத்தில் நின்றால் உடலுக்கு எவ்வளவு ஆபத்தோ அதைப் போலத்தான் பணத்தின் புழக்கமும். (Circulation of blood and money are similar).

பணத்தைச் சேமிப்பதுகூட ஒரு விதமான சுழற்சிதான். நாட்டின் நலத் திட்டங்களுக்கு அதுவே நிதியாதாரம்.

நமது திரைப்படங்களில் பணக்காரர்கள் எல்லாரும் கொடி யவர்கள் போலவும், ஏழ்மை மிகவும் உன்னதமானது போலவும்

சித்திரிக்கப்படுவது, நமக்கு சில நேரம் கிளர்ச்சியை உண்டு பண்ணி தற்காலிகமான மாயையை மட்டும் உருவாக்கலாம். ஆனால் அது நிரந்தரமானது அல்ல. ஏனென்றால் அந்தத் திரைப்படமே வசூலைக் குவிக்கும் எண்ணத்தில் பணக்காரர்களால் தயாரிக்கப்பட்டதுதான்.

பணம் அளவுக்கு அதிகமாக நேசிக்கப்பட வேண்டிய பொருள் அல்ல- அதே நேரத்தில் அதை நாம் துவேஷிக்கவும் வேண்டாம். அதை நாம் மன ரீதியான பயிற்சிக்குப் பயன்படுத்திக்கொள்ள முடியும்.

பணத்தைக் கொண்டு தொழில் தொடங்குபவர்கள், தேவையான பொருட்களை உற்பத்தி செய்பவர்கள், அத்தியாவசியமான மருந்துகளை இறக்குமதி செய்பவர்கள் என்று பலர் சமூகத்திற்குச் சேவையைச் செய்பவர்கள்தான்.

மேம்போக்காகப் பணத்தை வெறுப்பது போல பாவனைகள் செய்யும் நம் சமுதாயத்தில்தான் பணத்திற்காக எதையும் செய்யத் துணிந்தவர்களும் அதிகமாக இருக்கிறார்கள். இந்தியில் ஒரு பழமொழி இருக்கிறது. "யானைக்கு இரண்டு பற்கள் உள்ளன. காட்டுவதற்கு ஒன்று, கடித்துத் தின்பதற்கு ஒன்று,"

நாமும் இரண்டுவிதமான முகங்களை வைத்திருக்கிறோம். உலகத் திற்காகப் பளபளக்கும் அழகான முகம். நமக்கு மட்டுமே தெரிந்த அசிங்கமான முகம்.

'நான் பணத்தைக் கண்ணால்கூடப் பார்க்க மாட்டேன்' என்று சொல்வது ஒருவித தப்பித்தல். பணம் அவர்கள் நினைவை விட்டு அகலவில்லை என்பதற்கு இந்த அணுகுமுறையே அத்தாட்சி.

பணத்திற்கென்று தனி மதிப்பு இல்லை. அதனால் வாங்கக்கூடிய பொருட்களால்தான் அதற்கு மதிப்பு (Exchange Value). ஓர் அமெரிக்க டாலரை கிராமத்துப் பெட்டிக் கடையில் கொடுத்தால் ஒரு முறுக்கை கூட வாங்க முடியாது. அது நாற்பது ரூபாய் நோட்டுக்களுக்குச் சமம் என நம்ப வைக்க முடியாது.

தோடர்களிடம் இங்கிலாந்து ராணியைப் பற்றி சொன்னபோது, "அவர் எவ்வளவு எருமை மாடுகள் வைத்திருக்கிறார்?" என்று கேட்டார்களாம்.

பணத்திற்கு என்று இல்லை - எல்லாவற்றிற்கும் நாம்தான் மதிப்பைத் தருகிறோம். அதனால்தான் விலை மதிப்பற்ற பூக்களையும் நாம் விற்கிறோம். பூமியைப் பயன்படுத்தவும் விலையுண்டு, சாமியைத் தரிசிக்கவும் கட்டணம் உண்டு.

இளைஞர்களைச் சந்திக்கும்போது, நிறையப் பணத்தை நல்ல வழியில் ஈட்டுவது தவறில்லை என்பதை அவர்களுக்கு நான் வலியுறுத்திய வண்ணம் இருக்கிறேன். நம் நாட்டின் தனிநபர் வருமானம் (Per Capital Income) உயர்வது மிகவும் அவசியம். உழைப்பின் மூலமும், உற்பத்தியின் மூலமும், நாம் பணப்புழக்கத்தை விரிவுபடுத்தினால்தான் அது சாத்தியம்.

கறுப்புச் சந்தையால், கறுப்புப் பணத்தால், கள்ள நோட்டால், கள்ளக் கடத்தலால் பணத்தைச் சேகரிப்பது குற்றம்.

கையூட்டல், நேர்மையின்மையால் பணத்தைக் குவிப்பது குற்றம். அடுத்தவர்கள் உழைப்பைச் சுரண்டுவதால், மற்றவர்களை ஏமாற்றுவதால், இன்னொருவர் திறமையைத் திருடுவதால் பெறும் பணம் பெருங்குற்றம்.

கலப்படத்தால், வரதட்சணையால், அடுத்தவர் சொத்தை அபகரிப்பதால் பணம் ஈட்டுவது மோசமான இழுக்கு.

ஆனால்,

நியாயமான வழிகளில்,

வியர்வை சிந்தி,

ரத்தத்தைச் செலவழித்து,

உடலை வருத்தி,

மூளையை முறுக்கி

பணம் ஈட்டுவது நம்மை மட்டுமல்ல - நம்மைச் சார்ந்தோரையும் உயர்த்துகின்ற மேன்மையான பண்பு.

பணக்காரராக இருப்பது மட்டுமே 'தகுதியின்மை' ஆகவும், ஏழையாக இருப்பது மட்டுமே தகுதியாகவும் ஆகிவிடாது.

ஒரு மனிதனை - அவனுடைய செயல்பாடுகளை ஒட்டுமொத்தமாக வைத்துத்தான் மதிப்பிட வேண்டுமே தவிர, அவன் கல்லாப்பெட்டியை வைத்து அல்ல.

பணத்தை விட்டு விலக நேருகின்ற போது கூட, அதை முழுவதுமாகப் புரிந்துகொண்டு கடப்பதில்தான் அது நிகழுமே தவிர அதை நுகரக் கூடச் செய்யாமல் ஒதுங்குவதில் ஏற்படாது. துறவு கூட நிறைவிலும், திருப்தியாலும் ஏற்பட வேண்டுமே தவிர, விரக்தியாலும் வெறுமையாலும் நிகழக்கூடாது.

புத்தரின் துறவு அழகாக இருந்ததற்கும் முழுமையாக இருந்த தற்கும் காரணம் துறப்பதற்கும் அவரிடம் பல விஷயங்கள் இருந்தன. ஒன்றுமே இல்லாதவர்களிடம் துறப்பதற்கு என்ன இருக்கிறது?

நம் நாட்டில் பழைய சாதம் மட்டுமே இருந்தால் அதை சாப்பிடு வதில் என்ன பெருமை? பாதாம் அல்வாவும் இருக்கும்போது, பழைய சாதம் சாப்பிட்டால் அது பெருமை. அது சரி, பாதாம் அல்வா இருக்கும்போது பழையதை எதற்காக உண்ண வேண்டும்?

தேவையில்லாமல் நமக்கு நாமே ஏற்படுத்திக் கொள்ளுகின்ற குற்றஉணர்வு நிச்சயம் தியாகமாகாது. அது நம்மை நாமே ஏமாற்றிக் கொள்கின்ற உத்தி.

பணக்காரர்கள் சொர்க்கத்திற்குச் செல்ல முடியாது என்று சொல்வதற்குக் காரணம் வானுலகத்தில் இருக்கும் சுவனபதியைக் (Heaven) குறித்து அல்ல, மாறாக பூலோகத்திலேயே நமது சுவர்க்கத்தை நாமே நிர்ணயித்துக்கொள்ளுகின்ற மனப்பாங்கைக் குறிக்கிறது.

'பணக்காரர்கள்' என்றால் 'பணம் படைத்தவர்கள்' என்ற பொருள் அல்ல. பணம் ஏற்படுத்தும் ஆணவமும், அகங்காரமும், முழுவதும் நிறையப் பெற்றவர்களையே அந்தப் பதம் குறிக்கிறது. (பணம் என்பதே தொடர்புடைய பதம்தான்).

பணத்தின் மீது ஏற்பட்ட வெறுப்பு, பெரும்பாலான பணம் உள்ளவர்கள், யாரை வேண்டுமானாலும், எதை வேண்டுமானாலும் விலைக்கு வாங்கிட முடியும் என எண்ணுகின்ற மமதையைக் கண்டு தோன்றிய விளைவு ஆகும். அது மட்டுமல்ல - அவர்கள் தாங்கள் சம்பாதித்த பணத்தை வைத்து நடத்துகின்ற அநீதிகளையும், சுரண்டல் களையும் பார்த்து ஏற்பட்ட எதிர் விளைவு அது. அப்படிப்பட்ட வர்கள் பூலோகத்திலேயே நரக வாழ்வைத்தான் வாழ்வார்கள்.

திடீரென்று எதிர்பார்க்காத வகையில் கிடைக்கின்ற பணம், பலருடைய தலையில் ஆணவத்தையும், அலட்சிய மனப்பான்மையையும் ஏற்றி விடுகிறது. அதைத் தாங்க முடியாமல் அவர்கள் தள்ளாடு கிறார்கள்.

பணம் வரும்போது அதிக நிதானத்தைக் கையாளுபவர்கள் புத்திசாலிகள். அவர்கள் தன் வளர்ச்சியை ஆய்வு செய்து தக்க வைத்துக் கொள்வதுடன் எதிர்காலத் திட்டத்தையும் திடப்படுத்திக் கொள் வார்கள்.

பணத்திற்காகவே வாழ்க்கையைத் தொலைப்பவர்கள் துர்பாக்கிய வான்கள். நல்லவர்கள் பணம் வாழ்க்கையல்ல என்பதை அறிந்தவர்கள்.

அவர்கள் பணத்திலும் எளிமையாக இருப்பவர்கள். வசதியிலும் சிக்கனமாக உள்ளவர்கள். மற்றவர்களை மனிதாபிமானத்துடனும், அன்புடனும் நடத்தத் தெரிந்தவர்கள். அவர்கள் கையில் இருக்கும் பணம் வங்கியின் முதலீடு போல என்பதைத்தான் "பேரறிவாளன் திரு" என்று திருவள்ளுவர் குறிப்பிடுகிறார்.

ஓய்வு பெற்ற பிறகும் என் வீட்டிற்கருகே இருக்கும் கருப்புசாமி (டி.எஸ்.பி) பாதுகாப்புப் படை (Security Force) வைத்து நடத்துகிறார். வயது 76. அவருடைய பணி அவரைச் சுறுசுறுப்பாக வைத்திருக்கிறது.

ஓய்வு பெற்ற நண்பர் வேலுச்சாமியிடம் வேலை வாய்ப்பு ஆலோசனை மையம் (Career Consultancy) நடத்துமாறு அடிக்கடி வற்புறுத்திக்கொண்டே இருக்கிறேன்.

மனிதன் தொடர்ந்து இயங்கிக்கொண்டே இருக்க வேண்டும். அது அவன் ஆயுளையும், ஆற்றலையும் நீடிக்கச் செய்யும். அப்படிப் பணியாற்றிக்கொண்டிருக்கும் ஒரு சிலர், "பணத்திற்காக செய்ய வில்லை" என்று விழுங்கிக்கொண்டே சொல்வதைப் பார்த்திருக்கிறேன்.

பணத்தை அவ்வாறு உழைத்து ஈட்டுவதில் என்ன தவறு? அதில் என்ன குற்றம் இருக்க முடியும்? பாரி கூட மன்னனாக இருந்ததால்தான் முல்லைக்குத் தேரை வழங்க முடிந்தது. இல்லாவிட்டால் தேரையைக் கூட தந்திருக்க முடியாது.

பொதுவுடைமை என்பது ஏழ்மையைப் பகிர்ந்துகொள்வது அல்ல. வளமையை, நிறைவை, மகிழ்ச்சியை, செல்வத்தைப் பகிர்ந்து கொள்வதில்தான் உண்மையான பொதுவுடைமை அடங்கியிருக்கிறது.

பணத்தைப் பற்றிய சரியான புரிந்துகொள்ளுதல் இல்லாத காரணத்தினால்தான் எளிதில் பணம், விரைவில் பணம் என்கின்ற நோக்கில் இலக்கை இழந்து விடுகிறார்கள் இளைஞர்கள்.

பணத்தின் மீது பிடிப்பு இல்லாமல் இருப்பது என்பது பணமே ஈட்டாமல் இருப்பதல்ல. ஈட்டிய பணத்தை தான் மட்டும் அமுக்கிக் கொள்ளாமல் அடுத்தவர்கள் வளர்ச்சிக்கும், ஏழ்மையை அகற்று வதற்கும், அனைவரும் குறைந்தபட்ச வசதிகளைப் பெறுவதற்கும் செலவழிக்கும் பெருந்தன்மையையே அது குறிக்கும்.

அது சாத்தியமா? சாத்தியமானதால்தான் தோற்றுப் போன பாரியை உலகம் நினைத்துக்கொள்கிறது. வெற்றி பெற்ற மூவேந்தர்களை உலகம் மறந்து போனது.

நான் எழுதிக்கொண்டே இருக்கும்போது தொலைக்காட்சியில் ஒரு படம். படத்தின் கதாநாயகி கோவில் வாசலில் பிச்சை எடுப்பதையும், அதில் வருகின்ற பணத்தில் சமைத்துச் சாப்பிடுவதைப் போலவும், 'புனிதத் தன்மையை' உருவாக்கும் படம்.

இப்படித்தான் ஏழ்மையைப் புகழ்ந்தும், போற்றியும் தொடர்ந்து பித்தலாட்டங்கள் தொடர்கின்றன.

ஒரு மந்திரவாதி தான் வளர்த்து வந்த ஆடுகளை எல்லாம் ஒன்றன் பின் ஒன்றாக ஒவ்வொரு நாளும் தின்று வந்தான். அந்த ஆடுகளிடம் ஒருவர், "ஏன் நீங்கள் இந்த மந்திரவாதியாக இருப்பவனிடம் வளர்ந்து ஒவ்வொருவராக மடிந்து போகிறீர்கள்" என அறிவுறுத்தினார். ஆடு களுக்கு குழப்பம். மந்திரவாதியிடமே சென்று சந்தேகத்தைக் கேட்டன.

அவன் ஒவ்வொரு ஆட்டையும் மனோவசியம் செய்து, 'நீ ஆடு அல்ல, சிங்கம்,' 'நீ ஆடு அல்ல, நீ புலி, நாம் சிங்கம்' என்று சொல்லி அவற்றை நம்ப வைத்தான். அவையும் ஒவ்வொரு ஆடு சாகும்போது, 'அது ஆடு சாகிறது. நாம் புலி, நாம் சிங்கம். எனவே நாம் சாக மாட்டோம்' எனத் திடமாக நம்பி ஒவ்வொன்றாகப் பலியாயின. அந்தக் கதையைப் போலத்தான் இங்கே பலரும் ஏமாந்து கொண்டிருக் கிறோம். நாம் ஏழ்மையைப் போற்றப் போற்ற ஏழ்மையே பரவும், தொற்று நோயைப் போல வளர்ந்து உயிரைக் குடித்து விடும்.

விழித்தெழுபவர்களால்தான் உலகத்தை ஆனந்த மயமானதாக எண்ண முடியும். வாழ்வை சுகானுபவமாக மாற்ற முடியும்.

பாகம் – 2

1. தாழ்ந்தே இருக்கிறது கடல்

என் எதிரே அமர்ந்திருக்கும் இளைஞர் உதடுகளில் இருந்து சொற்கள் தடுமாறிக்கொண்டே வந்து சறுக்கி விழுகின்றன.

அவர் முகத்தில் ஒரு வித பயம் - நடுக்கம். ஏதாவது தவறாகப் பேசி விடுவோமோ என்கிற அச்சத்திலேயே அவரது உதடுகள் கதவடைப்பு நடத்தின.

"எனக்கு மிகுந்த தாழ்வு மனப்பான்மை இருக்கிறது. இதிலிருந்து நான் எப்படி விடுபட முடியும்?" என்று கேள்வி.

"உங்களுக்கு எப்போது தாழ்வு மனப்பான்மை உள்ளது என்று தெரிந்ததோ அப்போதே அது அகன்று விட்டது. அதைப்பற்றி இனி நீங்கள் கவலைப்பட வேண்டியதில்லை."

மனிதன் ஏதாவது ஒரு மனப்பான்மையில் இருந்துதான் தீர வேண்டும். அது தாழ்வு மனப்பான்மையாக இருக்கலாம். உயர்வு மனப் பான்மையாக இருக்கலாம் அல்லது சமத்தன்மையாக இருக்கலாம்.

"எப்போதும் நாம் நம்மைத் தொடர்ந்து மற்றவர்களுடன் ஒப்பிட்டுக்கொண்டே இருக்கிறோம். நம்மைக் காட்டிலும் ஏதேனும் ஒரு வகையில் உயர்ந்தவர்களைக் கண்டால் தாழ்வு மனப்பான்மையையும், தாழ்ந்தவர்களைக் கண்டால் உயர்வு மனப்பான்மையையும் தரித்துக் கொள்கிறோம்."

பைந்தமிழ்ப் பாடல்கூட கல்வியில் சிறந்தவர்களோடு தன்னை ஒப்பிட்டுக்கொண்டு மேலும் படிக்கத் தன்னை தயார்ப்படுத்திக் கொள்ளும் படியும் செல்வந்தர்களோடு ஒப்பிட்டு ஏங்காமல் தன்னைக் காட்டிலும் வறியவர்களைக் கண்டு திருப்திப்பட்டுக்கொள்ளும் படியும் சொல்கிறது. ஒப்பிடுவது என்பதே தவறானது; அது எப்படிப் பட்ட ஒப்பீடாக இருந்தாலும்.

உயர்வு மனப்பான்மை என்கிற ஒன்று இல்லை. அது தாழ்வு மனப்பான்மை சிரசாசனம் செய்யும்போது உயர்வு மனப்பான்மை போலத் தோன்றுகிறது.

இந்த உலகத்தில் உள்ள எல்லோருமே ஏதேனும் ஒரு நொடியில் ஏதேனும் ஒரு குறைபாட்டுக்காக வருந்தியவர்களாகத்தான் இருப்பார்கள். அவர்கள் அவற்றிலிருந்து மீண்டு வந்தால்தான் சரித்திரம் அவர்களைச் சந்தன எழுத்துக்களால் சாமரம் வீசிக் கவுரவப்படுத்தும். மனிதர்களுடைய கைகளின் விரல்களைப் போல வேறுபடுவதால்தான் உலகம் அழகு மயமாக இருக்கிறது.

கடலைப் பார்த்து மலை உயரம் என்றோ, குருவியைப் பார்த்து கழுகு பெரியது என்றோ, ஆலத்தைப் பார்த்து வாழை அதிக வளர்ச்சி என்றோ ஒப்பிடுவது இயற்கையின் இதயத்தில் ரத்தக் கோடுகளால் சித்திரம் வரைவதைப் போன்ற அநீதியாகும்.

நாம் தனித்தன்மையானவர்கள் என்கிற உள்ளுணர்வுடன் நமக்குள் புதைந்து கிடக்கும் அற்புதப் புதையல்களைத் தேட ஆரம்பித்தால், நாம் தாழ்வு மனப்பான்மையையும் கொள்ள வேண்டியதில்லை; உயர்வு மனப்பான்மையிலும் உழல வேண்டியதில்லை.

நாம் வெள்ளைக்காரர்களைக் கண்டு ‘கருப்பு’ எனக் கவலைப்பட வேண்டியதில்லை. நீக்ரோக்களைக் கண்டு ‘நாம் பழுப்பு’ எனக் கர்வப்பட வேண்டியதுமில்லை. ஒரு சூழலில் தாழ்வு மனப்பான்மையில் ஆமை ஓட்டுக்குள் அடங்குவதைப் போல, தன்னைச் சுருக்கிக் கொள்பவனே, இன்னொரு சூழலில் மயில் சிறகை விரிப்பது போல உயர்வு மனப்பான்மையில் தன்னைச் சிலிர்த்துக்கொள்கிறான்.

நாம் பிறக்கும்போதே மனப்பான்மைகளை அணிந்துகொள்ளாமல் நிர்வாணமாகத்தான் பிறக்கிறோம். ஆனால் மற்றவர்கள் மதிப்பீடும், விமர்சனமும், கருத்தும், உற்சாக வரிகளும், உதாசீனச் சொற்களும் நமக்குள் மனப்பான்மையை அழுக்குக் கூடையில் துணிகளைத் திணிப்பது போல திணிக்க வைக்கிறது.

உயரம் குறைந்தவர்களிடம் உயரமானவர்களைப் பற்றிப் பட்டியலிட்டு உயரமாயிருப்பதன் சாதகங்களை எடுத்துச் சொன்னால் அவர் மனம் மரவட்டையைக் குத்தினால் சுருண்டுகொள்வதைப் போல சுருங்கி விடுகிறது.

‘என் உயரம் ஒரு பொருட்டல்ல’ என எண்ணுபவர்கள் யார் எவ்வளவு புண்படுத்த முயன்றாலும், தான் பண்படுத்தப்பட்டிருப்பதால் அதைக் காதுகளின் விளிம்புகளிலேயே வெளிநடப்பு செய்யவைத்து விடுகிறார்கள்.

நாம் ஒருவருக்குத் தொடர்ந்து உண்டாக்க முயற்சி செய்யும் தாழ்வு மனப்பான்மை அவர்களை ஒன்று ஆக்கப்பூர்வமான வழிக்கு அழைத்துச் செல்லும்; அல்லது அழித்தாவது கவனத்தை ஈர்க்க வேண்டும் என்கிற எண்ணத்தை ஏற்படுத்தி விடும்.

தன் உயரத்தைத் தாண்டி உயர்ந்தவர் நெப்போலியன்.

தன் பிறப்பில் இனக்கலப்பு ஏற்பட்டுவிட்டதோ என்கிற எண்ணத்திலும், உடல் ரீதியாக இருந்த ஒரு குறைபாடு (நாகரிகம் கருதி நான் சொல்லவில்லை) உறுத்திய காரணத்தாலும் அழிவுப் பாதையில் மகிழ்ச்சி அடைந்தவர் ஹிட்லர்.

குறைபாடுகளையே திசைதிருப்பி சாதகமாக ஆக்கிக் கொண்டவர்கள் பலர். அவர்கள் நட்ட மரங்களின் நிழல்களில்தான் நாம் இன்று நின்றுகொண்டிருக்கிறோம். நம்மைப் பற்றி மற்றவர்கள் உயர்வாக எண்ணவேண்டும் என நினைப்பதே தவறு. நாம் யாரை முதல் சந்திப்பில் கை குலுக்கினாலும் நம்முடைய அறிவின் அகலம், கருணையின் ஆழம், பெருந்தன்மையின் உயரம் ஆகியவற்றை நெருக்கித் தள்ளி வெளிவரச் செய்து அவர்களைக் கவரச் செய்யவேண்டும். (இம்ப்ரஸ்) எனத் துடிக்கிறோம். ஆனால் அடுத்த இரு சந்திப்புகளிடையே அது நீர்த்துப் போய் காலி பெருங்காய டப்பாவாக ஆகிவிடுகிறோம்.

நாம் படித்ததை எல்லாம் சொல்லி நாம் அறிவாளியாகக் காட்டிக் கொள்கிறோம். சில நாட்கள் கழித்து சரக்கெல்லாம் காலியான பிறகு சொன்ன மேற்கோள்களையும், அடித்த துணுக்குகளையும் தொலைக் காட்சியில் திரும்பத் திரும்ப வெவ்வேறு பிரிவுகளில் காட்டப்படும். ஒரே திரைப்படத்தைப் போல திரும்பச் சொல்லுகிறோம்.

நம் இயல்புத் தன்மையில் யாராவது மகிழ்ந்தால் அது அவரது பிரச்சினை. நாமாக யாரையும் மகிழ்விக்க நினைக்கும் 'கழைக் கூத்தாடி'யாக நிஜ வாழ்க்கையில் மாற வேண்டிய அவசியமில்லை. ஏனென்றால் நாம் விழுகிற போது அவர்கள் மனத்தில் இருக்கும் உயரம் அதிகமாக இருக்குமேயானால் வீழ்ச்சியால் விளைகிற சேதமும் அதிகமாக இருக்கும்.

மற்றவர்கள் நம்மைப் பற்றி அபிப்பிராயங்களை வைத்துக் கொள்வது போல நாமும் அவர்களிடம் அபிப்ராயங்களைச் சுமந்து கொண்டு நிற்கிறோம்.

என்னிடம் பலர் கூறக் கேட்டிருக்கிறேன். "உங்கள் பெயரைக் கேட்டதும் மிகவும் வயதானவராக இருப்பீர் என்று நினைத்தேன்."

என்னுடைய சந்தேகம் எல்லாம் பெயரோடு எந்த விதத்தில் வயது சம்பந்தப்பட்டிருக்கிறது? நாம் தொடர்ந்து அடுத்தவர்களுக்கு வடிவம் கொடுத்துக்கொண்டே இருக்கிறோம். நாம் கொடுக்கும் வடிவங்கள் அனைத்துமே நமது அங்க ஹீனங்களின் வெளிப்பாடுதான்.

அண்மையில் ஒரு போட்டித் தேர்வுக்காக "மாதிரி நேர்காணல்" நடத்த அழைத்திருந்தார்கள். அதில் சில மாணவர்கள், "நீ ஏன் இந்தத் தேர்வு எழுதுகிறாய்?" என்று கேட்டால், "நான் குக்கிராமத்தில் பிறந்தேன். படிக்க வசதியில்லை. பத்து மைல் தூரம் நடந்து பள்ளிக் கூடம் போனேன்..." என்று சுயசரிதம் எழுதுவது போல தான் எப்படியெல்லாம் கஷ்டப்பட்டு வாழ்வில் முன்னேறினோம் என்பது குறித்து விலாவாரியாக விவரித்தார்கள். அவர்கள் முழு முயற்சியும் தேர்வாளர்களுடைய பரிதாப உணர்வை சம்பாதித்துக்கொள்வதாகத் தான் இருந்தது. இந்தத் தன்னிரக்கம் தன்னம்பிக்கையின் நேரடியான எதிர்ச்சொல் என்பதையும், அப்படிப்பட்ட சுயபச்சாதாபம் அவர்களை இன்னும் தாழ்த்திவிடும் என்பதையும் அவர்கள் உணரவில்லை. ஒரு வகையில் அது பிச்சை எடுப்பது போலத்தானே? "நான் இப்படி யெல்லாம் மேலே வந்திருக்கிறேன். கொஞ்சம் பார்த்துப் போடுங்கள்" என்பது போலத்தானே?

நான் சுவாசித்துக்கொண்டிருப்பதே பெரிய சாதனை. நான் ஓட்டுப்போட்டதே பெரிய தியாகம் என்பதைப் போன்று கடமை களைக்கூட தியாகமாகவும் பணிகளைக் கூட அர்ப்பணிப்பாகவும் முரசடித்து முழக்குவது யாருக்குப் பயன் தரும்?

வெற்றி ஒன்றே முக்கியமில்லை. கவுரவமாகப் பெறுகிற தோல்வி கேவலமாக அடைகிற வெற்றியைக் காட்டிலும் மேன்மையானது; நேர்மையாகப் பெறுகிற தோல்வி அயோக்கியத்தனத்தால் சாதிக்கின்ற வெற்றியைக் காட்டிலும் வலிமையானது.

தாழ்வு மனப்பான்மையில் கூட இரண்டு வகை உண்டு. தன்னை மற்றவர்கள் தாழ்வாக நினைக்கிறார்களோ என நினைத்துக் கொதித்து எழுகிற பாங்கு முதல் வகை.

தன்னைத் தன் தந்தையோடு ஒப்பிட்டு அவர் அளவிற்குச் சாதிக்க முடியாது என மற்றவர்கள் புறக்கணிக்கிறார்களே என்கிற ஆதங்கத்தில் தான் அலெக்சாண்டர் மாவீரர் ஆனார்.

முதல் வகுப்பு பயணச்சீட்டு பெற்றிருந்தும், இரண்டாவது வகுப்புக்குத் தூக்கி எறியப்பட்டதால்தான் எரிமலையானார் மகாத்மா.

தன் உயரத்தையே பலமாக்கிக் கொண்டதால் சார்லி சாப்ளின் சாதனையாளர் ஆனார்.

'மற்றவர்கள் நம்மை எப்படிப் புறக்கணிக்கலாம்?' என்கிற நியாயமான கோபம் நெறிப்படுத்தப்பட்டதால் அவர்கள் தீக்குச்சி களைப் பற்றவைத்துத் திருப்திப்பட்டுக் கொண்டவர்கள் மத்தியில் தீப்பந்தங்களை ஏந்தி மற்றவர்களுக்கும் பாதையை அடையாளம் காட்டினார்கள்.

மற்றவர்கள் தாழ்வாக நினைக்கும்போது, அவர்கள் நிராகரிக்க முடியாதபடி நாம் வளர்ந்துகொண்டே இருப்பதுதான் ஒரே உத்தி. புழுவைப் போல சுருங்காமல் பாம்பைப் போல படம் எடுப்பவர்கள், தன் ஒட்டுமொத்த ஆற்றலையும், ஒருசேரத் திரட்டத் தெரிந்தவர்கள் மட்டுமே.

இரண்டாவது வகையில் இருப்பவர்கள், "அடுத்தவர்கள் நினைப்பது உண்மைதான். நாம் தாழ்வானவர்கள்தான். இந்த உலகத்தில் நாம் மட்டும் ஏன் இப்படி படைக்கப்பட்டு விட்டோம். இயற்கை ஏன் இப்படி வஞ்சித்து விட்டது? நான் பிறந்த நேரமே சரியில்லை. எனக்கு உருப்படியாக எதுவும் வராது.." என்று மனம் முழுவதும் குறைபாடு களின் கூட்டங்களை அடிக்கடி நடத்தி தன் எண்ணம் சரியானது என்று தீர்மானம் போடுபவர்கள்.

தங்கள் மனப்பான்மையைத் தாண்டி முன்செல்லும் முயற்சியும் தீவிரமும் இல்லாதவர்கள்தான் இப்படி ஆகிவிடுகிறார்கள்.

பெற்றோர்களுடைய வளர்ப்பும் ஆசிரியர்களின் போதனையும் இருண்ட வீட்டில் ஒளியேற்றுவதாக இருக்க வேண்டுமே தவிர ஒற்றடை அடிப்பதாக இருக்கக்கூடாது. எப்போது ஒளியேற்றப் படுகிறதோ அப்போது அவர்களாகவே ஒற்றடையை அகற்றிக் கொள்வார்கள்.

சில்வர்ஸ்டர் ஸ்டாலோன் குழந்தையாக இருந்தபோது தாழ்வு மனப்பான்மையால் பீடிக்கப்பட்டு பாராசூட்டில் குதிப்பதாகக் கருதி முதல் மாடியிலிருந்து குடையை விரித்துக்கொண்டே குதித்து குதிகாலில் அடிபட்டுக் கொண்டவர்தான். ஆனால் அவர் வைராக்கியத்தை அடை காக்க ஆரம்பித்ததால் சாதனைகளைக் குஞ்சு பொரிக்க முடிந்தது. இன்று உலகம் முழுவதும் மேற்கோள் காட்டப்படும் 'ஈசாப்பு' (ஈசாப்பு கதைகள்) அடிமையாய் இருந்தவர். தன் அறிவுத் திறனால் விடுதலை பெற்று நாட்டு தூதராகப் பரிமளித்தார். பிறப்பு விதித்த எல்லைக் கோடுகளை அறிவாலும் ஆற்றலாலும் அழித்து விட்டவர்.

டயோஜினஸ் (பகலில் விளக்குடன் சென்றவர்) என்ற அறிஞரைப் பிடித்து அடிமையாக விற்க அழைத்துச் சென்றார்கள். ஆனால் அவரோ கவலைப்படாமல் சிரித்துக்கொண்டே சென்றார். "நீங்கள் என்னை சங்கிலியால் பிணைக்க வேண்டாம். நான் முன் செல்கிறேன். நீங்கள் என்னுடன் வாருங்கள். அடிமைகளை விற்கும் இடத்திற்குப் போகலாம்" என்று அவர் சொன்னது எல்லோருக்கும் திகைப்பை வரவழைத்தது.

அடிமைகளை விற்கும் மேடையின் மீது நின்றுகொண்டு அவராகவே தன்னைக் கூவி ஏலம் போட்டார். எப்படி தெரியுமா?

"ஓர் எஜமானன் இங்கு விற்பனைக்குத் தயார். எந்த அடிமை வேண்டுமானாலும் வாங்கிக்கொள்ளலாம்" அவர் நெஞ்சை நிமிர்த்திக் கூறினால், யார் அவரை வாங்கத் துணிவுடன் முன் வருவார்கள்?

மனத்தளவில் நாம் எஜமானர்களாக இருக்கிறோமா, அடிமையாக இருக்கிறோமா என்பதுதான் முக்கியம். வெளியே எஜமானர்களாக மிடுக்குக் காட்டிக்கொண்டு மனத்தில் அடிமைகளாக இருப்பவர்கள் பலர்.

நம் அறியாமையின் காரணமாகத்தான் பலர் நமக்கு உயரமாகத் தெரிகிறார்கள். நாமும் வளர்வதன் மூலம்தான் சமதளத்தில் நின்று அவர்களோடு கை குலுக்க முடியும் - தோள் உரச இயலும் என்பதை வாழ்க்கையை சுகமாகக் கருதுவதன் மூலம் உணர முடியும். தாழ்வு மனப்பான்மை தேவையானதுதான். அது நமக்குள் ஒரு வெற்றிடத்தைத் தோற்றுவிக்கும் வரை, நமக்குள் இருக்கும் காலி இடத்தை காட்டும் வரை, நமக்கு ஓர் உந்துசக்தியை உற்பத்தி செய்ய வைக்கும் வரை, அது மனச்சிதைவாக மாறாமல் சுயபரிசோதனையாக மட்டும் இருக்கும் வரை.

"நாம் ஒன்றும் பெரிதாகக் கற்றுக்கொள்ளவில்லை. இன்னும் தெரிந்துகொள்ள வேண்டியவை ஏராளம். நாம் ஒன்றும் சாதனை நிகழ்த்தவில்லை. இனிமேல்தான் ஏதாவது சாதிக்க வேண்டும்" என்கிற எண்ணம் ஏற்பட்டால், நாம் பெருமிதத்தில் மிதக்காமல் உழைப்பில் உண்மையாக ஈடுபடுவோம். நாம் சந்திக்கும் அவமானங்கள் நம்மைச் செதுக்கவேண்டும். நாம் படும் துயரங்கள் நம்மைச் செதுக்கி வளர்க்க வேண்டும். உளியின் மீது புகார் செய்தால் கல் எப்படிச் சிற்பமாக முடியும்?

ஒன்று மட்டும் நிச்சயம். நம்மைத் தவிர வேறு யாரும் நம்மை அதிகமாக அவமானப்படுத்த முடியாது.

"50 வருடங்களாகத் தொடர்ந்து பேசியும், எழுதியும் வருகிறேன். இருந்தாலும் ஒவ்வொரு முறை பேச எழும்போதும் என்னையும் அறியாமல் ஒரு பயம் ஏற்படும். ஆனால் அப்பொழுதெல்லாம் எதிரே இருப்பவர்கள் முட்டாள்கள் என நினைத்துக்கொண்டு பேசத் தொடங்குவேன். பேச்சு வந்துவிடும்" என்று வின்ஸ்டன் சர்ச்சில் ஒரு முறை கூறினார்.

"அழகாக இல்லை என்ற குறையை, கூடி வாழ்வதன் மூலம் போக்கிக் கொண்டன காகங்கள்" என்றார் என் நண்பர். நான் சொன்னேன். அது காகத்தைப் பற்றிய நம் மதிப்பீடு. "ஒரு காகமும் தன்னை அப்படி நினைப்பதில்லை" ஆம். காகங்களுக்குத் தாழ்வு மனப்பான்மை ஏதும் இல்லை.

நாம் நம்முடைய குறைகளைத் தெரிந்துகொள்ள ஆர்வம் செலுத்தினாலே அவற்றைக் களைவதற்கான வழியும் பிறந்து விடும்.

அடுத்தவர்களைக் குறை கூறுவதன் மூலமும், சமாதானங்கள் கூறுவதன் மூலமும், காரணங்களை உற்பத்தி செய்வதன் மூலமும் குப்பை மேட்டின் மீது வாசனை திரவியம் பூசுகின்ற பணியைச் செய்வோமேயானால், கொஞ்ச நேரத்தில் துர்நாற்றம் தூக்கலாகக் கிளம்பும்.

"நான் சரி; நீ சரியல்ல" என்கிற மனநிலையில் இருப்பவர்கள், தாழ்வு மனப்பான்மையில் இருந்து மீண்டு வரமுடியாது. பதற்றமும், பயமும் அவர்கள் சட்டையைப் பிடித்து இழுத்துக்கொண்டே இருக்கும்.

சிறகுகள் இருக்கின்றன; கோழிகளோ காலைச் சுற்றி இறையும் இரைக்கே திருப்திப்பட்டுக் கொள்கின்றன; நாரைகள் குஞ்சு பொரிக்கக் கண்டம் விட்டு கண்டம் பறந்து செல்கின்றன.

2. எது வளர்ச்சி?

சென்ற வாரம் ஓர் ஊருக்குச் சென்றிருந்தேன். ஊரை அடைந்ததும் என்னுடன் வந்த நண்பர். "ஆகா! எவ்வளவு வளர்ச்சி" என்று அந்த ஊரைப் பார்த்துப் பிரமித்தார்.

"எதை வைத்து வளர்ச்சி என்று ஆச்சரியப்படுகிறீர்கள்!

புதிது புதிதாக அழகுடன் முளைத்திருக்கின்ற பல்லடுக்கு அங்காடிகளை வைத்தா? உயரமாக எழும்பி நிற்கின்ற கட்டடங்களைப் பார்த்தா? உருவாக்கியிருக்கும் உணவகங்களின் எண்ணிக்கையைக் கணக்கில் கொண்டா? ஒளி விளக்குகளின் ஜொலிப்பைப் பார்த்து அதிசயித்தா?"

உடனடியாக அவரால் பதில் சொல்ல முடியவில்லை.

அவர் மட்டுமல்ல. இன்னும் பலரும் 'நகர் மயமாதல்' 'நெரிசல் மயமாதல்' 'மேற்கத்திய மயமாதல்' (Urbanization, Congestion, Westernisation) ஆகியவற்றையே வளர்ச்சி என எண்ணிக் கொண்டிருக்கிறோம்.

'நம் நாடு வளர்ச்சியடைய வேண்டும்' என ஆசைப்படுகிறவர்களும் நுகர்வுத்தன்மை விரிவடைந்த சூழலை மனத்தயாரிப்பு செய்து அதையே தன் மனக்காட்சியாகக் கற்பனை செய்து அழகு பார்க்கிறார்கள்.

வளர்ச்சி என்பது பணம் புழங்கும் பல இடங்களையும், வசதி படைத்தவர்களுக்குச் சிவப்புக் கம்பளம் விரிக்கும் அங்காடிகளையும் முற்றிலுமாக ஒதுக்கவேண்டிய அவசியமில்லை எனினும் அவற்றின் விஸ்தீரணத்தை மட்டும் வைத்து வளர்ச்சியை நாம் முழம் போட வேண்டியதில்லை என்பதே உண்மை.

கட்டமைப்புகளைக் காட்டிலும் முக்கியம் நம் மனநிலை - நம் ஊக்கம் - நம் சால்பு - வாழ்க்கைக் குறித்த நம் பார்வை - பார்த்தால் பெரிதாக இருந்து கடித்தால் சட்டென்று கரைந்து விடும் கிராமத்து பிஸ்கட்டுகளைப் போல செயற்கையாக உப்ப வைத்தப் பண்பாடாக நம் வளர்ச்சி இருக்கமுடியாது.

இத்தனைக் கடைகளில் எத்தனை கடைகள் புத்தகம் விற்கின்றன? நம் வாங்கும் திறன் இவற்றில் பிரதிபலிக்கின்றனவா?

நம் ஊதியத்தை உரிய முறையில் நாம் செலவழிக்கின்றோமா!

வரிசையாகக் கட்டப்பட்ட கட்டடங்களும், கடைகளுமே வளர்ச்சியைத் தீர்மானிக்கின்றன என்றால் ஒரு கிராமம் வளர்ச்சியடையவே முடியாதா? அது தன் பண்பாட்டு முகத்தைக் கிழிக்க வேண்டியது அவசியமா? எல்லா இடமும் கடைகளானால் எந்த வயலில் விளைகிற அரிசி நம் வயிற்றை நிறைக்கும்?

வளர்ச்சி என்பது வெளியே தெரிவதினும் உள்ளே பொங்குவது.

மகிழ்ச்சியே மிகச் சிறந்த ஒழுக்கம் (happiness is the highest form of morality) என்று இங்கர்சால் கூறுவது போல நாம் மகிழ்ச்சியோடு இருக்கிறோமா என்பது முக்கியம்.

நேற்று இருந்ததைக் காட்டிலும் இன்று அதிகம் மகிழ்ச்சியுடன் இருக்கிறோமென்றால் நாம் வளர்ந்திருக்கிறோம் என்பது பொருள்.

இன்றைக் காட்டிலும் நாளை இன்னும் மகிழ்ச்சியாக இருக்க முடியும் என்று நாம் திடமாக நம்பினால் அதுவே சிறந்த எதிர்பார்ப்பு.

மகிழ்ச்சி என்பது ஒரு மனநிலை. அது தனிமனிதனுக்கும் பொருந்தும். சமுதாயத்திற்கும் பொருந்தும். இன்றைய மகிழ்ச்சியும், நாளைய மகிழ்ச்சியும் தொடர்புச்சங்கிலியால் பிணைந்தவை.

ஒரு நாட்டின் முன்னேற்றமும் வளர்ச்சியும், மகிழ்ச்சியும் அதில் வாழ்பவர்களுடைய மனநிலையின் அடிப்படையிலேயே நிர்ணயிக்கப் படுகின்றன.

சில ஆண்டுகளுக்கு முன்பு திரையரங்கில் படம் பார்ப்பதற்குச் சென்றிருந்தேன். திரைப்படத்தைக் காட்டிலும் அதற்கு முன்பு திரையிடப்பட்ட செய்திப்படம் எனக்குப் பிடித்திருந்தது. அதைப் போலவே சில நேரங்களில் பரிமாறப்படும் உணவைக் காட்டிலும், போடப்பட்ட இலை சிறப்பாக இருக்கும்.

கேரள மண்ணில் நடந்த ஓர் உண்மை நிகழ்ச்சி திரை ஓவியமாகி யிருந்தது. மலைப்பகுதியிலிருக்கும் ஒரு பழங்குடிக் கிராமத்தில் பாடம் நடத்த இரண்டு ஆசிரியர்கள் பயணமாகிறார்கள். கணவன் மனைவியான அவர்கள் உயர்ந்த லட்சியத்தையும் மணந்து கொண்ட வர்கள். ("you are marrying a married man") நெல்சன் மண்டேலாவின் சுய சரிதையில் உள்ள கவர்ச்சி மிக்க கவின்வரிகள்!

அவர்கள் சென்ற இடம் அதிக வசதிகளற்ற இடம். வசதிகளற்ற இடத்தில் பணியை ஏற்றுக்கொள்வதற்கு முன்பே பணிமாற்றத்திற்கு முயற்சி செய்பவர்கள்தான் அதிகம். அங்கே பணி காலியாக இருந்த நேரம், நிரம்பியிருந்த நேரத்தைக் காட்டிலும் அதிகம்.

நம் நாட்டில் பணி புரிகின்ற இடத்திலேயே தங்கி பணியாற்று பவர்கள் குறைவு. நாம் பணியாற்றும் இடத்திலேயே வாழும்போது அங்கிருக்கும் மக்களை மிக நல்ல முறையில் புரிந்துகொள்ளவும் அவர்கள் பிரச்சினைகளைத் தெரிந்துகொள்ளவும் முடியும். Mark Twain எழுதிய 'இடம் மாறிய இளவரசரின் மனமாற்றம்' (Prince and the Pauper) இப்படி ஏற்பட்டதுதான்.

அந்தத் தம்பதியினர் இருவரும் பணியிடத்தையே தங்கள் கூடார மாக்கிக் கொண்டனர். பள்ளிக்குச் சென்றபோது வகுப்பறைகள் காலியாகக் கிடப்பதைக் கண்டனர். ஒரே ஒரு பனைமரம் மட்டுமே பிரதானமாக நிற்க, வறண்ட மரங்கள் வெட்டப்பட்டு வெறுமையாக இருந்த அந்தக் கிராமம் சுட்டெரித்தது.

மாணவர்கள் வராத பள்ளியில் மாதந்தோறும் சம்பளம் வாங்கிச் சுகம் பெற அவர்கள் உள்ளுணர்வு அனுமதிக்கவில்லை. வீடுதோறும் சென்று குழந்தைகளைப் பள்ளிக்கு அனுப்ப பெற்றோர்களை வற்புறுத்தினர். ஒரு சில பெற்றோர்கள் அவர்கள் நச்சரிப்பைத் தாங்க முடியாமல் பள்ளிக்கு அனுப்பினர்.

வகுப்பறையின் சுவர்களுக்குள்ளேயே பாடம் நடக்கவில்லை.

இலக்கிய வகுப்புகள் குளக்கரையிலும், வயல் வெளியிலும் நடந்தது. பாட்டும் கதையுமாக விளக்கின் திரியை தூண்டும் விதமாகக் கல்வி அங்கே பனி படர்ந்த இரவின் சிலிர்ப்புடன் நடந்தது. மாணவர்கள் பிரம்புகளின் ஓசையாலும், தண்டனையாலும் பயமுறுத்தப்படவில்லை. அங்கு ஆசிரியர்களே பெற்றோர்களாகவும், தோழர்களாகவும் மாறிய அதிசயம் நடந்தது.

பள்ளிக்கு செல்லும்போது இருந்ததைக் காட்டிலும் பள்ளியில் இருந்து வரும்போது குழந்தைகளின் முகத்தில் மலர்ச்சி அதிகமாக இருந்தது.

வகுப்புக்குத் தானும் செல்லவேண்டுமென்று, படிக்காமல் பணிக்கு அனுப்பப்பட்ட குழந்தைகள் பெற்றோரிடம் அடம்பிடித்தனர்.

மாலை வேளைகளில் அந்த மாணவர்கள் ஊர் மத்தியில் சுகாதாரம், உடல்நலம், கல்வி, நற்பண்புகள் குறித்து கலை நிகழ்ச்சிகள் எல்லாம்

நடத்தினர். மண்ணின் மணத்தோடு நடத்தப்பட்ட அவை, நம் பள்ளிகளில் ஸ்கூட்டர் 'ஸ்டார்ட்' செய்வதைப் போல காலை உதைத்து நடத்தப்படும் நடன நிகழ்ச்சிகளிலிருந்து வேறுபட்டவை.

பெற்றோர்கள் அந்த ஆசிரியர்களின் உண்மைத் தன்மையால் ஈர்க்கப்பட்டனர். அவர்களுக்கும் அட்சரங்களைக் கற்றுக்கொள்ளும் ஆசை எழுந்தது. இரவுப் பாடசாலை உதயமானது. விழிகள் விளக்கு களானதால் வெளிச்சம் நிரந்தரமானது.

தொடர்ந்து மாணவனாக இருக்கச் சம்மதிப்பவர்கள் சிறந்த ஆசிரியர்களாகத் திகழ முடியும். ஆல்பர்ட் ஐன்ஸ்டின் ஒரு விருந்தில், "நான் இயற்பியல் மாணவன்" என்றதையும், இளம் அறிவியல் இயற்பியல் படித்த மாணவி அதற்கு "நான் படித்துப் பட்டம் பெற்று விட்டேன். இன்னுமா நீங்கள் படித்து முடிக்கவில்லை" என்று கூறியதையும் நினைவுப்படுத்திக் கொள்வோம்.

நம்மைச் சுற்றிய அனைத்து நிகழ்வுகளையும் உற்று நோக்க வேண்டும், ஆழ்ந்து சிந்திக்க வேண்டும். ஏனென்றால் வாழ்க்கை முழுமையானது; சிதறுத் தேங்காய் அல்ல.

அந்த ஆசிரியர்கள் வேளாண்மை குறித்தும், நீர் மேலாண்மை குறித்தும் கூட வாசித்தவர்கள். அவர்கள் ஊக்குவிக்க ஊர் கூடியது. இரு ஜோடிக் கைகளின் ஈடுபாட்டில் ஈராயிரம் ஜோடிக் கைகள் இணைந்தன. தூர்வாரவும், பாதை சரிசெய்யவும், மரங்கள் நடவும் அவர்கள் ஆற்றல் பயன்பட்டது. வெளியூர் தரகர்கள் வர்த்தகம் செய்ய வசதியான மரங்கள் நடப்படவில்லை. தங்கள் எரிபொருளுக்கு, உழவுச் சாமான்களுக்கு, உணவுக்கு உதவும் கனிகளுக்கு ஏற்ப பலன் தரும் மரங்கள் அங்கு நடப்பட்டன. அவற்றிற்கு அவர்களுடைய விரல்களின் வழியாக வழியும் வியர்வையே தீர்த்தமானது.

வெகு நாட்களாக நீர் ஓடாமல் இறுகியிருந்த ஓடையில் நீர் ஊற ஆரம்பித்தது. மகசூல் அதிகரித்தது. செறிந்த உணவால் சிறந்த பழக்க வழக்கங்களால் அந்த ஊரில் ஒளி வீசும் கண்களுடன் கூடிய குழந்தை களும், மணம் வீசும் மனத்துடன் கூடிய மனிதர்களும் வாழ்க்கையைக் கொண்டாட்டமாக மாற்றினர். அங்கு ஒழுக்கம் கட்டுப்பாட்டாலும் தட்டுப்பாடாலும் ஏற்படாமல் மகிழ்ச்சியின் மறு பெயராக மாறிப் போனது.

14 ஆண்டுகளுக்குப் பிறகு ஆரம்பத்தில் இருந்த அந்த ஒற்றைப் பனை மரம் அடையாளம் தெரியாதபடி மலை முகடு முழுவதும்

மரங்கள், அவற்றைப் பின்னி வளர்ந்திருந்த கொடிகள், அடர்த்தியான புதர்கள், உதிர்ந்து விழுந்திருந்த சருகுகளின் சங்கீத ஓசை, மரங்களில் கூடுகளைக் கொண்டு வீடு கட்டிக்கொண்டிருந்த பறவைகளின் பாடும் ஒலி, அவற்றின் ஊடாகப் பாயும் பொழுது மெல்லிய திரையின் அடியில் தவழும் ஞாயிறு போன்ற சூரிய ஒளி...

இனி அடுத்த கிராமத்திற்குப் போக அந்த ஆசிரியர்கள் ஆயத்த மானார்கள். அங்கு வருத்தமிருந்தது; அழுகையில்லை. பிரிவு இருந்தது; ஆனால் பாதுகாப்பின்மை இல்லை. துயர் இருந்தது; சோகமில்லை, கண்ணீர் இருந்தது; ஒப்பாரியில்லை; மரத்தின் இலை உதிர்வது போன்ற மவுனத்துடன் அது நிகழ்ந்தது. தங்களைத் தாங்களே தலைமை யேற்று நடத்திக்கொள்ளும் தகுதிக்கு அந்த ஊர் தயாராகி இருந்தது.

“இந்த மண்ணிலேயே நாங்கள் மடிய வேண்டும்” என்று அந்த ஆசிரியர்கள் வீர வசனம் பேசவுமில்லை; “நீங்கள் இங்கேயே இருக்க வேண்டும்” என பிரிவு உபசார விழா நடத்தவும் இல்லை. இயல்பாக அந்தப் பிரிவு நிகழ்ந்தது.

மலை முகட்டில் இருந்த இருளடைந்த கிராமம் தன்னுடைய தனித் தன்மையுடன் முன்னேறிய உண்மைச் சம்பவம் இது. ஆனால் நம்புவது மிகவும் சிரமம். நமக்குச் சாத்தியமில்லாத அனைத்தையும் நாம் நம்ப மறுக்கிறோம். ஆங்கிலத்தில் “figures of speech” ல் ‘Oxymoron’ என்ற நேர்த்தி உண்டு. oxy ஆக்ஸி என்பது கிரேக்கத்தில் கூர்மையான என்பதையும், moron மொரான் என்பது முட்டாள்தனத்தையும் குறிப்பது. முரண்பட்ட இரண்டு பதங்களை இணைக்கும் போது ஆக்ஸிமொரான் கிடைக்கும். நேர்மையான திருடன் (honest thief) அசல் நகல் (true copy) உண்மைக் கதை (real story) ஆகியவை அப்படிப் பட்டவை. ஆனால் நான் கூறிய சம்பவம் உண்மைக் கதை அல்ல. அது உண்மைக் கவிதை. கவிதையைப் போன்ற அழகுடன், நீக்க முடியாத கச்சிதத்துடன் வடிவமைக்கப்பட்டதுபோல் நடந்தேறிய சம்பவம் அது. அநேகமாக மகாத்மா காந்தி இப்படிப்பட்ட ஒரு கிராமத்தின் வளர்ச்சியைத்தான் கற்பனை செய்திருக்க முடியும் என எண்ணுகிறேன்.

1989-ஆம் ஆண்டு 24 பராகானாஸ் மாவட்டம் (மேற்கு வங்கம்) செல்ல நேர்ந்தது. பயிற்சிக்காக ரங்கபேலியா என்னும் பஞ்சாயத்து ஒன்றியத்திற்குப் பயணப்பட்டோம். கடலின் எதிர் தண்ணீர் (back waters-brackish water) சூழ்ந்த 50க்கும் மேற்பட்ட கிராமங்கள். சுந்தரவனக் காடுகளுக்கு அருகில் அமைந்திருந்தன. ஊரைச் சுற்றி அரைஞாண் கயிறுபோல ஓடும் கடல் நீரால் நிலத்தடிநீர் உப்பாகி உபயோகப்படுத்த முடியாத அளவு இருந்தது.

நான்கு ஐந்து வருடங்களுக்கு ஒருமுறை வீசும் புயல், மரங்களை எல்லாம் கால்களால் நெட்டித் தள்ளி (கால் பந்தில் நடப்பது போல) கீழே வீழ்த்திவிடும்.

சுந்தரவனக் காடுகளில் இருக்கும் தேனை எடுக்க வனத்தின் அழைப்பு (call of the Jungle) கேட்டு இரவில் செல்லும் பல ஆண்கள் மனித வேட்டையாடும் புலிகளின் (Man eaters) கோரப் பசிக்குப் பலியான பரிதாபம். அதனால் அங்கு கைம்பெண்கள் கூட்டம்.

பல சிறு ஆறுகள் (கடல் நீர்) தாண்டி வரவேண்டும் என்பதால் அங்கு பணிபுரிய விருப்பம் காட்டாத அரசு அலுவலர்கள்; மின்சாரம் இல்லை. குடிநீர் வசதி இல்லை. பள்ளி இருந்தது - மாணவர்கள் இல்லாமல்-எழுதப்படாத கரும் பலகைகளுடன்... உடல் இருந்தது, ஆன்மா தொலைந்துபோய்.

இத்தகைய சூழலில் "துஷார்காஞ்சிலால்" என்ற ஆசிரியர் அங்கு பாடம் நடத்த வந்தார், தாகூரின் மீதும், மார்க்ஸின் மீதும் சம விகிதத்தில் மதிப்பு வைத்திருந்தவர்.

மக்களைக் கொண்டே மகத்தான சக்தியை உருவாக்கினார். அதிக அலை (high tide) எழும்போது மாணவர்கள் மீன் பிடிக்கச் சென்றால் தான் வருமானம் எனும் நிலையில் அலைகளின் அளவை அனுசரித்துப் பள்ளிக்கூடங்களில் பாட நேரங்கள் மாற்றியமைக்கப்பட்டன. அலை விழும்போது கல்வி எழும்.

ஒவ்வொரு வீட்டின் முன்பும் ஒரு குளம் - மழை நீர் சேர்த்து சுத்திகரிக்கப்பட்டு குடிநீராக குரல்வளையை குளிர்விக்கவும், மீன்கள் வளர்ந்து உணவுக்கு ஒத்தாசை செய்யவும்...

ஒவ்வொரு கிராமத்திலும் மகளிர் அமைப்புகள் - சிசு வளர்ப்பு முதல் கர்ப்பிணிகளுக்கு சத்துமாவு வரை அங்கு செயல் திட்டம்.

மனிதர்களின் உடலை வேட்டையாடும் புலிகளுக்குப் பலியான வர்களின் மனைவிகளுக்குக் கைவினைப் பொருட்கள் செய்ய பயிற்சி, அவற்றை விற்க விற்பனைக் கூடங்கள்.

படிப்பைத் தவற விட்டவர்களுக்குப் படிக்க வசதி.

ஒவ்வொரு கிராமத்திலும் அடுத்த ஆண்டுக்கான வேளாண் செயல் திட்டம். ஒவ்வொரு குடும்பத்திற்குமே ஒரு வரவு - செலவு திட்டம்.

வேளாண் பதவிகளுக்கு பொருள் உதவி 'ரங்க போலியா'. மக்களே நடத்தும் 'மருத்துவமனை'. ஆகா! ஐந்தாறு ஆண்டுகளில்

அந்த ஊராட்சி ஒன்றியமே தன்னிறைவு அடைந்திருந்தது. 'எனக்குப் பின்னும் இந்த இயக்கம் நடத்த இரண்டாம் நிலை தலைவர்கள் தயாராக இருக்கிறார்கள்' என்கிறார், காஞ்சிலால்.

எங்கள் முன்பே அவர்களிடம் "நான் இறந்து போனால் என்ன செய்வீர்கள்?" என்று கேட்டார்.

"ஐயோ அப்படியெல்லாம் சொல்லாதீர்கள்" என்று அவர்கள் வாயிலடித்துக் கொள்ளவில்லை. "நீங்கள் நிறைய நாள் வாழ வேண்டும். உங்களுக்குப் பிறகும் இந்த இயக்கம் சிறக்க எங்களைத்தான் ஆயத்தப் படுத்தியிருக்கிறீர்களே."

எவ்வளவு எதார்த்தமான உண்மை. எத்தனை தன்னம்பிக்கை மிளிரும் சொற்கள்.

நான் உங்களுக்குக் காண்பித்த காட்சி சித்திரங்கள் நம் மக்களிடம் எத்தகைய ஆற்றல் குவிந்து கிடக்கிறது என்பதற்கான உதாரணம்.

இப்படி எத்தனையோ நிகழ்வுகள் பல்வேறு கிராமங்களில் நடந்திருக்கலாம். நம் பார்வைக்கு வராமலும் பதிவு செய்யப்படாமலும் போயிருக்கலாம்.

ஆனாலும் கண்ணுக்குத் தெரியாமல் நம் நுரையீரல் இயங்கிக் கொண்டிருப்பதைப்போல், நம் கல்லீரல் செயல்பட்டுக்கொண் டிருப்பதைப் போல் மாற்றங்கள் நிகழ்ந்துகொண்டுதான் இருக்கின்றன.

நாம் சின்னத் தீப்பொறிக்காகக் காத்திருக்கிறோம்.

மெல்லிய தென்றலுக்காக இதழ் கூப்பியிருக்கிறோம்.

முன்னேற்றம் என்பது வெளியில் இருந்து கொண்டுவந்து கொட்டு வதல்ல, நம்முடைய தீவிரத் தன்மையில் அது நிறைவேறும் போது நாம் நம்மையறியாமலேயே மலர்ந்து விடுவோம்.

எறும்புகள் மட்டும் எப்படி வரிசையாகச் செல்ல முடிகின்றது. அவற்றில் எப்படி ஓர் ஒழுங்குத் தன்மை காணப்படுகின்றது.

(அருந்ததிராய் - இறந்த கரப்பான் பூச்சியை சுமந்து சவ ஊர்வலம் நிகழ்த்தும் எறும்புகள் குறித்து The God of small things நூலில் குறிப்பிடுவார்).

எறும்புகள் இணையும்பொழுது அவற்றின் மூளை ஓரே மூளையாகத் திரண்டு விடுகின்றது என்கிறது விஞ்ஞானம். எறும்பு

போல் சுறுசுறுப்பு என்பது உழைப்பை மட்டும் காட்டவில்லை. ஒருங் கிணைந்து பணியாற்றுவதையும் உள்ளடக்கியது.

நல்ல நோக்கத்திற்காக இணைந்து பணியாற்றவும், தன் முனைப் பைத் தள்ளி எறியவும் நாம் தயாராகத்தான் இருக்கிறோம்.

பொறிக்காக எதிர்பார்த்து விளக்காகக் காத்திருப்பதில் பயனில்லை. நாமே நம்மை சிக்கி முக்கிக் கற்களாக உரசிக் கொண்டு தீப்பொறியுடன் புறப்படுவோம். அது தீபங்களை ஏற்ற - தீவட்டிகளை ஏந்த அல்ல.

நாம் எந்த உதாரணத்தையும் அப்படியே நகலெடுக்க முடியாது. ஒவ்வொரு கிராமம் ஒவ்வொரு உலகம் - ஒவ்வொரு கிராமத்திலும் நமக்குள்ளேயே ஒருவர் உருவாக முடியாதா? துஷார் காஞ்சிலால் போல... அந்த ஒரு ஆசிரியர் போல... இலவசங்கள் இல்லாமல் இதயத்தை மட்டுமே மூலதனமாக்கும் கலையை நமக்கு நாமாகவே கற்றுக்கொள்ள.

3. முதியோரும் மதியாரும்

வெகு நாட்களுக்குப் பிறகு பெய்த மழையில் தாவரங்களின் இலைகள் எல்லாம் சிலிர்த்திருந்தன. அவற்றின் தாகத்திற்கு உயிர்த் தண்ணீர் கிடைத்தது போன்ற பெருமிதம் அவற்றின் முகத்தில் தெரிந்தன.

என் அருகே அமர்ந்திருந்த நபர் தன்னை அறிமுகப்படுத்திக் கொண்டார்.

"நான் முதியோர் இல்லம் ஒன்று நடத்துகிறேன்"

"அனுமதிக்கு விதிகள் ஏதேனும் இருக்கின்றனவா?"

"நான் நடத்துவது தர்மசத்திரம் அல்ல. கட்டணம் உண்டு."

"அது தவிர..."

"வருபவர்களுக்குப் பெரிய நோய்கள் இருந்தால் அனுமதிப்ப தில்லை. அவர்கள் உடல் ஆரோக்கியமாக இருக்க வேண்டும். தனித் தனியாகச் சமைத்து அவர்களைக் கவனிப்பது சிரமம். அவர்கள் நடையுடையவர்களாக இருக்க வேண்டும்."

அவர் அடுக்கிக்கொண்டே போன விதிகளின் சாரம் ஒரே வரியில் சொல்லப்பட வேண்டும் என்றால் முதியோர் அல்லாதவர் மட்டுமே அனுமதிக்கப்படுவர் என்பது.

ஆனால் அவருடைய தொனியின் அடிநாதம் "வீட்டிலே கவனிக்க இயலாதவர்களை, பந்த பாசங்களே ஒதுக்கித் தள்ளியவர்களை நாங்கள் சுமப்பதற்குப் பைத்தியக்காரர்களா?" என்பதுதான்.

எத்தனையோ சேவை மனப்பான்மை கொண்ட நல்ல முதியோர் இல்லங்கள் செயல்படவே செய்கின்றன. ஆனால் அவற்றைப் பார்க்கிற போதெல்லாம் மனம் மகிழ்கிறது.

குடும்பம் என்கிற நிறுவனம் கொஞ்சம் கொஞ்சமாகச் சிதைவதன் அடையாளமாகத்தான் இந்த முதியோர் இல்லங்கள் எனப்படுகின்றது.

முதுமை என்பது உடல் தளர்ந்து போகிற பருவம். உடல் புதுப்பிக்கப்படாத போது மனமும் களைப்படைந்து அயர்ந்து போகிறது. "கடைசி காலத்தில் பார்த்துக்கொள்ள ஆள் தேவை" என்றே அன்று ஆண் வாரிசுகளுக்கு ஆசைப்பட்டார்கள்.

வாரிசுகளே இல்லாதவர்களுக்கு முதியோர் இல்லம் தேவை யில்லையா எனக் கேட்கலாம், அன்பையும், ஆதரவையும் ரத்த சம்பந்தம் தான் தீர்மானித்தால் கூட மகிழ்ச்சி அடையலாம்.

அரசுகூட ஆதரவற்றோருக்கு உதவித் தொகையை வழங்கி கண்ணீரைத் துடைக்கின்ற காரியத்தை ஆற்றுகிறது. அவர்களில் பலர் அது வழங்கப்படாவிட்டால் இறந்தே போய்விடுவார்கள்.

அரசு தொகை வழங்கலாம். ஆனால் ஆதரவை, பாசத்தை, மனித நேயத்தை சமுதாயம் தானே அள்ளி வழங்க வேண்டும். தாய்ப்பாலை புட்டியில் அடைத்துக் கொடுத்தால் குழந்தை முரண்டு பிடிக்கும். ஏனென்றால் தாயின் கதகதப்பு அங்கே காணாமல் போகும்.

என் வாசலுக்கு வரும்போது காகங்களின் இரைச்சல் டாப்ளர் விளைவின் (doppler's effect) காரணமாக அதிகமாவதைக் கண்டேன்.

காகங்கள் கூட்டம் கூட்டமாகக் கத்தும்போது ஏதோ பிரச்சினை இருக்கிறது என்பதை அவற்றின் குரலில் இருந்து கண்டுகொள்ளலாம்.

நாம் உணவை வீசியெறியும்போது பயத்தில்தான் சக காக்கைகளை கூப்பிடுகிறதோ என்று எண்ணத் தோன்றுகிறது.

"என்ன பிரச்சினை" என்கிற ஆர்வத்தில் வெளியே பார்த்தேன். கீழே ஒரு கறுப்புப் பறவை மல்லாந்து கிடந்தது. அதை நோக்கித்தான் அங்கிருந்த 500-க்கும் மேற்பட்ட ஒட்டுமொத்தப் பறவைகளின் பார்வையும் குவிந்திருந்தது.

உற்று நோக்கியதில் அது குயில் குஞ்சு என்பதை அடையாளப் படுத்தினேன். மருது பாண்டியர் நகர் ஒட்டுமொத்த மக்களும் அதைப் பார்த்தவண்ணம் இருந்தனர். ஆனால் அவர்கள் எதுவும் செய்ய முடியாத நிலையில் இருந்தனர். ஒருவர் நெருங்கினால் கூட அக்காகங்களின் கூரிய அலகுகளுக்குப் பலியாகி விடுகின்ற சூழல். இந்தக் காட்சியின் பின்னணியை நாம் முதலில் புரிந்துகொள்ள வேண்டும்.

குயிலுக்கு முட்டையிடத் தெரியும். அடைகாக்கத் தெரியாது. பெண் காகம் முட்டையிட்டு அடைகாத்துக் கொண்டிருக்கும்போது ஆண் குயில் அதை வம்புக்கு இழுக்கும். அதை விரட்ட அந்தப் பெண்

காகம் பறக்கும்போது, தந்திரமாகப் பெண் குயில் அந்தக் கூட்டில் தன் முட்டைகளை இட்டுவிட்டுப் பறந்துவிடும்.

காகமோ தன் முட்டைக்கும், குயில் முட்டைக்கும் வித்தியாசம் தெரியாமல் அடைகாக்கும். (முட்டையில் கலப்படம் செய்கிற முதல் பறவை குயில்தான்) குயிலின் முட்டை முதலிலேயே பொரிந்து வெளியே வருகிற குயில் குஞ்சு, காகத்தின் முட்டைகளைக் காலால் தள்ளி உடைத்து விடும். தன் குஞ்சுதான் என நினைத்து உணவு ஊட்டி வளர்க்கும் தாய்க் காகம், குரல் வரும்போது குயில் என அறியும். இருந்தாலும் அடைகாத்த பாசத்தால், வளர்த்த அன்பால் மற்ற காகங்களுக்கு அது குயில் குஞ்சு என்பது தெரிந்து விடாமல் பாது காக்கும். ஆயினும் ஓரளவு வளர்ந்ததும், மற்ற காகங்கள் இனம் கண்டு அதை விரட்டியடிக்கும். இதுவரை வளர்த்த தாய்க்காகமோ எதுவுமே செய்ய இயலாமல் கையைப் பிசைந்து... இல்லை இல்லை காலைப் பிசைந்து மவுனமாகக் கண்ணீர் சிந்தும். (காக்கைக்கும் தன் குஞ்சு பொன்குஞ்சு என்பது இதனால்தான்)

ஒருமுறை அரசினர் தோட்டத்தில் இப்படிக் காகங்களால் துரத்தி அடிக்கப்பட்ட குயில் குஞ்சு எங்கள் வீட்டின் முன் விழுந்தது. நாங்கள் எடுத்து போஷித்த போது, எதிரே இருந்த வாழை மரத்தில் ஒற்றைக் காகம் ஒன்று அமர்ந்து ஈனக்குரலில் கரைவதைக் காண முடிந்தது. அதுதான் வளர்த்த தாய்க்காகம் என்பதை அதன் கண்ணீரிலிருந்து இனம் காண முடிந்தது.

இங்கே அபலைகளின் தேசிய மொழியாகக் கண்ணீர் மட்டுமே எஞ்சி இருக்கின்றது. தம் கண்ணீரைப் பன்னீராக்க முடிந்திருந்தால் பலர் பணக்காரர் ஆகியிருப்பார்.

தாய்மை எவ்வளவு மேன்மையானது? பெற்றால்தான் பிள்ளையா? என்கிற கேள்வியை முதலில் கேட்டவை காகங்கள்தான்.

மேனாட்டுக் கவிதை ஒன்றை அப்துல்ரகுமான் மேற்கோள் காட்டுவார். அதன் பொருள்.

"கிழிந்த ஓலைக் குடிசைக்குள் இருக்கும் தாய், கனத்துப்
பெய்யும் மழையில் தன்
கைக்குழந்தை நனைந்து விடக் கூடாதே என்று
தன் முதுகையே கூடாரமாக்குவாள்.

அப்படியும் அக்குழந்தை நனையும்-
தாயின் கண்ணீர்த் துளிகளால்."

தன் காதலிக்காகத் தாயின் இதயத்தையே எடுத்துச் சென்றான் ஒரு காமுகன். அவன் இடறி விழுந்தபோது, "அடிபட்டு விட்டதா மகனே, பத்திரம்" என்று அழுததாம் அந்த இதயம் - கவிஞர் கண்ணதாசன் கூறுவார்.

"தாயும் கோயில் - அவள் கர்ப்பக் கிரகத்தில் இருந்து நாம் வெளி வருவதால்" என்று வாலி 'பொய்க்கால் குதிரை'யில் எழுதியிருப்பார்.

ஒரு குழந்தை பிறக்கின்றபோது, ஒரு தாயும் பிறக்கிறாள் என்பது ஒரு தத்துவ வாசகம்.

'தாயைக் கோயில் என்று சொன்னதால், நாம் கோயில்களைப் பாழடையச் செய்ததுபோல தாய்மையின் உயர்வையும் சிதிலமடையச் செய்துவிட்டோம்' என்றார் நண்பர் ஒருவர்.

யதார்த்தத்தில் இல்லாத தாய்ப் பாசம் திரைப்படங்களில் மட்டும் விஸ்வரூபமாக்கப்படுகிறது. கார் சேஸிங் போல, மோட்டார் பைக் தாவல் போல் இதுவும் ஒரு 'மாயாஜால தந்திரக் காட்சி' trickshot "முதியோர் இல்லங்கள் சில வீடாக மாறாததைப் பற்றி நீ கவலைப் படுகிறாயே, வீடுகள் சில முதியோர் இல்லங்களாக மாறுகின்றனவே, அதுபற்றி என்ன நினைக்கிறாய்" என்றார்.

"எனக்குப் புரியவில்லை."

"வீட்டிலேயே பெற்றோர்கள் ஒதுக்கிவைக்கப்படுகின்ற சூழலும் புறக்கணிக்கப்படுகின்ற சூழலும் காணப்படுகிறதே."

"அன்பற்ற உணவு, அனுசரணையற்ற தனிமை, பரிவற்ற கவனிப்பு; பட்டும்படாத பரிமாற்றம் இவையெல்லாம் உயிர்களின் ஆயுளைக் கூடக் குறைத்து விடுகின்றனவே."

"வீடுகளே முதுமக்கள் தாழியானால் நாம் என்ன செய்ய முடியும்?"

நண்பர் சொன்னது உண்மைதான். "திருமணம் செய்யாதவர்கள் பாக்கியசாலிகள். அவர்களுக்கு எதிர்பார்ப்பாவது இருக்காது" என்றார்.

சொந்த இல்லங்களே கருணை இல்லங்களாக மாறியது வருத்தப் பட வேண்டிய நிகழ்வு மட்டுமல்ல; இருண்ட இதயங்கள் பெருகி இருப்பதற்கான அடையாளங்களாக அவை இருக்கின்றன.

நீலகிரிக்குப் பணி நிமித்தம் சென்ற வருடம் பயணப்பட்ட போது, அங்கிருந்த கால்நடைப் பண்ணைக்குச் சென்ற அனுபவம் நினைவுக்கு வந்தது.

அங்கு பொலிகாளைகள் இன விருத்திக்காகப் பயன்படுத்தப் படுகின்றன. செயற்கைக் கருவூட்டல் நிகழ்த்த அந்த மேல்நாட்டு இனக்காளைகள் பேருதவியாய் இருக்கின்றன. பார்வையிட்டுக் கொண்டே வந்தபோது, "இந்தக் காளை இதற்குமேல் பயன்படாது; எனவே இதை அப்புறப்படுத்த உள்ளோம்" என்றார். பண்ணை மேலாளர், ஒரு காளையைச் சுட்டி. அது ஹால்ஸ்டன் ப்ரீசியன் இனக் காளை.

"எப்படி அதை அப்புறப்படுத்துவீர்கள்?"

"அதை மாமிசத்திற்காக ஏலம் விட்டு விடுவோம்."

எத்தனையோ உயர் ரகக் கன்றுக்குட்டிகள் உருவாகக் காரணமாக இருந்த காளை கடைசியில் சந்திக்கவிருக்கும் மரணத்தின் நிலைமை என்னை வெகுவாகப் பாதித்தது. சில இரவுகள் என் தூக்கம் துண்டிக்கப் பட்டது.

பெற்று வளர்த்து ஆளாக்கி தன்னுடைய உதிரத்தையும், வியர் வையையும், கண்ணீரையும் காணிக்கையாக்கிய பெற்றோர்களையே அனாதைகளாக்கி அழகு பார்க்கும் சமுதாயத்தில் காளைகளை கருணையின்றி வெட்டித் தள்ளுவது சாதாரணமான சம்பவம்தான் என்று இப்போது தோன்றுகிறது. மனதைத் தேற்றிக் கொள்கிறேன்.

முதுமை, கீறல் விழுந்த இசைத்தட்டாக இருக்கலாம். ஆனால் அந்தக் கீறலை நாம்தானே விரிசலாக்குகிறோம். அது பிளவாகும் வரை பேசாமல் இருக்கிறோம்.

இந்தியாவிற்கென்று பெற்றோர்களைப் பேணிக் காக்கின்ற ஒரே ஒரு பெருமை இருந்தது. அதுவும் இப்போது காணாமல் போய்க் கொண்டிருக்கிறது.

"கொடிக்குக் காய் பாரமா" என்று கேட்டோம். ஆனால் காய்கள் கொடியைப் பாரமாக நினைக்கின்றன.

அனாதை ஆசிரமங்களும், முதியோர் இல்லங்களும் எதிர்த் திசையில் நீளும் ஒரே பரிமாணத்தின் இரண்டு முனைகள்.

இரண்டுமே வற்றிய மனித நேயத்தின் முத்திரைகள். அழியாத மச்சங்கள்.

எந்தச் சமுதாயத்தில் அனாதை ஆசிரமங்கள் அதிகரிக்கின்றனவோ, அங்கே முதியோர் இல்லங்களும் அதிகரிக்கவே செய்யும்.

எந்தச் சமுதாயத்தில் அரசு உதவிபுரிய வேண்டும் எனப் பெற்றோர்கள் எதிர்பார்க்கிறார்களோ அங்கே முதியோர் உதவித் தொகையும் கட்டாயம் எதிர்பார்ப்பாக இருக்கும்.

எங்கேயோ நாம் தவறு செய்து இருக்கிறோம்.

மூலத்தையே நிராகரிக்கின்ற பழக்கம் நம்மிடையே விரைவாகப் பரவி வருகின்றது. அதனால் தான் விதையில்லாத திராட்சை, ஆளுயர ஆலமரம் என்று படைப்பை 'விருத்தி' செய்கிற ஆளுமை நம்மை ஆக்கிரமித்துக் கொண்டிருக்கிறது. இயற்கையின் இறகுகளை ஒடித்து ஒடித்துப் புதிய பொம்மை செய்யப் புறப்படுகிறோம்.

ஆரம்பத்தில் ஓடுகின்ற மான்களைத் துரத்தி விரட்டி வேட்டை யாடுகிற சிங்கங்கள். வயதானபோது ஓட முடியாமல் கிடைக்கிற எலிகளையும், சிலந்திகளையும் கூட சாப்பிட்டுப் பசியாற வேண்டி யிருக்கிறது என்று நான் படித்திருக்கிறேன். வயோதிகம் சிங்கங்களைக் கூட சிறுத்துப் போகச் செய்கின்றன.

அவற்றைப் போலவே வயதான காலத்தில் புலன்களும் மங்கி அதிகம் படிக்கவும் முடியாமல், பார்க்கவும் முடியாமல் தங்கள் அனுபவங்களை யாரிடமாவது பகிர்ந்துகொள்ளவேண்டும் என்று ஆசைப்படுவார்கள்.

தட்டில் விழுந்ததைத் தின்று காலம் தள்ளுவது மானுட நாகரிகத் திற்கு விழுந்த மாபெரும் அவலம்.

"இளமையில் வறுமை கொடியது" என அவ்வை சொன்னது சத்தற்ற உணவு உண்டு உடல் பாழாகி, காலமெல்லாம் உடல் உபாதை களால் சிரமப்பட நேரிடுவதைக் குறித்ததாக இருக்கலாம்.

ஆனால்-

முதுமையில் வறுமை அதனினும் கொடியது. காலம் மென்று துப்பிய சக்கையாக உடல் ஆன பின்பு உணவோ, மருந்தோ, இனிய சூழலோ வாய்க்கப்படாவிட்டால் மரணம் எதிரே வந்து கை குலுக்கும் போது வாழ்ந்த திருப்தியுடன் சாக முடியாமல் போகின்றது.

இங்கே வாழும் வரை வயிறார உணவு கூடக் கொடுக்காமல், இறந்த பிறகு மலர் அலங்காரம் ஊர்மெச்ச செய்கிறார்கள். ஊர்வலம் நடத்தி சரம்சரமாகப் பட்டாசு கொளுத்துகிறார்கள். ஒப்பாரிப் பாடலை ஒலி பெருக்கியில் ஒலிக்கச் செய்கிறார்கள். வாழும் வரை அவர்களுக்குப் பிடித்ததைச் செய்து தராமல் படையலில் பிடித்தவற்றைச் செய்து வைத்துவிட்டுப் பின்னர் தாங்களே சாப்பிட்டுக் கொள்கிறார்கள். பளிங்கினால் கல்லறையை எழுப்புகிறார்கள். செய்தித்தாள்களில் ஒவ்வொரு வருடமும் நினைவு நாளன்று விளம்பரம் தருகிறார்கள். மரணத்தையும் அலங்கரிப்போம் - மவுனத்தால் கவுரவிக்க முடியாத காரணத்தால் மலர்களால். இங்கே வீடுகளும் கதவுகள் இல்லாமல் இருந்தால் கல்லறைகள் ஆகியிருக்கும்.

முதியோர் தங்களை மற்றோர் மதியார் என மனக்கவலைப் படுவதற்கோர் காரணம், சில இடங்களில் வேறு மாதிரியாகவும் இருப்பது தெரிகிறது.

பெற்றோர்களை எப்படி நடத்தவேண்டும் என்பதை தங்கள் பெற்றோர்களிடம் இருந்தே குழந்தைகள் கற்றுக் கொள்கின்றன.

பெற்றோர்களே குழந்தைகளுக்கு எல்லாவிதத்திலும் உதாரண மாகத் திகழ்கிறார்கள். சின்ன வயதிலேயே குழந்தைகளை முதியோர் இல்லங்களுக்கு அழைத்துச் சென்றால், அந்தக் குழந்தைகளுக்குத் தெரியும் - புறக்கணிப்பு என்பது எவ்வளவு பெரிய இழப்பு என்பது.

புறக்கணிப்பும் உதாசீனமும் மரணத்தைக் காட்டிலும் கொடியவை.

சட்டத்தில், இறக்கும்போது கூறப்படும் வாக்குமூலம் (dying declaration) என்ற ஒன்று உண்டு. சந்தேகத்திற்கிடமாக மரணமடை பவர்கள் உயிர் பிரிவதற்கு முன் மேஜிஸ்டிரேட் முன் கொடுக்கிற வாக்குமூலம் மிகுந்த சக்தி வாய்ந்தது என்பதால் அதை அப்படியே எந்த சாட்சியையும் பின்தள்ளி உண்மையாக எடுத்துக்கொள்வதை சாட்சியியல் சட்டம் (evidence act) அனுமதிக்கின்றது. அதற்குக் காரணம் "சாகிறவர்கள் உதடுகள் உண்மையையே ஒலிக்கும்" என்பது தான்.

மரணமடைகிறபோது தான் வளர்த்தவர்கள் மடியில், தான் பெற்றவர்கள் கைகளை ஆறுதலாய்ப் பிடித்துக்கொண்டு, தன்னை நேசிக்கிறவர்கள் கண்களில் தான் பிரதிபலிப்பதைப் பார்த்துக் கொண்டு - உயிர் நீங்குவதைக்கூட ஒவ்வொரு நொடித் துளியிலும் உற்றுக் கவனிக்கிற நிகழ்வுக்காகத்தான் மனிதன் காலமெல்லாம் காத்திருக்கிறான்.

அப்படி நிகழாத காரணத்தால்தான், விபத்து அதிர்ச்சிகரமானதாக இருக்கிறது. அனாதையாக எங்கோ யாருமற்ற சூழலில் வயோதிகத்தின் காரணமாக உறுப்புகள் தளர்ந்து உயிர் பிரிவதை சாட்சியாக நின்று பார்க்கும்போது மரணம் அடைபவர்கள் மரண வாக்குமூலமாக இருத்தலிடம் என்ன சொல்லுவார்கள் தங்கள் குழந்தைகளைப் பற்றி...

எண்ணிப் பாருங்கள்.

4. நேரம் கடிகாரத்தில் இல்லை

சிக்னல் விழுந்திருந்தது. பச்சை நிற விளக்கு வரும் வரை காத்திருக்கும் பலருக்கும் பொறுமை இல்லை. மஞ்சள் வண்ணத்திலேயே பலர் சாலையைக் கடந்தனர். சிக்னல் மாறியதும் ஒருவரை மீறி ஒருவர் முந்துவதைப் பார்க்கும்போது இவர்கள் எல்லாரும் எவ்வளவு அவசரத்தில் இருக்கிறார்களோ என்று நினைத்தேன். ஆனால் உண்மை அப்படி அல்ல. தங்கள் தாமதத்தை வேகத்தால் ஈடுகட்டத் துடிப்பவர்களும், வேகத்தை நேசிப்பவர்களும், விரைவில் வீட்டிற்குச் சென்று ஒரு தொலைக்காட்சித் தொடரைத் தொலைக்காமலிருக்க ஆசைப்படுபவர்களும்தான் அதிகம்.

நான் ரெயில் நிலையத்தில் ரெயில் தாமதமாகும்போது எல்லாம் கவனித்திருக்கிறேன். கொஞ்சம் ரெயில் தாமதமானால் பலர் எவ்வளவு பொறுமையிழந்து (restless) விடுகிறார்கள். ஏதோ ஒவ்வொரு நொடியையுமே நாம் மிகவும் பயனுள்ள வகையில்தான் கழிப்பது போலவும் ஒரு நொடியைக்கூட வீணடிக்காதது போலவும் நடந்து கொள்கிறார்கள்.

பேருந்து நிலையத்தில் பார்த்திருக்கிறேன். முதலில் செல்கின்ற பேருந்தில்கூட ஏறாமல் வேகமாகப் போகின்ற பேருந்தில் ஏறுகின்றவர்கள் நிறையப் பேர்.

ஓர் அதிசயம் என்னவென்றால் எங்கே அவசரம் அதிகமிருக்கிறதோ அங்கே தாமதமும் அதிகம் காணப்படும். எங்கு மக்களிடம் பொறுமையின்மை அதிகமிருக்கிறதோ அங்கேதான் மந்தத் தன்மையும் நிறைந்திருக்கிறது. இவையிரண்டும் ஒரே நாணயத்தின் இரண்டு பக்கங்களாகப் பரிமளிக்கின்றன.

எனது அனுபவம்... யாருடைய மேசையிலிருந்து கோப்புகள் குறிப்புகளுடன் துள்ளிக் குதித்து வெளி வருகின்றனவோ அவர்கள் ஓய்வாகவே காணப்படுகிறார்கள். இங்கு அதிகமாகப் பணியாற்றுபவர்களே அதிக ஓய்வையும் அனுபவிக்கின்ற விசித்திரம் நிகழ்கிறது.

இது எப்படி சாத்தியம்?

திபெத்தில் ஒரு பொதுவுடைமைக்கார மன்னர் இருந்தார். தன் நாட்டில் வறுமையே இருக்கக்கூடாது என்று விரும்பினார். தன் நாட்டில் இருக்கிறவர்களுடைய அனைத்து செல்வத்தையும் திரட்டி ஒரே இடத்தில் குவித்து சரிசமமாக எல்லாக் குடும்பங்களுக்கும் பகிர்ந்து கொடுத்தார். ஒரு முறையல்ல, மூன்று முறை இதே மாதிரி பிரித்துக் கொடுத்தார்.

அப்போதும் சில குடும்பங்கள் பணக்காரர்களாக ஆனார்கள். சிலர் ஏழையாகத் தேய்ந்து போனார்கள். இது குறித்துத் தாம் ஒன்றும் செய்ய முடியாது என்பதை உணர்ந்து அவர் தன் முயற்சியைக் கை விட்டார்.

கவுதம் சென், தான் எழுதிய 'விவேகானந்தருடைய மனம்' என்கிற புத்தகத்தில் இந்தச் செய்தியைக் குறிப்பிட்டிருக்கிறார்.

பணத்தைப் பொறுத்தவரை இந்தச் சம்பவத்தை மறுதலிப் பவர்கள் இருக்கலாம். ஆனால் நேரத்தைப் பொறுத்தவரை இந்த உதாரணம் உண்மை. எல்லோருக்கும் 24 மணி நேரம்தான். ஆனால் சிலர் நேரத்தைப் பொறுத்தவரை மகா ராஜாக்களாக இருக்கிறார்கள் - சிலர் யாசகர்களாக இருக்கிறார்கள்.

சிலர் காகிதத்தைக் கவிதை எழுதப் பயன்படுத்துகிறார்கள். சிலரோ காகித அம்புகளைச் செய்து காற்றில் அனுப்புகிறார்கள்.

நமது தமிழ்த் திரைப்படங்களில் பெரிய அதிகாரிகளோ, நிறுவனத் தலைவர்களோ, மாவட்ட ஆட்சியர்களோ மாடிப் படிகளில் இறங்கி வருகிற போதே 'இன்ஸ்ட்ரக்ஷன்ஸ்' கொடுப்பதுபோல படமாக்கப் படுகின்றன. ஆனால் எனக்குத் தெரிந்தவரை அப்படி எங்கும் நடக்க வாய்ப்பு இல்லை.

உட்கார்ந்து கொடுக்கிறபோதே உத்தரவுகள் நிறைவேற்றப்படாத சூழலில், நடந்துகொண்டே கொடுத்தால் அவை காற்றில் பறந்துதானே போகும் - கரைந்துதானே தீரும்.

நீங்கள் ஏதேனும் ஓர் அலுவலகத்திற்குத் தொலைபேசி எண்ணைச் சுற்றினால், அது தொடர்பு கிடைக்காமல் (engaged) இருந்தால் அந்த அலுவலர் அலுவலகத்தில் இல்லை என்று பொருள்.

நேரத்தைக் குறித்து ஒரு விதி உண்டு. "யார் அதிகம் உழைக் கிறார்களோ அவர்களுக்கே நேரமும் அதிகம் இருக்கிறது."

சமீபத்தில் வாசிக்க நேர்ந்தது. சிவப்பு நிறமாக இருக்கும் மலர் சிவப்பு நிறத்தைத் தவிர மற்ற நிறங்களையெல்லாம் உறிஞ்சிக் கொள்கிறது. சிவப்பு நிறத்தை உமிழ்கிற மலர் சிவப்பு நிறமாகவும் மஞ்சள் வர்ணத்தை வெளியிடுகிற பூ மஞ்சள் வண்ணமாகவும் காட்சி யளிக்கின்றன. எதை அவை தக்க வைத்துக்கொள்ளவில்லையோ அந்த நிறமே அவற்றிற்குச் சொந்தமாகின்றன.

மின்சாரத்தையும், நேரத்தையும் நாம் சேமித்து வைக்க முடியாது. நேரம் செலவாகிறதா, முதலீடாக மாறுகிறதா என்பதுதான் முக்கியமான கேள்வி.

கலீல்கிப்ரான் சொல்வார். அளக்க முடியாத நேரத்தை நாம் அளக்கிறோம் என்று. காலத்தை நாம் அளக்க முடியாது, அது முடிவில்லாதது. ஆனால் நம் வாழ்க்கைக்கான வரையறை மரணத்தால் முற்றுப்புள்ளியிடப்படுவதால், நாம் அளக்க வேண்டிய கட்டாயத் திற்குள் திணிக்கப்படுகிறோம்.

நேரத்தை எப்படிக் கையகப்படுத்துகிறோம் என்பதுதான் நம் வாழ்வின் இலக்கைத் தீர்மானிப்பதாக இருக்கிறது. ஒரு நாட்டின் பண்பாடு, நேரத்தை அந்நாட்டு மக்கள் எப்படிக் கருதுகிறார்கள் என்கிற சூட்சுமத்தில் தான் அடங்கியிருக்கிறது.

எந்த நாட்டில் கடிகாரங்களைவிட பஞ்சாங்கங்கள் அதிகமாக விற்பனையாகின்றனவோ அங்கே முன்னேற்றம் நத்தை வேகத்தில்தான் ஊர்ந்து செல்லும்.

மரணத்தின்போது கூட முழுமையாக வாழ்ந்த திருப்தி பலருக்கு ஏற்படாததற்குக் காரணம், அவர்கள் நேரத்தை முறையாகப் பயன் படுத்தாமைதான். மூச்சுக் காற்று மூக்கை விட்டு விவாகரத்து செய்கிற போது பாவம், அவர்கள் தவற விட்ட நொடிகளுக்காக, காணாமல் அடித்த நாட்களுக்காக ஏங்கித் தவிப்பவர்கள். யார் தன்னுடைய நேரத்தை சரியாகப் பயன்படுத்தி வாழ்ந்திருக்கிறார்களோ, அவர் களுக்கு மரணமும் மலர் மஞ்சமே.

ஒரே நேரம்தான். ஆனால் ஒரே மாதிரி எல்லோருக்கும் அது கழிவதில்லை. குப்பை மேட்டுக்கருகில் அமர்ந்திருக்கும்போது நீளுகிற நொடியே, பூங்காவனத்திற்குள் அமர்ந்திருப்பவருக்குக் குறைவாகத் தோன்றுகிறது.

விருப்பமானவர்களுடன் அமர்ந்திருக்கும்போது சிறகடிக்கும் மணித்துளிகள் வேண்டாதவர்கள் அருகில் இருக்கையில் நொண்டி அடிக்கிறது.

நேரத்தைச் சேமிக்க முடியாதுதான் - ஆனால் தூக்கத்தைக் குறைக்கலாம் - அரட்டையைத் தவிர்க்கலாம் - முக்கியப் பணிகள் இருக்கும்போது பொழுது போக்குகளையும், கேளிக்கைகளையும் புறக்கணிக்கலாம். நடையை விரைவாக்கலாம் - இன்னும் கொஞ்சம் திட்டமிட்டுப் பணிகளை வரிசைப்படுத்தலாம்.

ஒரு பூஞ்செடியில் தேன் குடிக்க வந்து அமர்ந்த தேனீயிடம், அங்கு ஏற்கெனவே உட்கார்ந்துகொண்டு இலைகளைக் கத்தரித்து விழுங்கிக் கொண்டிருந்த வெட்டுக்கிளியொன்று சொன்னது "இந்தச் செடியால் நாம் இருவருமே பயன்பெறுகிறோம். இவையில்லாமலிருந்தால் நாம் இருவருமே செத்துப் போய் விடுவோம்."

அந்தத் தேனீ பதிலளித்தது. "ஆனால் நீ இந்தச் செடியை சுரண்டு கிறாய் - நானோ இந்தச் செடியை மகரந்தச் சேர்க்கையால் செழிக்கச் செய்கிறேன். இது பூத்து காய்த்து வளம் கொழிக்க என் இறகுகளால் விசிறி வீசுகிறேன் - என் நாக்குகளால் வேறொரு பூவின் மகரந்தத்தை அட்சதையாய்த் தூவுகிறேன்."

நேரச் செடியின் கிளைகளில் சிலர் வெட்டுக்கிளியாக இருக்கிறார்கள் - சிலரோ தேனீக்களாகத் தென்படுகிறார்கள்.

நேரத்தைத் தன் கைப்பிடிக்குள் தக்கவைத்துக் கொண்டிருப் பவர்கள், அடுத்தவர்களுக்குச் சுமையாக இருப்பதில்லை. அவர்கள் அடுத்த பணிக்காகத் தங்களை ஆயத்தப்படுத்திக் கொள்ளவேண்டிய அவசியமிருப்பதால், அவர்கள் புன்னகை என்னும் ஹைகூவிலேயே தங்கள் நேசத்தைப் புரிய வைத்துவிடுகிறார்கள். அவர்கள் நலம் விசாரிப்பதில் ஆறேழு பாகங்கள் இருக்கிற நாவல்களை எழுத வேண்டியதில்லை.

ஒருமுறை சுகிசிவம் தொலைக்காட்சியில் பேசும்போது முக்கியமான பொறுப்பில் இருப்பவர்கள் செய்யும் தாமதத்தால் எத்தனையோ பேருடைய ஒட்டுமொத்த நேரம் வீணாவதைப் பற்றிக் குறிப்பிட்டிருந் தார். பொறுப்புள்ள மனிதர்கள் ஒரு நொடி தாமதிக்கும்போது ஓராயிரம் மணித்துளிகள் வீணடிக்கப்படுகின்றன என்பது உண்மை தான். அதேபோன்று சாதாரணமாகப் பணியாற்றும் பொறுப்பில் இருப்பவர்களும் பொறுப்புள்ளவர்கள் நேரத்தை வீணடிக்க முடியும்.

நான் பள்ளியில் படிக்கும்போது என் தந்தை அடிக்கடி சொல்வார்: "இருபதில் கஷ்டப்பட்டால் அறுபதில் சுகப்படலாம்." சோம்பல் ஏன் தொடர்ந்து கண்டிக்கப்படுகிறது என்பதை உற்று ஆராய்ந்தால் அது

சுற்றியிருப்பவர்களையும் பலவீனப்படுத்துவதால் தான் எனும் உண்மை புலப்படும்.

சோம்பல் மிகக் கொடிய வியாதி. போதைப் பழக்கத்தில் ஆழ்ந்த வர்கள் மீள்வதற்குக் கூடப் பல மையங்கள் வந்து விட்டன. ஆனால் சோம்பல் எனும் மோசமான போதையில் ஆழ்ந்தவர்கள் மீள வழியே இல்லை. பணத்திற்கு ஒரு குணம் இருக்கிறது, சேர்க்க ஆரம்பித்து விட்டால் செலவழிக்க மனதே வராது. சோம்பலுக்கு ஒரு குணம் இருக்கிறது. சுகப்பட ஆரம்பித்துவிட்டால் வியர்வையைச் சிந்த எண்ணமே வராது.

நாம் அமைதியாக அமர்ந்து யோசித்தால் நாம் எத்தனை நாட்களை வாழ்க்கையில் வீணடித்திருக்கிறோம் என்பதை உணர முடியும். நாம் எத்தனை ஆண்டுகளை வீணடித்திருக்கிறோமோ அத்தனை ஆண்டுகளை நாம் ஆயுளில் இருந்து கழித்தால் அதுதான் நம் உண்மையான வயது.

நாம் பார்க்கலாம். பொழுதுபோக்கிற்காக, மகிழ்ச்சிக்காக, நாம் திரையரங்குகளுக்குச் சென்றால் கூட அங்கு சிலர் தாமதமாகக் காட்சி ஆரம்பித்த பிறகு வந்து கைக்குழல் விளக்குகளால் (torch light) இருக்கை களைத் துழாவிக்கொண்டிருக்கிறார்கள். சிலருக்கு விளம்பரங்களி லிருந்து பார்க்காவிட்டால் திரைப்படம் பார்த்த மாதிரி இருக்காது. சிலருக்கோ தாமதமாக வந்து பலரை இம்சிக்காவிட்டால் படம் பார்த்த திருப்தி ஏற்படாது. குறித்த நேரத்திற்கு வராதது எவ்வளவு குற்றமோ அதே போன்று முன் கூட்டியே வந்து நிற்பதும் ஒரு வன்முறை தான். ஏற்கெனவே நேரம் கொடுத்திருக்கும் இன்னொருவருடைய சுதந்திரத்தைக் கத்தரிக்கிற செயலாக அது சென்றுமுடியும். எனக்குத் தெரிந்த சிலர் 4 மணி என்று சொன்னால் சரியாக 4 மணிக்குத்தான் உள்ளே நுழைவார்கள். இது எப்படி சாத்தியம் என்று அவர்களிடம் ஒருமுறை வாய்விட்டுக் கேட்டுவிட்டேன். "நாங்கள் 3.50க்கே வந்து விட்டோம். வழியில் ஒரு 10 நிமிடம் காத்திருந்துவிட்டு சரியாக 4 மணிக்கு உள்ளே நுழைந்தோம்" என்று சொன்னார்கள்.

ஒரு வினாடி தாமதம் ஒட்டு மொத்தமாக ஒரே வினாடியைத்தான் தாமதிக்கும் என்று எல்லா நிகழ்வுகளுக்கும் சொல்ல முடியாது. உதாரணமாக ஒரு மணித் துளி தாமதமாகச் சென்றால் தேர்வு எழுத அனுமதி மறுக்கப்பட்டு ஒரு வருடம் வீணாகலாம். ஒரு மணித்துளி தாமதமானால் ரெயிலைப் பிடிக்க முடியாமல் போய் ஒரு வாரம் காத்திருக்க நேரலாம். அல்லது அதிகச் செலவுடன் அதிகச் சிரமங்

களுடன் அடுத்த ரெயிலில் பயணம் செய்ய நேரிடலாம். படிக்கும் பொழுது நேரத்தை வீணடித்தவர்கள் பல வருடங்கள் பதவிகளில் பின்தங்க வேண்டியிருக்கிறது.

டாக்டர் சாமுண்டி சங்கரி மருத்துவமனையில் ஒரு வாரம் கழிக்க நேர்ந்தது. அவர் ஒருநாள் 18 மணி நேரம் உழைக்கிறார். ஆனால் எப்போதும் உற்சாகம். அவர் முகத்தில் களைப்பின் கால் சுவடுகளைக் காண முடிவதேயில்லை. காரணம் அவருக்குப் பணி சுகமாக இருக்கிறது. அவரது கடிகாரத்தின் லகான்கள் அவருடைய கைப்பிடியில் தான் இருக்கின்றன.

இவரைப் போன்று இன்னும் சிலரோடு நான் பழக வாய்ப்பு ஏற்பட்டிருக்கிறது. அவர்கள் உற்சாகப் பந்தாக உருண்டு ஓடுபவர்களாகவே இருக்கிறார்கள்.

நாம் சமாதானங்களை உற்பத்தி செய்து நம்மை நாமே திருப்திப்படுத்திக் கொள்கிறோம். 'அவர்கள் எவ்வளவு ஜாலியாக இருக்கிறார்கள். அவர்கள் எப்படியெல்லாம் பொழுதுபோக்குகிறார்கள்' என ஏங்கவும் செய்கிறோம். நம்மைக் காட்டிலும் அதிகமாக நேரத்தை வீணடிப்பவர்கள் நமக்கு அளிக்கும் மன ஆறுதல் தற்காலிகமானது தான்.

தன் நேரத்தை வீணடிப்பவர்களைக் காட்டிலும் அடுத்தவர்கள் நேரத்தை வீணடிப்பவர்கள் இன்னும் கொடியவர்கள். தனக்கு வந்த தொற்றுநோய் எல்லோருக்கும் பரவட்டும் என்று நினைக்கிற மனநிலையில் அவர்கள் இருப்பார்கள். ஒரு மாபெரும் மனிதரிடம் ஒருவர் நேர்காணல் என்ற பெயரில் நிறைய கேள்விகளைக் கேட்டு அவருடைய நேரத்தை வீணடித்துக்கொண்டிருந்தார்.

"உங்களை யாராவது அதிக நேரம் ஆக்கிரமித்துத் தொல்லைப் படுத்தினால் அவர்களிடமிருந்து தப்பிக்க என்ன செய்வீர்கள்?" என்று வந்தவர் கேட்டார்.

"அப்போது என் மனைவியிடம் ஒரு சமிக்ஞை செய்வேன். என் வேலையாள் நான் வேறொரு இடத்திற்குச் செல்ல வேண்டியிருப்பதாக வந்து எனக்கு நினைவூட்டுவான்" என்று அந்த மனிதர் சொன்னார். அவர் அந்த வாக்கியத்தை முடிப்பதற்கு முன்பாகவே அவருடைய பணியாள் வந்து சொன்னான்:

"ஐயா, உங்கள் அடுத்த அப்பாயிண்ட்மெண்டுக்கு டைம் ஆகிவிட்டது."

நம் நேரத்தை உறிஞ்சுபவர்களிடமிருந்து தப்பிப்பது ஒரு மாபெரும் யுக்தி. சில நேரங்களில் நாம் தப்பித்து அடுத்து வருபவர்கள் உறிஞ்சுவதற்கு வசமாக நம்மை ஒப்படைத்து விடுகிற துரதிஷ்டவசமான நிலையும் ஏற்படுவது உண்டு.

நேரத்தைப் பயன்படுத்துவது குறித்த பல மேற்கத்திய நூல்கள் மலிவு விலையில் சந்தையில் கிடைக்கின்றன. அவற்றின்படி வாழ்ந்தால் வாழ்க்கை சுவாரசியமற்று சக்கையாக மாறிப் போய்விடும். ஒவ்வொரு நொடியையும் கடிகாரம் பார்த்தே திட்டமிடுவதும், பசிக்காவிட்டாலும் காலை எட்டு மணிக்குச் சாப்பிடுவதும் நம்மை இயந்திரமாக மாற்றி விடும். நம்மை இன்னும் செயற்கையான சூழலில் தள்ளி மூச்சுத்திணற வைத்துவிடும்.

எனக்குத் தெரிந்த ஒருவர் 'நேரத்தைத் திட்டமிடுங்கள்' என ஒரு நூல் எழுதினார். மார்ச்சில் வெளிவருகிறது என விளம்பரப்படுத்தி கடைசியில் அது டிசம்பரில்தான் வெளிவந்தது.

மேற்கு சொல்லித்தரும் நேர மேலாண்மையில் பூக்களை ரசிக்கவோ, குயில்களின் கூவுதலைக் கேட்கவோ வாய்ப்பு இல்லை. அங்கு எல்லாமே வரிசைக்கிரமப்படி ஞாயிற்றுக்கிழமைகளில் வேண்டுமானால் நாம் பட்டாம் பூச்சிகளைப் பார்க்கலாம்.

என் நண்பர் ஒருவரிடம் நிருபர் ஒருவர் கேட்டிருந்தார். "நீங்கள் எப்படி நேரத்தைத் திட்டமிடுகிறீர்கள்?"

"நான் சாப்பிடும் போதே பேப்பர் படிப்பேன். தொலைபேசியில் பேசிக்கொண்டே உடையணிவேன். காரில் போகும்போதே டிக்டேஷன் தருவேன்..." என்கிற ரீதியில் அவர் எப்படியெல்லாம் பணிகளை இணைத்துச் செய்வார் எனப் பறைசாற்றியிருந்தார்.

எனக்கு அதைப் பார்த்ததும் வருத்தமே ஏற்பட்டது. பாவம் நண்பர், ஒருநாள் கூட சாப்பாட்டை அனுபவிக்காமல் இருக்கிறாரே என்று தோன்றியது. அரைகுறையாகவே அவருடைய பணிகள் பரிமளிக்க முடியும் என்பதுதான் என்னுடைய திடமான எண்ணம்.

புத்த ஜாதகக் கதைகளில் குரங்குகள் செடிகளுக்கு நீர் வார்க்கும் போது எவ்வளவு நனைந்திருக்கிறது எனப் பார்க்க செடிகளைப் பிடுங்கிப் பிடுங்கி வேர்களை சரிபார்த்ததுபோல், நேரத்தை நாம் சரிபார்க்க வேண்டியதில்லை. அது பதற்றத்தையும் கவனக் குறைவையும் தான் ஏற்படுத்தும்.

Transactional analysis *(பரிவர்த்தனை ஆய்வு)* குறித்து பேராசிரியர் ஒருவர் மாணவனுக்குத் தனிப்பாடம் எடுத்தார். அவன் தினமும் அவர் வீட்டிற்குச் சென்று படித்தான். ஒருநாள் அவன் வகுப்புக்கு வரவில்லை. அவர் மகளையும் காணவில்லை. அவர்களுக்குள் நிகழ்ந்த பரிவர்த் தனையைப் புரிந்துகொள்ளாமல் அவர் பாடம் நடத்தியிருக்கிறார். இதுதான் ஏட்டுச் சுரைக்காயின் பொய்விதைகள் புகட்டும் அனுபவம்.

நேரத்தைச் சரியாகப் பயன்படுத்துவது என்பது அட்டவணை களால் மட்டுமே சாத்தியமில்லை. எப்போது நாம் உள்ளுணர்வுடன் செயல்களைச் செய்கிறோமோ அப்போது தேவையற்ற செயல்கள் நம்மிடமிருந்து தானாக உதிர்ந்து விடுகின்றன. நாம் விழிப்புணர்வுடன் எதையும் உள்ளார்ந்து மகிழ்ந்து அனுபவித்து உள்ளுணர்வின் மையப் பகுதிக்குள் பயணித்துச் செய்வோமேயானால் ஒருமணி நேரத்தில் செய்கிற செயல் அரை மணி நேரத்தில் முடிந்துவிடும். அது தரமான தாகவும் இருக்கும். நமக்கு அயற்சியும் இருக்காது - தளர்ச்சியும் நேராது.

விழித்திருப்பது என்பது விழிகள் சம்பந்தப்பட்டதல்ல. மனம் சம்பந்தப்பட்டது. உள்ளுணர்வுடன் தூங்குபவன் விழித்தெழுந்ததும் அடிக்கடி கொட்டாவி விடுவதில்லை. உள்ளுணர்வுடன் செயல்களைச் செய்பவன் கைகளில் உள்ள கத்தி துருப்பிடிப்பதில்லை - எப்போதும் கூர்மையுடன் திகழ்கிறது. அதன் மூலம் சீரிய செயல்கள் நிகழ்கின்றன.

5. நேர்மையும் நேர்மையின்மையும்

“இப்போதெல்லாம் நேர்மை குறைந்துகொண்டே வருகிறது. நியாயம், உண்மை எல்லாம் குன்றி வருகிறது.”

என் எதிரே அமர்ந்திருந்த பெரியவர் அலுத்துக்கொண்டார்.

அவர் அருகே அமர்ந்திருந்தவர்கள் அதை ஆமோதிக்கும் வகையில் ஊழல், கையூட்டு போன்றவற்றைக் குறித்து விலாவாரியாகப் பேசினார்கள்.

நான் வெறும் சாட்சியாக மாத்திரம் நின்று அவர்கள் உரையாடலைக் கவனித்தேன். சேலம் ஜங்ஷனில் இருபது வருடங்களுக்கு முன்பு கடை வைத்திருந்த பர்மா ஸ்டோர்ஸ் பாய் உருதுப் பழமொழி ஒன்றை அடிக்கடி உதிர்ப்பார்.

“போர்வையின் கனம் அதிகமாக அதிகமாகக் குளிரின் அடர்த்தியும் அதிகரிக்கும்” அவர்கள் பேசியதை நான் தொடர்பு படுத்திப் பார்த்தேன்.

நேர்மையைக் குறித்த என் நினைவலைகள் சலன வட்டங்களாய் விரிந்தன.

நேர்மை என்பது முழுமையானதா அல்லது தொடர்புடையதா? (absolute or relative?) எது நேர்மை, எது நேர்மையின்மை? என்று சிந்தித்தேன்.

நேர்மையைப் பற்றி வாய் நிறையப் பேசுபவர்களாக இருந்த அவர்கள் ஒவ்வொருவரையும் உற்று நோக்கினேன்.

ஒருவர் அதிக விலைக்கு வாங்கிய வீட்டை முத்திரைக் கட்டணத்தைக் குறைப்பதற்காகக் குறைந்த விலைக்குப் பதிவு செய்ததாகப் பேச்சு வாக்கில் குறிப்பிட்டார்.

மற்றொருவர் சிபாரிசு பிடித்து தன் மகனுக்குத் தனியார் நிறுவனம் ஒன்றில் பணி பெற்றதைக் குறிப்பிட்டுப் பெருமைப்பட்டுக்கொண்டார்.

இன்னொருவர் பணம் கொடுத்துத் தன் வாரிசுக்குப் பொறியியல் கல்லூரியில் இடம் பெற்றதைப் பற்றிச் சொன்னார்.

பேச்சை ஆரம்பித்த பெரியவரோ தன் பேரனுக்குக் குறைந்த வயதைக் குறிப்பிட்டுப் பயணக் கட்டணத்தைக் குறைத்திருந்தார்.

ஆனால் இவர்கள் அனைவருமே நேர்மை என்பது அடுத்தவர் களுக்கு மட்டுமே கட்டாயமாக்கப்பட்ட ஒன்று; குறிப்பாக அரசாங்கத் திற்கு மட்டுமே அது பொருந்தும் என நினைத்துப் பேசியவர்கள். ஆனால் அவர்களில் பலருடைய நேர்மையற்ற செயல்கள் தொப்புள் கொடியைப் போல அரசாங்கத்தின் தொடர்பு உடையவையாகவே இருந்தன.

அவர்களிடம் இது குறித்து யாரேனும் கேட்டால் "மற்றவர்க ளெல்லாம் யோக்கியமா" என்று தன் பக்கத்து வீட்டுக்காரர்கள், எதிர்த்த வீட்டுக்காரர்கள் ஆகியோருடைய நேர்மையின்மையைப் பற்றி விவரித்துச் சமாதானம் அடைவார்கள்.

அடுத்தவர்களுடைய குறைகளைச் சொல்லி தன்னைத்தானே தேற்றிக்கொள்வது ஒரு மாபெரும் மனச்சிதைவு.

நேர்மையை நாம் எவ்வளவுக்கு எவ்வளவு புனிதமாக்குகிறோமோ அவ்வளவுக்கு அவ்வளவு நாம் நேர்மையிலிருந்து விலகிவிடுகிறோம் என்பது பொருள்.

"குரங்கிடம் இருக்கும் குரங்குத்தன்மையைக் காட்டிலும் மனிதனிடம் இருக்கும் குரங்குத்தனம் அதிகம்" என்று நீட்ஸே குறிப்பிடுகிறார். மனிதனிடம் இருக்கும் குள்ளநரித்தனம் குள்ளநரிகளிடம் இருக்கும் குள்ளநரித்தனத்தைக் காட்டிலும் அதிகமாக இருக்கிறது என்றே நாம் அர்த்தம் கொள்ளலாம்.

'நேர்மைதான் இயல்பானது. நேர்மையற்ற தன்மை அசாதாரணம் ஆனது' என்கிற நிலைமை எந்தச் சமூகத்தில் நிலவுகிறதோ அந்தச் சமூகம் தான் மேன்மையானதாக இருக்க முடியும். அர்த்த சாஸ்திரத் திலேயே லஞ்சம் பற்றி எழுதப்பட்டிருக்கிறது என்று இன்றைய அயோக்கியத் தனத்தை நாம் நியாயப்படுத்த முடியாது.

அர்த்தசாஸ்திர காலத்தில் கார் இல்லை என்றோ, மின்சாரம் இல்லை என்றோ, கணினி இல்லை என்றோ, தொலைக்காட்சி இல்லை என்றோ நாம் திருப்திப்பட்டுக் கொள்வதில்லையே. ஒரு நிமிடம் மின்சாரம் துண்டிக்கப்பட்டதும், நாம் எவ்வளவு துடித்துப் போகிறோம். ஒரு நிமிடம் கேபிள் டிவி. தடையானதும் எவ்வளவு கோபப்படுகிறோம்?

பொருளாதார ரீதியான முன்னேற்றம் மட்டுமல்ல பரிணாம வளர்ச்சி; மன ரீதியான வளர்ச்சியையும் உள்ளடக்கியதே அது.

சட்டத்திற்காக நேர்மையாயிருப்பவர்கள் சிலர் - அது பயத்தினால் விளைவது - தண்டனைகளால் ஏற்படுவது. சட்டம் என்பது எப்போதும் ஒரே மாதிரியாக இருப்பதில்லை - அது மாறுபட்டுக்கொண்டும் வேறு பட்டுக் கொண்டும் இருப்பது. அதனால்தான் 2000 ஆண்டுகளுக்கு முன்பு யானையை வேல் எறிந்து கொன்றால் அது வீரம்; இன்று அது குற்றம். ஆனால் அப்போதும் கொல்வது குற்றம் என்று சொன்ன புத்தர், வள்ளுவர் ஆகியோர் சட்டத்தைத்தாண்டி மனித ஆன்ம அளவுகோல்களை நிர்ணயித்தவர்களாக இருந்தனர்.

ஒழுக்கம் என்பது சமூகத்திற்குக் கட்டுப்பட்டு நடப்பது. ஒழுக்கம் என்பதே ஒழுகுவதில் இருந்து உருவானதுதான். சமூகம், சட்டத்தைக் காட்டிலும் சற்றுத் துளைகள் இறுக்கமாக அமைந்த சல்லடை. சட்டம் அனுமதித்ததைக்கூட சமூகம் வடிகட்டிவிடும். ஆனால் சமூக நியாயங்கள் மாறுபடுபவை. ஒவ்வொரு சமூகத்திற்கும் ஒவ்வொரு நீதி. சமூகம் அனுமதிப்பதைத் தாண்டி நேர்மையிருந்தது என்பதால்தான் பிறன் மனை நோக்காத பேராண்மையை வலியுறுத்த வேண்டியிருந்தது. மனத்தூய்மை என்பது தன் மையப் பகுதியை மட்டுமே அடிப்படை யாகக் கொண்டு வாழ்வதுதான்.

தனக்காக மட்டுமே-அது கண்காட்சிப் பொருள் அல்ல-அடுத்த வர்கள் புகழ்வதற்காகவோ பாராட்டுவதற்காகவே அல்ல-சமூக அங்கீகாரத்திற்காகவும் அல்ல. தன் மகிழ்ச்சிக்காகவும் தன் கொண்டாட்டத் திற்காகவும் என்றென்றும் அன்போடு நிகழ்த்தும் அடிப்படைப் பண்பு.

நம்முடைய நேர்மையின்மைக்கான மூலகாரணங்கள், நாம் சட்டத்தைக் காட்டியும், சமூகத்தைக் காட்டியும் நேர்மையை நிலை நிறுத்த எண்ணுகின்ற தவறான அணுகுமுறையில்தான் ஆரம்பமாகின்றன.

அதனால்தான் பள்ளி ஆய்வாளர் வருகைக்காக 'வாய்மையே வெல்லும்' பாடத்தைத் திரும்ப நடத்துகிறோம்.

நாம் சார்ந்த சமூகத்தை விட்டு வெளியே செல்லும்போதெல்லாம் நாம் சுதந்திரம் பெற்றது போலவும், நமக்குச் சிறகுகள் முளைத்தது போலவும் உணர்கிறோம். இதுகாறும் நாம் அடக்கி வைத்த உணர்வு களை மனக்கம்பளத்திலிருந்து எடுத்து வெளியே சவுக்கியமாக விட்டு விடுகிறோம்.

சட்டத்திலிருந்து எப்படித் தப்பிப்பது என்று அதன் சந்து பொந்து களையே நாம் சார்ந்திருக்கிறோம். மரக்கறி மட்டுமே சாப்பிடுபவர்கள் குடும்பத்தில் மாமிசம் சாப்பிடுவது ஒழுக்கக் கேடு. சில ஜைனக் குடும்பங்களில் வெங்காயமும் விலக்கு.

நாம் மனசாட்சியை நம் குடும்பத்தினரிடமிருந்து, சமூகத்தினரிட மிருந்து பெறுகிறோம். அது சின்னவயதில் நம் மனத்தில் பதியப்பட்ட நினைவுகளின் பதிவுகள். ஆனால் நேர்மை அவற்றையும் தாண்டியது. எப்போது உள்ளுணர்வு மனசாட்சியைத் தள்ளிவிட்டு முன்னுக்கு வருகிறதோ அப்போதுதான் உண்மையான நேர்மை விளையும் - அது சட்டத்தையும், சமூகத்தையும் கூட பின்னுக்குத் தள்ளிவிடுகின்ற அளவுக்கு ஆற்றல் வாய்ந்ததாக இருக்கும்.

வாய்ப்புக் கிடைக்காததாலும் பயத்தினாலும் குற்ற உணர்வினாலும் நேர்மையாக இருப்பவர்கள் பலர். அவர்களுக்கு இருக்கும் வருத்த மெல்லாம் தாங்கள் விருப்பப்படி இருக்க முடியவில்லையே என்கிற ஏக்கம்தான். அப்படிப்பட்டவர்கள் நேர்மையில்லாதவர்களைக் காட்டிலும் ஆபத்தானவர்கள். ஏனென்றால் வெகு எளிதில் மோசமான நேர்மையின்மையை அவர்கள் அணிந்துகொள்வார்கள். யாரேனும் வாய்ப்பு அளித்தாலோ, அவர்களிடம் ‘தவறில்லை’ என்று சொன் னாலோ, ‘குற்றமில்லை’ என்று ஆறுதல் அளித்தாலோ உடனே மறு அணிக்கு மாறிவிடுபவர்கள்தான்.

நேர்மை உண்மையைக் காட்டிலும் மேன்மையானது. உண்மை பதப்படுத்தப்படும்போதுதான் நேர்மையாக மாறுகிறது. உண்மை வெறும் தாது - நேர்மை நல்ல உலோகம் - உண்மை வெறும் கனிமம் - நேர்மை அழகிய பாத்திரம்.

எண்ணம், சொல், செயல் ஆகியவை ஒரே நேர்க்கோட்டில் இயங்குவதைத்தான் நேர்மை எனப் பெரும்பாலானோர் கருதுகின்றனர். ஆனால் உள்ளுணர்வோடு இயைகின்ற நேர்மைதான் உறுதியானது. ஏனென்றால் அப்படிப்பட்ட நேர்மைதான் எல்லா உயிர்களுக்கும் நன்மை பயப்பதாக இருக்கும். “நேர்மையின்மை எங்கு இல்லை?” என்று நமக்கு நாமே சமாதானப்படுத்திக் கொள்ளலாம். ஆனால் அதன் தீவிரத் தன்மையின் சதவிகிதத்தில்தான் அனைத்து நுட்பங்களும் அடங்கியிருக்கின்றன என்கிற உண்மையை நாம் உணர வேண்டும்.

தன் ஆசிரியரே எவ்வளவு வற்புறுத்தியும் பக்கத்து மாணவனைப் பார்த்து எழுதாததில் காந்தியின் நேர்மை ஆரம்பமானது.

நேர்மை நம்மைப் பொறுத்தவரை உடையாக இருக்கிறது. அது தோலாக மாறும்போதுதான் நாம் நிமிர்ந்து நிற்கமுடியும்.

நேர்மையின்மையால் நாம் பெறுகிற சவுகரியங்களைக் காட்டி லும், நேர்மையால் பெறுகின்ற மகிழ்ச்சி உன்னதமானது என உணரும்

போது மட்டும்தான் கடும் நிர்வாணமாக நின்றுகொண்டிருப்பதை உணர முடியும்.

பணம் வாங்காதது மட்டுமே நேர்மையாக முடியாது. வாங்குகிற சம்பளத்திற்குப் பணியாற்றுவதும் அவசியம். இருக்கையில் அமர்ந்து கொண்டு கோப்புகள் குவிந்திருக்க வெற்று அரட்டை அடிப்பதும், வார இதழ்களைப் புரட்டுவதும் நேர்மையின்மைதான். வரிசையை மீறி சில கோப்புகளுக்குக் குறுக்குவழி காண்பிப்பதும் நேர்மையின்மை தான். "பணம் ஒரு பைசா வாங்கமாட்டேன்" என்று ஜம்பம் அடித்துக் கொண்டு தன் சாதிக்காரர்களுக்கும் சொந்தக்காரர்களுக்கும் சிபாரிசு செய்து முக்கியமான பணிகளைப் பெற்றுத் தருவதும் நேர்மையின்மை தான். தன் செல்வாக்கைப் பயன்படுத்திக் குடும்பத்தினருக்குத் தனியார் நிறுவனங்களில் பதவிகள் வாங்கித் தருவதும் நேர்மையின்மைதான். தன் அதிகாரத்தின் மூலம் நியாயமாகச் சேர வேண்டியதைத் தாண்டி வரிசையை மீறுகின்ற எந்தச் செயலுமே நேர்மையின்மைதான்.

சிலர் சொல்லலாம். "அப்படியெல்லாம் வாழ முடியுமா?" காரணம் நாம் நேர்மையின்மையோடு அளவுக்கு அதிகமாகக் கூடிக்குலாவி விட்டோம், அவ்வளவுதான்.

அரசாங்கப் பணிகளில் மட்டுமே நேர்மையுடன் இருக்கின்ற சமுதாயம் முழுமை பெற்ற சமுதாயமாக இருக்காது. ஏனென்றால் இருகால்களில் ஒன்று மட்டுமே நீண்டு அது நொண்டி அடிக்கிற நிலையிலே இருக்கும்.

காய்கறிக் கடைக்காரரிடமிருந்து கல்லாப் பெட்டிகள் விற்பவர் வரை நேர்மை அவசியமாக இருக்கிறது. தான் செய்கிற பொருள் தரமாக இருக்கவேண்டும் என உழைப்பாளி நினைக்கும்போது நிறுவனத்தினுடைய நேர்மை பளிச்சிடுகிறது, சில நேரங்களில் ஒரு பொருளின் நேர்மை, பலருடைய நேர்மையான குண நலன்களை ஒரு தாமரை மலர் ஆயிரம் இதழ்களை உள்ளடக்கியது போல அமைந் திருக்கிறது.

செடிகளுக்கு நேர்மையாக இருப்பவனின் தோட்டத்தில் பூக்கள் பூரிப்படைகின்றன.

பசுக்களுக்கு நேர்மையாக இருப்பவனின் பண்ணையில் பாலின் அடர்த்தி அதிகமாக இருக்கிறது.

வயல்களுக்கு நேர்மையாக இருப்பவனின் பயிர்களில் மணிகள் நெருக்கமாக நிற்கின்றன.

எந்த நாட்டில் குண்டூசி தரமாகச் செய்யப்படுகிறதோ அங்கே ராக்கெட்டுகளும் பாதி வழியில் கடலில் விழ வேண்டிய அவசியம் இருக்காது.

நேர்மையில் அரசாங்க நேர்மை; தனியார் நேர்மை என்ற பாகுபாடு எல்லாம் கிடையாது. அது ஒரு சமூகத்தின் தூய வாழ்க்கை நெறி. கி.ஆ.பெ. விசுவநாதம் சொன்னது போல நாம் நமது எஜமானர்களுக்கு விசுவாசமாக இல்லாமல் நம்முடைய வேலைக்காரர்கள் மட்டும் நம்மிடம் விசுவாசமாக இருக்க வேண்டும் என்று எதிர்பார்க்கிறோம்.

நாம் கொடுக்கிற காசுக்குத் தரம் பார்க்கிற நாம் பெறுகிற காசுக்குத் தகுதி பார்ப்பதில்லை. நாம் நமக்கு ஒரு மாதிரியும், அடுத்தவர்களுக்கு ஒரு மாதிரியும் எடைக்கற்களைத் தயாரித்திருக்கிறோம். நாம் பொருள்களை வாங்குவதற்கு ஒரு தராசும், அவற்றை விற்பதற்கு ஒரு தராசும் தயாரித்து வைத்திருக்கிறோம்.

கண்டிப்பால் வருகிற நேர்மை, கால் சட்டையைப் போல அடிக்கடி சின்னதாகியோ, பெரியதாகியோ சிரமப்படுகிறது. அன்பினால் ஏற்படும் நேர்மை காலுறை போல எப்போதும் பொருந்துவதாக இருக்கிறது.

நம்முடைய மதிப்பீடுகளை நாம் சந்தேகத்திலிருந்துதான் தொடங்குகிறோம். நம்பிக்கையின்மையில்தான் ஆரம்பிக்கின்றோம். எதிரேயிருப்பவர்கள் எல்லோருமே நேர்மையற்றவர்கள் என்ற நிலையில்தான் நம் சம்பாஷணை தொடங்குகின்றது.

நேர்மை என்பது அடுத்தவர்களுக்கு உண்மையாக நடந்து கொள்வதில் இல்லை. அது தனக்குத்தானே உண்மையுணர்வுடன் நடந்து கொள்வதில் இருக்கிறது. அப்படிப்பட்டவர்கள் பெற்றோர்களே சொன்னாலும், வளர்த்தவர்களே வற்புறுத்தினாலும் பணிக்கு அமர்த்தியவர்களே பயமுறுத்தினாலும் பணிந்து விட மாட்டார்கள். அவர்களுக்கு உள்ளுணர்வு மட்டுமே வெளிச்சக் கதிர்களாக விளங்கும்.

அடுத்தவர்களுடைய நேர்மையின்மை நம்முடைய பேராசையால்தான் ஏற்படுகிறது என்பதை நாம் அறிய வேண்டும். நாம் அதிக வட்டிக்கு ஆசைப்படும்போது மோசடி நிதி நிறுவனங்கள் முளைக்கின்றன. நாம் குறைந்த விலைக்கு நிலம் வாங்க ஆசைப்படும்போது புறம்போக்கு நிலங்களை வாங்க நேரிடுகிறது. சேதாரமின்றி செய் கூலியின்றி நகை வாங்க நினைக்கும்போது பித்தளைகளைத் தங்க மென்று வாங்கி வருகின்றோம்.

ஒரு சட்டைக்கு இன்னொரு சட்டையை இலவசமாகப் பெற விரும்பும் போது இரண்டும் சீக்கிரம் கிழிந்துவிடுகின்றன. மகா தள்ளுபடியில் பல நேரங்கள் நாம் தடுமாறி விழுகிறோம்.

நம் வியர்வை மட்டும் விலை மதிப்பற்றது - மற்றவர்கள் கண்ணீர் கூட மலிவானது என்று நாம் திடமாக நம்பும்போது நாம் நேர்மையின் மையின் நுழைவாயிலில் பிரவேசிக்கிறோம் என்பதை உணரவேண்டும்.

இயற்கையில் எதுவுமே தேவைக்கு அதிகமாகச் சேமித்து வைப்பதில்லை. அதிகமாக நீர் வார்த்தால் செடியின் வேர்கூட அழுகிவிடுகிறது. இலையுதிர் காலத்திற்கும் சேர்த்து மரம் சத்தை வசந்த காலத்தில் சேமித்து வைப்பதில்லை. தன் வயிற்றில் வளர்ந்த காரணத்தால் தாய் குழந்தையைக் கர்ப்பப் பையிலே பதுக்கி வைக்க முடியாது.

மனிதன் அளவுக்கதிகமாகச் சேமிக்கும்பொழுது தன்னைக் காட்டிலும் தன் சேமிப்பை அவன் நேசிக்க ஆரம்பித்து விடுகிறான். அப்போது அதைக் காப்பாற்றுவதற்காக எதையும் செய்யத் தயாராகி விடுகிறான்.

எனக்குத் தெரிந்த ஒரு பேராசிரியர் பாடம் நடத்திக் கொண்டிருந்த போது மகன் மாண்டுபோன தகவல் வந்தது. பாடத்தை முடித்து விட்டுத் தான் கிளம்பினார்.

தமிழ்நாட்டில் "பச்சைத் தண்ணி" என்ற அடைமொழியுடன் சிலர் அழைக்கப்படுவதுண்டு. அதற்குப் பொருள் அவர்கள் எங்கு சென்றாலும் பச்சைத் தண்ணீர் கூட அருந்தமாட்டார்களாம். சுகாதாரக் காரணங்களுக்காக அப்படி இருந்தால் சரி. ஒரு தேநீர் அருந்தினால்கூட சரிந்து போய்விடுவதற்கு அவர்கள் நேர்மை அவ்வளவு பலகீனமானதா?

தன்னை இறுக்கிப் பிடித்துக்கொண்டும் வருத்தி எடுத்துக் கொண்டும் நேர்மையைப் பறைசாற்றுபவர்கள் வெகு விரைவிலேயே 'என் நேர்மைக்கான அங்கீகாரம் கிடைக்கவில்லையே' எனப் புலம்ப ஆரம்பித்து விடுகிறார்கள். தங்கள் நேர்மைக்குப் பிரதியுபகாரமாக இன்னும் பெரிதாக ஏதாவது ஒன்று கிடைக்கும் என்று எதிர்பார்த்து அது கிடைக்காததால் ஏமாந்து போனவர்கள் அவர்கள்.

"நான் எவ்வளவு சம்பாதித்திருக்கலாம் தெரியுமா?"

"எனக்கு எவ்வளவு பேர் பணம் தர முன் வந்தார்கள் தெரியுமா?"

"என்னோடு பணிபுரிபவர்கள் எத்தனை லட்சங்கள் சம்பாதித்து விட்டார்கள் தெரியுமா?" என்று இவர்கள் அடிக்கடி புலம்புவார்கள்.

இப்படிப் புலம்புவதற்குப் பதிலாக இவர்கள் சம்பாதித்தே இருக்கலாம் எனத் தோன்றுமளவு அவர்கள் பேச்சு சலிப்பூட்டும். ஒருவேளை அவர்கள் வாய்ப்புகளைத் தவற விட்டதற்காக அங்கலாய்க் கிறார்களோ என்று கூட எண்ணத் தூண்டும். மனத்தளவில் அவர்களும் நேர்மையற்றவர்களே. நப்பாசை அவர்களிடம் குடியிருந்தது. ஆனால் செயல்படுத்தும் திராணியில்லை.

சிங்கத்தின் பெருமையே அது பசியாறிய பின் எந்த விலங்கையும் கொல்வதில்லை என்பதே.

வெளிநாட்டில் ஒரு மிருகக்காட்சி சாலையில் ஒரே கூண்டில் ஒரு சிங்கமும் ஆடும் அடைத்து வைக்கப்பட்டிருக்கும் அதிசயம் உண்டு. அந்தக் காட்சியைக் காண நிறைய விருந்தினர்கள் வருவார்கள்.

"சிங்கமும் ஆடும் ஒரே கூண்டில் இருப்பது எவ்வளவு பெரிய அதிசயம்" என்று பேசிக்கொள்வார்கள்.

அதன் பாதுகாவலரிடம் ஒருவர் கேட்டபோது அவர் ரகசியமாகச் சொன்னார். "தினம் ஓர் ஆட்டை உள்ளே தள்ளுகிறோம் - சிங்கம் இரவில் பசி எடுக்கும் வரை அதை சாப்பிடுவதில்லை" என்று.

சிங்கங்கள் சேர்த்து வைத்துக் கொள்வதில்லை. சிற்றெலிகளின் பொந்து முழுவதும் தானியங்கள் இறைந்து கிடக்கின்றன.

6. புத்தாண்டுச் சிந்தனைகள்

வரப்போகிற ஆண்டுக்கு எல்லோரும் ஆயத்தமாகி வருவதைக் கடைவீதி நெரிசல்களிலும் விளம்பரங்களிலும் காண முடிகிறது. நாட்குறிப்பு விற்பனை, நாட்காட்டி எல்லாம் அமோகமாக விற்பனை ஆகிக்கொண்டிருக்கின்றன.

சிறப்பு விருந்துகளுக்கு உணவு விடுதிகளும் வாழ்த்து அட்டைகளை விநியோகிக்கப் புத்தகக் கடைகளும் தங்களைப் புதுப்பித்துக் கொண்டு இருக்கின்றன.

புத்தாண்டு விற்பனையில் எங்கு எது மலிவாகக் கிடைக்கும் என்று தீவிரப் பரிசீலனையில் நடுத்தரக் குடும்பங்களைச் சார்ந்தவர்கள் விரல்களைக் குறுக்கே வைத்து 'உறுமீன்' வரக் காத்திருக்கும் கொக்குகளாக நின்றிருக்கிறார்கள்.

புத்தாண்டு குறித்து இதழ்களும் தயாராகிக்கொண்டிருக்கின்றன.

போகிற ஆண்டை சபித்தும், வருகிற ஆண்டை வாழ்த்தியும் ஒரு கவிதை. விட்மன் கூட இப்படி ஒரு கவிதையை எழுதியிருக்கிறார். பாரதியார் போகின்ற பாரதமும், வருகின்ற பாரதமும் என்று அதே தொனியில் எழுதினார். சென்ற ஆண்டும் இப்போது சென்ற ஆண்டை வாழ்த்தி வரவேற்ற கவிதை இடம் பெற்றிருந்தது. வரிகளில் மட்டுமே வித்தியாசம்.

இந்த ஆண்டு எந்த ராசிக்கு எப்படியிருக்கும் என்று பிரபல ஜோதிடர்கள் கணித்துச் சொல்வார்கள். முக்கியப் பொறுப்பில் இருந்தால் நிறைய பேருக்கு நம்மைப் புத்தாண்டில் தரிசிக்கத் தோன்றும், முன்பெல்லாம் பெரியவர்களை சந்திக்கச் செல்லும் போது எலுமிச்சைப் பழத்தை எடுத்துச் செல்வார்கள். இப்போது எந்த அதிகாரி மேஜையிலாவது இரண்டு ஆப்பிள்கள் தென்பட்டால் யாரோ புதிதாக அவருக்குக் கீழ் பணியில் சேர்ந்திருக்கிறார்கள் என்பது அர்த்தம். கைத்தறி தொழிலாளர்களை ஊக்குவிக்க மாலைக்குப் பதிலாகக் கைத்தறி ஆடை கவுரவ நிமித்தம் அணிவிக்கப்பட்டது. பின்னர் அதுவே 'பொன்னாடை' என நாமகரணம் சூட்டப்பட்டது.

பிறகு சால்வையாக மாறியது. தமிழ்நாட்டில் இருக்கும் தட்பவெப்பம் என்பது மிதமான கோடை, கோடை, உக்கிரமான கோடை என்ற சூழலில் சால்வைகளுக்கு என்ன அவசியம்? சால்வைகளே பின்னர் சபாரியாகவும், பட்டாடைகளாகவும் பரிணாம வளர்ச்சி பெற்று விட்டன.

புத்தாண்டு என்றால் வாழ்த்துக்கள், நல்லெண்ண அட்டை அனுப்பியே தீரவேண்டும். புத்தாண்டு வந்துவிட்டால் மேட்டில் ஏறத் திணறும் சைக்கிளைப் போல, கடிதங்களைப் பட்டுவாடா செய்யத் தபால்துறை சிரமப்பட நேரிடும். வாழ்த்து அட்டைகளுக்கிடையே சிக்கி சில முக்கியக் கடிதங்களும் மூச்சுத் திணற நேரிடும். (Greeting Card) வாழ்த்துக் கடிதங்களில் கையொப்பமிடுவது மட்டுமே நாம். யாருக்கு அனுப்புவது என்பதைத் தீர்மானிப்பவர் வேறொருவர்.

இவையெல்லாம் நம்மை மகிழ்விக்கின்ற உபசரணை. இவற்றை யெல்லாம் கேலிக்குரியதாக விமர்சிப்பது நியாயமா? எனக் கேட்கலாம். எல்லா விமர்சனங்களும் கூட விமர்சனத்திற்குட்பட்டவை என்பதை நான் அறிவேன்.

ஓர் இனிய பழக்கம் நாளடைவில் எப்படியெல்லாம் தேய்ந்து விடுகிறது என்பதைச் சுட்டிக் காட்டுகிறேன். எல்லாமே சடங்கு களாகவும், சம்பிரதாயங்களாகவும் மாறிப்போய் விடுகின்றபோது அவற்றிற்குள் ஒளிந்திருக்கும் சுவை குன்றிவிடுகிறது. வாழையிலையில் வழிந் தோடுகிற பாயாசம் தரையில் படாமல் தடுத்துக் குடிப்பதில்தான் சுவை. கரும்பை சாறாக்காமல் கடித்துக் கடித்துச் சாறோடு உள்ளிழுக்கும் போதுதான் சுவை.

வாழ்க்கை இன்று இன்ஸ்டண்ட் இடியாப்பங்களாக மாறி விட்டது. நான் வேளாண் கல்லூரியில் படித்துக்கொண்டிருக்கும் போது புத்தாண்டுக்கு முதல்நாள் கலை அரங்கத்தில் இரவு 10 மணிக்கு நல்ல திரைப்படத்தை திரையிடுவார்கள். சரியாகப் பன்னிரண்டு மணிக்கு திரைப்படத்தை நிறுத்தி "புத்தாண்டு வாழ்த்துக்கள்" என்று போடுவார்கள். உடனே மாணவர்கள் ஒருவரையொருவர் கை குலுக்கி குதியாட்டம் போட்டுவிட்டு மீதிப் படத்தைப் பார்த்துவிட்டுத் திரும்பி விடுவார்கள்.

நான் நினைத்துக்கொள்வேன். நாட்குறிப்புகள் இத்தனை விற்கின்றனவே எத்தனை பேர் எழுதுகிறார்கள் என்று. பலருக்கு எழுத விஷயங்களே இருக்காது. சிலருக்குப் பொய்யைத்தான் எழுதவேண்டி

யிருக்கும். நாட்குறிப்புகளை மட்டும் வைத்துப் பார்த்தால் நாமெல் லோருமே மகாத்மாக்கள்தாம். பெரும்பாலும் இந்த நாட்குறிப்புகள் வீட்டுக்கணக்கை எழுதவும், சலவைக் குறிப்புகள் எழுதவும் தான் பயன்படுகின்றன. 'நாம் உண்மையான நாட்குறிப்பு எழுதினால் எங்கே அடுத்தவர்கள் நமக்குத் தெரியாமல் வாசித்து விடுவார்களோ' என்று அச்சத்திலேயே எழுதாமல் விடப்படுகின்ற பக்கங்கள் அதிகம்.

சமீபத்தில் புதுமைப்பித்தன் கடிதங்கள் வெளியிடப்பட்டன. அவற்றில் உண்மையும், யதார்த்தமும் இதயத்தைப் பிழியும் சோகமும் இருந்தன. அதைத் தொடர்ந்து வேறு சிலரது கடிதங்களும் தொகுக்கப் பட்டு வெளியிடப்பட்டன. ஆனால் வெளியிடப்பட வேண்டும் என்பதற்காகவே எழுதப்பட்ட கடிதங்களாக இருந்ததால் சோபிக்க வில்லை. முற்றிய மக்காச் சோளக் கதிர்களாகச் சுவையிழந்துவிட்டன.

புத்தாண்டு குறித்துத் தொலைக்காட்சிகளிலும் விதவிதமான நிகழ்ச்சிகள், யாரேனும் ஒரு பிரபலமான நடிகர் தன் ரசிகை ரத்தத்தில் கடிதம் எழுதியனுப்பியது குறித்துப் பெருமைப்பட்டுக் கொண்டிருப் பார். அல்லது குழந்தை பெற முக்கியமானவர் ஆணா? பெண்ணா? என்கிற தலைப்பில் பட்டிமன்றங்களும், இருவரும் தேவை எனும் ரீதியில் தீர்ப்புகளும், புத்தாண்டுத் திரைப்படங்கள் ஒரு கண்ணோட்டம் என்று நிகழ்ச்சிகளுமாக அவற்றை உற்று கவனிக்க வற்புறுத்தி இடையிடையே போட்டிகள். 'நாயகி மூக்குத்தியில் எத்தனை முத்து' என்பது போன்ற பொது அறிவைத் துலங்கச் செய்கின்ற கேள்விகள். அவற்றையெல்லாம் தொலைத்துவிடக்கூடாது என்று முதல்நாளே குழந்தைகளுக்குக் குளிப்பாட்டி சடங்கைச் சரிக்கட்டுகின்ற பெற்றோர்கள்.

சிலருக்கு அன்று வெளியான படத்தை முதல் காட்சியே பார்க்கா விட்டால் பண்டிகையல்ல. சிலருக்குப் பட்டாடை வாங்காவிட்டால் புத்தாண்டு அல்ல. சிலருக்கு மயக்க பானம் அருந்தாவிட்டால் இது புத்தாண்டு அல்ல. இப்படி விசேஷ நாட்களைக் குறித்து ஒவ்வொரு வரும் ஓர் இலக்கணம் வைத்திருக்கிறார்கள்.

'ஜனவரி முதல்நாள் தமிழர்களுக்குப் புத்தாண்டே அல்ல. தமிழர்கள் தமிழ்ப் புத்தாண்டை அங்கீகரிக்காதவரை அவர்களுக்கு உய்வில்லை' என்று சிலருடைய கருத்துகள். தமிழ்ப் புத்தாண்டு சித்திரையில் ஆரம்பிக்கின்றதா, தையில் ஆரம்பிக்கின்றதா என்று வழக்காடு மன்றங்கள். இரண்டுக்கும் பொதுவாக மாசியில் வைக்கலாமா என யோசித்திருப்பவர் சிலர்.

எந்த விடுமுறை நாளானாலும் கோயிலில் கூட்டம். ரம்ஜான் அன்றும் முருகன் கோயிலில் கூட்டம், கிறிஸ்துமஸ் அன்றும் விநாயகர் கோயிலில் கூட்டம். பெரும் வளாகத்துடன் கூடிய பாடல் பெற்ற தலங்கள் வெறிச்சோடிக் கிடக்க அங்கங்கே சந்துகளில் முளைத் திருக்கும் கோயில்களில் முந்தியடித்துக்கொண்டு வழிபடும் பக்தர்கள்.

நமக்கெல்லாம் ஒரு நப்பாசைதான் - வரப் போகிற ஆண்டிலாவது நம்முடைய பிரச்சினைகள் எல்லாம் தீராதா? கஷ்டங்கள் எல்லாம் மாறாதா? குறைகள் எல்லாம் கரையாதா?

'யாரேனும் ஒருவர் நம்முடைய பிரச்சினைகளையெல்லாம் தீர்த்துவிடுவார்கள்' என்று திடமாக நம்பிக் காத்திருக்கிறோம். அந்த முகம் தெரியாத நபர் நம் குறைகளுக்கெல்லாம் முற்றுப்புள்ளி வைத்து விடுவார் என எதிர்பார்த்திருக்கிறோம். சாமுவேல் பெக்கட் எழுதியது போல 'வெய்ட்டிங் பார் கோடட்' (waiting for godot) என்கிற நிலை யிலேயே நாம் இருக்கிறோம்.

"நம்முடைய எல்லா சோகங்களும் மற்றவர்களால் விளைந்தன. நமக்கு அவற்றில் எந்தப் பொறுப்பும் இல்லை" என்று கருதும்போது சுகங்களையும் வேறொருவர்தான் விளைவிக்க வேண்டும் என்று தானே எண்ணவேண்டும். அதனால்தான் புத்தாண்டு குறித்து பூஜைகளும் நிகழ்த்தப் பெறும்; ஜாதகங்களும் அலசப்படும்.

வருடத்தின் முதல் நாளையே விடுமுறையில்தான் கழிக்க வேண்டுமா? நம்நாட்டில் உழைக்கும் நாட்களைக் காட்டிலும் விடுமுறை நாட்கள் அதிகம் என்று கடிந்துகொள்பவர்கள் சிலர். இங்கே பெரும்பாலும் விடுமுறை நாட்களுக்கும் வேலை நாட்களுக்கும் வித்தியாசம் அதிகம் இல்லை என்று சமாதானம் சொல்பவர்கள் இன்னும் சிலர்.

புத்தாண்டு அன்று பணிபுரிபவர்களிடம் ஒரு பழக்கம். மேலதிகாரி களைச் சென்று சந்தித்து வாழ்த்துக் கூறவேண்டும். வாழ்த்துக் கூறுவது என்றால் நெஞ்சார உளமகிழ்ந்து ஊற்றெடுக்கும் உண்மையான வாழ்த்துக்கள் அல்ல. மாறாக 'அட்டெண்டன்ஸ்மார்க்' செய்வது, யார் யார் வருகிறார்கள் என்று கணக்கிடப்படும். அதற்காகச் சென்று தலையைக் காட்டி விட்டு வருவது. அதேபோல் தன் கீழே வருபவர்கள் தன்னை வந்து சந்திக்க வேண்டும். யாரேனும் வரவில்லை என்றால் 'அவர்கள் நம்மை மதிக்கவில்லை.' அவர்களுக்குத் 'திமிர்' என்று கருதிக்கொள்வோம்.

ஆனால் உண்மை வேறுவிதமாக இருக்கும். 'வந்து தொலைக்க வேண்டியிருக்கிறதே' என்று வைது கொண்டே வருபவர்கள்தான் அதிகம். முதல்நாள் மேலதிகாரி முறைத்த முறையும் கடிந்த தடிமனான வார்த்தைகளும் நினைவுச் சல்லடையில் மாட்டிக்கொண்டு உறுத்த, செயற்கையாக ஒரு புன்னகையை உதிர்த்துக் கொண்டே வாழ்த்து பவர்கள்தான் பலர்.

உண்மையாக வாழ்த்துபவர்கள் நேரில் வராமலேயே "நீடித்து வாழ வேண்டும்" என்று ஆழ் உள்மனத்தில் அதிர்வலைகளை அனுப்பு பவர்களாக இருப்பார்கள். அவர்கள் வெளிப்படுத்துகின்ற அன்பைக் காட்டிலும் இதயத்திலேயே தேக்கி வைக்கின்ற இனிமை உன்னத மானது என எண்ணுவார்கள். நேரில் நின்று எதிரில் குனிந்து தாழ்த்தி பணிவைக் காண்பிப்பதைக் காட்டிலும் தான் நேர்மையாகச் செய்யும் மேன்மையான செயல்களால் தனக்கு மேலிருப்பவர்கள் பெருமைப்பட வேண்டும் எனக் கருதுவார்கள். தான் குனிவதைக் காட்டிலும் அவர்கள் நிமிர்வதில்தான் தன்னுடைய செயல்திறன் இருக்கிறது என உண்மையாகத் தங்களை உருக்கிக் கொள்வார்கள்.

அவர்கள் அனுசரணையே பொன்னாடைகள்.

அவர்தம் தூய அன்பே இதயத்தில் ஓவியம் தீட்டும் தூரிகைகள்.

நம்முடைய பிரச்சினையே, நாம் வெளிப்புறத் தோற்றத்தில் ஏமாந்து விடுகின்றோம். பளபளப்புகளில் நாம் மயங்கி விடுகிறோம். புத்தாண்டு அன்று கிடைக்கின்ற பரிசுப் பொருட்களையெல்லாம் நான் அனாதை விடுதிக்குக் கொடுத்து விடுகிறேன் என்று சிலர். மற்றவர்கள் உடைமைகளுக்கு நாம் ஏன் கணக்குப்பிள்ளையாக வேண்டும்?

நாம் எந்த நிலையில் இருந்தாலும் நம் நல்வாழ்வில் நம்பிக்கை யுடையவர்கள் வாழ்த்த வருவார்கள்.

இந்தக் கட்டுரை எழுதும்போது நண்பர் ஒருவர் வந்தார். "புத்தாண்டு வந்துவிட்டாலே பயம்" என்றார் நண்பர்.

"ஏன்?" என்றேன்.

"முதல்நாள் வெளியே செல்லமுடியாது. கொண்டாட்டம் என்ற பெயரில் இளைஞர்கள் படுத்தும்பாடு அநியாயமாக இருக்கிறது. எந்த அசம்பாவிதம் நடக்குமோ என்று அச்சப்பட நேரிடுகிறது."

"அப்படியா?"

"ஆமாம். பல இளைஞர்கள் குடித்துவிட்டு, போவோர் வருவோர்களிடம் கைகுலுக்குவதும், கண்ட இடங்களில் பட்டாசு வெடிப்பதும், பெண்களைக் கேலி செய்வதும், ஆடிப்பாடி கலாட்டா செய்வதும், முன்பின் தெரியாதவர்களிடம் வாழ்த்துச் சொல்வதும் கோபத்தைத் தான் வரவழைக்கின்றன."

நண்பர் கூறுவதும் உண்மைதான். புத்தாண்டுக்கு முதல்நாள் முடிந்த மட்டும் வெளியே போகாமல் இருப்பது உத்தமம் என்கிற நிலை வந்துவிட்டது. வேறு வழியின்றி சென்றே தீர வேண்டிய சூழலில் இருப்பவர்கள் என்ன செய்ய முடியும்?

நாம் தடுத்து நிறுத்தும் வாகனங்களில் பிரசவ வேதனையில் துடிக்கும் கர்ப்பிணி இருக்கலாம். அறுவை சிகிச்சைக்காகச் செல்லும் ஒரு நோயாளி இருக்கலாம். நம்முடன் கைகுலுக்க முடியாத மன நிலையில் புத்தாண்டு அன்றே இறந்துபோன மகனின் சோக சிந்தனைகளைச் சுமந்து கொண்டிருக்கும் தாயோ தகப்பனோ இருக்கலாம்.

நம்முடைய கொண்டாட்டம் அடுத்தவர்கள் திண்டாட்டத்தில் தான் அடங்கியிருக்கிறது என்று நாம் எண்ணுகிறோம். நம்முடைய கொண்டாட்டத்தை அடுத்தவர்கள் மீது திணிக்க முற்படுவது மாபெரும் குற்றம்.

"மகிழ்ச்சியை நாம் நினைக்கும் விதத்தில்தான் மற்றவர்கள் வெளிப்படுத்த வேண்டும் என்பதில்லை. ஆனால் நம்முடைய மகிழ்ச்சி அடுத்தவர்களுக்கு வருத்தத்தையும், சங்கடத்தையும் வரவழைக்கக் கூடாது. கொண்டாட்டத்தை ஏன் காட்சிப் பொருளாக்க வேண்டும்? அடுத்தவர்கள் சுதந்திரத்தில் சேறடிப்பவர்கள் மிகப்பெரிய குற்றத்தை இழைக்கிறார்கள். விருப்பமில்லாமல் திணிக்கப்படுகின்ற எதுவுமே வன்முறைதான்."

'மயக்க நிலையில் தன்னை மறந்து தான் செய்வது என்னவென்றே தெரியாமல் செயல்படுவதுதான் கொண்டாட்டம் என்று எண்ணினால் அவர்களைப் பார்த்து நாம் பரிதாபப்பட வேண்டும். ஏதேனும் ஒரு விரைந்து வருகின்ற வாகனத்தில் மோத நேர்ந்தாலும் உயிர்ப் பறவை சிறகடித்துவிடும் என்பதை அந்தக் கணத்தில் மறந்துவிடுகிறோம் - நண்பர் கருத்துகள் நளினமானவைதான்.'

புத்தாண்டு வந்தால் நிறைய சங்கல்பங்களும் பிறக்கும். "இந்தப் புத்தாண்டு முதல் நான் புகைபிடிப்பதை நிறுத்தப் போகிறேன்." "இந்த ஆண்டு முதல் நான் தேநீர் அருந்துவதை விட்டுவிடுவேன்." "இந்த

ஆண்டு முதல் நான் காலையில் நடைபயிலப் போகிறேன்.” “இந்த ஆண்டு முதல் நான் இனிப்பு சாப்பிடுவதைத் தடைசெய்யப் போகிறேன்” என்று விதவிதமாக சங்கல்பம் (உறுதி) செய்துகொள்பவர்கள் உண்டு. ஆனால் அதில் பலரது வைராக்கியம் மூன்றாவது நாளிலேயே முறிந்து போகும். நான்காவது நாளிலேயே நரம்புத் தளர்ச்சி அடைந்துவிடும்.

பிறகு முன்பைக் காட்டிலும் இன்னும் தீவிரமாகப் புகைபிடிப் பவர்கள். இன்னும் அதிகமாகத் தேநீர் பருகுவார்கள். அந்த மூன்று நாட்களில்தான் ‘தாங்கள் இதுவரை எதை இழந்திருக்கிறோம்’ என்பது அவர்களுக்குப் புரிய ஆரம்பிக்கும். ஒருநாள் தான் சீக்கிரம் எழுந்ததுமே தூங்கிக்கொண்டிருக்கும் மற்ற எல்லாரையுமே சோம்பேறிகளாக நினைப்பதைப் போல, தாங்கள் அவற்றிலிருந்து விலகிய நாட்களில் மற்ற எல்லோரையுமே அந்தப் பழக்கத்திலிருந்து விடுபட வற்புறுத்து வார்கள். மதம் மாறியவர்கள் காட்டும் தீவிரத்தன்மை அவர்கள் வற்புறுத்தலில் இருக்கும்.

பூனை சைவ வேடம் போட்டதைப் போல வெகு விரைவில் இவர்கள் வைராக்கியம் நீராவியாகி விடுவதற்கு என்ன காரணம் என்று யோசிக்கவேண்டும்.

ஒன்றிலிருந்து நாம் விடுபடுவதற்கு நாம் அதை முழுமையாகப் புரிந்துகொள்ளவேண்டும். மையப் பகுதியிலிருந்து அது கிளைவிடும் வேர்களை வெட்டவேண்டும்.

புகைபிடிப்பதை நிறுத்துவது என்பது புகைப்பதால் எந்தப் பலனும் இல்லை என்பதை உணர்கிறபோது ஏற்பட வேண்டும். அதை விட்டு விட்டு மேம்போக்காக அதை நிறுத்தும்போது, சிகரெட்டைப் பார்க்கும் போது நாக்கில் எச்சில் ஊறும்.

பிறகு அவர்கள் விதிகளைத் தளர்த்திக் கொள்வார்கள். “திடீ ரென்று நிறுத்தினால் உடலுக்கு ஆகாது, எனவே கொஞ்சம் கொஞ்ச மாக நிறுத்துவது” என முடிவு செய்வார்கள்.

“சொந்தக் காசில் புகைப்பதில்லை” என்று சொல்லி பிடியை இன்னும் தளர்த்துவார்கள். “நண்பர்கள் சேர்ந்தால் மட்டும்” என்று சமரசம் செய்வார்கள்.

சிகரெட் புகைக்காத போது பாக்குப் போடுவார்கள். சோம்பு மெல்லுவார்கள். வெற்றிலையைக் கடிப்பார்கள் அல்லது யாருட னாவது வதந்தி பேசுவார்கள். புகைபிடிப்பதை நிறுத்துவது மிகவும் சுலபம். நான் பலமுறை நிறுத்தியிருக்கிறேன் என்று கூறுபவர்களும் உண்டு.

ஒரு செய்கையை நிறுத்தவோ ஆரம்பிக்கவோ நாள் பார்க்க வேண்டியதில்லை. நாம் அந்த செய்கை முழுவதும் பயனற்றதாக உணர்ந்தால், இந்த நொடியிலேயே நிறுத்திவிடலாம். இந்த நிமிடத்திலேயே தொடங்கிவிடலாம்.

பத்தாண்டுகளாக நான் புத்தாண்டுகளைக் கழித்த விதத்தைப் பற்றிச் சிந்தித்தேன். இந்தப் புத்தாண்டுகளில் எதுவுமே நான் சாதித்ததாகத் தெரியவில்லை. மிகமிகச் சாதாரணமாக ஒரு பட்டாம்பூச்சியின் சிறகடிப்பைக்கூட ரசித்துக் கவனிக்காமல் என் நாட்கள் கழிந்திருக்கின்றன. ஒவ்வொரு ஆண்டும் கழியும் போதும் அந்த ஆண்டில் நான் என்ன செய்திருக்கிறேன் என்று கணக்கெடுத்ததும் இல்லை, தவற விட்ட வாய்ப்புகள் குறித்து நான் பட்டியல் இடவும் இல்லை. என் வாழ்க்கையை மறுபரிசீலனைக்கு நான் உட்படுத்தியதே இல்லை. இன்னும் கொஞ்சம் அன்பு மயமாக நடந்திருக்கலாமோ, இன்னும் சில முட்களை உதிர்த்திருக்கலாமோ, இன்னும் சில உற்சாக வரிகளை உச்சரிக்கலாமோ, நேரத்தை, உறக்கத்தை இன்னும் கொஞ்சம் நச்சரித்திருக்கலாமோ என்று நான் சிந்தித்துப் பார்த்ததில்லை.

வரப்போகிற ஆண்டில் எப்படிப் பணியாற்ற வேண்டும் என்றோ என்னென்ன வகையில் முழுமையை அடைய முயற்சி செய்யவேண்டும் என்றோ இதுவரை முடிவெடுத்ததில்லை. புத்தாண்டின் இரண்டாவது நாளே அது பழைய ஆண்டு ஆகி விடும் அவலத்தைத்தான் நான் சந்தித்திருக்கிறேன்.

இந்தப் புத்தாண்டிலாவது சில வரையறைகளையும், இலக்குகளையும் வளர்த்துக் கொள்வது என முடிவெடுத்திருக்கிறேன்.

எத்தனை புத்தகங்கள் எழுதுவது, எந்தத் தேர்வில் வெற்றி பெறுவது, எந்த பரிசுகளைப் பெற முயல்வது என்பன போன்ற சாதாரண இலக்குகளாக இல்லாமல், எத்தனை பேருக்கு அனுசரணையாக இருந்திருக்கிறோம். அன்பைப் பரிமாறியிருக்கிறோம், உற்சாகத்தை விநியோகித்திருக்கிறோம் என்றெல்லாம் சிந்திப்பது என முடிவெடுத்தேன். இதுவே என் புது வருட சங்கற்பம்.

வருடாவருடம் ஒரு புதுவருட சங்கற்பம் எடுத்து அதை விரைவிலேயே தாண்டிக் குதிக்கும் நண்பர் என் எதிரே வந்து அமர்கிறார்.

"இந்த வருடம் ஏதேனும் புதுவருட சங்கற்பம் உண்டா?"

"உண்டு."

"எப்படிப்பட்டது?"

"வித்தியாசமானது."

"அப்படியென்ன சங்கற்பம்?"

"இனி புத்தாண்டு சங்கற்பமே செய்துகொள்ளப் போவதில்லை என்கிற சங்கற்பம்."

7. வன்மம் அகற்றுவோம்

ஒருமுறை ரெயிலில் பயணித்துக்கொண்டிருந்தேன். என் எதிரே அமர்ந்திருந்தவர் செய்தித்தாளை வாசித்துக் கொண்டிருந்தார். அவருடைய முகபாவங்கள் செய்தித்தாளில் "அப்படி என்ன அதிர்ச்சிகரமான செய்தியோ?" என்று என்னை யோசிக்க வைத்தன.

"கொஞ்சம் செய்தித்தாளைத் தருகிறீர்களா?"

வாங்கிப் பார்த்த எனக்கு அதிர்ச்சி. ஏனென்றால் மூன்று வருடங்களுக்கு முந்தைய செய்தித்தாள்.

"இவ்வளவு பழைய செய்தித்தாளையா இவ்வளவு ஆர்வத்துடன் புதிதாக வாசிப்பதுபோல வாசிக்கிறீர்கள்?"

"புதிது, பழையது என்பது என்ன? செய்திகளில் பெயர்கள் மட்டும் மாறிக்கொண்டிருக்கின்றன. நடப்பவை ஒன்றுதானே? கொலை படுபவர்களும், கொலை செய்பவர்களும், வன்முறை நிகழ்த்து பவர்களும் வேறுவேறு பெயர்களில் இருந்தாலும், சம்பவங்கள் ஒன்று போலத் தானே?"

சிந்தித்துப் பார்த்ததில் உண்மை இருப்பது போலத் தோன்றியது.

"உலகம் முழுவதும் வன்முறை அதிகரித்துக்கொண்டே போகிறதே. இதற்கு என்ன தீர்வு" என்று அவரே என்னிடம் கேட்டார்.

வன்முறை என்பது அறிகுறிதானே தவிர அதுவே நோய் அல்ல. மனத்திற்குள் மண்டிக் கிடக்கும் வன்மம் செயல்களில் புகுந்து கொள்கிறபோது அது கொலையாக, திருட்டாக, குத்துவெட்டாக மாறுகிறது. உலகெங்கும் நடக்கும் வன்முறைக்கு நாமும் ஒரு விதத்தில் பொறுப்பு என்பதை உணரவேண்டும்.

மனிதனின் பரிணாம வளர்ச்சியே வன்முறையை உள்ளடக்கியது. அவன் கும்பல் கும்பலாகப் பெரிய மிருகங்களை வேட்டையாடுவதில் ஓநாய்களுடன் போட்டியிட்டான். அவன் கைகளில் சிக்கிய ஓநாய் அவன் தடவித்தர தடவித்தர ரோமங்களை உதிர்த்து நாய்களாக

வாலாட்ட ஆரம்பித்தன. ஆனால் அவனோ ரத்தம் குடிக்கும் ஓநாய்களாக மாறிப் போனான்.

அவனுடைய மரபு வழிச் சங்கிலியால் காட்டுமிராண்டித்தனமும் வன்மமும் ஒட்டிக் கொண்டிருப்பதற்கு அவன் மனிதனாக வளர்ச்சியடைந்த சூழலும் ஒரு காரணம். உணவிற்காக அன்று போட்ட சண்டை, உணவு தாராளமாகக் கிடைக்க ஆரம்பித்ததால் பதவிக்காக இன்று தொடருகிறது; பணத்திற்காக நீள்கிறது. ஆசைகளுக்காக இன்று தீவிரமடைகிறது.

தன்னுடைய எல்லையை சிறுநீரால் அறுதியிட்டுக் கொள்கிற பழக்கம் நாய்களிடம் உண்டு. வேறு நாய் தன் எல்லைக்குள் நுழையும் போது தன் சுதந்திரம் பறிபோய் விடக்கூடாது என்கிற பயத்தில் அது உள்ளே நுழையும் புது நாயை (Intruder) எல்லை வரை விரட்டி திருப்தியடைகிறது. மனிதனும் மனத்திற்குள் தன் எல்லைக் கோடுகளை வளர்த்துக் கொள்கிறான்.

வன்முறை என்பது பெரும்பாலும் சேகரித்து வைக்கப்பட்ட உணர்ச்சிகள் பீச்சியடிக்கிற நிகழ்வுதான். நம் எல்லோருடைய இதயத்திலும் வன்முறையின் விதைகள் விழுந்திருக்கின்றன.

விகிதம் வேண்டுமானால் வேறுபடலாம்.

நாம் எத்தனையோ முறை மனத்திலேயே முஷ்டியை உயர்த்துகிறோம்.

இதயத்திலேயே இன்னொருவரைத் தாக்குகிறோம்.

உள்ளத்துக்குள்ளேயே பலரை உயிர் நீக்கிப் பார்க்கிறோம்.

நம் நெஞ்சில் இருக்கும் வன்மம் கைகளின் வழியாக வெளிப்படாத வரை நாம் மென்மையானவர்களாகவே இருக்கிறோம்.

இருத்தலில் எதையுமே மறைத்து வைக்க முடியாது. நாம் விதைத்த வன்மம் வேறொருவர் வாய் வழியாக, மணிக்கட்டு வழியாக, அவர் தாங்கிய ஆயுதம் வழியாக வெளிப்படுகிறது. எனவே எல்லா வன்முறை நிகழ்வுகளுக்கும் நமக்கும் குற்ற உணர்வு ஏற்படத்தான் வேண்டும்.

ஆனால் அது மனசாட்சியால் ஏற்படுகிற வருத்தமாக இல்லாமல், உள்ளுணர்வால் உண்டாகிற உறுத்தலாக இருக்க வேண்டும். அப்போது தான் நாம் அதிலிருந்து நிரந்தரமாக விடுபடுவதற்கு வாய்ப்புகள் உண்டு.

ஒரு சின்ன பரிசோதனை... உங்கள் வீட்டில் இருக்கும் அழகான பொருள் ஒன்றை கையில் எடுங்கள். 'இதை உடைக்க வேண்டும்' என்று

எண்ணுங்கள். உடைந்த அதன் வடிவத்தை, சிதறிய அதன் பாகங்களை மனதில் கற்பனை செய்து பாருங்கள். ஆனால் அதற்கு எந்த சேதமும் செய்யாமல் பத்திரப்படுத்துங்கள். பத்துப் பதினைந்து நாட்கள் தொடர்ந்து இப்படி செய்து பாருங்கள். அதற்குள் வேறு யாராவது அதை உடைத்து விடுவார்ககள்.

நம் எண்ணங்கள் வலிமையானவை. அவற்றை நாம் பூக்களைப் போல தூவவும் முடியும்; கற்களைப் போல எறியவும் முடியும்.

நாம் பூக்களைத் தூவினால், அவை மாலையாக வருகின்றன; நாம் கற்களாக எறிந்தால், அவை காயங்களாக நமக்கே திரும்பி வருகின்றன;

நாம் வாழ்த்துக்களை அனுப்பினால் அவை வரங்களாக வருகின்றன.

நாம் வசவுகளைப் பார்சலில் அனுப்பினால்

சாபங்கள் கூரியரில் வந்து சேர்கின்றன.

நாம் நம்முடைய கற்பனையில் எத்தனை பேரைக் கொன்றிருக்கிறோம்? எத்தனை பேரை அடித்து உதைத்திருக்கிறோம்? எத்தனை பேர் சாவது போல எண்ணிப் பார்த்து மகிழ்ந்திருக்கிறோம்!

நாம் விஷம் தடவிய எண்ணங்களைத் தேன் தடவிய சொற்களால் எப்படியெல்லாம் மறைத்து வாழ்ந்து வருகிறோம். எல்லா வன்முறைகளும் நம்மிடமிருந்தே ஆரம்பமாகின்றன. ஆதரவோடு கைகளை நீட்டினால் புல்லும் நெல்லாக உருமாறும்; கள்ளியும் முட்களைக் கழற்றிவிடும். கொஞ்சம் உற்று நோக்கினால் நம்மைச் சுற்றி நிகழ்கிற அனைத்துமே ஏதேனும் ஒருவகையில் வன்முறையின் வெளிப்பாடாகவே இருப்பதை அறிய முடியும்.

'இந்தப் பிரபஞ்சம் எனக்கு மட்டும் சொந்தம் - நான் மட்டுமே நிரந்தரம்' என்று நாம் ஒவ்வொருவரும் எண்ணிக்கொண்டிருக்கிறோம் என்பது புரிகிறது.

சின்ன வன்முறையை இன்னும் பெரிய வன்முறையால் அடக்கிவிட முடியும் என்று நாம் திடமாக நம்புகிறோம். ஆனால் அது மானுடத்தின் ஆழ்ந்த உள்ளுணர்விலும் ஒருமித்த உள்ளுணர்விலும் பதிந்து அதிர்வுகளாகத் தொடர்ந்துகொண்டேயிருக்கின்றன.வன்மத்தைப் பெரும் வன்மம் கொண்டு அழிப்பது நெருப்பை நெய் கொண்டு அணைப்பது போலவும், கடலை கை வாளியால் அளப்பது போலவும் தான்.

காட்டுச்செடிகளில் இருந்த முட்களை உதிர வைத்த மனிதன், தன் ராட்சஷ நகங்களையும் அசுரப் பற்களையும் உதிர்க்காமல் பத்திரப் படுத்திக் கொள்கிறான்.

வன்மம் என்பது மனிதர்களிடம்தான் நிகழ்த்தப்பட வேண்டும் என்கிற உணர்வு மட்டும் அல்ல. ஒரு பேனா மூடியை வலுவாகத் திறப்பது கூட வன்முறைதான்.

நம் காலணியை வேகமாகச் சுவரில் மோதக் கழற்றி எறிவதும் நாற்காலியைத் தரை சிராய்க்கும்படி இழுப்பது கூட வன்முறைதான்.

பக்கத்து வீட்டினர் செவிப்பறை சேதப்படும்படி பல நம் இசையின் சுருதியைக் கூட்டுவதும் வன்முறைதான்.

குழந்தைகளின் மீது திணிக்கப்படும் பல விஷயங்கள், அவற்றின் குழந்தைத்தனத்தைத் திருடுகிற வன்முறையாகவே இருக்கின்றன.

நம் சரித்திரம் அன்பை உணர்த்தியவர்களை, அமைதியைக் கற்றுத் தந்தவர்களை மென்மையை மேவியவர்களைப் பற்றிய மென்மையான பதிவாக இல்லாமல் தலைகளை வெட்டிச் சாய்த்தவர்களையே சாதனை யாளர்களாகக் கவுரவிக்கும்படி போதிக்கின்றன.

ஓஷோ ஒருமுறை குறிப்பிட்டிருந்தார். அவருக்குத் தேர்வில், “செங்கிஸ்கான் எப்போது பிறந்தார்?” என்ற கேள்வி கேட்கப்பட்டது.

“செங்கிஸ்கான் பிறக்காமலே இருந்திருந்தால் நன்றாக இருந் திருக்கும்” என்று அவர் பதில் எழுதினாராம்.

வீரம் என்பது வெட்டுவதிலும், வீழ்த்துவதிலும், அழிப்பதிலும், ஒழிப்பதிலும், சிதைப்பதிலும், புதைப்பதிலும், உடைப்பதிலும், நொறுக்குவதிலும் இருப்பதாக நாம் நினைத்துக்கொள்ள, நாம் படிக்கும் வரலாற்றுப் பாடமே தூபம் போடுகிறது.

வீரம் வெட்டுவதில் இல்லை, கட்டுவதில் இருக்கிறது. வீழ்த்து வதில் இல்லை, வாழ்த்துவதில் உள்ளது. தாக்குதலில் இல்லை, ஆக்கு வதில் இருக்கிறது. உடைப்பதில் இல்லை, உண்டாக்குவதில் உள்ளது. நொறுக்குவதில் இல்லை, உருவாக்குவதில் அடங்கியிருக்கிறது.

வீரம் அடுத்தவர்களை வெல்வதில் இல்லை. மற்றவர்களை வெல்வது எளிது தன்னைத்தானே வெல்ல முடிந்தவனே வீரனாகக் கருதப்படுவான்.

ஒரு செடி அழகாக முளைத்து வரும்போதே அதைக் கிள்ளத் துடிக்கிறார்களே அதனால் அவர்களுக்கு என்ன ஆதாயம்?

எத்தனையோ பேர் தட்டுத் தடுமாறாமல் நடமாட உதவியாய் ஒளியை உமிழ்ந்துகொண்டிருக்கும் தெருவிளக்கை உடைக்கிறார்களே சிலர், அதனால் அவர்களுக்கு என்ன லாபம்?

ஏதோ சின்ன உள்ளூர்ப் பிரச்சினைக்காகப் புது மெருகு குலையாத பேருந்துகள் எரிக்கப்படுகின்றனவே, அவற்றால் அவர்களுக்கு என்ன திருப்தி?

இவையெல்லாம் தன்னுடைய தன்முனைப்பை அதிகப்படுத்தியும் அழகுப்படுத்தியும் நாம் பெருமைப்படுத்திக் கொள்ளும் செயல்கள்.

நாம் அழகாக வானில் பறக்கும் தட்டான்பூச்சிகளை சிரச்சேதம் செய்தாலோ, பல்லியின் ஒல்லியான வாலைத் துண்டிக்கச் செய்தாலோ, அழகான நிழலை இருத்தலுக்குச் செய்யும் நன்றிக் கடனாய் அள்ளி வழங்கும் மரத்தின் கிளைகளைக் கிள்ளினாலோ அவையும் வன்மமான செயல்கள்தான்.

நாம் வன்மத்தை அன்பால்தான் அழிக்கமுடியும். அன்பு பிரவாகமாகப் பெருக்கெடுக்கும்போது இதயத்தில் படிந்த கோபத்தின் சுவடுகள் கூடத் தெரியாதபடி அவை அழிந்து போகும். மென்மையாக இயல்பாக மழை பொழிந்ததும் காய்ந்த நிலத்தில் தோன்றும் மண் வாசனையைப்போல் அழுத்தமாக, அன்பு மென்மையானதுதான். ஆனால் உயிர்த்தன்மை உடையது. வன்மம் திடமானதுதான். ஆனால் அது ஜடப்பொருள்.

அன்பு விதையைப்போல மென்மையாகவும், கோபம் கல்லைப் போல் கடினமாகவும் இருக்கின்றன. கோபத்தைப் பற்றி இணையத்தில் ஒரு உருவகக் கதையை வாசித்தேன்.

எப்பொழுதும் உக்கிரமே உருவாக எதற்கெடுத்தாலும் கோபப் படும் மகனைத் திருத்த நினைத்தார் தந்தை. கோபத்தை உற்றுநோக்கச் சொன்னார் (examination), வருகிற கோபத்திற்கான காரணங்களை ஆய்வு (investigation) செய்யச் சொன்னார். எதுவுமே எடுபடவில்லை.

ஒரு சின்ன எடுத்துக்காட்டின் மூலம் புரிய வைக்க நினைத்தார்.

"உனக்குக் கோபம் வரும்போதெல்லாம் நம் மதிற்சுவரில் ஆணி யடிக்க வேண்டும். ஒருநாளைக்கு எத்தனை முறை கோபப்பட்டாலும் அத்தனை முறையும் ஆணியடிப்பாய்" என்றார்.

அவனும் கோபப்படும் போதெல்லாம் ஆணியடிக்க ஆரம்பித்தான். உறுதியான சுவருக்குள் ஆணியை அடிப்பது அவனுக்குச் சிரமமாக இருந்தது. ஆணியடிக்கிற கஷ்டத்தில் கோபப்படுவதைக் குறைத்துக் கொள்ளலாம் என்று தோன்றியது. ஆரம்பத்தில் 15, 10 என்று அடித்த ஆணிகள் நான்கு, ஐந்து எனக் குறைந்தது. ஒருநாள் ஆணியே அடிக்காத சூழல் ஏற்பட்டது.

கோபப்படுவதன் பயனின்மையையும், அதனால் செலவாகும் சக்தியும் அவனுக்குப் புரிந்ததால் அவன் கோபம் நிற்க ஆரம்பித்தது.

தந்தையிடம் சென்று சொன்னான். "இரண்டு மூன்று நாட்கள் ஆகின்றன. நான் ஆணியே அடிக்கவில்லை. எனக்குக் கோபமே ஏற்படவில்லை."

"அப்படியா? நல்லது. நீ அடித்த ஆணிகளையெல்லாம் நீயாகவே பிடுங்கிவிடு." அவனுக்கு அடிப்பதைக் காட்டிலும் கடினமாக இருந்தது. நிறைய வியர்வை சிந்தி அவற்றைப் பிடுங்கி முடித்துத் தந்தை முன் வந்து நின்றான்.

"எல்லா ஆணிகளையும் பிடுங்கிவிட்டேன்."

"நீ பிடுங்கி விட்டது என்னவோ வாஸ்தவம்தான். ஆனால் ஆணி அடிப்பதற்கு முன் இருந்தபடியாகவா இப்போது அந்தச் சுவர் இருக்கிறது?"

அந்த சுவர் முழுவதும் ஏகப்பட்ட ஆணி அடித்த அம்மைத் தழும்புகள்! கோபத்தால் வார்த்தைகளை சிதறிவிட்டு பின்னர் அவர்களைச் சமாதானம் செய்துவிட்டாலும் அந்தக் கோபம் ஏற்படுத்திய ரணங்கள் தழும்புகளாக நின்றுவிடும் என அவனுக்குப் புரிய ஆரம்பித்தன.

கோபமே தவறான குணமல்ல. அது சரியான காரணங்களுக்காக சரியான நபர் மீது மின்னல் கீற்று போல வந்து விட்டுச் சென்றால் பரவாயில்லை. அதை உள்ளுக்குள்ளேயே பதுக்கி வைக்கும்போது ஒரு சின்னப் பொறி எரிமலையாகக் கனன்று எதிர்ப்படுபவற்றையெல்லாம் எரிக்க ஆரம்பித்து விடுகிறது.

கோபம் ஊற்றெடுக்கும்போது நம் உடலும் ஓய்ந்து விடுகின்றது. கோபத்தைச் சரிக்கட்ட நம் ஒவ்வொரு உறுப்பும் 'ஓவர் டைம்' செய்து களைத்துப் போய்விடுகின்றன.

கோபம் நாம் இதுவரை செய்த கருணைகளையெல்லாம், இனிய செயல்களை எல்லாம் கரைத்துவிடும் என்பதைக் குறிக்கத்தான் முனிவர்கள் கோபப்பட்டு சாபமிட்டதும், அவர்கள் அதுவரை செய்த தவப்பயன் தீர்ந்துபோய் 'ஸ்டாக் அவுட்' ஆனதாகப் புராணங்கள் புகல்கின்றன.

ஜே.கிருஷ்ணமூர்த்தியிடம் ஒருவர் கேட்டார். "உங்கள் குழந்தையை ஒருவன் கொல்ல முனையும்போது அவனிடம் அன்பு காட்ட முடியுமா?"

வன்முறைக்குச் சார்பாகக் கேட்கப்பட்ட கேள்விக்கு ஜே.கே. 'நான் உத்தேசமான கேள்விகளுக்கு (hypothetical questions) பதில் அளிக்க முடியாது' என்றார்.

நம் பிரச்சினையே நாம் நம்முடைய அனைத்துச் செயல்களையுமே நியாயப்படுத்த நினைக்கிறோம். முதலில் தவறை ஒத்துக்கொள்ள முனைந்தால்தான் அதிலிருந்து விடுபடவும் முடியும். மனப்பிசகு உள்ளவர்கள்தான் வன்முறையால் மகிழ்ச்சியடைய முடியும்.

மனிதர்களை இரண்டு விதமாகப் பிரிக்கலாம். முதல்வகை அடுத்தவர்களை வன்முறைக்கு உட்படுத்துபவர்கள். அடுத்த வகை தன்னையே வன்முறைக்கு உட்படுத்திக் கொள்பவர்கள். இவை இரண்டுமே ஆபத்தானவை. உலக அமைதியைத் தனது உடலை வருத்திக்கொள்வதன் மூலம் உண்டாக்கிவிட முடியாது. நாம் நம்மைச் சுற்றிய அன்பின் அதிர்வுகளை ஏற்படுத்துவதன் மூலம்தான் அதைச் சாதிக்க முடியும்.

நெல்லைப் பயிரிடுகிற நிலத்தில் களைகள் குறைவாகவே இருக்கும்.

நாம் வன்முறையைச் செய்தியாக்க அது அதிகரிக்கவே செய்யும். கையூட்டைப் படம் பிடிக்கப் படம் பிடிக்க அது தொடர்ந்து கொண்டே இருக்கும்.

நேர்மை குறித்து எழுதுவோம், நேர்மையானவர்களைக் குறித்துப் பதிவு செய்வோம். அப்போது நேர்மையும் வளரும். அன்பு மயமானவர்களைத் தலைப்புச் செய்திகளாக்குவோம். அப்போது அன்பும் பொங்கிப் பெருகும். நேசிப்பவர்களை, மனித நேயம் மிகுந்திருப்பவர்களைப் பற்றி நிறைய எழுதுவோம், பேசுவோம்; அப்போது அவை தொற்றிக்கொள்ள வாய்ப்புகள் அதிகரிக்கும்.

சரித்திரத்தை மாற்றி எழுதுவோம். வீரத்திற்கு உண்மையான விளக்கத்தை அளிப்போம்.

தெரியாதவர்களை நோக்கிப் புன்னகை புரிவது இங்கு மிகப் பெரிய குற்றம். அன்பை உமிழ்வது கூட தவறான நோக்கமாக இருக்குமோ என்கிற சந்தேகத்தை ஏற்படுத்துகிறது.

நான் படித்திருக்கிறேன். புன்னகை சிந்தப் பணம் செலவாவதில்லை. ஆனால் அது பல நல்லெண்ணங்களை ஏற்படுத்துகிறது. உள்ளத்திலிருந்து ஏற்படும் உண்மையான உணர்வாகப் புன்னகை மொட்டுவிட வேண்டும். குழந்தைகளுக்குப் பள்ளிகளில் முதல் இரண்டு வருடங்கள் அன்பு குறித்துப் பாடங்கள், மனித நேயம் பற்றிய கதைகள், கவிதைகள் மட்டுமே சொல்லித் தரப்படவேண்டும்.

பூக்களே அவர்கள் புத்தகங்கள்

வண்டுகளே வாசக சாலைகள்

பறவைகளின் பாடல்களில்

பரீட்சைக் கேள்விகள்

நடனமும், மகிழ்ச்சியுமே நாட்டுப்பண்

- என்ற நிலையுருவாக வேண்டும்.

நான் வாசித்திருக்கிறேன்.

கோபம் தோல்வியடைகிற போதெல்லாம் அன்பு வெற்றியடைகிறது.

மொழி தோற்கிறபோதெல்லாம் மவுனம் ஜெயிக்கிறது.

வன்மை தோற்கிற இடங்களிலெல்லாம் மென்மை வெற்றி கொள்கிறது.

இதயத்திலிருக்கும் அம்பராத்துணியை அகற்றுவோம் அப்போது கண்களின் வழியாகக் கருணை தானாகக் கசியும்.

அப்போது உலகமே அன்பு மயமாய் மாறும்.

இலையுதிர் மரங்களும் பூக்க ஆரம்பிக்கும்.

8. நம்பிக்கையும் மூட நம்பிக்கையும்

வீட்டு வாசல் மதிற்சுவரில் நான் வைத்த சாதத்தைத் தின்ன அணில்கள் ஓடிவருகின்றன. என் தலை வெளியே தெரிந்ததும் ஓடி ஒளிந்துகொள்கின்றன. அவ்வளவு பயம். நான் நினைத்துக் கொள் கிறேன். “நீங்கள் மட்டும் என் வீட்டுக்குள் வந்து என்னுடன் விளை யாடினால் உங்களுக்கு இனிய கடலை, பருப்புகள், பழங்கள் எல்லாம் தருவேனே. நீங்கள் சாப்பிட்டுவிட்டு மறுபடியும் மரத்தில் ஏறிக் கொள்ளலாமே.”

ஆற அமர்ந்து ஆழ்ந்து யோசித்தேன். என் கருணை முழுமையான தாக இல்லையோ! என் அன்பு மட்டும் உண்மையானதாக இருந் திருக்குமேயானால் நிச்சயம் அவை என் கால்களுக்கருகில் வந்து விளையாடி இருக்க வேண்டும். என்னைப் பார்த்துப் பயந்திருக்க வேண்டியதில்லை. நான் வாஞ்சையுடன் பார்க்கும் மைனாக்கள் என் தோள்களில் வந்து அமர்ந்திருக்க வேண்டும்.

என் ஆழ் உள்மனத்தின் மூலம் நான் அவற்றிற்கு என் அன்பை உணர்த்தத் தவறிவிட்டேன் என்று மட்டும் சொல்லமுடியாது. என் அன்பு குறித்து நான் வைத்திருந்த அதிகப்படியான நம்பிக்கை தவறானது என்பதுதான் உண்மையான காரணம்.

என் சிந்தனையில் கல்லெறிந்தவாறே என் எதிரே ஒரு நடுத்தர வயதுக்காரர் வந்து அமர்கிறார். அவரை அறிமுகப்படுத்த வேறொரு தெரிந்த நபர்.

“என் மகன் ஐ.ஏ.எஸ். தேர்வை எழுத விரும்புகிறான். மிகச் சிறப் பாகப் படிப்பான். முதல் முறையே பாஸ் செய்து காட்டுகிறேன் என்று சவால் விட்டிருக்கிறான்.”

“மிகவும் மகிழ்ச்சி - இதற்கு நான் எந்த வகையில் உதவ முடியும்?”

“அவன் அரசுப் பயிற்சி மையத்திற்கான நுழைவுத் தேர்வு எழுதி யிருக்கிறான். அதில் அனுமதிக்கு நீங்கள்தான் உதவ வேண்டும்.”

“அரசுப் பயிற்சி மையத்தில் திறமைக்கும், தகுதிக்கும்தான் இடம் - சிபாரிசுக்கு இடம் இல்லை. உங்கள் மகன் மீது நீங்கள் கொண்

டிருக்கும் நம்பிக்கையையும் அவர் தன் மீது கொண்டிருக்கும் நம்பிக்கையையும் பார்க்கும்போது அவருக்கு நிச்சயம் வெற்றி கிடைக்கும், கவலைப் படாதீர்கள்" என்று சொல்லி அனுப்பி வைத்தேன்.

பிறகு விசாரித்ததில் அம்மாணவர் வெகு குறைவான மதிப்பெண்கள் பெற்றதால் தேர்ச்சி பெறவில்லை எனத் தெரிந்தது.

என் மனம் முழுவதும் கேள்விக்குறிகள். இன்று இளைஞர்களுக்கு இருக்கும் முக்கியப் பிரச்சினை தன்னம்பிக்கையின்மையா? அல்லது தங்கள் மீது கொண்டிருக்கும் அதீத நம்பிக்கையா (over confidence) என்று எண்ணத் தூண்டியது.

பெற்றோர்கள் தங்கள் குழந்தைகளுக்கு அளவுக்கதிகமாக வக்காலத்து வாங்குவதன் மூலம் அவர்களைக் காப்பாற்றிவிடலாம் என எண்ணினால் அது தண்ணீரில் எண்ணெய்த் துளிகளைத் தெறித்து அதில் தெரியும் ஏழு வண்ணங்களை வானவில் என்று கற்பனை செய்து மகிழ்வதற்கு ஒப்பாகும்.

நம்பிக்கையூட்டுவது நல்ல செயல்தான். ஆனால் அது அதீத நம்பிக்கையாக மாறும்போது ஆபத்தாக மாறுகின்றது.

தன் மகன் அதிக மதிப்பெண் பெறாததற்குப் பெரும்பான்மையான பெற்றோர்கள் கூறுகின்ற சமாளிப்பு 'தேர்வு நேரத்தில் அவனுக்கு டைபாய்டு' என்பதுதான். தேர்வு 'ஜுரமாக' இருக்கும்போது அதை ஜுரத்தால் சரிவு என்று சரிக்கட்டுவது தங்களைத் தாங்களே ஏமாற்றிக் கொள்வதற்குச் சமமாகும்.

இவர்கள் தங்கள் சிறகுகளால் மூடிமூடித் தங்கள் வாரிசுகளைக் காப்பாற்ற முனையும் பொழுதெல்லாம் அவர்கள் பறக்கின்ற முனைப்பைத் தொலைத்து விடுகிறார்கள் என்பதை உணரவேண்டும்.

"என் மகனுக்குப் படிப்பு மீது அக்கறையில்லை."

"என் மகள் சரியாகப் படிக்கவில்லை."

"என் பையன் பரீட்சை நேரத்தில் விளையாட்டுத்தனமாக இருந்து விட்டான்."

"என் மகனுக்குப் பொறுப்புணர்வை ஊட்ட நாங்கள் தவறி விட்டோம்" என்று உண்மையை நறுக்குத் தெறித்தாற்போல் கூறி ஏற்றுக்கொள்பவர்கள் எத்தனைபேர்?

இளைஞர்களும் என்ன சொல்கிறார்கள்?

"நான் படித்த பள்ளி சரியில்லை - கல்லூரி சரியில்லை."

"எனக்குச் சொல்லிக் கொடுத்த ஆசிரியர் நன்றாகக் கற்றுத் தரவில்லை."

'பாடத்திட்டத்திற்கு வெளியே கேள்விகள் கேட்கப்பட்டன' என்று பலர் தாங்கள் சறுக்கியதற்குக் காரணங்களைத் தேடிப் பிடிப்பதைப் பார்க்கலாம்.

முதலில் நாம் தெளிவாக உணரவேண்டிய உண்மை ஒன்று உள்ளது. நம்முடைய குறைகளை நாம் தெள்ளத் தெளிவாக அலசி ஆராய்ந்து சீர் தூக்கிப்பார்க்கவேண்டும். நம்முடைய தவறுகள் நமக்குத் தெரிந்தால்தான், அவற்றை நாம் ஏற்றுக்கொண்டால்தான் அவற்றிலிருந்து மீளமுடியும். நம்பிக்கை நல்ல சிற்றுண்டி; ஆனால் மிக மோசமான இரவு உணவு. (Hope is a good breakfast; but a very bad dinner)

நாம் சாக்கடையில் கால் வைத்துவிட்டு சொட்டுகின்ற சேற்றை சந்தனம் என்று சாதித்தால் அதிலிருந்து மீள்வதற்கு வழியில்லை.

தங்கள் குழந்தைகளை யாரிடமும் விட்டுக்கொடுக்கக்கூடாது எனப் பெற்றோர்கள் நினைத்தால் அது பூனை தனது விழிகளை மூடிக் கொண்டு 'பவர்கட்' என்று நினைப்பதைப்போல பைத்தியக்காரத் தனமானது.

இருட்டிலிருந்துகொண்டு இருளையே பூரண நிலவு என்று புகழ்ந்து புளகாங்கிதம் அடைவதால் எந்தப் பலனுமில்லை. ஒரு தீக்குச்சியை ஏற்றிக்கொண்டாவது வழியைக் கண்டுபிடிக்க முயல்பவர்களே வெற்றி பெறுகிறார்கள்.

நம்பிக்கை என்பது தன்னுடைய ஆற்றல் மீது மதிப்பு வைக்கின்ற ஊக்கத்தின்கண் ஊற்றெடுப்பது. தன்னால் இயலும் என்கிற எண்ணத்தை ஏற்படுத்தி செயல்படுகின்ற உற்சாகத்தை ஊட்டுவது.

நம்பிக்கை இருப்பவர்களே மகத்தான மனிதர்களாக மாறியிருக்கிறார்கள். 'என்னால் முடியும்' என எண்ணுவது நம்பிக்கை என்றால் 'என்னைத் தவிர எவனாலும் முடியாது' என்று எண்ணுவது அதீத நம்பிக்கை.

'நான் அறிவிலியல்ல' என்று நினைப்பது நம்பிக்கை. 'மற்றவர்கள் அறிவிலிகள்' என இறுமாந்திருப்பது அதீத நம்பிக்கை.

நம்பிக்கை நடுவில் இருக்கிறது. அவநம்பிக்கையும் அதீத நம்பிக்கையும் இரு துருவங்களாக இருக்கின்றன.

நம்பிக்கை முயற்சியுடனும், உழைப்புடனும் நட்பு வைத்திருக்கின்ற மேன்மையான பண்பு. அதீத நம்பிக்கை உழைப்பையும், முயற்சியையும் ஒருக்களிக்கச் செய்துவிட்டு தன் ஆணவ இயல்போடு மட்டும் வாழ்வது.

அவநம்பிக்கை சறுக்கிவிழச் செய்து சிராய்ப்புகளை ஏற்படுத்துகிறது என்றால் அதீத நம்பிக்கை துள்ளிக்குதிக்க வைத்து முட்டிக்கால்களை உடைத்துக் கொள்ள வைத்து விடுகிறது.

மிகைப்படுத்துவது என்பது நம் இலக்கியத்தில் ஓர் இன்றியமையாத சுவை. ஆனால் அது உப்பைப் போல் அளவோடு இருக்க வேண்டும்.

'வெளிச்சத்துக்கே கண் கூசும்' 'இமயமலையே குனிந்து கொள்ளும்' 'கடலே கால்வாயாகும்' என்றெல்லாம் அபரிமிதமான கற்பனைகள் மிகைப்படுத்துவதை நம் மனதிற்குள் மறைமுகமாக ஒளித்து வைத்து விட்டன. "நான் குனிந்தால் தமிழகமே நிமிரும்" "என் பேனா குனிந்தால் இலக்கியமே கிரீடம் அணியும்" என்றெல்லாம் எழுதுபவை புதுக் கவிதைகள் ஆயின.

அதீத நம்பிக்கை என்பது ஒருவித மிகைப்பாடு. நம்மிடையே கொண்டுள்ள அளவுக்கதிகமான நம்பிக்கை மட்டுமல்ல, அடுத்தவர்கள் மீது கொண்டுள்ள அதீத நம்பிக்கையும் அபத்தமானது - ஆபத்தானது. யாரும் நடிப்புக்கு இலக்கணமாக முடியாது. யாரும் மேடைப் பேச்சுக்கு ஒட்டுமொத்த குத்தகைகாரார் ஆக முடியாது. இவையெல்லாம் தமிழர்கள் அதிகமாக உணர்ச்சிவசப்படுபவர்கள் என்பதையே ஊர்ஜிதப் படுத்துவதாக அமைகின்றன. நாம் குண்டுசட்டியில் குதிரை மட்டும் ஓட்டவில்லை, ஒரு குதிரை ஓட்டப்பந்தயமே (race) நடத்துகிறோம்.

இங்கே எல்லோருக்கும் பட்டப்பெயர்கள். நான்கு மேடையில் பேசி விட்டால் செந்தமிழ்ச் செல்வர்கள்-சங்கீதச் சுடர்கள்-நாட்டியத் தாரகைகள்- இவற்றில் இருந்து நாம் விடுபடுவதற்குப் பதிலாக இவை காட்டுக்கொடிகளைப் போல் நம்மை இன்னும் தீவிரமாகச் சுற்றிக் கொண்டிருப்பதைப் பார்க்க முடிகிறது.

மிகைப்படுத்திப் பெருமைப்படுத்தும் சமூகம் ஒரு கட்டத்தில் யாராவது உண்மையைச் சொன்னால் நிர்வாணத்தையே உடையாகக் கருதிய மன்னன் உண்மையை உணர்ந்ததும் கொண்ட அதிர்ச்சியைப் போல அதிர்ச்சியுற நேரிடும். நாம் நம்மைப் பற்றியும் அடுத்தவர்களைப் பற்றியும் கொண்டிருக்கும் அதீத நம்பிக்கையை உதிர்க்க வேண்டும்.

மேலாண்மையில் 'ஒளிவட்டத்தாக்கம்' (halo effect) ஒன்று உண்டு. ஒரு செயலில் திறமையாக இருப்பவர்கள் மற்ற எல்லா செயல்களிலுமே

அபரிமிதத் திறமையுடன் இருப்பவர்கள் எனப் பூதாகரமாகக் கற்பனை செய்துகொள்வதை அது குறிக்கும். ஆனால் எந்தத் திறமையில் ஒருவர் பரிமளிக்கிறாரோ, அந்தத் திறமையில் கூட அவர் பூரணத்துவத்தை அடைந்ததாகக் கருதமுடியாது. மொகலாய மன்னர்கள் தங்கள் ஓவியங்களை ஒளி வட்டத்துடன் வரையச் செய்ததாகப் படித்திருக் கிறேன். நாமெல்லோரும்கூட நமக்குப் பின்னால் ஓர் ஒளிவட்டம் இருப்பதாக எண்ணி கர்வப்பட்டுக் கொண்டிருக்கிறோம்.

நம் மீது கொண்டிருக்கும் நம்பிக்கை எந்த நொடியில் அதீத நம்பிக்கையாக மாறுகிறது என்பதை விழிப்புணர்வு உள்ளவர்களால் மட்டுமே அறிந்துகொள்ள முடியும் - எந்த நொடியில் மொட்டு மலராக மாறும் என்பதைக் கணித்துச் சொல்வதைப்போல அது கடினமான நிகழ்வு அல்ல - மாறாக எந்த நொடியில் பால் பொங்கப் போகிறது என்பதை உணர்வது போன்ற எளிதான யுக்தி.

நாம் நம்முடைய புலன்களுக்கு மட்டுமல்ல - நம்பிக்கைக்கும் கடிவாளம் போடக் கற்று வைத்திருக்க வேண்டும். நாம் பெறுகிற வெற்றி சில நேரங்களில் நம் கண்களை மறைத்துவிடுகிறது. நாம் தெய்வப் பிறவிகள் என்று கருதிக்கொள்கிறோம். இங்கு எல்லோருமே அவர்கள் வீட்டில் ஒரு தெய்வீக சக்தி இருப்பதாகக் கருதித் திருப்தியடை கிறார்கள்.

சரித்திரம் நம்பிக்கையால் உயர்ந்தவர்களை மட்டுமல்ல - அவர்களில் அதீத நம்பிக்கையால் தலைகுப்புற விழுந்தவர்களையும் தான் பட்டியலிடுகிறது.

நெப்போலியன் அதீத நம்பிக்கை கொண்டிருக்காவிட்டால் ‘வாட்டர்லூ’ நிகழ்ந்திருக்காது.

அலெக்ஸாண்டர் அதீத நம்பிக்கை கொண்டிருக்காவிட்டால் இளமையில் மடிந்திருக்கமாட்டான்.

ஜப்பான் அதீத நம்பிக்கை கொண்டிருக்காவிட்டால் ஹிரோஷிமா, நாகசாகி பூமியின் முகத்தில் புண்களாய் ரணப் பட்டிருக்காது.

அதீத நம்பிக்கையால் ஹர்ஷவர்த்தனரின் வாள் புலிகேசியிடம் முறிந்துபோனது.

புலிகேசியின் கேடயம் மாமல்லனிடம் உடைந்து போனது.

வெற்றியைப்போல வெற்றியடைவது எதுவுமில்லை என் கிறார்கள். ஆனால் வெற்றியைப்போல தோல்வியைத் தருவது எதுவு

மில்லை. அதனால்தான் வெற்றி மாயவலையை விரித்து சிக்க வைக்கிறது. போரிலும் புதைகுழிகளை மறைத்து அமிழ வைக்கிறது.

அதீத நம்பிக்கை நம் தலையில் கனத்தையும், நெஞ்சில் திமிரையும் ஏற்றிவிடுகிறது. 'நம்மை மிஞ்ச யாருமில்லை' என்று நம்மைச் சுற்றி இருப்பவர்களும் நம்மை நம்ப வைத்து விடுவார்கள். அது நம்முடைய உழைப்பையும், முன்னெச்சரிக்கை உணர்வையும், திட்டமிடுதலையும் திருடி விடுகின்றது. நம் எதிரே இருப்பவர்களை நாம் கிள்ளுக்கீரைகள் என நினைத்து களத்தில் குதிக்கிறோம். எதிர்பாராத திசையிலிருந்து நிகழும் தாக்குதல் நம்மைத் திக்குமுக்காடச் செய்துவிடுகிறது.

அதீத நம்பிக்கையுடையவர்கள் அடுத்தவர்கள்தான் தங்களுடைய வீழ்ச்சிக்குக் காரணம் என்று தங்களைத் தாங்களே தேற்றிக் கொள் வார்கள்.

நம்பிக்கையின்மை தற்காலிகமானது. தகுந்த சூழலில் தன்னுடைய ஆற்றலை உணர வாய்ப்புக் கிடைத்தால் அது மறைந்துவிடுகிறது. அதீத நம்பிக்கை மனத்தில் ஏற்பட்ட மச்சமாக நின்றுவிடுகிறது.

நிகழ்காலத்தில் வாழ்பவர்கள் நம்பிக்கையோடு நிறுத்திக் கொள் கிறார்கள். எதிர்காலத்தில் வாழ்பவர்களும், தங்கள் கற்பனைக் குதிரை களின் பிடரியில் சதா சர்வகாலமும் தட்டிவிட்டுக் கொண்டேயிருப் பவர்களும் அதீத நம்பிக்கையில் வாழ்பவர்கள். அது செயற்கை ஆக்சிஜன் போல அவர்களை ஜீவித்திருக்கச் செய்யுமே தவிர தீவிரத் தன்மையுடன் செயல்பட வைக்காது.

எதிர்காலத்தில் வாழ்பவர்கள், செயல்களைக் காட்டிலும் எண்ணங்களை அதிகமாக நேசிப்பவர்கள் - உருவங்களைக் காட்டிலும் நிழல்களை அதிகமாக நம்புபவர்கள் - நிகழ்கால நினைவுகளுக்குத் தள்ளப்படும்போது அவர்கள் கருப்பையில் இருந்து வெளியே வந்தது போல கஷ்டப்படுகிறார்கள். நாம் நம்முடைய உண்மையான ஆற்றலை மட்டுமல்ல - பலவீனங்களையும் தெரிந்துகொள்ள வேண்டும். ஆற்றல் களை மட்டுமே கணக்கில் எடுத்துக்கொள்வது செலவுகளைப் பற்றிக் கவலைப்படாமல் வரவுகளை மட்டுமே நினைத்து மகிழ்வதைப் போலத் தவறானது.

நாம் என்பது நமது பலவீனங்களும்தான் - நம் குறைகளும்தான் - நம்முடைய தவறுகளும்தான் - நம்முடைய சாத்தியமின்மைகளும்தான்.

எந்த நொடியில் நம் தவறு நம்மால் உணரப்படுகிறதோ அப்போது அது களையப்பட்டு வருகிறது. "எனக்குத் தெரியாது என்பது எனக்குத்

தெரியும் - எனவே எனக்குத் தெரியும்" (I Know that I do not know, hence I know) என்றார் சாக்ரடீஸ்.

தகுதிக்கு மீறி ஆசைப்படுவதும், முயற்சியில்லாமலே முன்னேறத் துடிப்பதும், படிக்காமலேயே மதிப்பெண்கள் பெற விரும்புவதும், இட ஒதுக்கீட்டைக் காட்டி பணி பெறாமையை நியாயப்படுத்துவதும் கடும் பசிக்கு தேநீர் குடிப்பதைப் போல தற்காலிக ஆறுதலை வேண்டு மானால் தரலாம் - நிரந்தரத் தீர்வைத் தர அவற்றால் இயலாது.

என் முன்னால் கிடக்கும் திருக்குறளைப் புரட்டிப் பார்க்கிறேன்- திருவள்ளுவர் அதீத நம்பிக்கை குறித்து ஏதாவது கூறியிருக்கிறாரா எனத் திருப்பியதில் ஊக்கமுடைமை கண்ணில் படுகிறது.

"சிதைவிடத்து ஒல்கார் உரவோர் புதைஅம்பின்
பட்டுப்பாடு ஊன்றும் களிறு." (குறள் - 597)

யானை தன்னுடைய உடலில் அம்பு புதைந்து புண்படப்பட முன்னிலும் அதிக உறுதியோடு எதிர்க்கும். அதைப்போல ஊக்க முடையவர்கள் தம்முடைய முயற்சிகளுக்கு இடையூறு வந்தாலும் பின் வாங்காமல் முன்னிலும் ஊக்கத்தோடு முயல்வார்கள்.

"பரியது கூர்ங்கோட்டது ஆயினும் யானை
வெரூஉம் புலிதாக் குறின்." (குறள் - 599)

மிகப் பெரிய உடலும் கூர்மையான தந்தங்களும் உள்ளதாயினும் ஒரு யானை ஊக்கக் குறைவால் ஊக்கம் மிகுந்த புலியின் தாக்குதலுக்கு அஞ்சும்.

இரவு முழுவதும் யோசித்தேன்.

ஒரே அதிகாரத்தில் ஊக்கம் குறித்து இரண்டு குறள்கள். ஒன்றில் ஊக்கத்திற்கு உதாரணமாக இருக்கும் யானையே மற்றொன்றில் ஊக்கக் குறைவுக்கு உவமையாக்கப்பட்டிருக்கிறதே ஏன்?

இவை முரண்பாடுகளில்லையா?

சட்டென்று பொறி தட்டியது. குறள்கள் இடம் மாறியிருக் கின்றன- 599 - வது குறள் 598 ஆகவும், 597 - வது குறள் 599 ஆகவும் இடம் பெற்றிருந்தால் பொருத்தமாக இருக்கும்.

காட்டில் இயல்பாக வாழும்போது ஊக்கக் குறைவால் புலிக்குப் பயப்படும் யானையே போரில் பழக்கப்படும்போது அம்புகள் பாய்ந்தாலும் பயப்படாமல் முன்னேறுகிறது. ஊக்கமும் நம்பிக்கையும்

கூடப் பயிற்சியால் விளைகிறது என்பதைக் குறிக்கத்தான் யானை இரண்டு குறள்களில் உருவகப்படுத்தப்பட்டிருக்கிறது. பயிற்சியற்ற யானை பயந்தோடுகிறது; பயிற்சிபெற்ற பின்போ பந்தாடுகிறது.

நம்பிக்கை என்பதுகூட சரியான பயிற்சியால் விளைகிறபோது அது தன் எல்லைகளையும் சாத்தியக் கூறுகளையும் உணர்ந்து வரையறைகளை ஏற்படுத்திக்கொள்கிறது. எதிர்ப்புகளை சந்திக்கும் போது தான் உண்மையான ஊக்கம் உண்டாகிறது. பாதுகாப்பிலும் கதகதப்பிலும் ஏற்படும் நம்பிக்கை பலூனைப்போல உப்பியிருக்கிறது; ஆனால் எந்த நேரத்திலும் அது உடைந்து விடலாம்.

மீள்கிறேன்; என் தோட்டத்திலிருக்கும் அணில்கள் என் கைகளில் ஏறி துள்ளி ஓடும் அளவுக்கும், என் மாமரக்குயில்கள் என் தோள்களில் அமருமளவும் எப்போது நான் கருணைமயமாக மாறப்போகிறேன்; எப்போது என் கண்களில் அத்தகைய அன்பு வழியப் போகிறது?

9. அடிபணிதலும் ஒப்படைத்தலும்

நண்பர் சுகுமாரிடம் தொலைபேசியில் தொடர்பு கொண்ட போது “இக்கால இளைஞர்களிடம் இருக்கும் ஒருவித அமைதி யின்மை (restlessness) குறித்து ஏதேனும் யோசித்தீர்களா? இப்போது எளிதில் எரிச்சல் அடைபவர்களாகவும், கோபப்படுபவர்களாகவும் இளைய தலைமுறை உருவாகி வருகிறதே, கவனித்தீர்களா?” என்று கேட்டார்.

தெரிந்தவர் ஒருவர் வீட்டிற்குச் சென்றபோது தொலைக்காட்சி ரிமோட்டை அந்த வீட்டுக் குழந்தைகள் உபயோகித்த விதம் எனக்குப் பிடிபடாமல் போனது. விளம்பர இடைவேளைகளின் போதெல்லாம் அவர்கள் அவசர அவசரமாக அடுத்த சேனலுக்குத் தாவினார்கள். (விளம்பரதாரர்கள் இனி நிகழ்ச்சிகளை முன்மொழிவதற்கு முன் சற்று யோசிப்பார்களாக) அவர்களுக்குப் பொறுமை இல்லை. அவர்கள் கைகளில் நிறைய வாய்ப்புகள். நாம் அப்படி வளரவில்லை. நமக்கு ஞாயிற்றுக்கிழமைகளில் தூர்தர்ஷனே பிரதானமாக அறிமுகமானது. அப்போது வீதிகள் எல்லாம் வெறிச்சோடிக் கிடக்கும். நாம் சகிப்புத் தன்மையைப் பொறுமை என்று கூறிவந்தோம். ஆனால் அவர்கள் நுகர்வுகளைச் சுவைத்துப் பழகியவர்கள். பணம் இருப்பவர்கள் எதற்குப் பட்டினி கிடக்க வேண்டும்? (விரதம் வேறு; பட்டினி வேறு)

வாய்ப்புகள் அதிகமிருக்கும் இடத்தில் அமைதியின்மை அதிகரிப்பது, மழை பெய்கிறபோது தவளைகள் சத்தமிடுவது போல் இயல்பாக நிகழ்ந்துவிடுகின்ற ஒரு நேர்வு.

நண்பர் சுகுமாருடைய பதற்றத்தின் காரணம் எனக்குப் புரிந்தது. வேகமாக ஓட்டப்படுகிற மோட்டார் சைக்கிளில் பின்சீட்டில் இருப்ப வருடைய மன நிலையில் அவரும், வேகத்தை நேசிக்கின்ற நிலையில் ஓட்டுபவர்களும் இருப்பது எனக்குப் புரிகிறது. கிளர்ச்சியைத் தருகிற வேகமே ஆபத்தையும் அரங்கேற்றுகிறது.

தீபம் நா.பார்த்தசாரதி “இன்றைய இளைஞர்கள் பணிவை கோழைத்தனம் என்றும் திமிரை வீரம் என்றும் கருதுகிறார்கள்” என ஓர் இடத்தில் எழுதியிருப்பார்.

எது பணிவு? எது அடக்கம்? எது வீரம்? என்பது குறித்தெல்லாம் சரியான புரிந்துகொள்ளுதல்கள் இன்மையினால்தான் தங்கள் திக்கு களைப் பலர் தொலைக்க நேருகிறது. இங்கு பல சொற்களுக்கு ஒரே பெயர் இடுபொருளாகக் கொள்ளப்படுகிறது. காளமேகப் புலவர் நீர் குறித்துக் கூறுவதுபோல,

அடங்கியிருத்தல் (submissiveness),

கீழ்ப்படிதல் (obedience)

ஒப்படைத்தல் (surrender)

ஆகிய மூன்று பதங்களை நாம் நுணுக்கமாகப் புரிந்துகொள்ள வேண்டும். இவை மூன்றும் வெவ்வேறு பொருட்களை மட்டுமல்ல, முற்றிலும் மாறுபட்ட பொருள்களை உள்ளடக்கியவை.

நான் சிறுவயதில் கசாபியாங்கா கதையை ஆசிரியர்கள் சொல்லிக் கேள்விப்பட்டிருக்கிறேன். எங்களையெல்லாம் கசாபியாங்காவைப் போல நடக்கவேண்டும் என்று அறிவுறுத்தினார்கள். தன் தந்தை நிற்கச் சொன்ன இடத்தை விட்டு நகராமல் நின்று தீ பரவிய போதும் அசை யாமல் 'தந்தை சொல் மிக்க மந்திரமில்லை' என்று கட்டுப்பட்டு உயிரைப் போக்கிக் கொண்டவன் கசாபியாங்கா. 'எல்லோரும் கசாபியாங்காக்களாக இருந்தால் எந்தப் பிரச்சினையும் இருக்காது' என்றுதான் பெற்றோர்களும், ஆசிரியர்களும் மற்றவர்களும் எண்ணு கிறார்கள்.

கசாபியாங்கா கதையை இப்பொழுது பரிசீலிக்கும்போது அதில் சில அடிப்படைக் குறைகள் இருப்பதாக நான் உணர்கிறேன். துறை முகம் வரை அழைத்துச் சென்ற தந்தை மகனைத் தனியாக விட்டு விட்டு எங்கு சென்றார்? ஓரிடத்தில் விட்டு விட்டுச் செல்வதற்காக ஆபத்தான இடத்திற்கு ஏன் மகனை அழைத்துச் செல்லவேண்டும்? தந்தை பாது காப்புக் கருதித்தான் மகனை ஒரே இடத்தில் இருக்குமாறு அறிவுறுத் தியிருப்பாரே தவிர அவன் எந்த விபத்து நேர்ந்தாலும் நகரக்கூடாது என்பதற்காக இருக்க முடியுமா?

கசாபியாங்கா விபத்து ஏற்பட்ட பிறகும் அந்த இடத்தை விட்டு நகராமல் நின்று உயிரை விட்டது கீழ்ப்படிதலா? முட்டாள்தனமா? நாம் எல்லா நீதிக் கதைகளையும் மறுவாசிப்புக்கு உட்படுத்த வேண்டியவர் களாகத்தான் இருக்கிறோம். கசாபியாங்காவின் தந்தை ஸ்தானத்தில் இருந்திருந்தால் நாம் மகனின் முட்டாள் தனத்திற்கு வருத்தப்பட்டிருப் போமே தவிர முட்டாள் தனத்தைக் கீழ்ப்படிதல் என்று எண்ணி மகிழ்ந் திருக்க மாட்டோம்.

சூஃபி கதையொன்று உண்டு.

"ஓர் ஊரில் அதிசய பசு இருந்தது.

பெற்றோர்கள் அந்தப் பசுவை உதாரணம் காட்டி தங்கள் குழந்தைகள் அப்படியிருக்க வேண்டும் என்று வற்புறுத்தினார்கள். ஆசிரியர்கள் அந்தப் பசுவை மேற்கோள்காட்டி மாணவர்கள் அவ்வாறு திகழவேண்டும் என வலியுறுத்தினார்கள். தலைவர்கள் அந்தப் பசுவை சிலாகித்துத் தங்கள் தொண்டர்கள் அப்படி நடந்துகொள்ள வேண்டும் என்று வழிமொழிந்தார்கள்.

அப்படி என்னதான் அந்தப் பசுவிற்குச் சிறப்பு?

பாத்திரத்தை அந்தப் பசுவின் மடியினடியில் வைத்தால்போதும் யாரும் கறக்காமலேயே பால் வழிந்து அந்தப் பாத்திரம் நிரம்பிவிடும். அந்தச் சிறப்பினால்தான் எல்லோரும் மேற்கோள் காட்டும்படியாக அந்தப் பசு திகழ்ந்தது. ஆனால் அவர்கள் எல்லோருமே சவுகரியமாக ஒன்றை கவனிக்க மறந்து போனார்கள். பாத்திரம் நிரம்பியதுமே காலால் உதைத்து அந்தப் பாத்திரத்தைப் பசு கவிழ்த்துவிடும்."

நாம் யாரை உதாரணம் காட்டினாலும் சவுகரியமாக அவர்களின் குறைகளையும், யாரை வைதாலும் அவர்களின் நிறைகளையும் மறந்து போகிறோம்.

தானே சுரந்து பாலைத் தள்ளிவிடும் பசுக்களைவிட நாம் கறந்து சுவைக்க அனுமதிக்கும் பசுக்கள் உயர்ந்தவைதானே.

பெர்னாட்ஷா சொன்னார். "எந்தத் தங்க விதியும் இல்லை என்பதே தங்கவிதி" ("the only golden rule is that there are no golden rules"). மனித வாழ்க்கையை வரைமுறைகளுக்குள் திணித்து அதன் விஸ்தீரனத்தையும், பரந்துபட்ட தன்மையையும் குறுக்க நினைப்பது நம்மை வீழ்த்திவிடும்.

விதிகளையும், கட்டுப்பாடுகளையும் தோளில் சுமப்பவர்கள் வறட்டு மனிதர்களாக இறுகிப்போய் விடுவார்கள். அவர்களிடம் மென்மையும், மேன்மையும் விளைய வாய்ப்புகளில்லை.

அடங்கியிருப்பவர்களைத்தான் நாம் பெரும்பாலும் நேசிக்கிறோம். நம்முடைய தன்முனைப்பு அப்படிப்பட்டவர்களைப் பார்க்கும் போது மகிழ்ச்சி கொள்கிறது.

நம் உயரத்தை அவர்கள் குனியும்போது அதிகப்படுத்துகிறார்கள் என்பது நமக்கு எவ்வளவு மகிழ்ச்சியான செய்தி.

ஆனால் உற்றுக் கவனித்தால் அடங்கியிருப்பது ஒரு பாசாங்கு மட்டுமே - நம்மிடம் குனிகிற அளவுக்கு இன்னும் அதிகமாக நாம் சென்றபின் எழும்பிக் குதிக்கும் மனநிலை அடங்கியிருப்பவர்கள் அனைவரிடமும் ஏற்படுகிறது.

அதனால்தான் மேலதிகாரிகளிடம் மிகவும் பணிவாக இருப்பவர்கள் பலர், கீழே இருப்பவர்களை அதிகமாக வாட்டி வதைப்பவர்களாக இருக்கிறார்கள்; வெளியே மிகவும் அடங்கியிருப்பவர்கள் வீட்டில் சிம்ம சொப்பனமாகத் திகழ்கிறார்கள்.

அடங்கியிருப்பது உண்மையான பணிவினால் வருவதுமில்லை; நியாயமான மரியாதையால் ஏற்படுவதும் இல்லை. அது சமயோஜித புத்தி மட்டுமே. பாம்பாட்டியின் பெட்டிக்குள் அகப்பட்டிருக்கும் நாகம் திறந்துவிட்டதும் படம் எடுப்பதைப் போல அவர்களுடைய உண்மையான முகம் வாய்ப்புக் கிடைத்ததும் வெளியில் தெரிய ஆரம்பிக்கும்.

ஆனால் இந்தச் சமூகம் தன்னுடைய சக்தி முழுவதையும் அடக்கமானவர்களை உருவாக்குவதிலேயே விரயமாக்கி விடுகிறது. அடக்கமாக இருப்பது ஒருவிதமான தந்திரம். உலகியல் ரீதியான வெற்றிகளை மட்டுமே அது பெற்றுத்தருமே தவிர இந்த உலகத்திற்கு நிலையான பங்களிப்பை அடங்கியிருப்பவர்கள் அளித்ததேயில்லை. கலிலியோ அடங்கியிருந்திருந்தால் பூமி இன்றும் தட்டை என்றே நாம் புரிந்திருப்போம்.

அடங்கியிருப்பவர்கள் அதிகமாக இருக்கும் சமூகத்தை எளிதில் அடிமைப்படுத்திவிட முடியும். இன்னும் சொல்லப் போனால் தங்களை யாராவது அடக்கியாள மாட்டார்களா என்று கூட அவர்கள் ஆள் தேடிக் கொண்டிருப்பார்கள்.

அடங்கியிருப்பவர்கள் தவறான உத்தரவிற்கு அடிபணிவார்கள். தங்கள் சுயத்தைத் தொலைத்தாவது சுகத்தைப் பெறமுடியும் என்றால் அவர்கள் அதற்குத் தயாராகவே இருப்பார்கள்.

கீழ்ப்படிதல் சற்று உயர்ந்த நிலை - ஓர் நிகழ்வின் சகல விளைவுகளையும் புரிந்துகொள்வதால் மட்டுமே கீழ்ப்படிதல் நடக்கும். கீழ்ப்படிதல் ஒரே தளத்தில் நிகழக்கூடியது. தன்னைத் தாழ்த்திக் கொள்ளாமல் நிகழவேண்டியது.

கீழ்ப்படிபவன் தனக்கு இடப்பட்ட உத்தரவு குறிப்பிட்ட சூழல்களில் மட்டுமே செல்லத்தக்கது என்பதை உணர்ந்தவன்.

அடங்கியிருப்பது ஒரு உடலசைவு மொழி மட்டுமே (body language) சமிக்ஞைகளால், தலையசைவுகளால், கைகளைக் கட்டுவதால், முதுகை வளைப்பதால் நிகழ்த்துகிற மேம்போக்கான செயல்பாடு மட்டுமே.

ஆனால் கீழ்ப்படிபவன் காரியத்தை நிறைவேற்றுவதில் குறியாக இருப்பவன். அவன் முடிவுகளை நோக்கி முற்றுப் புள்ளிகளை நகர்த்துபவன் (result oriented)

கசாபியாங்கா கீழ்ப்படிபவனாக இருந்திருந்தால் தீவிபத்திலிருந்து தப்பி தன் தந்தையை மகிழ்ச்சியில் ஆழ்த்தியிருப்பான். அவன் வெறும் அடங்கியிருப்பவனாக மட்டுமே நின்று போனதால் மாண்டுபோனான்.

கீழ்ப்படிபவர்கள் எதையும் முட்டாள்தனமாகப் பின்பற்றுவதில்லை. அவர்களிடம் பணிவு (humility) இருக்குமளவு கிளர்ச்சி செய்யும் (rebeliousness) மனப்பான்மையும் உண்டு. 'கதர்' என்ற சொல்லுக்கே கிளர்ச்சி என்பதுதான் பொருள்.

தன் மீது திணிக்கப்படும் எந்த ஒரு வன்முறைக்கும் அவர்கள் எதிர்ப்புத் தெரிவிப்பவர்களாகத்தான் இருப்பார்கள். ஏனென்றால் அவர்கள் பணிவு ஆன்ம பலத்தினால் விளைவது; அன்பினால் ஏற்படுவது; கருணையினால் கனிவது. அவர்களாகவே உவந்து தெரிவிக்கின்ற நேயமான மகிழ்ச்சி அவர்களுடைய பணிவு.

'நான் யாருக்கும் கீழ்ப்படிய மாட்டேன்' என்று முழக்கமிடுபவர்கள் தன் சொற்களைத் தானே தின்ன வேண்டிய நிலைமைக்கு உட்படுத்தப்படுவார்கள்.

'நான் திருத்தத்துக்குட்பட்டவன்' (I am subjected to correction) என்கிற மனப்பான்மைதான் மனிதனை மேன்மையடையச் செய்யும்.

எதைச் சொன்னாலும் அதற்குக் கட்டுப்படுவது அடங்கியிருப்பது; சொல்பவற்றில் நியாயம் இருந்தால் மட்டுமே கட்டுப்படுவது கீழ்ப்படிவது.

அடங்கியிருப்பது தனக்கு மேலிருப்பவர்களுக்கு மட்டுமே - ஆனால் கீழ்ப்படிபவன் தனக்குக் கீழ் பணி புரிபவர்கள் நியாயத்தைச் சொன்னால் அதற்கும் கட்டுப்படுபவன். அவன் கீழ்ப்படிவது நீதிக்கும் நேர்மைக்கும் தானே தவிர மனிதர்களுக்காக அல்ல.

முல்லாநசிருதீனுடைய மகன் அவர் எதைச் சொன்னாலும் அதற்கு நேர்மாறாகச் செய்வான். 'கதவைத் திற' என்று சொன்னால் கதவைச் சாத்துவான். 'எழுந்து நில்' என்றால் படுத்துக்கொள்வான். 'படி' என்றால் தூங்குவான்.

முல்லாவிற்கு என்ன செய்வது என்றே புரியவில்லை. அவனுக்கு எவ்வளவு புத்திமதிகள் சொல்லியும் அவன் திருந்துவதாகத் தெரியவில்லை. மிகவும் சிந்தித்து ஒரு முடிவுக்கு வந்தார். தன் மகன் என்ன செய்ய வேண்டுமோ, அதற்கு எதிர்மறையாகச் செய்ய ஆரம்பித்தார்.

'கதவைத் திறக்கவேண்டும்' என்றால் 'மூடு' என்பார். அவன் வேண்டுமென்றே திறந்து வைப்பான். முல்லாவுக்கு மகிழ்ச்சி. எப்படியோ தன் காரியங்கள் நிறைவேறுகிறதே என்று.

ஆனால் அவர் மகன் யோசிக்க ஆரம்பித்தான். "ஒரு மாதமாக நாம் எதற்கு நேர்மாறாகச் செய்தாலும் அப்பா முன்புபோல் திட்டுவது இல்லையே. இதில் ஏதோ விஷயம் இருக்கிறது."

அவனுக்கு உண்மை புரிந்துபோனது. முல்லாவிற்குக் கடையிலிருந்து ஒரு சாமான் வாங்கி வரவேண்டும்.

'நீ கடைக்குப் போய் இந்தச் சாமானை வாங்கி வந்தாயானால் உன்னைத் தொலைத்துவிடுவேன்' என்று எதிர்மறையாக ஏவினார்.

"சரி" என்று அவன் வாளாவிருந்தான்.

"எதைச் சொன்னாலும் ஏட்டிக்குப் போட்டியாகச் செய்வாய். இப்போது ஏன் பேசாமல் இருக்கிறாய்!" என்று ஆச்சரியமாகக் கேட்டார்.

"இனி எதற்குக் கீழ்ப்படியக்கூடாது என்பதை நான் தீர்மானித்துத் தான் செய்வேன்" என்றான் அவன்.

ஒருவர் உணர்ச்சிவசப்பட்டு சொல்லுகின்ற கட்டளைகளை உடனே செயல்படுத்தாமல் இருப்பதும் ஒருவித கீழ்ப்படிதல்தான்.

யாராவது மற்றொருவரைக் காட்டி "நான் எதைச் சொன்னாலும் செய்வான்" என்று பெருமைப்பட்டுக் கொள்வார்களேயானால், அவர்கள் மற்றொருவருடைய சுயத்தை அழித்துத் தேய்த்திருக்கிறார்கள் என்பது பொருள். மனிதர்கள் இயந்திரங்களாக மாறுவது இருத்தலின் அடிப்படை ரகசியத்தையே நிராகரிப்பதற்கு ஒப்பாகும்.

'ஒப்படைப்பது' என்பது மிகவும் உயர்ந்த நிலை. அது பரஸ்பரமாக நிகழக்கூடியது. முழுவதுமாகப் புரிந்துகொண்ட நிலையிலேயே அது சாத்தியம். சமநிலையில் மட்டும் அது கைகூடும். ஒப்படைக்கின்ற போது இருவருமே காணாமல் போகிறார்கள். அவர்கள் ஒப்படைக்கின்ற விஷயம் மட்டுமே பிரதானமாக இருக்கிறது.

ஒப்படைப்பவர்களுக்குக் கட்டளைகள் தேவையில்லை; வேண்டு கோள் போதுமானது - கடிதங்கள் தேவையில்லை - கையசைவே போது மானது - குறிப்புகள் தேவையில்லை - குறிப்பறிதலே போதுமானது.

அங்கு சொல்வதற்கு முன்னாலேயே செயல்கள் ஆரம்பித்து விடுகின்றன. ஏனென்றால் இருவருடைய ஆழ்ந்த உள்ளுணர்வும் இயைந்துவிடுகின்றன. சில வீடுகளில் தம்பதிகள் அப்படியிருப்பார்கள். ஒருவர் நினைப்பதை அடுத்தவர்கள் நிகழ்த்துவார்கள். அது ஏற்கெனவே பலமுறை ஒத்திகைகள் பார்த்துவிட்டுக் கணவருக்கு ஊதா நிறமும், ஊறுகாயும் பிடிக்கும் என்று ஒருமித்துச் சொல்லுகின்ற பாசாங்கு அல்ல.

ஒப்படைத்தலில் எதிர்ப்புகள் இல்லாத சம்மதம், தென்றல் வரும் பொழுது மொட்டுக்கள் இயல்பாக மலர்வது போல் நிகழ்ந்து விடுகின்றது.

நண்பர் சுகுமாருடைய ஆதங்கத்திற்கு வருவோம் -

இன்றைய தலைமுறையிடம் இருக்கும் அமைதியின்மை, அளவுக் கதிகமாக அவர்களை அடக்க நினைக்கும் சமூகத் திணிப்புகளாலும், நெருக்கடியை மென்னியைப் பிடித்து நிகழ்த்துகிற கல்விச் சூழல் களாலும் ஏற்பட்டிருக்கிறது.

ஓரிடத்தில் கஷ்டப்பட்டு அடக்கிய உணர்வுகளை இன்னொரு இடத்தில் வெளிப்படுத்தித்தானே தீரவேண்டும். கல்விக் கூடங்களில் அடக்கிய அக்கோபம் பெற்றோர்கள் மீது பீச்சிடுகிறது. நமக்கு நிறைய தான் பேராசை. எல்லாக் குழந்தைகளும் எப்படி முதல் மதிப்பெண் எடுக்க முடியும்? குழந்தைகளின் தேர்வுக்காக விடுப்பு எடுக்கின்ற பெற்றோர்கள் வீட்டை இன்னொரு பள்ளிக்கூடமாக மாற்றுகிறார்கள்.

பள்ளிக்கூடம் என்றாலே பயமும், பதற்றமும் ஏற்படுகிறது.

‘குஜராத்தில் ஏற்பட்ட பூகம்பம் இங்கு ஏற்பட்டிருந்தால் பரவா யில்லை. நான் பள்ளிக்குப் போகவேண்டிய அவசியம் இருக்காது’ என்று ஏங்கிய பள்ளிக்கூடச் சிறுவர்களைப் பார்த்திருக்கிறேன்.

யார் இறந்தால் பள்ளிக்குப்போக வேண்டிய அவசியம் இருக்காது என்ற மனநிலையில் பல மாணவர்கள் இருக்கிற காட்சியை நான் கண்டிருக்கிறேன். ஓசாமா பின்லேடன் தன் பள்ளியில் ஏன் குண்டு போடவில்லை என வருத்தப்படுகிற மாணவர்களை நான் சந்தித் திருக்கிறேன்.

எங்கு சுதந்திரம் இயல்பாக மலர்கிறதோ அங்கு கண்ணுக்குத் தெரியாத கம்பிவேலிகளை நாமாகவே நிர்ணயித்துக் கொள்கிறோம். எங்கே அதீதக் கட்டுப்பாடுகள் நம்மீது திணிக்கப்படுகிறதோ அப்போது சீனப் பெருஞ்சுவர்களையும் தாண்டிக் குதிக்கிறோம்.

குழந்தைகள் குறித்தும், இளைஞர்கள் குறித்தும் நம்மிடம் இருக்கும் அமைதியின்மை அவர்களிடம் பிரதிபலிக்கிறது - அவர்கள் பிம்பங்கள் மட்டுமே - நாமே வடுக்கள்.

அடங்கியிருக்கும் அவர்கள் ஒப்படைப்பவர்களாக மாறும் போது அவர்கள் பொறுமை, சகிப்புத்தன்மை என்கிற இயலாமையால் ஏற்படுகிற நீறு பூத்த நெருப்பாக இல்லாமல், அன்புமயம் என்கிற ஆழமான குளத்தின் குளிர்ச்சியாக இருக்கும்.

10. பெயரைத் தேடி

நம்மை எல்லோருக்கும் தெரிந்திருக்க வேண்டும், நான்கு பேர் நம்மைப் பார்த்ததும் அடையாளம் கண்டுகொள்ள வேண்டும் என்கிற நப்பாசை ஆரம்பத்தில் ஏற்படுவதுண்டு. இது இயற்கைதான். இதை நோக்கியே நாம் சகல நேரமும் சிந்திப்பவர்களாக வாழ்க்கையை வீணடித்து விட்ட பிறகுதான் நாம் எவ்வளவு அபத்தமாக ஆசைப் பட்டிருக்கிறோம் என்பது புரியும்.

பிரபலமாக இருப்பது பெருமை என்றும் அப்படி ஆவதே மகத்துவம் என்றும் நாம் எண்ணிக்கொண்டிருக்கிறோம். இதற்காக நாம் 'காவு' கொடுக்கிறவை, கையில் பெறுகின்றவற்றைக் காட்டிலும் அதிகம் என்பதே உண்மை.

ஒவ்வொருவரும் அவரவர் வட்டத்தில் தன்னைப் பிரதானப் படுத்திக் கொள்ளும் முயற்சிகளில் மூழ்குவதை ஆழ்ந்து நோக்கினால் புலப்படும்.

நம்மைப் பலருக்குத் தெரிந்திருப்பதில் நமக்கு என்ன ஆகப் போகிறது?

சின்ன வயதிலிருந்தே நாம் மற்றவர்கள் மதிக்கும்படி நடக்க வேண்டும் என்று சொல்லிக் கொடுக்கப்படுகிறது. நாம் நமக்காக வாழ் வதைக் காட்டிலும் அடுத்தவர்கள் நம்மைப் பற்றி உயர்வாக நினைக்க வேண்டும்; நம்மை அவர்கள் பாராட்ட வேண்டும். இப்படிப் பொய் முகமூடி போட்டுப்போட்டே நம் உண்மையான முகத்தைத் தொலைத்து விட்டோம்.

பின்னால் ஒருநாள் ஆற அமர்ந்து யோசித்தால் எவ்வளவு நாட்களை வீணடித்துவிட்டோம் என்பது புரியும்.

நாம் பார்க்கலாம்; திருமண அழைப்பிதழில் 'நல்வரவை எதிர் பார்க்கும்' என்கிற இடத்தில் தன் பெயரைப் போடாமல் விட்டதற்காகக் கோபித்துக் கொள்பவர்கள் எத்தனை பேர்?

அந்தத் திருமண அழைப்பிதழை எத்தனை பேர் பார்க்கப் போகிறார்கள்?

"திருமணங்கள் சொர்க்கத்தில் நிச்சயிக்கப்படுகின்றனவாம்.

அவ்வளவு உயரத்தில் ஓர் அசம்பாவிதம் நடந்தால் நம்மால் வேறென்ன செய்யமுடியும்."

என்கிறது ஒரு கவிதை (?!). இதில் இருக்கும் கவிதைத் தன்மை கேள்விக்குரியதாக இருந்தாலும் கருத்து ஓர் உண்மையைக் குறிக்கிறது.

பல பேர் தங்கள் திருமண அழைப்பிதழையே திரும்பப் பார்க்க விரும்புவதில்லை. பிரபலமாக இருப்பது வேறு. நல்ல பெயருடன் வாழ்வது வேறு. ஒழுக்கம், பண்பு, உள்ளுணர்வு ஆகியவை நம்மை நாமே செதுக்கிக் கொள்வதற்காக.

ஏதேனும் ஒரு விழாவிற்கு அடிக்கிற அழைப்பிதழில் தன் பெயர் சின்னதாக இருக்கிறது என வருத்தப்படுபவர்கள் எத்தனையோ பேரை நான் பார்த்திருக்கிறேன். பெயர் சின்னதானால் நம் முக்கியத்துவமும் குறைந்து போகிறது என்று யார் சொன்னது?

வாய் நிறைய இனிக்கும் தேனைத் தருகிற தேனீயை வைத்து நடக்கிற வியாபாரத்தைக் காட்டிலும் வலிக்கும் படியாகக் கடிக்கும் கொசுக்களை வைத்து நடக்கிற வர்த்தகம்தானே அதிகம்.

நமது விண்ணப்பங்களில் எல்லாம் 'நிரந்தர முகவரி' என்று குறிப் பிட்டிருப்பார்கள். நமது முகவரிகள் எல்லாமே தற்காலிகமானவை தான். முகவரிகள் மட்டும் இருக்கின்றன. முகங்கள் திரிந்துகொண்டே இருக்கின்றன.

சீக்கிரமே எல்லோருக்கும் தெரிந்திருக்கும்படி வளர்ந்துவிட வேண்டும். அதற்கு என்ன குறுக்கு வழிகள் இருக்கின்றன. எந்தக் குதிரையில் பணம் கட்டினால் வெற்றி கிடைக்கும்?

திரைப்படத்தில் சேர்ந்தால் விரைவில் வெற்றியும், பணமும், பிரபலமும் கிடைத்துவிடும் என்று சென்னைக்கு வந்து சுற்றித் திரிந்த வர்கள் பலர். படம் எடுக்கும் ஆசையில் பணத்தை விட்டவர்கள் பலர்.

பிரபலமாவது என்பது இயல்பாகப் பழம் பழுத்ததும் வவ்வால்கள் கூப்பிடாமலேயே கூத்தாடிக்கொண்டே பறந்து வருவதைப்போல நம் செயல்களின் தீவிரத்தால் தானாகக் கனிய வேண்டுமே தவிர தடியால் அடித்துக் கனியவைக்கும் பலாத்காரமாக இருக்கக்கூடாது.

பல நேரங்களில் 'பிரபலம்' என்கிற கடுதாசி தவறான முகவரிக்கே போய்ச் சேர்ந்துவிடுகின்றது.

"வெகு நாட்களுக்கு முன் செய்த தங்க வளையல், சோப்பு போட்டு விரல்களை மடக்கி தசைகளை குறுக்கி உள்ளே தள்ளியாயிற்று. மினுக்குகிற மணிக்கட்டுக்கு ஒருபோதும் தெரிவதில்லை விரல்கள் படும் வேதனை."

விரல்கள் வேதனைப்படுகின்றன. மணிக்கட்டுகளோ மகுடம் சூட்டிக்கொள்கின்றன.

பல நேரங்களில் பணி செய்பவர் ஒருவராகவும், பாராட்டுப் பெறுபவர் ஒருவராகவும் இருக்கின்றனர்.

"பாரத மாதாவுக்குக் கோயில் கட்டுகிறேன்" என்று தன்னை உருக்கிக்கொண்டு, தொழுநோய் வந்த பிறகும் நடந்தும், குதிரை வண்டிகளில் சென்றும் (ரெயில் ஏற அனுமதி மறுக்கப்பட்டதால்) உயிர் உள்ளவரை சுதந்திரத் தாகத்துடன் வாழ்ந்தவர்களையெல்லாம் மறந்துவிட்டோம். இன்று நாம் மனிதர்களுக்குக் கோயில் கட்டுகிறோம்.

ஒரு மாலை கழுத்தில் விழுகிறது என்றால், "இதற்கு நாம் தகுதி யானவர்களா?" என்று யோசிக்க வேண்டும். விழுந்த பிறகாவது தகுதி யானவர்களாக நம்மை ஆக்கிக்கொள்வோம் என்பது அடுத்த நிலை.

ஒரு விருது தரப்படுகிறது என்றால் "நாம் பெற்ற பிறகு யார் வேண்டுமானாலும் பெற்றுவிடலாம் என்கிற நிலை வந்துவிடக் கூடாது" என்று நாம் உன்னிப்பாக இருக்கவேண்டும். விருது பெறு வதற்கும், பரிசு பெறுவதற்கும் அதிகம் உழைப்பதைக் காட்டிலும் அதை அடையக் குறுக்கு வழியில் அதிகம் சக்தியைச் செலவழிப்பதில் நமக்கு நிகர் நாமே.

ஒரு சமுதாயத்தில் யார் யார் பிரபலமானவர்கள் என்பதிலிருந்தே அந்தச் சமுதாயத்தினுடைய ஆன்ம சக்தியை அடையாளம் காண முடியும். மிக மிக உயர்ந்த பணிகளை, பெயரைச் சொல்லாமல் அமைதி யாக ஆற்றுபவர்கள் இருக்கிறார்கள்.

கல்பாக்கம் அணுமின் நிலையத்தில் ஒருவரை சந்திக்க நேர்ந்தது. ஒவ்வொரு ஆண்டும் பக்கத்துக் கிராமத்தில் இருக்கும் சில மாணவர் களை அழைத்துத் தன்னுடைய வீட்டிலேயே தங்க வைத்துப் படிக்க வைக்கிறார். அவர்களுக்கு உணவையும் உற்சாகத்தையும் ஊட்டிப் படிப்பில் அவர்களின் கவனத்தைத் தீவிரப்படுத்துகிறார். அமைதியாக

நடக்கும் இப்பணி எவ்வளவு மகத்தானது! இவர்களைத்தானே நாம் பிரதானப்படுத்த வேண்டும். அவர்களுக்கு விருப்பமில்லாவிட்டாலும் அவர்களை நாம் முன்னிறுத்தினால் இன்னும் சிலர் அப்படி வருவார்கள்.

காஞ்சியில் நிலவொளிப் பள்ளிகள் நடந்தபோது என் பெயர் முக்கியமில்லை என்று சொல்லி பலர் நன்கொடைப் பணம் அளித்தது நினைவுக்கு வருகிறது.

எப்போது நாம் பெயருக்கும், புகழுக்கும் ஆசைப்படுகிறோமோ, அப்போது நம் செயல்களில் ஒரு தந்திரத் தன்மை வந்துவிடுகிறது. நாம் செயல்களில் ஈர்ப்பையும் விட்டுவிட்டு மற்றவர்கள் முகபாவனைகளை முக்கியமாக்கிக் கொண்டு விடுகிறோம். நாம் இயல்புத் தன்மையில் இருந்து விலகிவிடுகிறோம். நம் வார்த்தைகளில் வர்த்தகம் புகுந்து கொள்கிறது. செயல்களில் செயற்கை சேர்ந்துகொள்கிறது. கண்களில் கனிவு கசிவதற்குப் பதிலாக ஏக்கம் ஏறி உட்கார்ந்து கொள்கிறது.

பிரபலமாயிருப்பது ஒரு போதையைத் தருகிறது. ஒரு கட்டத்தில் உண்மையிலேயே நாம் உன்னதமானவர்கள் என்று எண்ண ஆரம்பித்து விடுகிறோம்.

நாம் பூரணமானவர்கள் என்று எண்ணிக்கொள்கிறோம். வரலாறு என்பது தம்மைப் பூரணமானவர்களாகக் கருதியவர்கள் தொடர்ந்து செய்த தவறுகளின் பதிவுதான்.

நிலவு முழுமையான வடிவத்தை அடைந்ததும் தேய்ந்து காணாமல் போகிறது. பூரணமான பிறகுதான் அது பூஜ்யமாவதற்கான பயணம் தொடங்குகிறது.

நாமும் நம்மைப் பூரணமானவர்களாகக் கருதிக் கொள்வோமே யானால் நம்முடைய தேய்பிறை ஆரம்பமாகிவிடுகிறது.

நாம் மதப்பில், மிதப்பில் தவறுகள் செய்கிறோம்.

நாம் பேசுவது எல்லாம் பெருங்காப்பியங்கள் என நினைக்கிறோம். நாம் சரியாகத்தான் செயல்படுவோம் என உறுதியடைகிறோம்.

நம்மை யாராவது தெரிந்து வைத்திருக்காவிட்டால் வருத்தப் படுகிறோம். ஏதோ நம்மைத் தெரிந்து வைத்திருப்பதைத் தவிர மற்றவர் களுக்கு வேறு வேலையே இருக்காது என்று இறுமாப்பு அடைகிறோம்.

எங்கேயோ ஒரு பள்ளிக் குழந்தைகளுக்குப் பாடப் புத்தகம் வாங்கித் தந்ததைக் கூடப் பதிவு செய்தாகவேண்டும் என நினைக்கிறோம்.

மனிதன் குறைபாடுகளின் கூட்டணி. அதை உணரும்போதுதான் குறைபாடுகளைக் குறைக்க முடியும்.

இன்னும் சிலருக்கு மனத்தாங்கல் உண்டு - "என்னை விட அவர்கள் எல்லாம் பிரபலமாக இருக்கிறார்களே, அவர்களைப் போய் தொலைக் காட்சியில் பேட்டி எடுக்கிறார்களே" என்று.

தொலைக்காட்சி அங்கீகரித்தால்தான் நாம் மூச்சு விடப் போகிறோமா? நமது மேன்மையை நாம்தான் நிர்ணயிக்க முடியும், அளக்கவும் முடியும்.

"நான் யார்?" என யோசிக்கும்படி ரமணர் சொன்னது நம்முடைய உண்மையான இயல்புத் தன்மையை உணராமல் நாம் மேம்போக்காகச் செயல்படுவதைக் குறித்தது.

மன இயலில் 'ஜொகாரி சன்னல்' என்ற தத்துவம் உண்டு. ஒவ்வொரு மனிதனிடமும்

1. தனக்குத் தெரிந்த மற்றவர்களுக்குத் தெரியாத தன்னுடைய இயல்பு.
2. தனக்குத் தெரியாத மற்றவர்களுக்குத் தெரிந்த தன்னுடைய இயல்பு.
3. தனக்குத் தெரிந்த மற்றவர்களுக்கும் தெரிந்த இயல்பு.
4. தனக்கும் தெரியாத மற்றவர்களுக்கும் தெரியாத தன்னுடைய இயல்பு என்று நான்கு பகுதிகளாக உள்ளுணர்வு செயல் படுகிறது.

நான்காவது பகுதி அதிகமாக உள்ளவர்கள் புரியாத புதிராகத் தங்களுக்கு விளங்காத செயல்களைச் செய்து அகப்பட்டுக் கொள் கிறார்கள். 'ஒரு மாதிரி' என்று முத்திரை குத்தப்படுகிறார்கள்.

நம்மை நாமே 80 சதவிகிதம் புரிந்துகொள்ளாமல் இருக்கும் போது, அடுத்தவர்கள் நம்மைப் புரிந்துகொள்ளவில்லையே, நம்முடைய திறமைகளைத் தெரிந்துகொள்ளவில்லையே என்று வருத்தப்படுவதில் என்ன பயன்?

வாசல் வழியாகவே வராத காற்று சன்னல் வழியாகவா வரப் போகிறது? அழகான ஜென் கதை ஒன்று உண்டு.

ஒரு வில்லாளி அபரிமிதமான திறமைகளுடன் இருந்தான். எதை வேண்டுமானாலும் ஒரே அம்பில் துளைக்கும் ஆற்றல் அவனிடம்

இருந்தது. தன்னை அரசாங்க வில்லாளியாக ஆக்க வேண்டும் என்ற ஆசை அவனுக்கு ஏற்பட்டது.

அந்த ஊர் மன்னனிடம் சென்றான். தன்னுடைய வில் திறமைகளை யெல்லாம் செய்து காட்டினான். "என்னை அரசாங்க வில்லாளியாக அறிவித்து கவுரவிக்க வேண்டும்" என்றான்.

அந்த மன்னர் யோசித்தார். பிறகு சொன்னார். நாம் ஊர் தெற்கு மூலையில் ஒரு மலை இருக்கிறதே. அங்கு ஒரு பெரியவர் இருக்கிறார். அவரிடம் சென்று உன் திறமையைக் காண்பி. அவர் உன்னை வில்லாளி யாக்கச் சொன்னால் நான் ஆக்கி விடுகிறேன் என்றார்.

அவனுக்கு ஆச்சரியம்; யாரோ ஒரு பெரியவர் பெயரைச் சொல்லு கிறார். நம்மைவிட அவர் திறமையானவராக இருக்கப் போகிறாரா என்ன என்று நினைத்துக் கொண்டான். மலையை அடைந்தபோது உச்சியில் ஒரு வயதான முதியவர் தீ மூட்டி சமைத்துக்கொண்டிருந்தார். அவரைத் தவிர அங்கு வேறு யாரும் இல்லை.

அவனுக்குக் கோபம் வந்தது. கண்கள் மங்கி முதிர்ந்த நிலையில் இருக்கின்ற இவரா நமக்குத் தகுதிச்சான்றிதழ் வழங்குவது?

கோபத்தை அடக்கிக்கொண்டு, "அரசர் உங்களிடம் என்னை அனுப்பி வைத்தார். நீங்கள் சொன்னால்தான் அவர் என்னை அரசாங்க வில்லாளியாக்குவாராம். என் திறமையைப் பாருங்கள்" என்று சொல்லி தூரத்துப் பொருட்களையெல்லாம் அம்பு எறிந்து தன் திறமையைக் காட்டினான்.

அந்தப் பெரியவர் அந்த மலைச்சிகரத்தின் முகட்டுக்குச் சென்றார். அவருடைய பாதத்தின் பாதிப்பகுதி வெளியே இருந்தது. ஆனாலும் எந்தப் பிடிப்பும் இல்லாமல் அங்கு நின்று கொண்டு, "இங்கே வா" என்று அவனை அழைத்தார்.

அவனால் அந்தச் சிகரத்தில் தள்ளாடாமல் நிற்க முடியவில்லை. தடுமாறினான். அவர் நின்றிருந்த விதம் அவனுக்கு மலைப்பாயிருந்தது.

"வில்லாளி என்றால் சமன் செய்யத் (balance) தெரிந்திருக்க வேண்டும். உன்னால் அது முடியவில்லை" என்று கூறிக்கொண்டே மேலே பார்த்தார். மேலே பறந்து கொண்டிருந்த நான்கு பறவைகள் அவர் அம்பு எய்தாமலேயே 'டப் டப்' என்று கீழே வந்து வீழ்ந்தன.

அப்போதுதான் அந்த வில்லாளிக்குப் புரிந்தது. "நாம் வில்லைக் கட்டிக்கொண்டு அழும்வரை வில்லாளியாக இருக்க முடியாது" என்று.

அந்த நிமிடம் அவனுக்குப் பொறி தட்டியது. வில்லைத் தூக்கி எறிந்தான்.

தன்னுடைய ஆணவத்தையும் கழற்றி எறிந்தான். தான் எவ்வளவு குள்ளம் என்பது அவனுக்குத் தெரிந்தது.

அவன் வீட்டுக்குச் சென்றான். விவசாயம் செய்தான். பேரும் புகழும் அடையவேண்டும் என்ற ஆசை அவனிடமிருந்து சென்றிருந்தது. ரசித்து ரசித்துக் கீரைகளை, காய்கறிகளைப் பயிரிட்டான். ஒவ்வொரு செடியோடும் அவனும் வளர்ந்தான்.

அந்த மலையில் இருந்தவர் மரணமடையும் நேரம் வந்தது. அரசர் வந்து பார்த்தார். "அந்த இளைஞன் வில்லாளியாக ஆசைப்பட்டான். அவனுக்குக் கொடுத்துவிடு" என்று சொல்லி விட்டு இறந்துபோனார்.

அரசனிடமிருந்து அவனுக்கு ஓலை வந்தது.

"நான் வில்லையும் அம்பையும் பார்த்தே பல நாட்கள் ஆகின்றன. எல்லாவற்றையும் உதறி எறிந்துவிட்டேன். இனி எதற்கு வில்லாளி பதவி" என்று சொல்லிக்கொண்டே மேலே பார்த்தான். அங்கு பறந்து கொண்டிருந்த ஏழு பறவைகள் அவன் பார்வை பட்டதுமே 'தொப், தொப்' என்று கீழே வந்து விழுந்தன.

தேடுவதை நிறுத்தியபோது தேடியது கிடைத்தது. யார் கை தட்டு வதற்காகக் குயில்கள் கூவுகின்றன? யார் பாராட்டுவதற்காக மலர்கள் விரிகின்றன? யார் சால்வை போடுவார்கள் என்று நதி ஓடுகிறது?

மகிழ்ச்சிக்காகப் படிப்போம்; பணி புரிவோம்; சேவை செய் வோம். இவையெல்லாம் வாழ்க்கையின் மையப் பகுதியில் நம்மைப் பிணைத்துக்கொள்கிற செயல்பாடுகள். வாழ்ந்த காலத்தில் 'பிரபலமான வர்கள் பட்டியலில்' பாரதி இடம் பெறவில்லை.

சார்லஸ் பிராட் இடம் பெறவில்லை, தாமஸ் பெலாயின் இடம் பெறவில்லை.

ஆனால் அவர்கள் வரலாற்றுப் பக்கங்களில் வாழ்கிறார்கள்.

அவர்கள் மிட்டாய்க்கு ஆசைப்படாததால் அவர்களுக்கு உலகம் விருந்து தந்து கவுரவித்தது. நாம் தற்காலிக ஆசைகளைத் தாங்கி யிருப்பதால் வாழ்க்கை 'கமர்கெட்'டைத் தந்துவிட்டுக் கழுத்துச் சங்கிலியைப் பறித்துக்கொள்கிறது.

11. சிரிப்போம் சிந்திப்போம்

சிரிப்பு என்கிற உன்னதமான நிகழ்வு நம் உதடுகளில் இருந்து உதிர்ந்தே விடப்போகிறதோ எனுமளவு நமது அன்றாடப் பிரச்சினைகள் நம்மை நெருக்கிக்கொண்டிருக்கின்றன. இயல்பாகவே நமக்கு நகைச்சுவையுணர்வு குறைவு. காரணம் சிரிப்பது மரியாதையற்ற செயல். பெரியவர்களுக்கு முன் சிரிக்கக் கூடாது. கடவுளுக்கு முன் சிரிக்க இயலாது.

இங்கு நிறைய கூடாதுகள் நம்மிடம்.

மனிதன் மட்டும்தான் சிரிக்க முடியும் என நாம் நினைத்துக் கொண்டிருக்கிறோம். சிம்பன்சி (குரங்கு)கள் கூட சிரிக்கின்றன. நாம் ஹா ஹாஹாஹா... எனச் சிரிக்கிறோம். அவை ஹாஹோ... ஹா ஹோ.. எனச் சிரிக்கின்றன.

மற்ற விலங்குகளும் புன்னகை புரிகின்றன. ஆனால் ஒரு நகைச் சுவையைப் பகிர்ந்துகொண்டு வாய் விட்டுச் சிரிப்பதும், திரும்பத் திரும்ப அவற்றை நினைவு கூர்ந்து மகிழ்வதும் நமக்கு மட்டும் சாத்தியம்.

மகிழ்ச்சியுடன் இருப்பவருக்கு இயற்கையே சிரிப்பது போலத் தான் தோன்றும். பூக்கள் செடிகளின் புன்னகைகளாகவும், அலைகள் கடலின் சிரிப்பலைகளாகவும் தென்படும். குயில் குதூகலத்தால் கூவுவதாகவும், மயில் மகிழ்ச்சியில் ஆடுவதாகவும் மனத்திற்குப்படும்.

சிரிப்பு நுண்ணறிவின் வெளிப்பாடு. உயர்ந்த அறிவு நிலையில் இருப்பவர்களால்தான் மற்றவர்களைச் சிரிக்க வைக்க இயலும். சிரிக்கும்போது மட்டும்தான் நாம் நிகழ்காலத்திலேயே நின்றிருக் கிறோம். அப்போது தியானத்திற்கு இணையாக அது இருக்கிறது.

சிரிப்பு நம்மைத் தளர்த்திக்கொள்ள உதவுகிறது. நம் நரம்புகளில் இருக்கும் இறுக்கம் குறைய சிரிப்பு மருந்தாகிறது. மந்திரமாகிறது.

அதனால்தான் அதிகாரத்தின் நெருக்கடியில் இருந்தவர்களுக் கெல்லாம் அவர்களைச் சிரிக்க வைக்க அருகில் அறிவாளிகள் இருந்தார்கள். அக்பருக்கு ஒரு பீர்பால் - கிருஷ்ண தேவராயருக்கு ஒரு தெனாலி.

இன்றைய இளைஞர்களில் பலர் எதிர்காலக் கனவுகளிலும் நிகழ்கால நேரமின்மையிலும் சிக்கி, சிரிக்கின்ற இயல்பை இழந்து இறுகிப்போன முகத்தோடு இருப்பதைப் பார்க்கிறோம். 'சிரிக்காமல் இருந்தால் நல்ல எதிர்காலம் உண்டு' என்று யாரும் உத்தரவாதம் தராமலேயே அவர்கள் அதைக் கடைப்பிடிக்கிறார்கள். கணினிக்கு முன் அமர்ந்து பலரும் கீ போர்டு ஆகிவிட்டார்கள். எதிரேயிருப்பவர்கள் சாஃப்ட்டுவேருக்கு இணையான வேகத்தில் இயங்கவேண்டும் என எதிர்பார்த்துக் கோபப்பட ஆரம்பித்து விட்டார்கள்.

நகைச்சுவையாக இருப்பவர்கள் எல்லாம் செயல்படாதவர்கள் அல்லர். மாறாகத் தாங்கள் செயல்படுவதைச் சாதனையாகக் கருதாமல், பூதாகரமாக ஆக்கிக்காட்டாமல் அவர்கள் பணியாற்றுபவர்கள். இயேசு கிறிஸ்துவுக்குக்கூட நகைச்சுவையுணர்வு இருந்ததாக sand and foam (மணலும் நுரையும்) நூலில் கலீல்கிப்ரான் குறிப்பிடுகிறார்.

மகாத்மா காந்தி நகைச்சுவையுணர்வு உடையவராக இருந்ததாகக் குறிப்புகள் கூறுகின்றன.

அதனால்தான் அவர் சென்ற இடங்கள் எல்லாம் நிறைய குழந்தைகள் சூழ்ந்து கொண்டனர்.

முகமது நபியும் நிறைய நகைச்சுவையுணர்வு நிறைந்தவர்தான்.

வயதான மூதாட்டி ஒருவர் அவரிடம் வந்து, "நான் சுவனபதிக்குச் செல்ல முடியுமா" என்று கேட்டார்.

சிறிதுநேரம் யோசித்துவிட்டு 'வயதான மூதாட்டியால் முடியாது' என்றார்.

அந்த மூதாட்டி வருத்தமடைந்தபோது 'வயதான மூதாட்டி சுவனபதிக்குள் நுழையும்போது அழகான குமரியாகி விடுவாள்' என்று சிரித்தபடி கூறினார்.

இப்படி ஆன்மிக நதியில் தழைத்தோங்கியவர்கள் யாருக்கும் சிரிப்பு பகையாக இருந்ததில்லை. அதனால்தான் தொல்காப்பியர் கூட "நகையே" என ஆரம்பித்து மெய்ப்பாடுகள் வரிசையில் சிரிப்புக்கு முதலிடம் தந்தார்.

ஜே.கிருஷ்ணமூர்த்தி "யார் தன்னைப் பற்றியும் சிரிக்க இயலுமோ அவரே நகைச்சுவை உணர்வு உள்ளவர்" என்று குறிப்பிட்டார். நாம் நம்முடைய தவறுகளுக்கும், முட்டாள்தனத்துக்கும் கூடச் சிரிக்க ஆரம்பிக்கும்போது நம்முடைய நகையுணர்வு ஒளி வீசுகிறது.

உலகத்திலேயே போலந்துக்காரர்களுக்கு நகைச்சுவையுணர்வு குறைவு என்பது போன்று அவர்களைப் பற்றி நிறைய துணுக்குகள் உண்டு.

"போலந்து நாட்டு டாய்லட் பேப்பர் மற்ற நாடுகளைக் காட்டிலும் ஆயிரம் அடி நீளமானது; ஏன் தெரியுமா? அந்த ஆயிரம் அடிகளும் எப்படி உபயோகிப்பது என்ற குறிப்புகள்" போன்று ஏகப்பட்ட துணுக்குகள் உண்டு.

ஒரு குறிப்பிட்ட மாநிலத்தையோ, மாவட்டத்தையோ, மதத் தினரையோ நகைப்புக்குட்படுத்தி அதில் நாம் அதிபுத்திசாலிகள் போலக் காட்டிக் கொள்வதில் எந்தப் பயனும் இல்லை.

நம் நாட்டில் சர்தார்ஜிக்கள் துணுக்குகள் இப்படிப்பட்டவை. உழைப்பாலும், திறமையாலும் உயர்ந்து நிற்கும் தங்களை மற்றவர்கள் இப்படிக் கூறுவது அவர்கள் மனத்தை மிகவும் புண்படுத்தியதாம். amritsar# Mrs. Gandhi's last battle என்கிற புத்தகத்தில் Mark Tully மற்றும் Satish Jacob குறிப்பிடுகிறார்கள்.

இடுப்புக்குக் கீழே எட்டி உதைக்கும் நகைச்சுவைகளைக் காலம் கீழே போட்டு மிதித்துவிட்டு முன் செல்கிறது.

நகைச்சுவையில் மூன்று ரகங்கள் உண்டு.

1. தன்னைத் தாழ்த்தி, மற்றவர்களைச் சிரிக்க வைப்பது.
2. மற்றவர்களை மட்டம் தட்டிச் சிரிக்க வைப்பது.
3. தன்னையும், மற்றவர்களையும் உயர்த்தி எல்லோரையும் சிரிக்க வைப்பது.

எப்போது சிரிப்பு, சம்பந்தப்பட்டவர்களையும் தன்னை மறந்து சிரிக்க வைக்கிறதோ அப்போது அது உயர்த்துகிற சுவையாக மாறுகிறது. அப்போது அது உதடுகளை மட்டும் அசைக்கின்ற சிரிப்பாக இல்லாமல் உள்ளத்தையும் துருவிப் பார்க்கிற இனிய நிகழ்வாக மாறும். சிரித்து முடித்தபிறகும் திரும்பத் திரும்ப எண்ணிப் பார்த்து மகிழத் தூண்டும்.

நாம் கோயிலில் நின்று சிரிக்க முடியாது. பூஜை நடக்கும்போது சிரிக்கக் கூடாது. ஏனென்றால் பக்தி இங்கு தீவிரமான (சீரியசான) விஷயம். அது தவறு என்பதை உணர்த்தத்தான் 'சிரிக்கும் புத்தர்கள்' என்கிற உருவகம் சீனத்தில் உருவானது. சிரிப்புதான் அவர்கள் தந்த

தகவல். இன்று பலர் அதை 'செட்டியார் பொம்மை' என்று சொல்லி வீட்டில் வைத்திருக்கிறார்கள். இன்னும் சிலர் அதை வைத்திருந்தால் 'பணம் கொட்டும்' என்று மூடநம்பிக்கையில் கையகப்படுத்தியிருக் கிறார்கள்.

நகைச்சுவை என்பது மேன்மைப்படுத்துவதாக இருக்கவேண்டும். நம்முடைய சாதாரண உணர்வுகளைக் கிளறுவதாக இல்லாமல் ஆன்ம உணர்வுகளை எழுப்புவதாக அமைந்திருக்க வேண்டும். எல்லோரிடமும் அருவருப்பை உந்தி எழச் செய்யும் ரசனைக்கும் இடம் இருக்கிறது. அந்த ரசனையின் அடர்த்தி வேண்டுமானால் வேறுபடலாம். அவற்றிற்குத் தீனிபோட்டு நம்மை கிச்சுகிச்சு மூட்டுகின்றவையெல்லாம் உண்மை யான நகைச்சுவையல்ல.

மென்மையாய் இதயத்தை வருடி நமக்குள் ஆனந்த அதிர்வலை களை ஏற்படுத்தும் வரிகளில் தான் சுவையும், சுகமும் கலந்திருக்கின்றன. ஏனென்றால் நகைச்சுவை இலகுவான 'லைட்' டான விஷயமல்ல. அது கனமான சீரியசான விஷயம்.

நமது பழமொழிகளிலும் நாட்டுப்புறப் பாடல்களிலும் நிறைய நகைச்சுவையுணர்வு கலந்திருப்பதைக் காணலாம்.

வாழ்க்கையின் தத்துவம் எத்தனை மணித்துளிகள் மகிழ்ச்சியுடன் நாம் இருந்திருக்கிறோம் என்பதுதான். பதவி, பணி, புகழ் எல்லாம் மகிழ்ச்சியை நோக்கிச் செல்லுகின்ற பாதைகள்தான். நமது தியாகங்கள் கூட மகிழ்ச்சியை அடிப்படையாகக் கொண்டவைதான். மகிழ்ச்சி யில்லாத தியாகங்கள் பலவீனங்களாகத்தான் இருக்கமுடியும். அல்லது ஏக்கங்களாகத்தான் தங்க முடியும்.

அழுகையைக் கூட நாம் சட்டென்று நிறுத்திவிடலாம். ஆனால் சிரிப்பை கடிவாளத்தைப் பிடித்து இழுத்து சட்டென்று நிறுத்த முடி யாது. சிரிப்பு நம்மை மீறிய செயல். அழுகையை வரவழைக்க 'கிளிசரீன்' உண்டு, நாமாகச் சிரித்தால்தான் உண்டு. ஆனால், சிரிப்பு தொற்றிக் கொள்ளக் கூடியது. குலுங்கக் குலுங்கச் சிரிப்பவர்களால் மற்றவர் களையும் விரைவில் சிரிக்க வைக்க முடியும். பற்றிக் கொள்ளுகிற பாஸ்பரஸ் தன்மை இருப்பதால்தான் இன்று நாம் சிரிப்பு அரங்குகளை சிறப்பு நிகழ்ச்சிகளாக நடத்திக்கொண்டு இருக்கிறோம்.

இன்று பல நோய்களுக்கு உடல் காரணமாக இருப்பதைக் காட்டிலும், மனம் காரணமாக இருப்பதை அறிய முடிகிறது. பதற்றமும், பயமும், பகிர்ந்துகொள்ளாத தன்மையும் நம் மனத்தின் மீது சுமையாய்

விழுந்து அழுத்துகிறது. நாம் பாரம் தாங்காமல் தள்ளாடுகிறோம். சிரிக்கும்போது நம் மனம் லேசாகிறது. தியானம், மனத்தை மென்மைப் படுத்துவது போல சிரிப்பும் நம்மைக் கனமிழக்கச் செய்கிறது. நகைச்சுவை, சமத்தன்மையை விநியோகிக்கிறது.

இன்று பல நகைச்சுவை நிகழ்ச்சிகளைக் காணமுடிகிறது. இயல்பாக நரம்புபோல் ஓடும் மென்மையான சுவை குன்றி வலுக் கட்டாயமாகத் திணிக்கப்பட்ட அப்பட்டமான குதர்க்கமும், கிண்டலும் அவற்றில் எதிரொலிக்கின்றன.

நையாண்டி நகைச்சுவையல்ல - அடுத்தவர் மனத்தைப் புண்படுத்தி சுகம்காணும் எதுவுமே நகைச்சுவையாக இருக்க முடியாது. வன் முறையின் இன்னொரு முகம் அது. "நான் உயர்ந்த ஆசனத்தில் உட்கார்ந்திருக்கிறேன் பார்" என்ற ஜம்பமடிக்கின்ற நகைச்சுவையும் கேலியும் கிண்டலும் பரிதாபமானவர்களைக் கண்டு பரவசமடையும் பரிகாசம்.

இந்த நகைச்சுவை அரங்குகளில் 50 துணுக்குகள் தெரிந்தால் போதும், அவற்றைத் திரும்பத் திரும்பப் பேசி ஏமாற்றிவிடலாம். இருபது வருடங்களாகப் பழைய ஜோக்குகளைச் சொல்லி காலம் தள்ளுபவர்கள் பலர். இவர்களின் நகைச்சுவை, ஞாபகங்களில் இருக் கின்றன. வாழ்க்கையில் இல்லை. இறந்த காலத்திலிருந்து தோண்டி எடுக்கப்படும் எதுவும் நகைச்சுவையல்ல. சிரிப்பு என்பது சர்க்கரைப் பொங்கலிலிருக்கும் சர்க்கரையைப் போலக் கண்ணுக்குத் தெரியாமல் இழையோடி இருக்கவேண்டும் (subtle humour) இன்றளவும் நிலைத்து நிற்கும் நகைச்சுவை சம்பவங்கள் அப்படிப்பட்டவைதான்.

இன்றும் மேற்கோள் காட்டப்படும் பெர்னார்ட்ஷாவின் வாழ்க்கைச் சம்பவங்களோ, சர்ச்சிலின் வாதச் சாரங்களோ பகிரங்க மற்ற இலை மறைவு காய்மறைவு துணுக்குகள்தான்.

ஆன்மிகக் கருத்துகளைக் கூடச் சிரிப்பு கொண்டு தேட முடியும்.

சிலருக்கு பூஜை ஒரு மீடியா, சிலருக்கு தியானம் ஒருவழி, சிலருக்கு தானம் ஒரு வழி, சிலருக்கு அன்பு ஒரு வழி, சிலருக்கு மகிழ்ச்சி ஒரு வழி, சிலருக்கு சிரிப்பு ஒரு வழி. அவ்வளவுதான்.

இங்கு நான் குறிப்பிடும் ஆன்மிகம் என்பது வாழ்வுக்கு முரணானது அல்ல. வாழ்வை அப்படியே ஏற்றுக்கொள்வது. அதை முழுவதுமாக ரசித்து மரணம் வரும்போது வருத்தம் கொள்ளாமல் வருத்திக் கொள்ளாமல் தன்னை ஒப்படைப்பது.

சுஃபி கதைகளில் நிறைய நகைச்சுவை இருக்கும்.

முல்லா நசிருதீன் குறித்த சம்பவங்கள் எல்லாம் வெறும் சிரிப்பைத் தாண்டி நம் உள்ளுணர்வை உலுக்குபவை.

முல்லாவின் எதிர்த்த வீட்டுக்காரர் தன் சட்டையில் கறுப்பு ரிப்பன் அணிந்திருந்தார். முல்லா அவரிடம்.

"கறுப்பு ரிப்பன் அணிந்திருக்கிறீர்கள். என்ன காரணம்?" என்றார்.

"என் அம்மா இறந்துவிட்டார்கள். அதனால் துக்கம் அனுஷ்டிக்கும் பொருட்டு இந்தக் கறுப்பு ரிப்பனை அணிந்துகொண்டிருக்கிறோம்."

"ஓ! அப்படியா?"

அடுத்த நாள் முல்லா வீட்டுக் கோழிக்குஞ்சுகள் எல்லாம் கழுத்தில் கறுப்பு ரிப்பனோடு வெளியே மேய்ந்துகொண்டிருந்தன.

பக்கத்து வீட்டுக்காரர் "என்ன முல்லா! உங்கள் கோழிக்குஞ்சுகள் கழுத்தில் கறுப்பு ரிப்பன் தொங்கிக்கொண்டிருக்கின்றன?" என்று கேட்டார்.

"அவற்றின் தாய் இறந்ததை அவை துக்கம் கொண்டாடிக் கொண்டிருக்கின்றன."

"எப்படி அவற்றின் தாய் இறந்தது?"

"நாங்கள் கறி சமைத்துவிட்டோம்."

உதடுகளோடு மட்டும் உறவாடி மறைகிற நகைச்சுவை மேலோட்டமாக இருக்கின்றது. உள்ளத்திலும் ஊடுருவிப் பாயும் நகைச்சுவை ஆழமானது மட்டுமல்ல. அது முளைத்து வேர்விட்டு வேறு பல ஆக்கப்பூர்வமான சிந்தனைகள் கிளைவிடவும் வழிவகுக்கும்.

கறுப்பு என்பது மட்டும் ஏன் அமங்கலமான நிறமாக இருக்க வேண்டும் - கேரம்போர்டு விளையாடும்போது வெள்ளைக்கு மட்டும் இரண்டு மதிப்பு - கறுப்புக்கு ஒன்று - சிவப்புக்கு ஐந்து என்ற பாகுபாடு ஏன்? சதுரங்கம் விளையாடும் போது ஏன் வெள்ளைக்காயை முதலில் நகர்த்தும் மரபு? நம் மனத்தில் கறுப்பு பற்றிய மரபு சங்கிலியானப் புறக்கணிப்பு இருந்துகொண்டே உள்ளது.

ஜென் கதைகளிலும் நகைச்சுவையுணர்வு உண்டு.

பரமார்த்த குருவின் கதை மேலோட்டமாக நகைச்சுவை குறித்து எழுதப்பட்டாலும் அது உண்மையில் குருகுலக்கல்வி முறையைக் கிண்டல் செய்து எழுதப்பட்டது.

ஆற்றைக் கடந்ததும் தன்னை எண்ணாமல் விட்டுவிட்டதால் எண்ணிக்கையில் ஒன்று குறைந்ததாக ஒரு கதை. அதாவது, சரியாக எண்ணக்கூடத் தெரிந்திருக்காதவர் குருவாக இருந்தார் என்பதுதான் சாரம். என்னுடைய சந்தேகம் - ஆற்றைக் கடந்த பிறகு சரியாக எண்ணத் தெரியாதவர்கள் ஆற்றைக்கடப்பதற்கு முன்பும் சரியாக எண்ணாமல் தானே இருந்திருப்பார்கள்? அப்போது எண்ணிக்கை சரியாகத்தானே இருந்திருக்க வேண்டும்?

நகைச்சுவை என்பது அன்பின்பாற்பட்டுத் தோன்ற வேண்டும்- கொஞ்சம் கூட இயல்பு வாழ்க்கைக்கும், அடிப்படை அறிவுக்கும் (logic) பொருந்தாவற்றை நகைச்சுவை என்ற பெயரில் நாம் கைதட்டிப் பாராட்ட வேண்டியதில்லை. மோசமான நகைச்சுவைகளைக் கழிக்கும் போதுதான் நல்ல நகைச்சுவையில் களிக்க முடியும்.

மனிதன் ஏன் புன்னகை புரிந்தான் தெரியுமா? "Phantoms in the Brain" என்கிற புத்தகத்தில் இது குறித்துக் கூறும்போது தற்காப்பு குறித்துத்தான் நாம் புன்னகை புரியும் பழக்கத்தை மேற்கொண்டோம் எனக் குறிப்பிடப்பட்டுள்ளது.

ஒரு தெருவில் இரண்டு நாய்கள் ஒன்றை ஒன்று கடக்கும்போது தங்கள் பற்களை வெளியே காட்டிப் பயமுறுத்திக் கொள்வதைப் பார்க்கலாம்.

"நீ என் மீது மோதினால் நானும் பதிலுக்குத் தாக்குவேன்" என்கிற கேடயமாக இப்படிப் பற்களைக் காட்டுகிற பழக்கம் ஏற்பட்டது. இது சிம்பன்ஸிகளிடமும் இருந்தது. மனிதன் பரிணாம வளர்ச்சியடைந்த போது தானும் இதுபோன்ற பழக்கத்தைக் கையாள ஆரம்பித்தான். தூரத்தில் இன்னொரு மனிதன் வரும்போது தன்னுடைய premolar பற்களை அவன் வெளியே காண்பித்து தன்னுடைய பயத்தை வீரமாகக் காட்டிக்கொள்கிற ஒரு தற்காப்பாக அது இருந்தது.

அவன் நாகரிகமடைய ஆரம்பித்த போது அப்படி பற்களைக் காண்பிப்பதே புன்னகையாக மாறியது.

ஆனால் இன்று-

புன்னகை ஒரு தற்காப்பு ஆயுதமாகத்தான் இருக்கிறது. "எதற்கும் புன்சிரிப்பு சிரித்து வைப்போம்! மனிதர் தவறாக எடுத்துக்கொண்டு கெடுதல் செய்யாமல் இருப்பார்" என்று நம்மைக் காப்பாற்றிக் கொள்ளும் பொருட்டு கேடயமாக ஏந்தப்படுகிற புன்னகைகள்தானே அதிகம்.

புன்னகை வாளாக இருப்பதைவிடக் கேடயமாகத்தான் அதிகம் செயல்படுகிறது.

நாம் நல்ல நகைச்சுவையைத் தேடி பிடித்துப் போற்றுவதிலும் ஆரோக்கியமற்ற நகைச்சுவையை ஒதுக்கித் தள்ளுவதிலும் இலக்கியம் மற்றும் வாழ்வுக்கான மறுமலர்ச்சி அடங்கியிருக்கிறது. பிறக்கும் பொழுது அழுதுகொண்டே பிறக்கும் மனிதன், சாகும்போது சிரித்துக் கொண்டே சாகமுடியுமேயானால் அதுவே மெய்ஞ்ஞானம், அதுவே மோட்சம், அதுவே முக்தி, அதுவே நிர்வாணம், அதுவே சுவனபதி, அதுவே இயற்கை எய்துதல்.

ஆனால் அதற்கான பயிற்சியை இந்த நொடியிலிருந்தே தொடங்க வேண்டியுள்ளது.

12. தோல்வியும் வெற்றியே

புத்தகக் கண்காட்சி உள் அரங்கில் என்னைப் பேச அழைத்திருந்தார்கள். பேசி முடிந்ததும் நன்றி கூறச் சென்றார் அகிலன் கண்ணன். "பார்வையாளர்களுக்கு ஏதேனும் கேள்வி இருந்தால் எழுப்பலாமே" என்றேன் நான். "நான் பேசுவதுதான் பேச்சு; நீங்கள் கேட்டுவிட்டு எழுந்து போய்விட வேண்டியதுதான்" என்ற சர்வாதிகாரப் போக்கையும், தான் பேசி முடித்ததும் எனக்கு முக்கிய வேலை இருக்கிறது என்று சொல்லி மேடையிலிருந்து நழுவுகிற போக்கையும் ஒருபோதும் நான் ஆதரித்ததில்லை.

கூட்டத்திற்கு என்னை அழைத்திருந்த அல்லயன்ஸ் ஸ்ரீநிவாசனுக்கு ஒரு தயக்கம். கேள்விகள் எக்குத்தப்பாக எகிறினால் பேச்சாளருக்குச் சங்கடம் நேரிடுமே என்கிற சிநேக மனப்பான்மை.

காளையைக் கொம்பைப் பிடித்து எதிர்கொள்ளுவதில் இருக்கிற உற்சாகம் எருதுகள் மீது ஏறி அமர்வதில் இருப்பதில்லை என்ற கொள்கை எனக்குண்டு.

வாசகர்களிடமிருந்து வந்தன விதவிதமான கேள்விகள். "இவர்களிடம் இருக்கும் நேர்மை அணைந்துவிடக்கூடாதே" என்று அக்கறையுடன் அவர்களுக்கு விடை சொன்னேன். அவற்றை விடை என்று சொல்ல முடியாது. வெறுமனே பிரதிபலிப்புகள் என்றுதான் சொல்லவேண்டும். ஏனென்றால் எந்தக் கேள்வி அனுபவத்தின் அடிப்படையில் முளைக்கிறதோ அதற்கு அனுபவத்தின் மூலம்தான் விடையை விளங்கிக்கொள்ள முடியும்.

அத்தனை கேள்விகளுக்கு மத்தியில் ஒரு கேள்வி மட்டும் என் நெஞ்சை இன்னும் 'பேப்பர் வெயிட்' போல அழுத்திக் கொண்டிருக்கிறது.

"நானும் எவ்வளவோ முயற்சிகள் செய்து பார்க்கிறேன். தொடர்ந்து தோல்விகளே ஏற்படுகின்றன."

இது கேள்வி அல்ல - ஒரு வாசகம் - வேதனையின் வெளிப்பாடு. விரக்தியினால் எழுந்தது என்று சொல்ல முடியாது. சோர்வினால் எழுந்தது.

இந்த ஓர் இளைஞருக்காக ஒரு கட்டுரையே எழுத வேண்டியிருக்கிறது. நிறைய விஷயங்கள் ஒருவருக்காகத்தான் சொல்லப்பட்டிருக்கின்றன.

கீதை கூட விஜயன் ஒருவனுக்காகத்தான் சொல்லப்பட்டது.

சிலம்பு கூட ஒருவருக்குத்தான் கதையாக சீத்தலை சாத்தனாரால் கூறப்பட்டது.

கீதாஞ்சலி கூட இறைமையை நோக்கி எழுப்பப்பட்ட வாசகங்கள் தான்.

தோல்வி என்பது வெற்றிக்கான படி என்று சொல்லலாம் - தோல்வி அனுபவம் என்று சொல்லலாம் - தோல்வி அடைந்து பின்னர் வெற்றி கண்ட பலரைப் பட்டியலிடலாம்.

ஆனால் அவை அனைத்துமே ஆறுதல் வார்த்தைகள்தான். நம்பிக்கை ஆறுதலாக நீர்த்துப் போவதைப் போன்ற அசிங்கம் வேறொன்றுமில்லை.

ராபர்ட்புரூஸ் - ஏழு முறை தோற்றதையும், சிலந்தியிடமிருந்து பாடம் கற்றதையும் நாம் படித்திருக்கிறோம்.

லிங்கன் - பலமுறை பாராளுமன்றத் தேர்தலில் தோற்றதை வாசித்திருக்கிறோம் - உலகப்போரில் வென்று உள்நாட்டுத் தேர்தலில் தோற்ற சர்ச்சிலைப் பற்றி அறிந்திருக்கிறோம். எடிசன் - பல்பை (bulb) கண்டுபிடிக்க ஆயிரம் தடவைக்குமேல் தோல்விகளைச் சந்தித்ததைக் கேள்விப்பட்டிருக்கிறோம்.

பாரதியின் "செந்தமிழ் நாடென்னும் போதினிலே" கவிதைக்கு மூன்றாம் பரிசுதான் தரப்பட்டது என்று தகவலறிந்தோம்.

உண்மைக்காக உழைத்தவர்கள் சிறைக்கம்பிகள் பின்னால் சிறகிழந்து வாடியதை வரலாறு நம் காதுகளில் கிசுகிசுக்கத்தான் செய்கிறது.

ஆனாலும் நம் சொந்த வாழ்வில் தோல்வி ஏற்படும்போது நாம் துவண்டு விடுகிறோம்.

இத்தாலிய வெளியுறவு மந்திரியாக இருந்த (Ciano) ஒருமுறை கூறினார் "வெற்றிக்கு எப்போதும் பல தந்தைகள் இருப்பார்கள்; ஆனால் தோல்வி மட்டும் அனாதையாக இருக்கும்."

ஆம் - வெற்றி விளைந்துவிட்டால் அதற்கு "நான்தான் காரணம்" என்று நெஞ்சை நிமிர்த்துவதற்கு ஏராளமானவர்கள் முன் வருவார்கள். ஆனால் தோல்வி ஏற்பட்டுவிட்டால் "நான் சரியாகத்தான் செய்தேன். அவர் ஒத்துழைக்கவில்லை... அவர் ஏமாற்றிவிட்டார்... நான் அப்போதே சொன்னேன்... எனக்கு முன்னேயே தெரியும்..." என்று ஏகப்பட்ட காரணங்களைச் சொல்லிப் பழியை அடுத்தவர்கள் மீது போட்டுவிட எத்தனிக்கிறோம்.

தோல்வி என்பது என்ன?

நாம் எதிர்பார்த்தது எதிர்பார்த்த மாதிரி நடக்கவில்லை என்றால் அதைத் தோல்வி என்கிறோம். அது பேருந்தைத் தவறவிட்டதிலிருந்து படிப்பை நழுவவிட்டது வரை எதுவாகவும் இருக்கலாம் - காதலில் பிறழ்ந்ததிலிருந்து பணி கிடைக்காதது வரை எப்படிப்பட்டதாகவும் இருக்கலாம்.

தோல்வியில் இரண்டு வகை உண்டு.

முதல் வகை - உலகப் பார்வையில் நம் மதிப்பு குறைந்து போகிற மாதிரியான நேர்வுகள்.

அதை நாம் அவமானம் என்றும்; கேவலம் என்றும் கருதிக் கொள்கிறோம்.

இரண்டாவது வகை - நமக்கு நாமே நிர்ணயித்துக்கொண்ட தராசுகளில் நாம் தட்டுத் தடுமாறுவது-

பெரும்பாலும் முதல்வகைத் தோல்விகளே இங்கு முக்கியமாக இருக்கின்றன. நாம் நமக்காக வாழ்வதைக் காட்டிலும் அடுத்தவர் களுக்காகத்தான் அதிகம் வாழ்கிறோம். நான் படித்திருக்கிறேன்.

முல்லா நசிருதீன் தன் நெருங்கிய நண்பர்களிடம் தன் தாடியைப் பற்றிக் குறை கூறிக்கொண்டிருந்தார்.

"இவ்வளவு பெரிய தாடி எவ்வளவு இடைஞ்சலாக இருக்கிறது தெரியுமா? முகம் கழுவினால் தாடி உலர நேரமாகிறது. பழரசம் பருகவோ, உணவு உண்ணவோ முடிவதில்லை. பராமரிப்புச் செலவும் அதிகம்- எண்ணெய் தடவி ஷாம்பு போட்டு அடிக்கடி நீவினால் மட்டுமே அழகு கூடும்" என்று தாடி வைப்பதில் உள்ள சிரமங்களை அடுக்கிக்கொண்டே போனார்.

அவருடைய நண்பர் ஒருவர் "இவ்வளவு தூரம் உங்கள் தாடியை நீங்கள் வெறுக்கிறீர்களே அப்புறம் எதற்கு இன்னும் அதை வைத்துக்

கொண்டிருக்கிறீர்கள்? பேசாமல் மழித்துவிட வேண்டியதுதானே?" என்றார்.

"என் மனைவியும் இதை வெறுக்கிறாள். அதனால்தான் அவளுக்கு வெறுப்பூட்ட இன்னும் வைத்துக்கொண்டிருக்கிறேன்!"

நம்முடைய செயல்கள் அனைத்துமே ஒன்று அடுத்தவர்களை மகிழ்ச்சியூட்டவோ, அல்லது அவர்களுக்கு வெறுப்பு ஏற்படவோ, பொறாமை உண்டாக்கவோதானே தவிர நம்முடைய திருப்திக்காகப் புரியப்படுபவை அல்ல.

"என் மகன் குறைந்த மதிப்பெண்கள் பெற்றால் நான் பணிபுரியும் கல்லூரியில் எப்படித் தலைகாட்டுவேன்?"

"என் மகள் வேறு சாதியில் திருமணம் செய்தால் என் சொந்தக் காரர்கள் முன்பு எப்படி தலையைத் தூக்கி வைத்துக் கொள்வேன்" என்றும் நம் தோல்வியை அடுத்தவர்கள் தீர்மானிக்கும்படி விட்டு விடுகிறோம். குறைந்த மதிப்பெண்ணால் மகன் எதிர்காலம் பாழாவதைக் காட்டிலும் நம் கவுரவம் பாதிக்கப்படுவதில்தான் நமக்கு அதிக வருத்தம்.

இரண்டாவது வகை 'தோல்வி' உற்று கவனிக்க வேண்டியது. நாம் நிர்ணயித்த அளவுகோல்களில் நாம் பிறழ்ந்து விடுவது சாதாரண விஷய மல்ல. நேர்மையிலிருந்து வழுவுவது அப்படிப்பட்டது. அதனால்தான் பாண்டியன் நெடுஞ்செழியன் உயிரிழந்தான். போரில் ஏற்படுகிற தோல்வியைக் காட்டிலும் பல மடங்கு மோசமானது அப்படிப்பட்ட தோல்வி.

மலர் சருகாவதைப் போன்ற துயரம் அதில் மாம்பழத்திற்குள் இருக்கும் வண்டைப் போல மையம் கொண்டிருக்கிறது.

அந்தத் தோல்வி குறித்துத்தான் நாம் சிந்திக்கவேண்டும். ஏனென்றால் அது நம்முடைய செயல்பாடுகளாலோ செயலற்ற தன்மை களாலோ விளைவது.

நாம் வளர்த்து வரும் செடி தண்ணீர் விடாததால் காய்ந்தால் அது தான் தோல்வியே தவிர நம் வீட்டுத் தென்னை மரம் இடிவிழுந்து கருகினால் அது தோல்வியல்ல.

"ஒரு மனிதன் தோல்வியடையும்போது முடிந்து விடமாட்டான். களத்தை விட்டு ஓடும்போதுதான் அவன் முடிந்து போகிறான்" என்று அமெரிக்க ஜனாதிபதியாக இருந்த நிக்சன் ஒருமுறை கூறினார். நான் நாகலாந்தில் இருக்கும் இந்திய காலாட்படை (army) அதிகாரிகளுடன் சிலகாலம் தங்க நேர்ந்தது. அது கூர்க்கா ரெஜிமண்ட்.

"இத்தனை இந்தியர்கள் இருக்கும்போது நாம் ஏன் நேபாள கூர்க்காக்களை இன்னும் வைத்திருக்க வேண்டும்?"

"அவர்கள் உயிர் போனாலும் போர்க்களத்தில் இருந்து ஓட மாட்டார்கள்." நம் அளவுகோல்களில் நாம் சரிந்து போனால் அது குறித்து நாம் தீவிரமாக யோசிக்க வேண்டும். உலகியல்ரீதியாகத் தோல்வியால் நாம் கலங்க வேண்டியதில்லை. ஏனென்றால் அவை அபிப்பிராயங்கள் மட்டுமே; உண்மையல்ல. உலகியல் வெற்றி என்பது மேலோட்டமானது. அழுக்கு பனியனைப் போட்டுக்கொண்டு மேலே தூய சட்டையைப் போட்டு செண்ட் பூசிக்கொள்வதைப் போல நமக்கு மட்டுமே தெரிந்த அருவருப்பு கூட மற்றவர்களால் நேசிக்கப்படலாம்.

ஆங்கிலத்தில் நூறு என்கிற ஒரு நூல் - உலகில் இதுவரை தாக்கத்தை ஏற்படுத்திய 100 பேரைப் பட்டியலிட்டிருக்கிறார் மைக்கேல் ஹார்ட் என்பவர். ஆனால் அந்தப் பட்டியலில் ஆர்க்கிமெடிஸ் பெயர் இல்லை. மேரி க்யூரி இல்லை. பெஞ்சமின் ப்ராங்ளின் இல்லை. மகாத்மா காந்தி இல்லை; ஆபிரஹாம் லிங்கன் இல்லை. லியானர்டோ டாவின்ஸி இல்லை.

"இவர்களெல்லாம் நல்லவர்கள், மிகப் பெரிய மனிதர்கள். ஆனால் பெரிய அளவில் நிரந்தரமான தாக்கத்தை ஏற்படுத்தவில்லை" என்கிறார் ஆசிரியர்.

யார் வேண்டுமானாலும் பட்டியலிடலாம். தான் பட்டியலிட்டதற்கான சமாதானங்களைச் சொல்லலாம். உணவு விடுதிகளில் பதார்த்தங்களை எளிதில் பட்டியலிட முடியுமே தவிர யதார்த்தங்களை யாராலும் இவ்வளவு தான் எனப் பட்டியலிட முடியாது.

விஞ்ஞானிகள் சோதனைகளின் மூலமாகப் பலவற்றைக் கண்டு பிடிப்பதற்கு முன்பே டாவின்ஸி தன் 'ஸ்கெட்ச்'களால் அவற்றின் வடிவத்தைத் தீர்க்க தரிசனத்துடன் வரைந்து வைத்தவர். அவருடைய 'மோனலிஸா' ஒன்று போதும் - மவுனமாக பூடகமான புன்னகை எவ்வளவு தாக்கத்தை ஏற்படுத்தும் என்பதற்கான பதிவைச் செய்ய.

அவர் இருதயத்தின் வடிவத்தைக்கூட, தன் உள்ளுணர்வால் (Intution) வரைந்து வைத்தவர். பாராசூட்டின் வடிவம் கூட அவர் தூரிகைக்குத் தப்பவில்லை. ஆனால் அவற்றையெல்லாம் கண்டுபிடித்த பிறகுதான் அவருடைய கோட்டோவியங்கள் கிடைத்தன என ஹார்ட் சமாதானம் கூறுகிறார். காந்திஜி கூடத் தான் சித்தாந்தத்தில் தோல்வி யடைந்துவிட்டதாகக் கூறுகிறார்.

ஆனால் அவருடைய பட்டியலில் ரத்தவெறி பிடித்த காட்டு மிராண்டியாகச் செயல்பட்ட செங்கிஸ்கானுக்கு 21-வது இடம் தந்திருக்கிறார். எடிசனுக்குக்கூட 38-வது இடம்தான்.

இதை நான் குறிப்பிடுவதற்குக் காரணம், இந்த உலகம் வெற்றி எனக் கொண்டாடுவது குறித்து நாம் கவலைப்பட வேண்டியதில்லை. நாம் நம்முடைய இலக்கை சரியாகத் தீர்மானித்துக்கொண்டால் போதும்.

நம்மிடம் இருக்கும் நல்ல சாரங்கள் நமக்கே பல நேரங்களில் தெரியாமல் போவதால் பயன்படுத்தப்படாத அம்புகளாய் அவை துருப்பிடித்துப் போகின்றன. மகத்தான இலக்கை நோக்கிச் செல்கிற பயணம் நிறைவேறாமல் போனாலும் அது வெற்றிதான். குருவிகளுக்குக் குறி வைக்காமல் மனித வேட்டையாடும் புலிகளுக்குக் குறி வைப்பதில் தான் வீரம் அடங்கியிருக்கிறது.

தோல்விகள் பலவிதமாக நிகழலாம். முயற்சியின்மையால் ஏற்படலாம். சரியான நேரத்தில் செய்யாததால் நிகழலாம். நம் மதிப்பீடு சரியாக இல்லாததால் உண்டாகலாம். நம் எதிர்பார்ப்பு ஏராளமாக இருந்ததால் ஏற்படலாம்.

ஒவ்வொரு முறை நாம் தவறும்போதும் ஆழ்ந்து பரிசீலனை செய்ய வேண்டும். எங்கே நாம் இடறியிருக்கிறோம் என்பதை நாம்தான் கண்டுபிடிக்கவேண்டும்.

வெற்றியடையத் தனியாக சூத்திரங்கள் எதுவும் இல்லை. நாமாகத் தான் அதற்கான சூத்திரத்தை நமக்கு மட்டுமே ஏற்றவாறு கண்டறிய வேண்டும். மற்றவர்களின் சூத்திரங்கள் அவர்கள் உள்ளாடைகளைப் போல அவர்களுக்குத்தான் பயன்படுமே தவிர போர்வையைப் போல எல்லோருக்கும் உபயோகமாகாது.

யாரும் நம்முடைய காதுகளில் அதை காயத்ரி மந்திரத்தைப் போல கிசுகிசுத்துவிட்டுச் செல்ல மாட்டார்கள். அப்படிச் சொன்னாலும் அவை கடன்வாங்கிய தகவல்கள். விலை உயர்வதற்கு முன்னால் வாங்கிய அஞ்சலட்டைகளைப் போல - அவற்றால் எந்த லாபமும் ஏற்படாது.

நாம் தோற்ற காரணத்தைக் கண்டுபிடித்தாலே போதும். நாம் வெற்றிக்கான திறவுகோலை வடிவமைத்துவிட்டோம் என்று பொருள்.

நாம் எல்லோருமே கற்கள்தான். செதுக்கப்பட வேண்டியவை ஏராளமாக இருக்கின்றன. எப்போது நாம் 'சிற்பம்' என்றும் இனி

உளிக்குத் தேவையே இல்லை என்றும் எண்ணுகிறோமே அப்போதே நாம் அருங்காட்சியகத்திற்குத் தள்ளப்படுவோம்.

இருத்தல் நம்மை அழகாகத்தான் படைத்திருக்கிறது. ஆற்றல்களோடுதான் அனுப்பியிருக்கிறது. நாம் அவற்றை உணர வேண்டும். உணராத ஆற்றலும், ஊறாத நீரும் தாகத்தை தணிக்க முடியாது.

ஒரு மிகப்பெரிய பணக்காரர் தன் வீடு அயற்சியைத் தருவதாக எண்ணினார். எதை அழகு என எண்ணி நிர்ணயித்தாரோ அதுவே அவருக்குத் தனிமையை ஏற்படுத்துவதாகவும் சோகத்தை வரவழைக்கத் தக்கதாகவும் ஆகிப்போனது. அதை எப்படியாவது விற்றுவிட்டு வேறு வீடு வாங்குவது என்று முடிவு செய்தார். வேறு ஏதாவது வீடு கிடைக்கிறதா என்று தினமும் செய்தித்தாள்களில் விளம்பரங்களைப் பார்க்க ஆரம்பித்தார். தரகர் ஒருவரிடம் தன் வீட்டைச் சீக்கிரம் விற்க ஏற்பாடு செய்யும் படி அறிவுறுத்தினார்.

"அழகான வீடு; எதிரே ஓடை, கண்கள் விழித்தால் தெரியும் பனிமலை. அமைதியான சூழல். பசுமையான சோலை" என்று ஒரு வீடு குறித்து விளம்பரம் செய்யப்பட்டது. உடனே தரகரிடம் போன் செய்து "இன்று செய்தித்தாளில் விளம்பரத்தில் வந்தள்ள வீட்டை நான் வாங்கலாம் என்று முடிவு செய்திருக்கிறேன், உடனே அதைப் பேசி முடியுங்கள்" என்றார்.

"அது உங்கள் வீட்டைப்பற்றிய விளம்பரம்தான்" என்றார் தரகர். இது (thus spate Zarathushtra # Osho) ஓஷோ புத்தகத்தில் நான் வாசித்த துணுக்கு. அடுத்தவர்கள் சிலாகிக்கும் வரை நம்முடைய நிறைகள் கூட நமக்குத் தெரிவதில்லை.

இந்த உலகில் எல்லாத் திறமைகளும் உடையவர்களும் இல்லை. எந்தத் திறமையும் இல்லாதவர்களும் இல்லை. இயற்கை ஒரு சமத் தன்மையுடன் நம்மைப் படைத்திருக்கிறது. சிறகுகள் இல்லாத பறவைகளுக்குக் கால்கள் கனமாக இருக்கிறது. வண்ணமில்லாத மலர்களுக்கு வாசம் கூடுதலாக இருக்கிறது.

நம்மிடம் எது இருக்கிறது என நாம் தேடிப் பார்க்க வேண்டும். நம் திறமைக்கேற்ப நம் திக்குகளைத் தீர்மானித்துக்கொள்ளவேண்டும். பாராட்டு நம் இலக்காக இருந்தால், பணம் மட்டுமே நம் இலக்காக இருந்தால், நாம் அடிக்கடி தோல்வியைத்தான் சந்திக்க இயலும்.

உன்னதமான உயரத்தை அடைய முற்படுபவர்கள், துருவ நட்சத்திரத்திலிருந்து விழும் மழைத் துளிகளுக்காகக் காத்திருக்கும் சாதகப்பட்சிகளைப் போல தவமிருக்கிறார்கள்.

பனங்கொட்டையை நடுபவர்களுக்குத் தெரியும், நிச்சயம் தங்கள் காலத்தில் நுங்கு சாப்பிட முடியாது என்று. ஆனால் நாம் சாப்பிடும் நுங்கு வேறு யாரோ நட்ட மரத்திலிருந்துதானே கிடைக்கிறது என்று அவர்கள் திருப்திப்பட்டுக் கொள்கிறார்கள்.

இலட்சியம் மட்டும் உயர்ந்ததாக இருந்தால் நம்மால் முடியா விட்டாலும் நமக்குப் பின்னால் வருபவர்கள் அதை நிறைவேற்றி வைப்பார்கள். வீரபாண்டிய கட்டபொம்மனும், திப்புசுல்தானும் ஒரே வருடம் (1799) உயிர் நீத்தனர். நம்முடைய சந்ததியிலாவது ஆங்கிலத் தளைகளிடமிருந்து விடுபடுவார்கள் என்கிற நம்பிக்கையில்தான் அவர்கள் மூச்சு காற்று கலந்திருக்கும்.

கயத்தாறில் காற்று இன்றும் தன் மாரில் அடித்துக்கொண்டு அழுவதால்தான் அங்கு காற்றாலைகள் மின்சாரத்தைக் கடைய (windmills) முடிகிறது. டர்கினவ் என்கிற ரஷ்ய எழுத்தாளர் வழியில் ஒரு யாசகனைச் சந்தித்தார். அவன் அவரிடம் யாசகம் கேட்டான். சட்டைப்பைக்குள் கைவிட்ட டர்கினவ்தான் பணம் எதுவும் எடுத்து வராததை உணர்ந்தார். யாசகனோ அவர் சட்டைப் பைக்குள் கை விட்டதும் தனக்கு ஏதாவது கிடைக்கும் என எதிர்பார்த்தான். அவருக்கோ ஒருவிதமான நெருடல். அவன் கைகளைப் பிடித்து "என் மீது கோபப்படாதே சகோதரா! என்னிடம் ஏதுமில்லை" என்றார். அந்த யாசகன் கண்களை உயர்த்திச் சிரித்தான். "என்னை சகோதரன் என்று நீங்கள் அழைத்ததே மிகப்பெரிய பரிசு" என்றான்.

யாசகர்கள் கூடப் பொருள்களைக் காட்டிலும் மனத்தைப் பெரிதாக மதிக்கிறார்கள்.

நமது தோல்விகள் நமக்குக் கல்விச் சாலைகளாக இருக்கின்றன.

நம் வெற்றியின் போது சுயநலமிகள் நம்மைச் சூழ்ந்திருக்கிறார்கள். தோல்வியின் போதுதான் நமக்கு உண்மையானவர்களை நாம் அடை யாளம் காணுகிறோம்.

வறட்சியின் போதுதான் குளிர்ச்சியான இதயங்களைக் கூர்ந்து நோக்க முடிகிறது. நாம் நம்மைப் பரிசீலிக்கும்போது சமூகம் மறைந்து போக வேண்டும். நாம் மட்டுமே எஞ்சியிருப்போமேயானால் நமது

எண்ணம் நிறைவேறிவிடும். அது குறித்து நாம் கவலைப்பட வேண்டிய தில்லை.

நாம் ஒரு பவுதிக விபத்தால் மட்டும் பிறந்ததாக டாக்டர் கோவூர் குறிப்பிடுகிறார். (Begone Godmen)

அப்படி அது விபத்தாக இருந்தாலும் அதை நோக்கமுடையதாக (Purposeful) நம்மால் மாற்றிக்கொள்ள முடிந்தால் தோல்வி என்று எதுவும் இல்லை. எல்லாத் தோல்விகளும் வெற்றி என்கிற இடத்தை அடைகிற பாதைகளாகவே பரிமளிக்கின்றன.

13. தேர்வும் சுகமே

அண்மையில் தொலைதூரத் தொடர்புக் கல்வி மூலம் தேர்வு எழுதுகிற அனுபவம் ஏற்பட்டது. பெரும்பாலானோர் ஏற்கெனவே ஏதேனும் ஒரு பணியில் இருப்பவர்கள். தங்கள் தகுதியை அதிகரித்துக் கொள்ளும் பொருட்டு தேர்வு எழுதுபவர்கள் சிலருக்கு வயது நாற்பது - சிலருக்கு ஐம்பது கூட.

ஆனாலும் அவர்களின் வயதின் முதிர்ச்சியைத் தேர்வு எழுதுகிற முறையில் காணமுடியவில்லை. இன்னமும் அருகில் இருப்பவர்களிடம் கிசுகிசுப்பது, விடை கேட்டு நச்சரிப்பது இப்படியாகச் சில சில சம்பவங்கள்.

எத்தனை வருடங்களானாலும் தேர்வு குறித்த பயமும், தாக்கமும் அது ஏற்படுத்தும் உளைச்சலும் நீங்காமல் அப்படியே இருக்கின்றன. காரணம் படிப்பதும், தேர்வும் நமக்கு சுகமான நிகழ்வாக அமைய வில்லை.

இப்போது தேர்வுக்கான ஆயத்தங்கள் தொடங்கி விட்டன. எல்லா நொடிகளிலும் மதிப்பெண்கள் என்னும் இலக்குகளே மகத்தான உரு எடுத்து மாணவர்களின் கண்முன் நின்று பயமுறுத்துகின்றன.

பள்ளிகளும் பெற்றோர்களும் எப்படியாவது பாடத்தை விழுங்கி, ஆனால் தொண்டைக்குழிக்குள்ளேயே வைத்திருந்து அப்படியே கக்கிவிடவேண்டும் என்ற தீவிரப் பயிற்சிக்கு அவர்களை ஆளாக்க முயற்சிகள் மேற்கொண்டிருக்கிறார்கள்.

படித்தது ஜீரணமாகி அறிவு திடப்பட வேண்டும் என்பதைக் காட்டிலும் மதிப்பெண்கள் கிடைத்தால்போதும் என்ற எண்ணம் அவர்களை அதிகமாக ஆட்படுத்துகிறது.

குறுக்கு வழியிலாவது வெற்றிவேண்டும். தங்கள் குழந்தைகள் பொறியியல் அல்லது மருத்துவக் கல்லூரியில் நுழைந்துவிட வேண்டும். அப்படி நுழைந்துவிட்டால் அதற்குப் பிறகு அவர்கள் எதிர்காலம் பற்றிக் கவலையில்லை. இது அவர்கள் சித்தாந்தம்.

எதிர்காலம் உருப்படியாக இல்லாமல் போக எத்தனையோ காரணங்கள் புதிதாக முளைக்கலாம். கல்வி மட்டுமே அதை செம்மையான பாதையாகச் செதுக்கிவிட முடியாது. வாழ்வில் இரண்டும் இரண்டும் எப்போதும் நான்காகவே இருப்பதில்லை.

கக்குவது மட்டுமே இலக்கு என்ற நிலையில் தேடல் மங்குகிறது. இங்கு ஒரு வாந்தி அல்லது மலச்சிக்கல். மலச்சிக்கலுக்கு ஒருபோதும் வயிற்றுப்போக்கு தீர்வாக அமைய முடியாது.

தேர்வைச் சந்திக்கிற துணிச்சலையும், அதை மகிழ்ந்து நுகரும் தன்மையையும் மாத்திரம் ஏற்படுத்திவிட்டால் போதும். மாணவர்களாகவே அதை சமாளித்து விடுவார்கள். ஒருநாளைக்கு மூன்று முறை எடை பார்த்து 'உடல் தேறியிருக்கிறதா' என்று பரிசீலிப்பது போல தினம் நடத்தப்படுகிற தேர்வுகள் எந்தப் பலனையும் எத்தகைய வளர்ச்சியையும் அளித்துவிட முடியாது என உணர வேண்டும்.

தேர்வு வந்ததும் உணவின் அளவைக் குறைத்து அறைக் கதவுகளை மூடி எல்லா நேரமும் பாடப் புத்தகங்களையே சுவாசித்து பலர் தளர்ச்சி அடைவதைப் பார்க்கிறேன்.

தேர்வு என்பது நம்மை விரிவுபடுத்துகிற மகரந்தச் சேர்க்கையாக நிகழ வேண்டுமே தவிர நம் இயல்பைப் பறித்துவிடுகிற சூறாவளியாக நிகழக்கூடாது.

தேர்வு நேரத்தில் சிலர் நோய்வாய்ப்படுவதும், தேர்வு எழுதுகிற போது மயங்கி விழுவதும், படித்ததெல்லாம் மறந்த மாதிரி பிரமை ஏற்படுவதும் நாம் உணவை உதாசீனம் செய்வதால்தான்.

அதிக உழைப்பு உடலில் உஷ்ணத்தை உற்பத்தி செய்கிறது. கண்கள் சிவந்து விடுகின்றன. உடல் தளர்ந்து விடுகின்றது. சமயத்தில் வயிற்றுப் போக்குக்கு வழி வகுத்து விடுகிறது.

தேர்வுக்கு ஒரு மாதத்துக்கு முன்பு மருத்துவரிடம் 'அமீபியாசிஸ்' போன்ற பிரச்சினை இருக்கிறதா எனக் கலந்தாலோசிப்பது அவசியம். அது தேர்வு நேரத்தில் நம்மை சோர்வுக்கும் இக்கட்டுக்கும் ஆளாகாமல் காப்பாற்றும். குறைந்த, சத்தான உணவு, பழங்கள், இளநீர், மோர், புரதச்சத்து மிகுந்த பயறு வகைகள் ஆகியவை வயிற்றை நிரப்பாமல் வனப்பைத் தரும்.

நான் உடலைப் பேணிக் காப்பதற்கு அறிவுறுத்துவதற்குப் பின்னால் ஒரு பெரிய சம்பவம் உண்டு.

நான் 1986-ல் குடியுரிமைத்தேர்வில் ஐ.பி.எஸ். சேர மதிப்பெண் களால் தகுதி பெற்றும் உடல் ரீதியாகத் தகுதி பெறவில்லை.

மார்புச் சுற்றளவு போதிய அளவு இல்லாததால் ஐ.பி.எஸ். பணிக்கு நான் தகுதி பெறவில்லையென்றும் மருத்துவ பரிசோதனையில் எனக்கு மாறுபாடு இருக்குமேயானால் (objection) மற்றொரு வாய்ப்புக் கேட்டு 'அப்பீல்' செய்யலாம் என்றும் கடிதத்தில் தெரிவிக்கப் பட்டிருந்தது.

என்னுடைய இதயம் அந்தச் செய்தியை அறிந்ததுமே சுக்கு நூறானது. தேர்வுக்குப் படிக்கும்போது பெரும்பாலும் 'மிக்சி'யில் சாதத்தை அரைத்துக் குடித்து நேரத்தை மிச்சப்படுத்துவதாக நான் கருதியதன் விபரீதம் அப்போது புரிந்தது.

எனக்கு நெருங்கிய நண்பராக இருந்த டோனிக்கும். அவர் தந்தை திரு.சேவியருக்கும் இத்தகவல் தெரிவிக்கப்பட்டது.

ஐ.பி.எஸ். தேர்ச்சிபெற மார்புச் சுற்றளவின் தேவை - சுருங்கிய நிலை 79 செ.மீ. விரிந்த நிலை : 84 செ.மீ. சிவில் சர்வீசஸ் படிக்கும் போதே சற்று நன்றாகச் சாப்பிட்டு ஓய்வெடுத்திருக்க வேண்டும். படிப் பதற்கும், சாப்பிடாமல் இருப்பதற்கும் புனிதத் தொடர்பு இருப்பது போன்ற வீண் கற்பனையில் என்னை நானே தண்டித்துக் கொண் டிருக்கிறேன்.

அந்த மாயையான குற்ற உணர்வு உடலை வருத்திப் படுக்கையிலும் வீழ்த்திவிட்டது. உடல் தேறி எழுவதற்குள் போதும் போதும் என்றாகி விட்டது. மருத்துவப் பரிசோதனையில் மூச்சை உள்ளிழுத்து 'தம்' கட்ட முடியாமல் போனது.

திரு.சேவியர் சொன்னார், கவலைப்படாதே அன்பு. எனக்குத் தெரிந்த body builders நிறைய பேர் இருக்கிறார்கள். இரண்டு வாரம் அப்பீல் டைமுக்குள் உடலை தேற்றிவிடலாம் என்று.

அவசரம் அவசரமா 'இஞ்ச் டேப்' கொண்டு வரப்பட்டு மார்புச் சுற்றளவு அளக்கப்பட்டது. 77 செ.மீ. இருந்தது.

"இன்னும் இரண்டு சென்டி மீட்டர்தான், தாராளமாகத் தேற்றி விடலாம்" என்றார் டோனி. அடுத்த நாள் இரண்டு கட்டுமஸ்தான வாலிபர்களை டோனியும் அவர் தந்தையும் அழைத்து வந்தனர்.

அவர்கள் என் உடலை முழு 'லுக்' விட்டுவிட்டு "தேற்றிவிடலாம்" என்றார்கள்.

முதலில் என்ன சாப்பிட்டால் உடம்பு தேறும் என்று பட்டியல் போடப்பட்டது. காலையில் பழைய சாதம் சாப்பிட்டால் சதை போடும் என்றார்கள்.

காலை உணவு - பழைய சாதமே பஞ்சாமிர்தமானது.

எழுந்தவுடன் கொண்டைக் கடலையைத் தண்ணீரில் மூழ்க வைத்து ஒருவேளை உணவு; மதியம் நெய் போட்டு நிறைய சாப்பாடு; மாலையில் பழரசம், பிறகு பால். இரவு சப்பாத்தி, ரொட்டி; பின் இரவு பூவம்பழம், பால்.

முதல் நாள் சாப்பிடும்போது பெண்டு கழன்றுவிட்டது. அருகிலேயே இருந்து சாப்பாட்டைத் திணிக்க அம்மாவின் அதட்டல், விழி பிதுங்கி விட்டது.

காலையில் ஒருமுறை தீவிர உடற்பயிற்சி என்று தண்டால், "bench press" "pushups" கரலாக்கட்டை என ஏகப்பட்ட முயற்சிகள்.

விதவிதமான வாலிபர்கள் டோனியால் வரவழைக்கப்பட்டனர். ஆளாளுக்கொரு பயிற்சி தந்தனர்.

மாலையில் வேறொரு இடத்திற்குச் சென்று பயிற்சி தொடர்ந்தது.

ஒருவாரம் சென்றிருக்கும்; மார்புச் சுற்றளவு அளக்கப்பட்டது.

ஏற்கெனவே 77 சென்டிமீட்டர் இருந்த மார்பு 75 செ.மீ. ஆகக் குறைந்திருந்தது!

"ஆரம்பத்தில் சுருங்கித்தான் பின்னால் விரியும்." இது பயிற்சி தந்தவர்களின் நம்பிக்கை வார்த்தைகள்.

அப்போது வீட்டிற்கு வருகிற அத்தனை பேருடைய மார்புச் சுற்றளவும் அளக்கப்பட்டது. மறுபடியும் போஷாக்கு உணவு. கடுமை யான பயிற்சிகள் ஒரே வாரத்தில் உடல் நலிந்து படுக்கையில் வீழ்ந்தேன்.

தேறி எழுந்தபோது மார்புச் சுற்றளவு சுருங்கிய நிலையிலும், விரிந்த நிலையிலும் ஒரே அளவில் நின்றிருந்தது 74 செ.மீ. ஐ.பி.எஸ். கனவுகள் தகர்ந்தன.

இரண்டாவது முறையாக சிவில் சர்வீசஸ் எழுதியபோது உடல் நலனைக் கவனித்துக் கொண்டதில் மார்புச் சுற்றளவு சரியாக இருந்தது. ஐ.ஏ.எஸ். கிடைத்ததால் அதிலேயே சேர்ந்துவிட்டேன்.

தேர்வைச் சந்திக்கவும், விரைவாக, அழகாக விடைகளைப் பதிவு செய்யவும் ஆற்றல் தேவை. அதற்கு உணவு, மிதமான உடற்பயிற்சி, நல்ல ஓய்வு ஆகியவை முக்கியம்.

தேர்வு குறித்த பயம் பெரும்பாலும் அடுத்தவர்களால் ஊட்டப்
படுகிறது. கடைசி நேரத் தயாரிப்பாலும், வெறுப்பினாலும், ஏற்கெனவே
பெற்ற குறைந்த மதிப்பெண்களாலும், மற்றவர்கள் இகழ்ச்சியாலும்
அது உருவாகிறது.

நாம் சுயமாகத் திருப்புதல் தேர்வு எழுதிப் பார்ப்பதாலும், படித்த
வற்றை மற்ற மாணவர்களுடன் விவாதிப்பதிலும் பயம் அகலும். படித்த
வற்றை மற்றவர்களுக்குச் சொல்லிக் கொடுக்கும் போதே கல்வி நூறு
விழுக்காட்டை அடையும் என்று நன்னூலில் பவணந்தி முனிவர்
குறிப்பிடுகிறார்.

எனக்கு ஒரு சீனக்கதை நினைவுக்கு வருகிறது. ஒரு மூங்கில் கம்பு,
ஒற்றை இழை கொண்ட மெல்லிய நூல், வளைந்த ஊசி, சோற்றுப்
பருக்கை, தயாரானான் மீன் பிடிக்க. மீன் பிடித்து முடித்து எழுந்திருக்
கையில் வண்டி நிறைய மீன்கள். நீர் ஓடையின் ஆழமோ அதிகம், சுழல்
வேறு. இருந்தாலும் தூண்டில் அறுந்தோ, கம்பு உடைந்தோ போக
வில்லை.

அந்நாட்டு அரசனுக்கு வியப்பு, இது எப்படி சாத்தியம்! அரசவைக்கு
அவனை வரவழைத்து விசாரித்தான்.

"அரசே - என்னுடைய தந்தை வில் அம்பு எய்துவதில் தேர்ச்சி
பெற்ற ஒருவரைப் பற்றி கூறியிருக்கிறார். அவர் பறவைகளை வேட்டை
யாடும் பொழுதும் மிகவும் சாதாரண வில்லை வைத்திருப்பார் என்றும்,
காற்றடிக்கும் பக்கமாக அம்பை எய்து விடுவார் என்றும், மேகங்களுக்
கிடையே பறக்கும் இரண்டு பறவைகளை ஒரே அம்பினால் வீழ்த்துவார்
என்றும் கூறியிருக்கிறார். இது அவருடைய செயலில் உள்ள ஆழ்ந்த
கவனத்தினாலும் கைத்திறனாலும் சாத்தியமாயிற்று. அவரை முன்
மாதிரியாகக் கொண்டு நான் மீன் பிடிக்கும் கலையைக் கற்றுக்
கொண்டேன். என்னுடைய திறமையைக் கூர்மையாக்கிக் கொள்ள
ஓராண்டு தேவைப்பட்டது" என்றான்.

"நான் ஆற்றுக்கு மீன் பிடிக்க வருகையில் என் மனத்தில் மீன்
பிடிப்பதைத் தவிர வேறு எந்த எண்ணமும் இருக்காது. நான் தூண்டிலைப்
போடும்போது என் கை மிக வலுவாகவும் இருக்காது. அதே சமயத்தில்
லேசாகவும் இருக்காது. அந்த நேரத்தில் என் கவனம் முழுவதும் என்
செயலிலேயே இருக்கும். என்னுடைய தூண்டிலும் சோற்றுப்
பருக்கையும், மீன்களுக்கு சோறும் நுரையும் போலத் தோன்றும்.
ஆகவே எந்தத் தயக்கமும் இன்றி மீன்கள் அதை விழுங்கி என்

தூண்டிலில் மாட்டிக்கொள்ளும். இதைப்போலத்தான் பலத்தைப் பலவீனம் வெற்றி கொள்ளும். வலுவானவற்றை வலுவற்ற எளிய செயல்களால் பெற முடியும்." நாம் எப்போது நம்முடைய பலவீனங் களைச் சரியாக உணர்கிறோமோ அப்போது அவற்றை பலமாக மாற்றிக் கொள்கிறோம்.

எதுவுமே இயல்பாக நிகழ வேண்டும். திணிக்கும்போது அது நழுவிவிடும். எதிர்மறையான விளைவுகளையே ஏற்படுத்தும். அது தலைவலியை உண்டாக்கும்; மூச்சுத் திணறலை உருவாக்கும்; நம்மை வெகு நேரம் கவலையில் ஆழ்த்திவிடும்.

தூக்கம் வராதபோது தூங்க முயற்சி செய்வதும், படிக்கத் தோன்றாத சூழலில் படித்துத்தான் தீருவது என்று அடம்பிடிப்பதும் நம்முடைய பிரயத்தனங்களை வியர்த்தமாக்கிவிடும்.

அயர்ந்து தூங்கிக்கொண்டிருந்த ஒரு நோயாளியை அவசர அவசரமாக ஒரு நர்ஸ் எழுப்பினார்.

"என்ன விஷயம்?" என்று நோயாளி கேட்டார்.

"உங்களுக்குத் தூக்க மாத்திரை கொடுக்க மறந்துவிட்டேன்" என்றார் நர்ஸ்.

ஏற்கெனவே தீவிரமாகப் படித்துக்கொண்டிருப்பவர்களைக் கொம்பு சீவுவதாக நினைத்துக்கொண்டு அவர்களை அதிகமாக முறுக் கினால் அது துணியைப் போல கசங்கி கிழிந்துபோக வழிவகுத்துவிடும். ஒரே நாளில் குண்டாக முடியாது.

பெற்றோர்கள் உரத்து ஒலிக்கும் தொலைக்காட்சித் தொடர்களை சற்று சன்னப்படுத்தலாம். மாணவர்களுக்கு நம்பிக்கையூட்டலாம். அவர்கள் ஏதேனும் படித்ததை விவாதிக்க விரும்பினால் களம் அமைத்துத் தரலாம். உற்சாகப்படுத்தலாம். அவர்கள் தங்களைத் தளர்த்திக்கொள்ள வாய்ப்பு ஏற்படுத்தலாம்.

நமது பயத்தை அவர்கள் மீது ஏற்றி விடுவதோ, அவ நம்பிக்கை யூட்டுகிற மாதிரி அவர்களை எச்சரிப்பதோ நிச்சயம் வேர்களில் வெந்நீர் ஊற்றுவதைப்போல வேண்டாத விளைவுகளை உண்டாக்கி தளிர்களை வாடச் செய்து செடியையே காய வைத்துவிடும்.

இந்தத் தேர்வு இதில் பெறுகிற மதிப்பெண்களுடன் முடிந்து விடுவதில்லை. இது தொடர்கிறது. வாழ்க்கையே ஒரு தேர்வுதான். வாழ்வுடன் தொடர்புபடுத்திப் படித்தால் முதலாம் வகுப்பில் படித்தது

முதிர்ந்த வயதிலும் கைத்தடியாகவும், ஊன்றுகோலாகவும் உதவும், படிப்பது நம்மை செழுமைப்படுத்தத்தான்.

எதிர்காலத்துக்கான இனிய முன்னுரையாக நடைமுறை வாழ்க்கை (present life is prelude to the future) அமைய வேண்டும். என ஸாராதுஷ்ட்ரா குறிப்பிடுவது போல இந்தத் தேர்வுகள் பின்னர் நாம் சந்திக்கும் எல்லாத் தேர்வுகளுக்குமே ஒரு பயிற்சி என்பதை உணர வேண்டும்.

நன்றாகப் படித்து சிறப்பாக எழுதுகிற தேர்வு, கனவுகளில் தேர்வு எழுதுகிற பிரமையைத் தோற்றுவிக்கிறது.

தேர்வும் வாழ்க்கையும் ஒன்றுதான். நொடிக்கு நொடி விழிப்புணர்வும் அன்பு மயமான அணுகுமுறையும் நம் வாசிப்பை வளப்படுத்தும். அறிவைத் திடப்படுத்தும். ஞானத்தை மேம்படுத்தும்.

14. எது ஆன்மிகம்?

புகை வண்டியில் பயணம் மதுரையை நோக்கி. என் எதிரே அமர்ந்திருக்கும் அறிமுகமாகாதவர் பேச ஆரம்பித்தார்.

"ஆன்மிகம் குறித்து இந்த வயதில் பேசுகிறீர்களே?"

அவர் மட்டுமல்ல. இன்னும் பலரும் ஆன்மிகம் குறித்துத் தவறான கருத்துகளைத் தங்கள் எண்ணம் முழுவதும் சுமந்து கொண்டிருக் கிறார்கள்.

ஆன்மிகம் என்பது வாழ்க்கையை மறுதலிப்பதல்ல.

மாறாக ஏற்றுக்கொள்வது.

சாவையும் சமமாக.

ஒவ்வொரு நொடியையும் மகிழ்ச்சியுடன் கழிக்கக் கற்றுக் கொள்வது.

நம்மைச் சுற்றியுள்ள அழகை ஒவ்வொன்றாகக் கண்டு ரசிப்பது, அதிசயமானது.

பூக்களைப் பார்க்கும்போது அவற்றின் காம்புகளாகவும், பறவை களைப் பார்க்கும்போது அவற்றின் இறகுகளாகவும் மாறத் துடிப்பது.

கருணை நிரம்பி வழியும் கண்களுடன் உலகை ஒளியுடன் உற்று நோக்குவது, இவைதான் வாழ்க்கையைக் குறித்த ஆன்மிகச் சிந்தனைகள்.

நம்மையும், நம்மைச் சுற்றியுள்ளவர்களையும் அன்புமயமான உலகில் ஆழ்த்துவதற்கான சின்னப் பயணத்தில்தான் ஆன்மிகம் தொடங்குகிறது. எவ்வளவு சின்ன வயதில் ஆன்மிகம் தொடங்குகிறதோ அவ்வளவு நல்லது. இதயத்தை மென்மையாகவும், மூளையைத் திடமாகவும் மாற்றுகிற மந்திரம் அது. தன்னை உணர ஆரம்பிக்கும் முதல் படி ஆன்மிகம். வெளியே தேடுவதுடன் உள்ளேயும் தேடுவதற்கு முற்படுகிற முனைப்பில் அது உதயமாகிறது.

உண்மையான ஆன்மிகம் இறைமையை ஒவ்வொரு உயிரிலும் காண்பதாக அமைகிறது. யார் வேண்டுமானாலும் ஆன்மிகவாதி யாகலாம். அதற்குத் தனித் தகுதிகள் ஏதும் தேவையில்லை.

கொஞ்சம் இழக்க மட்டும் தயாராக வேண்டும்.

தன் முனைப்பை, தான் என்ற அகங்காரத்தை, சுயநலத்தை, பிடிவாதத்தை உதிர்ப்பதே அதற்கான ஆயத்தம்.

இவற்றையெல்லாம் நான் செய்ததாகச் சொல்லவில்லை. ஆனால் இவற்றைப் பற்றிப் புரிந்துகொள்ளுதல் எனக்குண்டு.

வழிபாடுகள் செய்வதும், பிரார்த்தனைகள் புரிவதும், கோவிலுக்குச் செல்வதும் சமயநெறிகள். ஆனால் அவை கூட பலன்களைத் தாண்டிய நிலையில் - ஆண்டாளுக்கு நிகழ்ந்தது போல, மீராவுக்கு நேர்ந்தது போல் அன்பினால் நிகழ வேண்டும்.

குறிப்பிட்ட மதத்தின் மீது வெறியாய் இருப்பதன் மூலம்தான் இறைமையை அடைய முடியும் என்கிற தவறான நம்பிக்கை, விரிசல்களைப் பிளவுகளாக்கிப் பிரதானப்படுத்துகிறது.

மதப் பேதமையைக் கடக்கும்போதுதான் ஆன்மிகம் மலர்கிறது.

அங்கு எல்லா உயிர்களும் பிரபஞ்சத்தின் பிஞ்சுக் குழந்தைகள். ஆன்மிகம் இணைக்கிறது.

பிபின் சந்த்ரா (Bipin Chandra) தன்னுடைய நூலில் (மதத்தீவிர வாதம்) குறித்த மூன்று நிலைகளைக் குறிப்பிடுகிறார்.

முதல் நிலையில் இரண்டு மதத்தினர் தங்களுக்குத் தனித்தனி சித்தாந்தங்கள் இருப்பதாகக் கருதுவது.

அடுத்த நிலையில் அவர்கள் இருவரும் தங்கள் சித்தாந்தங்கள் தனித்தனியானவை மட்டுமல்ல மாறாக, வேறு வேறானவை என எண்ணுவது.

மூன்றாவது நிலை முற்றிய நிலை. அந்நிலையில் தங்கள் சித்தாந்தங்கள் ஒன்றுக்கொன்று முரணானவை எனக் கருதுவது.

இரண்டாவது மூன்றாவது நிலைகளில்தான் நாம் 'வழிபாடு' என்கிற நிலையிலிருந்து தடம் புரள ஆரம்பிக்கின்றோம்.

நம் வழிபாடு ஏன் தடம் புரள்கிறது?

எப்போது பிரச்சினைகள் தோன்றும்போது மட்டும் கோவிலை நாம் நாடுகிறோமோ அப்போதே அது ஒப்பந்தம் ஆகிவிடுகிறது.

எல்லா ஒப்பந்தங்களுக்குள்ளும் உடைத்துப் பார்த்தால் உள்ளே ஒளிந்துகொண்டிருக்கும் வர்த்தக உள்ளங்கள் எகிறிக் குதிக்கும்.

நம் முரண்பாடுகள் வடிவங்கள் குறித்துத்தானே தவிர உள்ளடக்கம் குறித்தல்ல.

எந்தப் பெயரால் இறைமையை விளிப்பது?

எந்த மந்திரத்தால் இறைமையை அர்ச்சிப்பது என்பதுதான் இங்கே தகராறுகளின் வரலாறுகள் தரும் தகவல்கள்.

நாம் பயிர்களை விட்டுவிட்டுக் களைகளை அறுவடை செய்கிறோம்.

நாம் ஆண் பனைகளில் பானைகளைக் கட்டுகிறோம்; பதநீர் இறக்குவதற்கு.

புத்தகத்தை அட்டையின் அழகு பார்த்து மட்டும் வாங்குவதைப் போன்ற மனநிலையில்தான் நாம் இருக்கிறோம்.

நம் வழிபாட்டுத் தலங்களின் வடிவங்கள் கூம்பு வடிவத்தில் இருக்க வேண்டுமா கும்ப வடிவத்தில் இருக்க வேண்டுமா என்பதுதான் இங்கு வாதம்.

கும்பிடப்போகும் தெய்வத்திற்கு மூன்றெழுத்தா, நான்கு எழுத்தா என்பதுதான் இங்கே மிகப் பெரிய கேள்வி!

உண்மை ஜெயிப்பதைக் காட்டிலும் நாம் ஜெயிப்பது நமக்கு முக்கியம்.

நம் வாழ்த்து நிறைவேறுவதைவிட நம் சாபம் பலிப்பதில் நமக்குப் பெருமை.

கட்டப்படுகிற கோவில்களில் இருக்கும் கற்களின் தரத்தைக் காட்டிலும் உள்ளத்தில் ஊறுகின்ற எண்ணங்களின் எழுச்சிதான் முக்கியம் என்பதை உணர்த்தத்தானே மன்னன் கட்டிய கோயிலை விட்டுவிட்டு சாதாரண குடிமகன் உள்ளத்தில் கட்டிய கோயிலில் எழுந்தருளினார் ஈஸ்வரன் என்பதைப் பூசலார் வாயிலாகப் பெரிய புராணம் உணர்த்தியது.

நம்முடைய பிரச்சினை - நாம் உள்ளத்தில் கோயில் கட்டுவது கடினம் என்பதால் வெளியில் கட்டித் திருப்திப்படுகிறோம். நாம் எளிதானதைத் தேர்ந்தெடுத்துக் கொள்கிறோம்.

நம் கைகளில் இருந்த வேதப்புத்தகங்களைப் பறித்துக்கொண்டு வெடிகுண்டுகளைத் திணித்தது யார்?

நம் கைகளில் இருந்த பூமாலைகளைத் திருடிக்கொண்டு மலர் வளையங்களைப் பிணைத்தது யார்?

நம் கைகளில் மரியாதைக்காகப் போர்த்த வைத்திருந்த சால்வைகள் எப்போது சவத்துணிகள் ஆயின?

இசையை உச்சரிக்க வேண்டிய இதழ்களில் வசவுகளை எழுதி விட்டுச் சென்றது யார்?

நான் கேள்விப்பட்டிருக்கிறேன்,

இருபது வருடங்களுக்கு முன்பு இடையர்காடு கிராமத்தில் இரண்டு மதத்தினர் தங்கள் கோயில் திருவிழாக்களை ஒன்றாகச் சேர்ந்து கொண்டாடியதை.

நான் பார்த்திருக்கிறேன்,

நாகப்பட்டிணத்தில் பணியாற்றியபொழுது கல்லார் தர்ஹா திருவிழாவில் அங்கிருக்கும் அக்கரைப்பேட்டை மீனவ சமுதாய நாட்டார்களுக்கு முதல் மரியாதை தரப்படுவதை.

வேளாங்கண்ணியில் மதங்கள் கரைந்த நம்பிக்கை மேலோங்கு வதையும் நாகூரில் நல்ல எண்ணங்கள் பிரிவுகளைக் கடந்து பிரமாண்ட மாய் உயர்ந்து நிற்பதையும் மடப்புரம் காளியம்மன் கோயிலில் முக்காடிட்ட சிலர் முன் வரிசையில் அமர்ந்து இருப்பதையும் பார்க்கும் போது பூமத்தியரேகையை நாமாகத்தான் வரைந்திருக்கிறோம் என்பது எனக்குப் புலனாகிறது.

இங்கே வலுவாக இருக்கிற இளைஞர்களே மென்மையாக இருக்கிற காரணத்தால் எல்லோரும் அவர்களையே குறி வைக்கிறார்கள்.

மெழுகாக இருப்பதால் அவர்களை எளிதாக உருக்கிவிடலாம் என்றும், கற்பூர புத்தியாக உள்ளதால் அதை ஏமாற்றிப் பற்ற வைக்கலாம் என்றும் எண்ணுவதால் அவர்களை ஒன்று சேர விடாமல் பிரிப்பதிலேயே பலர் மும்முரமாய் இருக்கிறார்கள்.

நமக்கு முதல் வகுப்பில் சொல்லிக்கொடுத்த நான்கு காளைகள் - ஒரு சிங்கம் கதை இன்றும் பொருந்துவதாக இருப்பதுதான் வேடிக்கை. ஆனால் இங்கு நரி வராமலேயே சிங்கம் தாக்காமலேயே காளைகள் ஒன்றுக்கொன்று முட்டி மோதிக் கொள்கின்றன.

இங்கே ஒரே கைகளுடைய விரல்கள் ஒன்றை ஒன்று கிள்ளிக் கொள்கின்றன. ஒரே மனிதனின் பாதங்கள் ஒன்றை ஒன்று மிதித்துக் கொள்கின்றன.

நமது நம்பிக்கைகள் மார்க்கமாக இருக்கும் வரையில் பிரச்சினை யில்லை; மூர்க்கமாக மாறும்போதுதான் நம் அறைகளே சிறைகளா கின்றன.

கடவுள் நம்மைக் காப்பாற்றட்டும். நாம் கடவுளைக் காப்பாற்ற வேண்டிய அவசியமில்லை.

ராமகிருஷ்ண பரமஹம்சர் எந்த மதத்தின் மூலமாகவும் மெய்ஞ் ஞானத்தை அடைய முடியும் என்பதை உலக மக்களுக்கு உணர்த்தினார்; எல்லா தர்மங்களின் வாயிலாகவும் அதை அவர் நடத்திக் காட்டினார்.

மதங்களை அடியார்கள் தோற்றுவிக்கவில்லை. நாம்தான் அவற்றைத் தோற்றுவித்தோம்.

நம் முகத்திலிருக்கும் கோணலுக்காக நாம் கண்ணாடிகளைப் போட்டு உடைக்கிறோம்.

Mask (முகமூடி) என்கிற திரைப்படம் உண்மை சம்பவம் ஒன்றைத் தழுவியது. ராக்கி டென்னிஸ் என்கிற 16 வயது மாணவனுக்கு ஒரு விசித்திர நோய் - உடலைக்காட்டிலும் தலை பெருத்து அவன் தோற்றம் மாறியது. அவன் அது குறித்து வருந்தவில்லை. தன்னை அப்படியே ஏற்றுக்கொண்டான்.

ஆனால் அவனது சக மாணவர்கள் அவனை அவ்வப்போது கேலி செய்வார்கள். ஒரு நாள் கேளிக்கைப் பூங்கா (amusement park) ஒன்றிற்கு அவர்கள் ஒன்றாகச் சென்றார்கள்.

அங்கு 'கண்ணாடி அறை' (house of mirrors) ஒன்று இருந்தது. அங்கு உடலைத் திரித்துக் காட்டும் பலவிதமான முகம் பார்க்கும் கண்ணாடிகள் இருந்தன. அங்கு ராக்கி ஓர் அதிசயக்கத்தக்க செய்தியைக் கண்டான். ஒரு கண்ணாடியில் அவன் விசித்திர உருவம் சாதாரணமாக மாறி தெரிந்தது. அதில் அவன் மிகவும் அழகாகப் பிரதிபலித்தான். அதை அவன் நண்பர்களும் கண்டார்கள்.

அப்போதுதான் அவர்களுக்குப் புரிந்தது, எல்லோரும் ஒரு கோணத்தில் மிகவும் அழகானவர்கள்தான் என்று.

அன்றிலிருந்து அவர்களுடைய போக்கு மாறியது. ராக்கியின் அவலட்சணத்தை யாரும் கேலி செய்யவில்லை அவனை நேசிக்க ஆரம்பித்தார்கள்.

ஆன்மிகம் கோணல்களை நிமிர்த்துவதில்லை. அவற்றைப் புரிந்து கொள்ள ஒத்துழைக்கின்றது. மதவாதிகள் 'எல்லாம் மாயை' என்று சொல்லி அவற்றைக் கெட்டியாகப் பிடித்துக்கொள்கிறார்கள்; ஆன்மிகவாதிகள் எல்லாம் நிஜம் என்று பயந்து அவற்றை உதிர்க்கத் தயாராகிறார்கள்.

நாம் நம்முடைய நம்பிக்கைகளை கைக்குள் இருக்கும் கரடி பொம்மையைப் போலத் தூக்கிக்கொண்டு அலையாமல் அடுத்தவர்கள் நம்பிக்கையில் இருக்கும் அழகுணர்வையும் நல்ல சாரத்தையும் சீர் தூக்கிப் பார்த்தால் நம் தேசிய மொழியாகப் புன்னகை மாற முடியும்.

ஆன்மிகம் என்பது சாரத்தை உறிஞ்சிக்கொண்டு சக்கையை எறிந்துவிடுகின்ற சமாச்சாரம். எதையும் எப்போதும் வருத்தமின்றித் துறக்கத் தயாராகும் மனப்பக்குவமே ஆன்மிகம்.

எண்ணங்களற்ற நிலைதான் தம்மை ஆன்மாவின் தரிசனத்திற்கு அழைத்துச் செல்லும் என்பதை உணரத் தொடங்கும்போது மூடிய கதவுகள் எல்லாம் திறந்துகொள்கின்றன; சாய்ந்த மரங்கள் எல்லாம் நிமிர்ந்து கொள்கின்றன.

எண்ணங்களற்ற நிலையில் ஏது சப்தங்கள்?

நம்முடைய மார்க்கம் நம்மை உணர்வதற்கு உதவியாக நம்மால் கையாளப்பட வேண்டும்.

விபத்தில் ஒருவன் ஒரு காலை இழக்கும்படி நேரிட்டது. கக்கதண்டங்களுடன் நடமாடக் கற்றுக்கொண்டான். Lourdes என்கிற இடத்தில் உள்ள புனிதத் தலத்திற்கு அவன் சென்றான். அங்கு அதிசயங்கள் நடக்குமென்று எதிர்பார்த்துப் பெருந்திரளாக நோய் வாய்ப்பட்ட மக்கள் காத்திருந்தனர்.

அவர்களில் ஒருவன் கக்கதண்டத்துடன் வந்தவன் குறித்து உரக்கப் பேசுவது அவன் காதில் விழுந்தது.

"இது அநியாயம். இவன் தன் கால் திரும்பக் கிடைக்கும் என்று எதிர்பார்க்கிறான் போலிருக்கிறது."

அதற்கு அவன் பதில் சொன்னான். "நான் திரும்பக் கிடைக்கும் என்று எதிர்பார்க்கவில்லை. அது இல்லாமல் வாழ எனக்கு மனோ திடத்தை அளிக்கும்படி வேண்டத்தான் நான் வந்திருக்கிறேன்."

ஆன்மிகம் என்பது அதிசயங்களைத் தாண்டியது. பெங்களூரில் உள்ள இந்திய அறிவியல் கழக விஞ்ஞானிகள் அறிவியல் உண்மை களைத் தொகுத்துப் புத்தகம் ஒன்று வெளியிட்டிருக்கிறார்கள். அதில் "கைகளில் காற்றிலிருந்து பொருட்களை வரவழைப்பவர்களிடம் கைக்குள் அடக்க முடியாத அளவுக்குப் பெரியதாக உள்ள பொருட் களை வரவழையுங்கள் பார்க்கலாம் என சவால்விடுங்கள்" என வினவச் செய்திருக்கிறார்கள்.

வாழ்க்கையே அதிசயம்.

காற்று உள்ளே போய் வெளியே வருவதும், இதயம் ரத்தத்தை 'பம்ப்' செய்வதும்கூட அதிசயம்தான். நம் ஒவ்வொரு உறுப்புமே அதிசயம்தான். தென்றலும் அதிசயம், தேனும் அதிசயம், பூக்களும் அதிசயம், புல்லாங்குழலும் அதிசயம்.

ஏதோ ஒரு மாயத்தினால் நம் வாழ்க்கை மாறிவிடாது. நம் உழைப்பால், விழிப்புணர்வால்தான் உயர்வு கைகூடும்.

நேர்மையையும், கருணையையும், அன்பையும், மனிதநேயத் தையும் வளர்க்கப் பன்னீர் மழை பொழிவிப்பதுதான் ஆன்மிகத்தின் பணி.

நமக்குக் குறியீடுகள் தேவையில்லை. குறிதான் முக்கியம். சேர வேண்டிய இடம் சென்றபின், வரைபடத்தை வழிபட வேண்டியதில்லை.

கரையை அடைந்ததும் தோணியைத் தோள்களில் தூக்கி அலைய வேண்டியதில்லை. மதம் என்கிற மொட்டு ஆன்மிகமாக மலர அன்பு தான் தென்றலாக முடியும். வன்மம் சூறாவளியாகி மொட்டுக்களின் தலைகளில் கொட்டுக்களை வைத்து ஒட்டுமொத்தமாக வெட்டிச் சாய்த்துவிடும்.

15. இசைமயமான இளமை

என் எதிர் வீட்டு வானொலி, என் செவிகளுக்கும் சேர்த்து இசைக்கிறது. சத்தத்தைப் பகிர்ந்துகொள்ளும் பொதுவுடைமை மனப் பான்மை சங்கீதத்தைக் கூட இங்கிதமில்லாமல் செய்துவிடுகிறது.

அந்த இசையை யாரும் அமர்ந்து ரசிப்பதாகத் தெரியவில்லை. பத்தோடு பதினொன்றாக அந்தப் பாட்டும் அவர்களிடம் நிரம்பி இருக்கிறது பயன் இல்லாமலேயே.

பாறைகளை உருக வைக்கிற இசை.

பாம்பை இயைய வைக்கிற இசை (விஞ்ஞான ரீதியாக இது தவறு)

மழலையை மயங்க வைக்கிற இசை.

செடிகளை வளர வைக்கிற இசை (இதுவும் அறிவியல் ரீதியாகக் கேள்விக்குறியே)

இன்று வாலாயமாக யாரும் கவனிப்பாரின்றி ஒலித்துக் கொண்டிருப்பதை நான் கவனிக்க முடிகிறது.

இசை கலைகளில் தூய்மையானது;

காதுகளுக்குக் கவுரவமாகவும் மனத்துக்கு மருதாணியாகவும்,

இதயத்திற்கு ஒற்றடமாகவும்,

கவலைகளுக்கு வடிகாலாகவும்,

உற்சாகத்திற்கு ஊற்றுக் கண்ணாகவும் இருக்கும் உன்னத ஆற்றல் இசையின் மடியில் உண்டு.

தாலாட்டாக வரும்போது தூங்க வைக்கவும்,

பாராட்டாக வரும்போது மயங்க வைக்கவும்,

பரணியாக வரும்போது எழவைக்கவும்,

அறமாக வரும்போது விழவைக்கவும்

இசையால் முடியும்.

சிற்பத்திற்கு உளி தேவை. ஓவியத்திற்கு தூரிகை வேண்டும். நடனத்திற்கு அனைத்தும் தேவை. ஆனால் எதுவுமின்றி, ஒத்தாசையின்றி குரலெடுத்துக் கலையை விளைவிக்க வல்லது இசை மட்டுமே.

அதனால்தான் குயில்கள் வீணையின்றியே இசைக்க முடிகின்றது.

வானம்பாடிகள் தம்புரா பிடிக்காமல் காற்றில் பாடலைக் கரைத்து அனுப்ப முடிகின்றது.

கிளிகள் பிடிலில்லாமல் பேசமுடிகிறது.

மழைத்துளிகள் விழும்போது இசை இருக்கிறது; சருகுகளின் சலசலப்பிலும் சங்கீதம் இருக்கிறது. சவுக்குகளில் காற்று மோதும் போதும் காது சுகப்படுகிறது. மூங்கிலில் வாய் மூக்கை நுழைக்கும் போது செவி செழுமையாகிறது. இயற்கை முழுவதிலுமே இசை இயைந்து கிடக்கிறது. கடலின் அலைகள் வல்லினமாய் இருக்க, வண்டுகளின் தேடல் மெல்லினமாய் மலர, இனிமை நாம் உற்று நோக்கும் போது ஊற்றெடுக்கிறது.

இசையை நேசித்தவர்கள் காலம் கடந்தும் நினைக்கப்படுகிறார்கள். இசைத்து வாழ்பவர்களிலும் இசைந்து வாழ்பவர்களே வாழ்க்கைக்கு அசைந்து கொடுக்காமல் திடமாக இருப்பவர்கள்.

இசை என்பது வழிதான்; அதுவே எல்லையில்லை; இசை என்பது பாதை; அதுவே சேருமிடமில்லை; இசை என்பது விழி; அதுவே பார்வையல்ல.

எல்லா இசையும் நமக்குள் நிரம்பிக்கிடக்கும் இசையை வெளியே கொண்டு வரத்தான்.

நமக்குள் குடியிருக்கும் வீணையை,

நாம் ஊத மறந்த புல்லாங்குழலை,

நாம் மிழற்ற முடியாமல் போன யாழை உணர்வதற்கு ஓர் உபாயம் தான் அது.

வெளியே இருக்கும் இசையை ஊற்றி உள்ளே இருக்கும் இசையை வெளியே கொண்டு வருவதற்கான முயற்சிகள்.

தண்ணீரை ஊற்றி மோட்டாரை இயங்க வைக்கச் செய்து நீர் இறைப்பதுபோல இருத்தலின் உதடுகளாய் நாம் மாறினால் இசை நம்

வாய் வழியே வழிய ஆரம்பிக்கின்றது. நம் ஒருமித்த உள்ளுணர்வில் இசை இரண்டாகக் கலந்திருப்பதனால்தான் தாலாட்டு, குழவியையும் தலையாட்ட வைக்கிறது.

மனிதன் பேச ஆரம்பிப்பதற்கு முன்பே பாட ஆரம்பித்தான். உழைக்கும்போது உடல்வலி போக்க அவன் முனகல்கள் ரீங்காரமாயின. இப்போதும் கலையாக மட்டும் இல்லாமல் களைப்பைப் போக்கும் மருந்தாகவும் அது இருக்கிறது. மனக்காயம் ஆற்றும் களிம்பாகவும் திகழ்கிறது.

இயற்கையும், இருத்தலும் இறைமையும் வேறன்று. அதனால்தான் இசைமயமான இருத்தலை உணர இசையை மனிதன் தேர்ந்தெடுத்தான்.

அருவியின் ஓசையில் அவன் மத்தாளத்திற்கு அச்சாரமிட்டான்.

கடலின் பேரோசையால் முரசை வடிவமைத்தான். மூங்கிலின் முதுகில் அமர்ந்து புல்லாங்குழல் செய்தான். மழையின் ஒலியை இரவில் வாங்கி ஜலதரங்கம் செய்தான்.

ஓடுகிற நதியின் ஓசை அவனுக்குப் பிடிலைத் தந்தது.

(ஆனால் எதைப் பார்த்து 'ஜால்ராவை' அமைத்தான் என்பது மட்டும் புதிராகவே இருக்கிறது)

அவன் குரலின் குறைபாடுகளை இசையில் நிரப்பி சமதளம் ஆக்கினான். அவன் வாத்தியங்களால் பாடல்களுக்குச் சரிகை வேலை செய்தான். இனிமை தருவதாக இருந்த இசையை இனிமையான நிகழ்வுகளுக்கெல்லாம் பயன்படுத்தினான். அவன் ஒப்பிட ஆரம்பித்தான்.

விருதுகளும் வேண்டியிருந்தன.

இன்று இசை ஒரு கடமையானது. இசை இன்னொரு தகுதிச் சான்று ஆனது.

திருமணத்திற்காகப் பாட்டுக் கற்றவர்கள் உண்டு (பலர் குளிய லறையில் பாடுவது, அங்கு துணிவுடன் யாரும் நுழைந்து தடுத்து நிறுத்த மாட்டார்கள் என்பதால்தான்.)

திருமண நிகழ்ச்சியின் பொழுது மிகப்பெரிய விற்பன்னர்கள் பாடிக்கொண்டிருப்பார்கள். திருமண இரைச்சலில் அவர்கள் தவழ விடுகிற ராகங்களைப் பிரித்தெடுக்க எந்தச் செவியுமே தயாராக இல்லாமல், அந்த நிகழ்ச்சி விற்பன்ன நிகழ்ச்சியாக இல்லாமல் விற்பனை நிகழ்ச்சியாக வீற்றிருக்கும்.

கல்யாணியும், கானடாவும் அங்கே கவனிப்பாரின்றிக் கரைந்து போகும்.

பந்துக்கள் மத்தியில் பந்துவராளி பந்தாடப்படும்.

கரகர சத்தத்தில் ஹரஹரப்பிரியா தொலைந்து போகும்.

கம்பீர நாட்டை சந்து வழியாக வெளியே போனால் போதும் என விழி பிதுங்கும்.

ஒலி பெருக்கியின் சப்தத்தில் வாசலிலேயே செவிகளைக் கழற்றி வைத்துவிட்டு உள்ளே செல்ல முடியுமானால் பலர் காதறுந்துதான் உள்ளே செல்வார்கள்.

அந்தஸ்துக்காக இவை நடத்தப்படுகின்ற கூத்துகள். 'இன்னார்' இசைத்தார் என்பது இன்னது இசைக்கப்பட்டது என்பதினும் முக்கியம்.

இசை எதற்காக? நம்மை மிருதுவாக்கி கனமிழக்கச் செய்து கடற் பஞ்சுபோல் மாற்றுவதற்காக. இசையை உணர்ந்தவர்களுக்கு விரல்களே வீணையாக, கை நரம்புகளே தந்திக் கம்பிகளாகப் பரிமளிக்கின்றன. அவர்கள் காற்றில் கைகளை அசைக்கும்போது கூட காதுக்குப் புலப் படாத சங்கீதம் புறப்படுகிறது.

இசையில் இருக்கும் இசையைக் காட்டிலும் அவற்றின் இடை வெளியில் இருக்கும் இசை மிகவும் முக்கியமானது. அந்த மவுனமே இசையைத் தீவிரப்படுத்துகிறது.

நாம் பாடிக்கொண்டே உழைப்பது வேறு; மற்றவர்கள் இசையை அழைப்பது வேறு. நாம் ஒலி நாடாவை இயக்கும்போதெல்லாம் ஓர் ஒப்பற்ற இசைக்கலைஞன் நம் விருந்தாளியாக நம் வீட்டிற்கு வருகிறார். நாம் அவரை அவமானப்படுத்துவதில் எந்த நியாயமுமில்லை. அப்படிச் செய்தால் ஒலிப்பேழையின் நாடாவில் கூட விரிசல் ஏற்படும்.

இசையைக் கேட்பது செய்தி கேட்பது போல சாதாரணமானதும் அல்ல; பாடப்படிப்பு போல கட்டாயமானதும் அல்ல.

அது தென்றலைக் கண்மூடி அனுபவிப்பதுபோல - நிலவின் முழு ஒளியை ஆழ்ந்து உள்ளத்தில் உள்வாங்குவது போல - முகத்தில் தெளிக்கும் சாரலில் புத்துணர்ச்சி பெறுவதுபோல.

அமைதியான சூழலில் எந்தப் பிற ஓசைகளுமின்றி நாம் இசைக் கலைஞர்களுடன் தனியாக நேருக்கு நேர் அமர்ந்து பரிமாறிக் கொள்வது போல.

அவர் வானமாக - நாம் பூமியாக.

அவர் பன்னீராக - நாம் தலை தாழ்த்துபவராக.

அவர் நறுமணமாக - நாம் சுவாசமாக மாற நிகழும் முழுமையான அனுபவம் புதுப்பிக்கின்றது. நாம் விழிப்புணர்வின் உச்சத்திற்குச் செல்கிறோம்.

நல்ல இசை நம்மை அழ வைக்கிறது. ஏனென்றால் ஆரோகணத்தோடும் அவரோஹணத்தோடும் நாமும் பயணிக்கிறோம். யாரும் கட்டாயப்படுத்தாமல் கால்களால் ஜதிபோடுகிறோம். கைகளால் தாளமிடுகிறோம். தலையால் அங்கீகரிக்கிறோம்.

நாமும் இசைக்கருவிகள்தான். தளர்ந்துபோன நரம்புகளை அவ்வப்போது இறுக்கிக்கட்ட முடியாதவர்கள் மட்டுமே நிராகரிக்கப் படுகிறார்கள். வியர்வையால் தலையெழுத்தை அழிப்பவர்கள் (கிப்ரான்) தந்தி தளராமல் முனைப்புடன் வாழ்க்கையை வாசிப்பவர்கள்.

இரும்புப் பட்டறையில் சுத்தியலின் ஓசைகளின் அணிவகுப்பை ஆராய்ந்து பிதாகரஸ் கணிதத்தில் நுணுக்கத்தைக் கண்டுபிடித்தார்.

இசையில் கணிதம் இருக்கிறது. ஆனால் 'கணக்குப்பண்ண' இசை உதவாது. ஏனென்றால் மேன்மையான அதன் ஆற்றல் உலகியல் பயன் பாடுகளை உதறித்தள்ளியது.

இசையில் மொழி இருக்கிறது. பாயசத்தில் இருக்கும் சர்க்கரையைப் போலத் தெரியாமல்.

இசையில் மவுனமும் இருக்கிறது. பொங்கலில் இருக்கும் மிளகைப் போல தெளிவாக.

இசையில் அறிவியல் இருக்கிறது. அவை எல்லாவற்றிலும் இசையும் இருக்கின்றது.

கல்லிலும் இசை இருக்கிறது. கோவில்களில் இசைக்கின்ற கற்களில் ஏழு ஸ்வரங்களும் எழும்புவதைப் பார்க்கலாம் (தாராசுரம், சுசீந்திரம்)

எப்போதுமே நம்மிடம் பிரிவுகள் உண்டு. மேற்கத்திய இசையா? செவ்விய இசையா? சாஸ்திரிய இசையா? நாட்டுப் பாடலா? இசையில் எது உயர்ந்தது? எது தாழ்ந்தது?

வேப்பம் பூவில் எடுக்கிற தேனும் இனிக்கவே செய்கிறது.

ஏற்றம் இறைப்பவர்கள் பாடலிலும் இசை இனிக்கிறது; ஐந்து நட்சத்திர அரங்குகளில் நடக்கும் இசையரங்குகளும் சுவைக்கவே செய்கின்றன.

அர்ப்பணிப்பு கூடக்கூட இசையும் மெருகேறும் - சுருதி சேரும்.

'சுருதி' என்றாலே முதலில் கேட்டது என்றுதான் பொருள். அது இசைக்கு முதலெழுத்து.

இசை, நாடுகளைத் தாண்டியது. மொழிகளைக் கடந்தது. விசா இல்லாமல் விளிம்புகளை மீறிப் பறப்பது.

ஆனால் இசைக்கென்று ஒரு நோக்கம் இருக்கிறது. அது மனிதனை மென்மையாக்குவது. அவனுக்குள் உறங்கிக் கிடக்கும் அன்பையும் கருணையையும் தட்டி எழுப்புவது.

எந்த இசை அவன் விழிகளில் மின்னலைத் தோற்றுவிக்கிறதோ அது மனித இசை - உதடுகளில் இடியை வரவழைக்கிறதோ அது மெலிந்த இசை.

இசை மெல்லியதாக இருக்கலாம்; மெலிந்திருக்கக் கூடாது. செம்மை இசை மேற்கிலும் இருக்கிறது. மொசார்ட், பீத்தோவான், பேக் போன்றோர் இசைக்கோவை நம்மை செம்மைப்படுத்தும் தன்மையன. தன் செவிகள் சேதப்பட்ட பிறகும் பீத்தோவானால் தலைசிறந்த இசைக் கோவைகளை உருவாக்க முடிந்தது. ஏனென்றால் இசைமயமானவர் களுக்குச் செவிகள் கூடத் தேவையில்லை. உன்னதமான மனிதன் என நினைத்து நெப்போலியனுக்காக அர்ப்பணித்த இசைக் கோவையை அவன் சக்ரவர்த்தியாகச் சூட்டிக்கொண்டதும் விலக்கிக் கொண்டவர் பீத்தோவான். ஏன் என்றால் மகுடங்களாக அவை பாடப்படுவதில்லை; மனங்களுக்காகவே இசைக்கப்படுகின்றன.

மக்கள் நின்று தந்த கரகோஷத்தைக்கூட (standing ovation) கவனிக்காமல் தன் குறிப்புகளில் மூழ்கியவர் அவர். பாராட்டைக் காட்டிலும் ஈடுபாடு முக்கியமென உணர்த்தியவர். இசையிலும் முக்கியம் இசைக் கலைஞனின் வாழ்க்கை; இங்கு, பண்டத்திலும் முக்கியம் பாத்திரம்.

தான்சேன் சிறந்த இசைக்கலைஞர். ஆனால் அவர் இசை அவரையே தள்ளாட வைத்தது. டில்லியில் வேறு யாரும் வாசிக்கக் கூடாது. வாசித்தால் அவர்கள் தான்சேனுடன் போட்டிக்கு வர வேண்டும். தோற்றால் சிறையில் அடைக்கப்படுவார்கள்.

பாட்டுக்குப் பூட்டுப்போட முடியுமா? இது தெரியாத சில பாட்டுப்பாடிப் பிழைக்கும் கலைஞர்கள் பாடிக்கொண்டு வந்தார்கள். அவர்கள் கைது செய்யப்பட்டு தான்சேனுடன் போட்டி போடப் பணிக்கப்பட்டார்கள். இது தொடர் கதையானதால் அவர்கள் வாழ்வு சிறுகதையானது.

போட்டி சற்று வித்தியாசமானது. தான்சேன் பாடும்போது தோட்டத்திலிருந்து இசையைக் கேட்க ஒரு மான் வரும். அதன் கழுத்தில் மாலை போடப்படும். போட்டியாளர் பாடும்போது அதே மான் ஓடி வருமானால் அவர் வெற்றி பெற்றதாகக் கருதப்படுவார்.

வயிற்றுப்பாட்டுக்காகப் பாடும் சிலர் அவ்வாறு போட்டியிட வற்புறுத்தப்பட்டு சிறையில் அடைக்கப்பட்டனர். அவர்களின் வாரிசான ஓர் இளைஞன் மட்டும் தான்சேனின் குருவிடமே இசையைக் கற்று தான்சேனைத் தோற்கடித்தான்.

அப்போதுதான், தான்சேனுக்குப் புரிந்தது. ஓடி வந்த மானின் கழுத்தில் இருந்த மாலை அங்கு விக்கிரகத்தின் கழுத்தில் போய் விழுந்தது. இசையின் ஆழத்தை யாராலும் அறிய முடியாது என்ற உண்மை புரிந்தபோது 'தான்சேன்' 'தான்' என்ற எண்ணத்தை நழுவ விட்டார். அவருடைய இசை இன்னும் மெருகேறியது. நம் இசை நுகர்வு வன்மமற்ற கருணை நிறைந்த இனிய உலகத்திற்கு நம்மைக் கைப்பிடித்து அழைத்துச் செல்வதாக அமைய வேண்டும். அதுவே ஓசையற்ற இசைக்கு அடிநாதம்.

16. நட்பெனும் வானம்

மதுரை செல்லூரிலிருந்து வந்திருந்தார் ஓர் இளைஞர். 'என்னுடைய நண்பர்கள் எல்லோரும் என்னை ஏமாற்றி விட்டார்கள். நான் அவர்களை நம்பி மோசம் போய்விட்டேன்.'

என்னிடம் வருத்தம் தோய்ந்த குரலில் இதைப் பகிர்ந்து கொண்டவர் விழிகளில் தெறித்த உண்மை என்னை ஊடுருவியது. ஏமாற்றுபவர்கள் உங்கள் நண்பர்களாக இருக்கமுடியாது. ஏனென்றால் நட்பு மிகவும் மேன்மையானது.

நாம் நட்பு என்ற சொல்லை அடிக்கடி பயன்படுத்தித் தேய்த்து விட்டோம். தெரிந்தவர்கள், பரிச்சயமானவர்கள், அறிமுகமானவர்கள் அனைவருமே நண்பர்கள் என்றே அழைக்கப்படுகிறார்கள். நட்பு என்பது மிக உன்னதமானது.

நட்பு என்ற கவிதையில் கிப்ளிங் (rudyard kipling) நண்பன் சகோதரனைக் காட்டிலும் நெருக்கமானவன் என்றும் வாழ்நாளில் பாதி அப்படிப்பட்ட ஒருவனைத் தேடுவதிலேயே கழிவதாகவும் குறிப்பிடுகிறார். 999 பேரை வடிகட்டி இந்த ஆயிரமாவது நபரைத் தேர்ந்தெடுக்க வேண்டியிருக்கிறது.

இந்த உலகம் தருகிற கவுரவத்திற்காக ஒட்டிக்கொண்டிருப் பவர்கள் மற்றவர்கள். ஆனால், அவன் உலகே எதிராக அணி திரண்டாலும் நம்மோடு உடனிருப்பவன்.

நம் பைந்தமிழ்ப்பாடல் "அற்றகுளத்து அருநீர்ப் பறவை" பற்றிக் குறிப்பிடுவது போல கிப்ளிங்கும் நல்ல நண்பன் நம்மோடு மூழ்குவான் அல்லது நம்மோடு நீந்துவான் என்று குறிப்பிடுகிறார்.

(For the thousandth man will sink or swim with you in any water)

நட்பு என்பது அர்ப்பணிப்பு (committment). அதை விளையாட்டான விஷயமாக எண்ணுபவர்கள் அதன் முழு சுகத்தையும் அனுபவிக் காமலேயே போய்விடுகிறார்கள்.

"A friend in need is a friend in deed" - தேவைக்கேற்ப மட்டும் நட்பு வைத்துக்கொள்வது நாடகத்துக்கு ஒட்டுமீசை வைத்துக் கொள்வது போல - கொட்டாங்குச்சியில் அடுப்பெரிக்கலாம் என்பதற்காகக் கொலஸ்ட்ரால் உள்ளவன் தேங்காய் வாங்குவது போல" - வியர்த்தம் - வீண் - விரயம்.

நட்பு என்பது பகிர்ந்துகொள்வது - அன்பு செலுத்துவது - தோள் கொடுப்பது - துயர் துடைப்பது - உற்சாகம் தருவது - உயர்வில் மகிழ்வது - தன் சுதந்திரத்தை இழக்காமல் ஒற்றடமாய் இருப்பது.

அது ஒருபோதும் ஒரு வழிப்பாதையல்ல.

என் அப்பாவிற்கு ஒரு நண்பர். கடந்த 47 வருடமாக என் அப்பாவும் அவர் திருமண நாளன்று வாழ்த்து அனுப்பி வருகிறார். ஆனால் வாழ்த்து வந்து சேர்ந்தது என்கிற தகவல்கூட அவர்களிட மிருந்து வந்ததில்லை. நாங்களும் எங்கள் தந்தையிடம் சொல்வோம் "அவர்கள் தான் உங்கள் வாழ்த்தை ஒரு பொருட்டாகவே கருதுவது இல்லையே! அப்புறம் ஏன் இன்னும் வாழ்த்து அனுப்புகிறீர்கள்!"

"என் இயல்பை நான் மாற்றத் தேவையில்லை" என்று திடமாக உள்ளார். நல்ல நண்பர்களிடம் நாம் சென்று சேருவதற்கு நிறைய தேடவேண்டும். அது ஒரு நல்ல குருவிற்காகச் சீடன், தவமிருப்பது போலத்தான். அப்படிப்பட்ட நண்பர்கள் கிடைக்க நம்மை நாம் இழக்க, நம் ஆணவத்தை அழிக்கத் தயாராக இருக்கவேண்டும்."

நண்பர்களால் நாம் ஆக்கப்படுகிறோம்.

தகப்பனைப் போன்ற அறிவுரையையும், தாயைப் போன்ற கனிவையும், சகோதரனைப் போன்ற பாசத்தையும் அளிக்கவல்ல நண்பர்கள் நட்பைக் கண்ணாடியாக மாற்றி நம்மைப் பிரதிபலிக் கிறார்கள்; சன்னலாக மாறி... சாளரமாகிறார்கள்; கதவாக மாறி உள்ளே நுழைய அனுமதிக்கிறார்கள்.

துரியனுக்கு கர்ணன் துணையாயிருந்தான். தோழனாயிருக்க வில்லை.

மார்க்சுக்கு ஏங்கெல்ஸ் துணையாய் மட்டுமல்ல தோழராகவு மிருந்தார்.

கேஸ்ட்ரோவிற்கு சேகுவேரா தோழராயிருந்தார்.

பாரதிக்குக் கிடைத்த நண்பர்களே அந்தச் சுடர் அணையாமல் பாதுகாத்தனர். யானையிடம் வீழ்ந்த பாரதியை கூட்டம் விலக்கித் துணிவுடன் தோளில் ஏற்றியவர் குவளைக் கண்ணன்.

ராமகிருஷ்ணனுக்கு சாரதாதேவி துணைவி மட்டுமல்ல; தோழியும் கூட. நட்பு, மேடு பள்ளங்களற்ற சம தரையல்ல. அதில் மேடும் உண்டு; பள்ளமும் உண்டு. ஆனால் அவை மாறிக்கொண்டே இருக்கும். ஒருவர் பள்ளமானால் மற்றவர் மேடாகத் தயாராக இருப்பார்கள். உள்ளங் களில் பள்ளங்கள் இல்லாமல் பார்த்துக்கொள்வார்கள்.

நம்மினும் மேம்பட்டவர்களிடம் வைக்கும் நட்பு நம்மை உயர்த்துகிறது. நாமே 'நாட்டாமையாக' இருக்கவேண்டும் என்று எண்ணி நம்மினும் திறனிலும், குணங்களிலும் குறைந்தவர்களிடம் நேசக்கரம் நீட்டும்போது நாம் நம்முடைய முதுகையே தட்டிக் கொடுத்துக் கொள்கிறோம்.

தன்னைக் காட்டிலும் குண்டாக இருந்தவர்களிடம் புடைசூழ வலம் வந்து தன் இளமையைப் பறை சாற்றினான் ஜூலியஸ் சீசர் என்கிறார் ஷேக்ஸ்பியர்.

நார்சிஸஸ் தண்ணீரில் தன் உருவத்தையே பார்த்துக் காதல் கொண்டது போல தம்மையே வியப்பவர்களுக்கு அன்பும் கிடைக்காது; நட்பும் அமையாது.

போலியான நண்பர்களைக் காட்டிலும் உண்மையான எதிரிகள் நேசிப்புக்குரியவர்கள். ஹெய்ரோ (Hiero) என்கிற மன்னனுக்குத் தன்னுடைய பரம வைரியைச் சந்திக்க நேர்ந்தது.

"உன் வாய் இப்படி நாறுகிறதே" என்று அவன் 'பட்'டென்று போட்டு உடைத்தான். ஒரு நிமிடம் ஆடிப்போன மன்னன் அந்தப் புரத்துக்குத் திரும்பி வந்து மனைவியை அழைத்துக் கோபமாகக் கேட்டான். "ஏன் இதைப் பற்றி நீ என்னிடம் சொல்லவேயில்லை?"

"நான் ஆண்களின் வாய் இப்படித்தான் துர்நாற்றம் வீசும் போல் இருக்கிறது என்று நினைத்துக்கொண்டேன்." (Sir, I had thought all mens breath bad smelled so) என்றாள்.

நம்முடைய சில குறைகளை, நம்முடைய நெருங்கியவர்கள் சொல்லத் தயங்குகிற குறைகளை நாம் எதிரிகள் மூலம் அறிய நேரிடுகிறது. ஏனென்றால் நம்முடைய நட்பால் நாம் பிரதானமாக இருக்க வேண்டும் என்கிற நப்பாசைதான் காரணமாக உள்ளது.

"நல்ல விஷயமாக இருந்தால் மட்டும் சொல்லவும்" என்று சொன்னால் நாம் வளர வாய்ப்பே கிடைக்காது. சில இடங்களில் "குறைகளை எங்களிடம் கூறுங்கள்" என்று எழுதி வைத்திருப்பார்கள். ஆனால் குறைகள் அப்படியே தொங்கிக்கொண்டு இருக்கும்.

நட்பு என்பது சவுகரியமல்ல, இன்பம் பயப்பவை எல்லாம் ஒன்று மனத்திற்கோ, உடலுக்கோ பணத்திற்கோ கேடு விளைவிப்பதாகத் தானிருக்கும் என்றார் ஓர் அறிஞர். நம்மைக் காட்டிலும் வசதியான வர்களிடம் பழகும்போது நட்பு என்றேனும் ஒருநாள் கழிவறைக் காகிதமாக ஆகிவிடும் வாய்ப்பு உள்ளது. நாம் போலித்தனத்தையும் வறட்டுக் கவுரவத்தையும் அங்கிகளாக அணிய ஆரம்பித்துவிடுவோம்.

சுயநலம் உள்ளவர்களுக்கு நட்பு ஒரு சாதனம். எவ்வளவு விரைவில் நண்பர்களாகிறார்களோ, அவ்வளவு விரைவிலேயே எதிரிகளாகவும் பிரகடனப்படுத்திக் கொள்வார்கள்.

பாரசீகப் பாடல் ஒன்று உண்டு. ஒரு வழிப்போக்கர் மணம் நிறைந்த மண் உருண்டையைக் கண்டார். அதை எடுத்து வந்து தன் வசிக்கும் அறையில் வைத்திருந்தார். அந்த அறை முழுவதும் நறுமணம்.

அவர் அதனிடம் வினவினார். "நீ என்ன மணியா? சந்தனக் கட்டியா?"

"நான் வெறும் களிமண்."

"பிறகு எப்படி இவ்வளவு இனிய மணம்?"

"நான் ஒரு ரோஜாவுக்கருகில் வெகு நாட்கள் இருந்தேன். அதுவே இந்த அதிசயத்தின் ரகசியம்."

கருமிகள் எப்போதும் சுயநலத்துடன் இருப்பார்கள். நாம் ஊதாரி களைக் கூட மன்னித்துவிடலாம் ஆனால் கருமிகள் ஆபத்தானவர்கள். அவர்கள் பெற்றோர்களைவிடப் பணத்தை நேசிப்பவர்கள். மனைவியைக் காட்டிலும் பணம் அவர்கள் அன்பிற்குரியது.

அதனால்தான் கருமிகளுக்கு நண்பர்கள் யாரும் அமைய முடியாது. கருமிகள் பணத்தை மட்டுமல்ல அன்பை, புன்னகையைக் கூட அளவிட்டுத்தான் செலவழிப்பார்கள். எனக்குத் தெரிந்த சிலர் வீடு கட்டும்போது கூட சிறியதாகக் கட்டுவார்கள். அப்போதுதான் வருகிறவர்கள், "தங்க இடம் இல்லை" என்று உடனே திரும்பி விடுவார் களாம். அவர்கள் மனத்தில் இடம் இல்லாதவர்கள். உள்ளத்தில் இடம் இருந்தால் இல்லத்திலும் இடம் இருக்கும். வீடு செங்கற்களால் எழுப்பப்படுவது. இல்லம் இதயங்களால் நிரப்பப்படுவது.

"நல்ல நண்பனை இழக்கும்போது நாம் சிறிது செத்துப் போகிறோம்" என்பது ஒரு பழமொழி. இரண்டு கடிகாரங்கள் ஒன்றுக்

கொன்று நேரத்தைச் சரிபார்த்துக்கொள்வதுபோல நட்பு சிரமமானது (friendship is like two clocks keeping time).

பளிங்குக் கற்கள்போல தூய்மையுடன் வருகின்ற பல இளைஞர்கள் சேருகிற சேர்க்கையால் புகை படிந்து போவதை நான் என் கல்லூரி நாட்களில் கவனித்திருக்கிறேன்.

நல்ல நண்பர்கள் வாய்த்தவர்களோ முன்னேறும் ஆசையை முறுக்கி விட்டுக்கொண்டு முந்துகிறார்கள். எந்தத் தேர்வு எழுத வேண்டும்; எந்தப் புத்தகங்கள் வாசிக்கவேண்டும்; எந்த வாய்ப்புகள் நமக்கு இயைந்தவை என்கிற நுணுக்கங்கள் நண்பர்கள் மூலமாகக் கிடைக்கின்றன.

நம்முடைய உயர்ந்த இலக்குகள் அவர்களால் தீர்மானிக்கப் படுகின்றன. நமக்கு நட்பு வானமாக இருந்தால் நாம் விசாலமடைவோம். அதைக் குடையாக மட்டுமே விரித்துக் கொள்பவர்களுக்கு வாழ்க்கை நெருக்கடியாகி விடும்.

நம் நண்பர்கள் நம்மை ஏமாற்றுகிறார்கள் என்றால் நாம் அவர்களுக்கு விசுவாசமானவர்களாக இருக்க எப்போதேனும் தவறியிருப்போம்; அப்படியில்லையென்றால் வாழ்க்கை தேடுவதும் தொலைப்பதும் கண்டுபிடிப்பதாகவும் நீளும் பயிற்சிதான். 'இனி கற்றுக்கொள்ள ஏதுமில்லை' என்கிற திருப்தி வருகின்றபோது வாழ்க்கையே ஒன்றுமில்லாததாக மாறி விடுகின்றது.

கார்க்கியினுடைய 'வழித்துணை' சிறுகதையில் வருவதுபோல நமக்குச் சில அனுபவங்கள் நிகழலாம். நம்மிடமிருந்து அனைத்தையும் பறித்துத் தின்றுவிட்டு ஏமாற்றி விடுகின்றவர்களும் இருக்கத்தான் செய்வார்கள். அவை குறித்து நாம் வருந்த வேண்டியதில்லை. ஏமாறுபவர்களாக இருப்பது ஏமாற்றுபவர்களாக இருப்பதினும் மேன்மை யானதுதான்.

'ஒரே ஒரு சொல்கூட நட்பைக் காலியாக்கிவிடும் என்பதுதான் புலிகேசிக்கும், மகேந்திரவர்மனுக்கும் இடையில் கருத்து வேறுபாடு தோன்றக் காரணம்' என்பது போல கல்கி 'சிவகாமியின் சபதத்தில்' எழுதியிருப்பார்.

ஆங்கிலத்தில் flexible என்ற சொல்லுக்கும் amenable என்கிற சொல்லுக்கும் நிறைய வேறுபாடு உண்டு.

பல நேரங்களில் திரவமாயிருப்பவர்களை நாம் வளைந்து கொடுப்பவர்களாகக் கருதிக்கொள்கிறோம். மென்மையாயிருப்பது

பலகீனமல்ல. திடகாத்திரமாக இருப்பவர்களால்தான் திரவமாக இருக்க முடியும். திரவமாயிருப்பது நமது விருப்பத்தால். வளைந்து கொடுப்பது அடுத்தவர்கள் ஆளுமையால். நட்பு என்பது திரவமாயிருப்பதற்குச் சம்மதிக்கின்ற மனப்பான்மையால் விளைகின்றது.

தண்ணீர் பாறையைக் காட்டிலும் மென்மையானது; ஆனால் இடைவிடாத தன்னுடைய இயக்கத்தால் அது சொரசொரப்பான பாறையினுடைய முகத்தை வழவழப்பாக மாற்றிவிடுகிறது.

எனக்குத் தெரிந்த ஒருவர். அவருக்கு நீண்ட நாட்களாக ஒரு குறை. "என்னிடம் பழகுகின்றவர்கள் கொஞ்ச நாட்களிலேயே என்னைவிட்டு விட்டுச் சென்று விடுகிறார்கள். நான் அவர்களுக்கு எவ்வளவோ நல்லது செய்கிறேன், எத்தனையோ முறை சாப்பாடு போட்டிருக்கிறேன், பணம் கடன் கொடுத்திருக்கிறேன். ஆனாலும் அவர்கள் நன்றி மறந்து விடுவார்கள்."

எனக்கு அவருடைய பிரச்சினை என்னவென்று தெரியும். அவர் எல்லோருக்கும் கொடுப்பார். ஆனால் யாரிடமும் எதையும் ஏற்றுக் கொள்ளமாட்டார். அவர்கள் கொண்டு வந்ததை அவர்களிடமே திருப்பிக் கொடுத்துவிடுவார். அவர்கள் மனம் கருகிப்போகும்.

நான் அவரிடம் சொன்னேன். "நீங்கள் அவர்கள் தருவதில் ஏதேனும் கொஞ்சமாவது ஏற்றுக்கொள்ளுங்கள். அப்போதுதான் அவர்களுக்கு உங்களிடம் ஓர் அந்நியோன்யம் ஏற்படும்."

இப்போது அவர் வீடு முழுவதும் நண்பர்கள். நட்பை விலை கொடுத்து வாங்க முடியாது. அதை நாமாகத்தான் பாடுபட்டுச் சம்பாதிக்க வேண்டும்.

திருக்குறளில்

"உடுக்கை இழந்தவன் கைபோல ஆங்கே
இடுக்கண் களைவதாம் நட்பு"

என்று ஒரு குறள்.

இதற்குப் பொருள் சொல்லும்போது ஆடை விலகுகிற போது கை விரைவாகச் சென்று அதைச் சரி செய்வது போல தன் நண்பனுக்குத் துன்பம் ஏற்படும்போது விரைந்து சென்று உதவி செய்வதுதான் நட்பு என்று சொல்வார்கள்.

எனக்கிருக்கும் சந்தேகம் எல்லாம் விரைவை மட்டும்தான் இக்குறள் சுட்டுகிறதா என்பதுதான்.

ஏற்கெனவே, சமயத்தில் செய்கிற உதவியை,

> "காலத்தி னாற்செய்த நன்றி சிறிதெனினும்
> ஞாலத்தின் மாணப் பெரிது."

என்று இன்னொரு இடத்தில் வள்ளுவர் குறிப்பிட்டிருக்கிறாரே.

'ஒரு பொருளில் இரண்டு குறளா' என்று சிந்தித்தேன்.

வள்ளுவர் நட்பு பற்றி குறிப்பிடுவது உதவி செய்கிற வேகத்தைக் குறித்து அல்ல; உடை அவிழ்கிறபோது கை அவ்வாறு உடை அகலுவது யாருக்கும் தெரிந்துவிடக்கூடாது என்கிற ஆதங்கத்தில் ஓடிப்போய் உடையைச் சரி செய்கிறது. அதுபோலத் தன்னுடைய நண்பனுக்குத் துன்பம் வரும்போது அந்தத் துன்பத்தின் வெளிப்பாட்டின் அவமானம் யாருக்கும் தெரிந்துவிடக் கூடாது என்கிற எண்ணத்தில் 'கை யாருக்கும் தெரியாமல் உடையைச் சரி செய்வது போல, யாருக்கும் தெரியாமல் நண்பனுக்கு உதவுவதுதான் நட்பு' என்பதைத்தான் திருவள்ளுவர் குறிப்பிட்டிருக்கிறார் என எண்ணினேன்.

நட்பு விளம்பரமற்றது. இளமையில் நண்பர்கள் கிடைத்தால்தான் உண்டு. அதன்பின் ஏற்படுகிற சினேகிதம் எதுவும் நம்முடைய உண்மையான தன்மைக்காக ஏற்படுபவை அல்ல; ஆதாயத்திற்காக ஏற்படுபவை அல்லது அமுக்கிவிடத் தோன்றுபவை. நட்பு முகமாக இருக்க வேண்டும்; ஒரு போதும் முகமூடியாக அல்ல.

17. காதல் - காமம் - கவர்ச்சி

என் மேஜையின் மீது ஒரு கடிதம்

"நான் மிகவும் நேசித்த ஒருவர் நான் இல்லாமல் வாழ்வே இல்லை என்று கூறிவிட்டு இப்பொழுது வசதியான இடத்தில் திருமணம் செய்ய உள்ளார். அவர் நினைவாக இருக்கிறேன். என்ன செய்வது?"

என்கிற தொனியில்...

என் எதிரே ஓர் இளைஞர். தன்னை ஏமாற்றி ஒரு பெண் வஞ்சித்து விட்டதாக... புதிதாக முளைத்த முள்தாடியுடன்.

இன்றைய இளைஞர்கள் முன்னேறிவிட்டார்கள். காதல் கடிதங் களைப் பகிர்ந்து கொண்டவர்களே கல்யாணப் பத்திரிகையையும் பரிமாறிக்கொள்கிறார்கள். எல்லாமே சகஜமாகிவிட்டது.

'ஏழை அப்பா - விதி, ஏழை மாமனார் - முட்டாள்தனம்' - (To get a poor father in law is foolishness) என்று எண்ண ஆரம்பித்து விட்டார்கள்.

நாம் எப்படியெல்லாம் காதல் என்ற சொல்லைப் புனிதப்படுத்து கிறோம்?

நான்கு உதடுகள் ஒரே சொல்லை உச்சரிக்கின்ற அதிசயம்.

-அதை விளக்க முயற்சி செய்து காப்பியங்கள் தோற்றுப் போயின.

-அதை வார்த்தைகளால் வடிக்க முயன்று கவிதைகள் எல்லாம் வற்றிப் போயின.

-பார்ப்பவர்களையே இளமையாக்கிவிடும் அதிசய காயகல்பம்.

-கேட்பவர்களையே புதுப்பித்துவிடும் காயத்ரி மந்திரம்.

-"காதல் என்ற சொல்லைக்கூட சப்தமாகச் சொல்லாதீர்கள் அது அவ்வளவு மென்மையானது."

-நீ முதல் முறை என்னைப் பார்த்த போது

என் இதயத்தில் ஒரு முள் தைத்தது. முள்ளை முள்ளால்தானே எடுக்கவேண்டும்.

எங்கே இன்னொரு முறை பார்!

"அன்று நடந்த கவிதைப்போட்டிக்கு எல்லோரும் கவிதையோடு வந்திருந்தார்கள் - ஆனால் நீ மட்டும் உன் கண்களோடு."

ஆஹா... எப்படியெல்லாம் நாம் அதைப் பிரதானப் படுத்தியிருக் கிறோம்!

நம் இலக்கியங்களை இரண்டு வகைகளாகப் பிரிக்கலாம். ஒன்று பெண்ணே பிரதானம் என்று பேசியவை. காதலே முக்கியம் என்று முன்மொழிந்தவை. மற்றொன்று பெண்ணே பாவம் என்று பகன்றவை - உலகே மாயை என்று வாழ்வையே மறுதலித்தவை.

இரண்டும் வாழ்க்கையின் மறுமுனைகள் - எதிர்எதிர் துருவங்கள்- நேர் எதிர் திக்குகள். நமது இலக்கியம், கதை, திரைப்படம், தொலைக் காட்சித் தொடர் அனைத்திலும் காதலைப் பூதாகரமாக ஊதி ஊதிப் பலூனைப் போல பெரிதாக்கினோம். காதல் தோற்றால் தற்கொலை தான் முடிவு; காதல் ஜெயிக்க இருவரும் ஓடிப்போவதுதான் தீர்வு.

நமது கதாநாயகர்கள் காதலியின் கடிதத்தைத் தந்தை எரித்தால் கரைத்துக் குடிப்பார்கள்.

ஆய்வுக் கூடத்தில் பிரியமானவள் பெயரைக் கைகளில் கீறிக் கொள்வார்கள்.

'Black mail' அதுவும் Emotional black mail அதுதான் காதலுக்கான குறுக்கு வழி - இதயத்தைத் திறக்கும் திறவுகோல். பரிதாபத்தால், எடுபிடி வேலைகளால், பணப்பையைப் பறித்தவனுடன் போட்ட சண்டையால் இந்தக் காதல் என்னும் அதிசயப் பூ குப்பென்று மலரும்.

என்னுடன் +2 படித்த மாணவன் ஒருவன் கன்னியப்பன். அவன் பத்தாம் வகுப்பில் வாங்கிய மதிப்பெண்கள் (500க்கு) +2 வில் வாங்கிய மொத்த மதிப்பெண்களைக் காட்டிலும் (1200-க்கு) அதிகம்.

அந்த இரண்டு வருடங்களில் 'வாலிபம் உதட்டின் மேல்' வளர ஆரம்பித்ததுதான் காரணம். இன்று விருப்பமானவர்களைத் திருமணம் செய்துகொண்ட திருப்தியுடன் இருப்பவர்கள் பலரும் படிப்பை முடித்து, பணியில் அமர்ந்து பிறகு தன்னுடைய வாழ்விற்கு ஏற்ற துணையைத் தேடிக்கொண்டவர்கள்தாம்.

காதல் கண்டிக்கப்பட வேண்டியதுமல்ல - கொண்டாடப்பட வேண்டியதுமல்ல.

கோபம், பயம், பாசம், போல அதுவும் ஓர் உணர்வுதான். அதற்கு மேல் அதைப் புனிதப்படுத்துவதற்கு ஏதுமில்லை.

எதை நாம் புனிதப்படுத்துகிறோமோ அது அசிங்கமாகிறது என்று பொருள்.

எது போற்றப்படுகிறதோ, அது புறக்கணிக்கப்படுகிறது என்பது பூடகம்.

ஒருவர் தன்னுடைய தந்தையையோ, தாயையோ, சகோதரர் களையோ தேர்ந்தெடுக்க முடியாது. அவை ஏற்கெனவே அளிக்கப் பட்டவை.

ஆனால் துணையைத் தேர்ந்தெடுத்துக் கொள்ளமுடியும்.

தேர்ந்தெடுத்துக்கொள்ள முடியாதவர்களையும் திருப்திப்படுத்து மளவு தேர்ந்தெடுப்பதில்தான் வாழ்வில் நுட்பம் அடங்கியிருக்கிறது.

காதல் - கவர்ச்சி - காமம் இந்த மூன்று சொற்களுக்கும் நிறைய வேறுபாடுகள் இருக்கின்றன.

கவர்ச்சி (Infatuation) என்பது வெறும் உடல் தோற்றத்தினால், அதிகம் சிந்திக்காததால் ஏற்படும் உணர்வு என்று அறியப்படுகிறது. ஆனால் அதுவே அதற்குச் சரியான விளக்கமில்லை. அதிகம் சிந்தித்தால் அதை Falling in love என்று அழைக்கமாட்டார்கள். தனக்கே தெரி யாமல் ஏற்படும் மலர்ச்சி அது என்பதாலும், எந்த நொடியிலும் அது நிகழலாம் என்பதாலும்தான் அப்படி அழைத்தார்கள். எந்த வயதில் அது நிகழ்ந்தாலும் உருவத்திற்கும், அழகிற்கும் காதலில் ஓர் இடம் இருப்பதை யாராலும் மறுக்க முடியாது. அழகுக்கு நாம் ஒவ்வொரு வரும் வைத்திருக்கும் இலக்கணங்கள் வேண்டுமானால் மாறுபடலாம். அது சிற்பங்களில் வடித்த பெண்களுக்கும் இன்று மாடல்களாக இருக்கும் பெண்களுக்கும் எவ்வளவு வித்தியாசம்?

Infatuation என்பது தன்னையே சரியாகப் புரிந்துகொள்ளாத ஒருவர் அடுத்தவர்களைச் சரியாகப் புரிந்துகொண்டதாக நினைப்பதும், அவர்களுக்கு வாழ்க்கையைக் காட்டிலும் பிரமாண்டமான வடிவத்தை (Larger Than life) உண்டாக்குவதும்தான். அதனால்தான் Infatuation விரைவிலேயே நீர்க்குமிழையைப் போல உடைந்து போகிறது.

தன்னை ஓரளவேனும் புரிந்துகொண்டவன்தான் அடுத்தவர்களையும் தெரிந்துகொள்ளமுடியும். காதலர்கள் இளமையாக இருக்க வேண்டும்; ஆனால் காதல் முதிர்ச்சியானதாக இருக்கவேண்டும். மருத்துவமனையில் பக்கத்துத் தொட்டிலில் இருக்கும் குழந்தையைப் பார்த்துக் கண்ணடித்ததாகக் கூட நாம் கதை எழுதலாம்; ஆனால் இப்படியொரு நிகழ்வு சாத்தியமே இல்லை.

எனக்குத் தெரிந்த ஒருவர் கண்களில் கண்ணீருடன் இரவு நேரம் என் கதவைத் தட்டினார். வெகுதூரத்திலிருக்கும் கல்லூரிக்குப் பெண் ஆட்டோவில் போகட்டும் என்று ஒப்பந்த அடிப்படையில் வாகனம் அமர்த்தியிருக்கிறார். அந்தப் பெண் ரகசியமாக அந்த ஆட்டோ ஓட்டுநரையே திருமணம் செய்துகொண்டுவிட்டார். ஒரு மாதத்திற்குப் பிறகு வேறொரு ஆட்டோ ஓட்டுநர் மூலமாக விஷயம் தெரிந்திருக்கிறது. ஆனால் அதற்குள் சங்கதி கைநழுவி இருவரும் ஓடிப் போய் விட்டார்கள்...

இல்லை... ஆட்டோவில் போய்விட்டார்கள் டாட்டா காட்டி விட்டு.

(பஸ்ஸுக்குப் பேருந்து, காருக்கு மகிழுந்து, லாரிக்கு சரக்குந்து என்று தமிழில் பெயர் சூட்டினால் ஆட்டோவிற்கு சந்துகளில் செல்வதால் சந்துந்து என அழைக்கலாம்...?)

ஆட்டோ டிரைவரை நேசிப்பதோ, கூலித் தொழிலாளியைத் திருமணம் புரிந்துகொள்வதோ தவறில்லை. ஆனால், தான் என்ன செய்கிறோம் என்கின்ற உள்ளுணர்வோடும், தன் செயல்களினால் ஏற்படும் விளைவுகளையும் சிந்தித்துப் பார்க்கவேண்டும்.

தூக்கி வளர்த்தவர்களைத் தூக்கி எறிந்துவிட்டு வேறொருவரை இதயத்தில் தூக்கி வைத்துக்கொள்வது காதல் அல்ல; அது துரோகம்-பெற்றவர்கள் சம்மதமில்லாமல் நிகழும் போது அது அழியாத வடுவாகக் காலத்தின் கன்னத்தில் தங்கிவிடும்.

தன் மகள் குறித்து சிந்தித்தவரின் பிரச்சினையில் என்னாலான உதவிகளைச் செய்தாலும் அது எனக்குத் திருப்தி தரவில்லை. எந்த நேரத்தில் இந்தத் தகவல் வெளிவந்தாலும் அப்பெண்ணின் எதிர்காலம் பாதிக்கப்படலாம். அவர் இந்தப் பிரச்சினையை எப்படித் தீர்த்தார் தெரியுமா? அந்த இளைஞனுக்குச் சொந்தமாக ஓட்ட ஒரு சந்துந்து வாங்கிக் கொடுத்தார். அதுதான் அவர்களுக்குள் நடந்த பேரம்.

கணையாழியில் வெகு நாட்களுக்கு முன் ஒரு சிறுகதை. சாரம் இதுதான். தன் அருகில் படுத்திருக்கும் தன் மனைவி அன்று, தான் கதை

எழுதிய தாள்களைப் பறித்துத் தூக்கி எறிந்ததை இரவில் தூங்காதிருக்கும் கணவன் நினைத்துப் பார்க்கிறான்.

"இவ்வளவு பிரச்சினைகள் இருக்கும்போது கதை எழுதுகிறீர்களா?"

அவனுக்குத் தன் இளமைக் காலம் நினைவுக்கு வருகிறது. அவன் எழுதிய கதைகளுக்காகவே ஒரு பெண் அவனை நேசித்ததையும், அவனுடைய கதைகளைப் படித்து அவள் எழுதிய கடிதங்களையும் அவன் அசை போடுகிறான். அவன் மனம் மகிழ்ச்சியடைகிறது. சட்டென்று நிகழுக்கு வருகிறான்.

அந்தப் பெண்ணைத்தான் அவன் திருமணம் செய்துகொண்டான். அவள்தான் இப்போது கதை எழுதினாலே கோபப்படுகிறாள். வாழ்க்கை உச்சிவெயிலாய்ச் சுடும்போது மரம் அடுத்தவர்களுக்கு நிழல் தருவதில்லை. பல நேரங்களில் காதல், திருமணத்தால்தான் தோல்வியடைகிறது.

ஒருவன் திறமையால் உண்டாகும் உணர்ச்சி Infatuation தான். கவிஞனுக்கும், வாசகனுக்கும் உள்ள உறவு போதுமானது; நடிகனுக்கும் பார்வையாளனுக்கும் உண்டான உறவு போதுமானது. அது ஓர் ஒப்பந்தம்தான். அதற்குமேல் உறவை வளர்த்துக்கொள்ள நினைப்பது தேவையில்லாதது. படைப்பைக் காட்டிலும் படைப்பாளி முக்கியம். கவிதை ஒருவனிடமிருந்து உதிர்ந்து போகலாம். Trail போன்ற உன்னதப் படைப்புகளை எழுதிய Kafka "இவற்றை பிரசுரிக்க வேண்டாம்" என்று மரண வாக்குமூலம் கொடுத்து விட்டுத்தான் இறந்து போனார். படைப்பு உதிர்ந்தாலும் வாழ்க்கை தொடர்கிறது.

காமம் என்பது மறுபடியும் உடற்பசி குறித்தது என்றே நாம் சொல்லி வருகிறோம். "காதல் ஒரு ரசாயன மாற்றம்; ஆனால் அதன் பார்முலா யாருக்கும் தெரியாது" என்று ஒருவர் குறிப்பிட்டிருக்கிறார்.

உடற்பசி என்பது மட்டும் காமம் அல்ல; நியாயமற்ற உறவுகள் மட்டும் காமம் அல்ல;

காமம் என்பது அன்பு இல்லாமல் நிகழ்கிற பாலுணர்வு. இரு பாலருக்கும் அன்பு வழியும்போது ஏற்படும் உணர்வு காமமல்ல. கட்டாயத்தினால் அன்பு இல்லாமல் வேறொரு காரணத்திற்காக நிகழ்வது காமம்.

காமத்திற்கான மிகச் சிறந்த விளக்கத்தைத் திருவள்ளுவர்தான் தருகிறார்.

பொதுமகளிரிடம் வைத்துக்கொள்ளும் உறவு இருட்டறையில் பிணத்தைத் தழுவுவது போல என்று குறிப்பிடுகிறார். ஏனென்றால் அது அன்பினால் நிகழ்வது அல்ல. உடல் மட்டும் சம்பந்தப்பட்டது; இதயமோ தொடர்பற்று இருக்கும்; மனம் வேறெங்கோ இருக்கும்.

Infatuation மற்றும் Lust ஆகிய இரண்டும் ஏன் ஏற்படுகின்றன? அளவுக்கதிகமான கட்டுப்பாடுகளை விதித்துப் பெண்ணைப் புதிராக்க நடக்கும் முயற்சிகள். இதற்குக் காரணம், எல்லா ஊடகங்களிலும் நேசிப்பு மட்டுமே மூலக்கருவியாக இருந்தது. அது மட்டுமே வாழ்க்கை என்கிற பிம்பங்களை ஏற்படுத்திக்கொண்டேயிருப்பதுதான்.

நான் கல்லூரியில் படிக்கும்போது +2 வரை ஆண்கள் பள்ளியில் படித்த மாணவர்கள் சகல நேரமும் பெண்களைப் பற்றியே பேசிக் கொண்டிருப்பதை நான் பார்த்திருக்கிறேன். அவர்களுக்குப் பெண்கள் ஆர்வத்தை ஏற்படுத்துகிறார்கள். அவர்களுடைய ஒவ்வொரு அசைவும் அவர்களைக் கிளர்ந்தெழச் செய்கிறது.

விலக்கி வைக்கும்போது விருப்பம் அதிகரிக்கிறது. ஸ்பெயின் நாட்டில் காளைச் சண்டைக்கு ஆயத்தப்படுத்தப்படும் பசுக்களைப் பார்க்கவே காளைகளை அனுமதிப்பதில்லை. அங்கு அது கோப மாகவும் முரட்டுத்தனமாகவும் உருமாறுகிறது.

சிறு வயதிலிருந்தே இயல்பாகப் பழகும் நெறிமுறைகளை ஏற்படுத்தினால் 24 மணி நேரமும் அடுத்த பாலைப் பற்றியே சிந்திக்கிற மனப்பான்மை குறையும்.

ராஜஸ்தானில் மீனா என்கிற இனத்தில் ஒரு பழக்கம் இருக்கிறது. கணவன் மனைவி கூட பகல் நேரத்தில் மற்றவர்கள் முன் பேசிக் கொள்ள முடியாது.

நமது செயற்கையான கட்டுப்பாடுகள் அதிகரிக்கும் போதெல் லாம் ஒழுங்கீனங்களும் அதிகரிக்கின்றன.

Infatuation மற்றும் Lust ஆகிய இரு முனைகளுக்கும் நடுவில் காதல் இடம் பெறுகிறது. தன் மன ஓட்டங்களைப் புரிந்து கொண்டு, தன் இலக்குகளைத் தீர்மானித்துக்கொண்டு தன்னுடைய இலட்சியங் களுக்கு ஏற்ற ஒருவரைச் சந்திக்க நேர்ந்தால் பனியில் பாரிஜாதம் மலர்வதைப் போல ஏற்படும் உணர்வே காதல்.

நாளாக நாளாக அப்படிப்பட்ட ஈர்ப்பு அதிகரிக்கும். இன்னொரு வரிடம் இருக்கின்ற மற்ற பரிமாணங்களையும் உணர உணர மகிழ்ச்சியும்,

அன்பும் மேலோங்கிக் கொண்டேயிருக்கும். நாளடைவில் உடல் மறைந்து போகும்; உருவம் காணாமல் போகும்; உள்ளம் மட்டுமே எஞ்சி நிற்கும். அப்போது ஆழ்மனத்தின் மூலமே தகவல்களைப் பரிமாறிக்கொள்ள முடியும்.

ஒருவர் தென்றலாகும் போது மற்றவர் மலராவார்; இனிய நறுமணம் வீசும்.

ஒருவர் பாடலாகும்போது மற்றவர் புல்லாங்குழலாவார்; இனிய ஓசை கமழும்;

ஒருவர் கல்லாகும்போது மற்றவர் உளியாவார்; நல்ல சிற்பம் கிடைக்கும்.

ஒருவர் வண்ணமாகும்போது மற்றவர் தூரிகையாவார்; அழகிய ஓவியம் கிடைக்கும்.

அப்போது வாழ்க்கை பாரமாக இல்லாமல் பகிர்ந்துகொள்வதாக இருக்கும்.

"காதல் எவ்வளவு பெரிய சங்கதி. சாதிகளைச் சாகடிக்கவும், பிரிவுகளைப் பிரித்தெடுக்கவும் அதுவே அமுதசுரபி" என்பார்கள் பலர்.

"காதல் தேசக்கோடுகளைக்கூட அழித்து உலகச் சமுதாயத்திற்கு வழிகோலும்" என்கிறார் மற்றொருவர்.

இவை அனைத்துமே உண்மைகள்தான். ஆனால் அது மன முதிர்ச்சியினாலும், சரியான புரிந்துகொள்ளுதலாலும் ஏற்படுகிற காதலாக இருக்கும்போதுதான் சாத்தியம்.

இல்லாவிட்டால் அந்தக் காதலே சாதி மோதலுக்கு வழி வகுத்து விடும். கலப்பு மணத்தில் வெறியாக இருப்பவர்களையும், தன் சாதி யினருக்கு மட்டுமே சலுகைகளைச் செய்பவர்களையும் நான் சந்தித் திருக்கிறேன். ஏனென்றால் அது உந்துதலால் ஏற்பட்ட நொடி நேர முடிவு. சாதியை ஒழிப்பதில், அடுத்தவர்களின் சாதியை ஒழிப்பதில் மட்டுமே அவர்கள் அக்கறை காட்டுகிறார்கள்.

நான் படித்திருக்கிறேன்.

"நீ ஏன் உன் திருமண மோதிரத்தைத் தவறான விரலில் அணிந் திருக்கிறாய்" என்று ஒரு பெண்ணை அவள் தோழி கேட்பார்.

"நான் தவறான நபரைத் திருமணம் செய்துகொண்டேன்; அதனால் தான்" என்று அவள் பதில் சொன்னாள்.

இதை வாசிக்கும்போதே பலர் தங்கள் மோதிரங்களை வேறு ஒரு விரலுக்கு மாற்றிக்கொள்ள முற்படலாம்.

நமக்கு வாழ்க்கை சலித்துப் போவதற்குக் காரணம், அதை குறிப்பிட்ட வரைமுறையில் (Programmed and Predictable) நாம் எதிர்பார்ப்பதுதான். அடுத்தவர்கள் நாம் எதிர்பார்த்ததில் இருந்து மாறுபடும் போது சலிப்பு வருகிறது. அன்பின் எண்ணற்ற பரிமாணங்களில் ஒன்று தான் காதல். அதை மலர்களை ஸ்பரிசித்தும், பறவைகளைத் தரிசித்தும், விலங்குகளை வருடியும், குழந்தைகளைக் கொஞ்சியும், மரங்களைத் தழுவியும் மானுடத்தை நேசித்தும், மற்றவர்களுக்கு அனுசரித்தும், மேசை நாற்காலிகளை தடவிக் கொடுத்தும் வெளிப்படுத்தலாம்.

அப்படிப்பட்டவர்கள் காத்திருக்கிறார்கள்; அவசரப்படுவதில்லை.

அப்படிப்பட்டவர்கள் முயற்சி செய்வதில்லை; முந்தியடிப்பதில்லை.

தானாகவே அவர்கள் மடியில் அவர்களுக்குப் பொருந்துகிற துணை வந்து விழுகிறது.

18. வீரம் - தீரம் - விளையாட்டு

அண்மையில் "பழம் பாதை - வெண்மேகங்கள்" (Old path white clouds) என்கின்ற புத்தகத்தை வாசிக்க நேர்ந்தது.

புத்தருடைய சீடர்களில் ஒருவரான சாரிபுட்டா மீது பொறாமை கொண்ட ஓர் இளம்துறவி (துறவில் கூட பொறாமையா? பணியில் கூட முதலிடமா?) சாரிபுட்டா தன் மீது மோதி கீழே விழச் செய்ததாகப் புகார் கூறுகிறார். புத்தரும் விசாரிக்கிறார்.

அப்போது சாரிபுட்டா "நான் என் உடலுக்குள் உடலை தியானிக்கிறேன். எண்ணுகிறேன். உணர்கிறேன். நான் எப்படி இன்னொருவர் மீது மோதி விழச் செய்ய முடியும்?

"நான், பூமி, நீர், தீ, காற்று ஆகியவற்றை எண்ணி முறையே கனிவு, கருணை, மகிழ்ச்சி, சமத்தன்மை ஆகியவற்றை செழுமையடையச் செய்கிறேன்" என்று விளக்கம் தருகிறார்.

தீயைப்பற்றிக் குறிப்பிடும்போது, "நான் தீயைப் போலத் திகழப் பழகிக்கொண்டேன். தீ அழகானவற்றையும் அழுக்கானவற்றையும் வெறுப்பதும் இன்றி எரித்துத் தள்ளுகிறது. நான் என் உடலையும் மனத்தையும் தீயைப் போல இருக்கச் செய்கிறேன்" என்று கூறி மேலும் தொடர்கிறார். (நான் பகிர்ந்துகொள்ள வந்த செய்திக்கு மேற்படி சம்பவத்தின் இதர பகுதிகள் தேவையில்லை என்பதால் அவற்றை அனாதையாக விட்டு விட்டு மேலே செல்கிறேன்)

'உடலுக்குள் உடலை உணர்வது' மிகவும் முக்கியம். உடலைக் கடப்பவர்களுக்கும் அது அவசியம். உடலைப் புரிந்துகொள்பவர் களுக்கும் அது முக்கியம். உடலை நேசிப்பவர்களுக்கும் அது தேவை. உடலை உணராமல் உடலைக் கடக்க முடியாது."

'உடல் மோசமானதல்ல' என்பதால்தான் புலன்களைப் புரிந்து கொண்டால் அவை பாலைச் சொரியும் என்று திருமூலர் குறிப்பிட்டார்.

"வீர, தீர விளையாட்டுகள் எல்லாமே உடலுக்குள் உடலை உணர்வது தொடர்பாகத்தானே. உள்ளுக்குள் கனன்றுகொண்டிருக்கும்

நெருப்பை சரியான நெறியில் செலுத்தி ஆற்றலாய் வழி நடத்தத்தானே" என்று நான் யோசித்தேன்.

உடல் - உணவு - உணர்வு ஆகிய அனைத்துமே தொடர்பு உடையவை. பழங்காலத்தில் நம்மிடம் வீரம் முக்கியமான பகுதியாக ஒன்றியிருந்தது. 'பூத்தரும் புணர்ச்சி' 'புனல் தரும் புணர்ச்சி' 'களிறு தரும் புணர்ச்சி' ஆகியவை அக இலக்கியங்களில் அதிகமாகப் பேசப்படுகின்றன. (அதிகம் தகவல் பெற இராசமாணிக்கனார் -தமிழ் இலக்கிய வரலாறு வாசிக்க) மற்ற நாடுகளில் விலங்குகளைக் கொடுமைப்படுத்துவதும், மனிதர்களைத் துன்புறுத்துவதும் கேளிக்கைகளாகக் கருதப்பட்டு வந்தன. ரோமாபுரியில் கலோசியம் (Colosseum) நடுவில் கொடிய மிருகங்கள் மனிதர்களைக் கொன்று போடுவதையும், ஆயுதம் தாங்கிய வீரர்கள் (!) நிராயுதபாணிகளைச் சாகடிப்பதையும் ரசித்துப் பார்க்கும் பழக்கம் இருந்தது. பிறகு அது சற்று நாகரிகம் அடைந்து மிருகங்களை, சாகசம் செய்ய விரும்பும் இளைஞர்கள் அடக்கிக் காட்டலாம் என்கிற நிலை வந்தது. இது கட்டாயமாக்கப்படாத விருப்பத்தின்பேரில் நிகழ்கிற விளையாட்டு.

அலெக்ஸாண்டர், புரூசெஃபல்ஸ் என்கிற குதிரையை அடக்கச் சென்றபோது ஃபிலிப்ஸ் வேண்டாமென்றுதான் தடுத்தார். தன் மகன் தோல்வியடைந்தால் அவமானமாக இருக்குமே என்றுதான் அவர் நினைத்தார். ஆனால் குதிரையைத் தலை திருப்பித் தன் நிழலையே பார்த்துப் பயப்படச் செய்து, அது மிரளும்போது அதை அடக்கி அதன் மீது அமர்ந்து வெற்றி கொண்டார் அவர். அது இறக்கும் வரை அவருடன் தான் இருந்தது. (நன்றி - Plutarch)

16-ஆம் நூற்றாண்டில் கூட இங்கிலாந்து நாட்டில் (Bear baiting) கரடி இரையாதல் என்னும் ஒரு குரூரமான விளையாட்டு இருந்து வந்தது. ஷேக்ஸ்பியர் தன்னுடைய 12-ஆவது இரவு (Twelfth Night) நாடகத்தில் இது குறித்துக் குறிப்பிடுகிறார்.

கரடியை ஒரு கம்பத்தில் இறுக்கிக் கட்டிப்போட்டுவிட்டு நாய்களை அவிழ்த்து விடுவார்கள்.

அந்த நாய்கள் கரடியைக் கடித்துக் குதறுவதைப் பார்த்து ரசித்து மகிழ்ந்தனர் மக்கள். "அப்போது வாலாயமான சடங்குகளுக்கு எதிர்ப்புத் தெரிவித்த மதப்பிரிவினர் 'கரடி இரை' நிகழ்ச்சியைத் தடை செய்யத் தூண்டினர். கரடியின் மீது கொண்ட அன்பினால் அல்ல, மக்கள் மகிழ்ச்சி கொள்வதால் ஏற்பட்ட கோபத்தால்" என்கிறார் ஐசக் அஸிமோவ்.

இன்று நாம் பெற்றிருக்கும் முக்கியமான வளர்ச்சி விஞ்ஞானம் தொழில்நுட்பம் ஆகியவற்றால் அடைந்தவை என நாம் எண்ணுகிறோம். ஆனால் அதனினும் மேலாக மனரீதியாக 'அன்பு' 'கருணை' 'கனிவு' 'இரக்கம்' போன்றவற்றில் நாம் பெற்றிருக்கும் வளர்ச்சியும், அது தொடர்பாக உலகமெங்கும் தோன்றி வரும் விழிப்புணர்ச்சியும் மேன்மையானவை. இன்று ஒரு மண்புழுவின் மரணத்திற்கும் மலர் வளையம் வைக்குமளவு சுற்றுப்புறச் சூழல் உணர்வு பரவ ஆரம்பித் திருக்கிறது.

இன்று விளையாட்டு என்பது துன்புறுத்தல்களைத் தாண்டிய கொண்டாட்டம், விளையாடுபவர்கள் பார்வையாளர்களைக் காட்டிலும் அதிகம் மகிழ்வதே சிறந்த விளையாட்டின் அறிகுறி.

சாரிபுட்டா கூறுவதைப் போல உடலையும், மனத்தையும் தீப்பிழம்பாக மாற்றி நம்முடைய சக்தியை வெளிப்படுத்தவும், நம் ஆற்றலை நெறிப்படுத்தவும்தான் விளையாட்டுகள்.

இன்று இளைஞர்கள் தலைமைப் பண்புகளை வளர்த்துக் கொள்ளப் பெரிதும் விரும்புகிறார்கள். மாபெரும் சபைகளில் நடக்கவும் மாலைகள் விழவும் ஆசைப்படுபவர்கள், உடலை சிறப்பாக வைத்துக்கொள்ள வேண்டும். அதற்கு விளையாட்டே முதற்படி.

விளையாட்டில் வெற்றி முக்கியம் அல்ல. விளையாட்டே வெற்றி தான். நம்மால் விளையாட முடிகிறதே. மூச்சுப் பிடிக்கவும் தம் கட்டவும் முடிகிறதே அதுவே ஒரு மகிழ்ச்சியான நிகழ்வுதான். பரிசும், பதக்கமும் பெறும் பதற்றத்தில் விளையாடுகிற சுகத்தை இழந்துவிடக் கூடாது.

நான் வாசித்திருக்கிறேன், இராஜேந்திர சோழன் - ஓர் ஒப்பற்ற வீரன். வடக்கே கஜினி முகமது படையெடுத்து வந்தபோது, தெற்கி லிருந்து வாளைச் சுழற்றிக்கொண்டு ஆக்ரோஷமாக வடக்கு நோக்கிப் படையெடுத்து பல மன்னர்களை மண்டியிடச் செய்தார். அவர் தலைமையில் வங்காள விரிகுடா, சோழர்களின் ஏரியாக மாறியது. அது மட்டுமல்ல அவர் படையெடுத்து வருவது கண்டு அஞ்சி (சுமத்திரை மன்னனை அவர் வீழ்த்தியதும்) கம்போடிய மன்னர் அவருக்குத் தேர் ஒன்றைப் பரிசளித்தார்.

அவர் வங்கத்தில் படையெடுப்பு நிகழ்த்தியபோது போர்க் களத்தில் ஒரு யானை மதம் கொண்டு அவர் மீது பாய்ந்தது. தனியொரு நபராக அதை வெட்டி வீழ்த்தினார் (NBT publication - rajendra chola).

கட்டுமஸ்தான இரு இளைஞர்களைத் தூக்கிக்கொண்டு மதிற் சுவரின் மீது தினமும் ஓடுவதுதான் பாபருடைய காலை உடற்பயிற்சி. அவர் நீந்திக் கடக்காத நதிகள் இல்லை. கங்கையையும் அவர் விட்டு வைக்கவில்லை. (நன்றி - மதன் 'வந்தார்கள் வென்றார்கள்' மற்றும் the emperors of the peacock throne#abraham eraly)

போர்க்களத்தில் திடீரென வெகுண்ட யானையைத் தனியே நின்று அக்பர் அடக்கினார். அவருக்குப் பொழுதுபோக்கே யானை மீது சவாரி செய்துகொண்டு அதை இன்னொரு யானையுடன் மோதவிடுவதுதான்.

அன்று தலைமைப் பண்பு என்பது உடலையும் உள்ளடக்கியது. மனத்துணிவு மிகவும் அவசியமானதாக இருந்தது. நெருக்கடியான நேரங்களில் நாம் எவ்வளவு துணிவைக் காட்டுகிறோம் என்பதே நம்முடைய வெற்றியைத் தீர்மானிக்கும்.

உடல் திடமாக இல்லாவிடின் தலைமைப்பண்பு இல்லை என்று கருதியதற்குக் காரணம், அன்று உடல் பலமே வெற்றியின் அளவு கோலாக இருந்தது.

'ஜூலியஸ் சீசர், தைபர் நதியை நீந்திக் கடக்க முடியவில்லை. அவன் எப்படி ரோமாபுரியை ஆளமுடியும்' என கஸீயஸ் (Cassius) புரூட்டஸ் (Brutus) வசம் சொல்வதாக ஷேக்ஸ்பியர் சித்திரிக்கிறார்.

(The old Anchises bear, so from the waves of Tiber did I the tired ceasr) இத்தனைக்கும் தைபர் 252 மைல்கள் நீளமானது. இத்தாலியின் இரண்டாவது பெரிய நதி.

குடிமைத் தேர்வுகள் பயிற்சி நிலையத்தில்கூட 'குதிரையேற்றம்' பயிற்சியின் ஓர் அங்கம். குதிரைகளை அடக்குவதும், அவற்றின் மீது சவாரி செய்வதும் தன்னம்பிக்கையை வளர்க்கும் என்று கருதப்படுகிறது. குதிரைகள் துணிவு உள்ளவர்களை மட்டுமே தங்கள் தோள்களைத் தட்ட அனுமதிக்கின்றன. நெல்சன் மண்டேலா கூட தன்னுடைய விடுதலைக்கான நெடும் பயணம் (Along walk to freedom # பக். 233) நூலில் குறிப்பிடுகிறார்.

"எங்களை ஜொகன்ஸ்பர்க் சிறைச்சாலைக்குக் கொண்டு சென்றார்கள். எங்களை நிர்வாணமாக ஒரு மணி நேரத்திற்கு மேல் நடுங்குகிற குளிரில் நிற்க வைத்தார்கள். என் கோபத்தை மீறி நான் சிரிக்க நேர்ந்தது. முதல் முறையாக 'ஆடையில்லாத மனிதன் அரை மனிதன்' என்பதை நான் உணர்ந்தேன். நல்ல உடலமைப்பும், வசீகரிக்கும் ஆகிருதியும் அவசியம் என்றால் அதில் ஒரு சிலர் மட்டுமே தலைமைப்

பகுதிக்குத் தகுதியானவர்கள்." (If fine bodies and Impressive Physiques were essential to being a leader, I saw few among us would have qualified)

இன்று விளையாட்டுத் திடல்கள் இல்லாத பல பள்ளிகள் இருக்கின்றன. படிப்பு, விளையாட்டைக் காட்டிலும் முக்கியமானதாகி விட்டது. மதிப்பெண்கள் சிவப்பணுக்களின் எண்ணிக்கையைக் காட்டிலும் அவசியமானதாக ஆகிவிட்டது.

சாரிபுட்டா கூறியதைப்போல உடலில் எங்கே உடலை உணர்கிறோம்?

விளையாட்டு தருகிற பரிசுகளைக் காட்டிலும் அது கற்றுத் தருகிற பண்புகள் முக்கியம். அதில் நாம் உறிஞ்சிக்கொள்கிற பெருந்தன்மை மகத்துவம் வாய்ந்தது. பூங்காவிற்குள் பூக்களைப் பறிக்காமலேயே அவற்றின் நறுமணத்தில் நெகிழ்ந்து போவதைப்போல அது உன்னதமானது. அடுத்தவர்கள் நியாயமாக விளையாடும்போது அவர்கள் பெறுகிற வெற்றியைக் கண்டு கைதட்டி மகிழ்பவர்கள் தான் உண்மையான விளையாட்டு வீரர்கள். குண்டப்பா விஸ்வநாத், ஆட்டமிழக்காத வீரரை நடுவர் ஆட்டமிழந்ததாகத் தீர்ப்பு தந்தபோது (ஆடியவர் எதிர் அணியைச் சார்ந்தவர் என்றாலும்) நியாயத்தை எடுத்துச் சொல்லித் தீர்ப்பை மாற்றினார்.

"நம் நாடு வெற்றிபெற வேண்டும் என நினைப்பது நம் உணர்வு. ஆனால் தகுதியானவர்கள் வெற்றி பெறுவதே நல்ல விளையாட்டு" என்று மிகப் பெரிய விளையாட்டு வீரர் பிராட்மேன் கூறியதை நான் படித்திருக்கிறேன்.

விளையாட்டுகள் எல்லாம் நம் சுற்றுப்புறச் சூழலுக்கு ஏற்ப நம்மை உருவாக்கும் பொருட்டு வடிவமைக்கப்பட்டவை.

'படேரு' என்கிற பழங்குடிகள் கிராமம் ஆந்திரப் பிரதேசத்தில் அமைந்திருந்தது. அங்கு பயணப்பட்டபோது, அந்தப் பெருங்குடி மக்கள் தங்கள் விளையாட்டுகளைச் செய்து காண்பித்தார்கள். அவர்கள் கண்பார்வையை தீட்சண்யப்படுத்துவதற்கும், இருளில் எதிர்வரும் விஷஜந்துக்களை எதிர்கொள்வதற்கும் ஏற்றவாறு அந்த விளையாட்டுகள் கட்டமைக்கப்பட்டிருந்தன.

ஒவ்வொரு நாட்டிலும், பகுதியிலும் அவர்களுடைய சூழலுக் கேற்ப தங்களை அனுசரணையாக்கிக்கொள்ளும் பக்குவத்தில் விளையாட்டுக்கள் உருவாகின்றன என்பதை அவர்களிடம் கற்றுக்கொண்டேன்.

இயற்கையோடு ஒன்றி வாழ்கின்ற காரணத்தால் எப்படியெல்லாம் ஆபத்துகளை எதிர்கொள்வது என்பதே அந்த மக்களுடைய ஜீவிதம். நாம் ஆபத்தைக் கண்டு ஓடுவோம்; அவர்கள் சந்திக்கிறார்கள். இது தான் வேறுபாடு.

நாம் எப்போது விளையாட்டுக்காகவே விளையாட ஈடுபடு கிறோமோ, அப்போதே நாம் தனியாகத் தெரிய ஆரம்பிக்கின்றோம். சின்ன வயதில் முகமது அலியின் கை தவறிப்பட்டு அவர் தாய்க்கு ஒரு பல் ஆட்டம் கண்டதாக நான் கேள்விப்பட்டிருக்கிறேன். இப்படி எங்கேயாவது அபூர்வமாக நிகழலாம். மற்றபடி பயிற்சியே முயற்சியை முழுமையாக்குகிறது.

மருத்துவமனையிலிருந்தபோது, 12 வருடங்கள் கால்ஃப் விளை யாடுகிற மாதிரி சகல நேரமும் மனக்கண்ணின் முன்பு நிறுத்திய காட்சி களின் தாக்கத்தினால் அவர் வெளியே வந்தவுடன் சிறப்பாக விளை யாடியதாக "Chicken soup" புத்தகத்தில் கண்டிருக்கிறேன்.

ஆக, விளையாடுவது கொஞ்ச நேரம் - அதற்கான நம் தயாரிப்பு அதிக நேரம். நாம் மன அளவிலும் பக்குவப்பட வேண்டியவர்களாக இருக்கிறோம். உள்ள உறுதி, குழு இணக்கம், போராடும் பக்குவம் (determination, team spirit, killing spirit) ஆகியவை இருந்தால்தான் விளையாட்டு பளிச்சிடும். 'நான்தான் கோல் போடுவேன்' என்று கால் பந்திலோ, என் வெற்றியே, நான் அடிக்கும் சதமே பிரதானம் என்று மட்டைப் பந்திலோ எண்ணினால் தோல்வியே தோரணம் கட்டும்.

விளையாடுவது என்பது களத்தில் குதிப்பது. அறிவை, ஆற்றலை, கூர்மையை, உடற்திறனை வெளிப்படுத்தும் விளையாட்டுகளே நல்ல விளையாட்டுக்கள். குயுக்தியை, வாய்ப்பை அடிப்படையாகக் கொண்டு விளையாடினால் அது சூதாட்டம் - விளையாட்டல்ல.

வீரத்தால் வீழ்த்த முடியாத பாண்டவர்களைத் தந்திரத்தால் வீழ்த்த எண்ணியதால்தான் குருஷேத்திரம் நிகழ்ந்தது.

வேகம் வேகமாகப் பாண்டவர்கள் இழக்கிறார்கள் என்பதைக் குறிப்பிட வந்த பாரதியார் விருத்தத்தை மாற்றி, 'ஆடிழந்து விட்டான் - தருமன் ஆளிழந்து விட்டான் மாடிழந்து விட்டான் மந்தை மந்தையாக' எனச் சுருதியைக் கூட்டுகிறார், ஜதியை சேர்க்கிறார் - பாஞ்சாலி சபதத்தில்.

விளையாட்டு ஒரு விதமான ஒழுக்கத்தை (discipline) உண்டாக்கு கிறது. நேரத்தைப் பேணுவதிலும், சொன்ன சொல்லைக் காப்பாற்று வதிலும் நட்புக்காகப் போராடுவதிலும் விளையாடுபவர்கள் முன்

மாதிரியாகத் திகழ்கிறார்கள். விட்டுக்கொடுப்பதும், வீறுகொண்டு எழுவதும் அவர்களுக்கு இயல்பாக மலர்கிறது.

"இன்று இளைஞர்களின் சராசரி உயரம் கூடி இருக்கிறது. இந்தியாவில் மட்டுமல்ல ஜப்பானில்கூட (ஜப்பானில் கூடியதற்குக் காரணம் வேறு). ஆனால் உடல் திண்மை கூடியிருக்கிறதா என்று சந்தேகம். தண்ணீர் இறைப்பதிலிருந்து துணியைப் பிழிவது வரை இயந்திரங்கள் வந்துவிட்டதால் மூங்கிலைப் போலத் திடமாக இருக்க வேண்டிய பல இளைஞர்கள் முருங்கையைப் போல இருக்கிறார்கள்" என்றார் எனக்குத் தெரிந்தவர்.

இன்று குழந்தைகள் மீது அக்கறை கூடியிருக்கிறது. விலையுயர்ந்த ஆகாரங்கள் தருவிக்கப்படுகின்றன. செரித்ததை சேமிக்க உடலுழைப்பு தேவைப்படுகிறது. அதற்கு விளையாட்டு அன்றி வேறெது உபாயம்?

விளையாட்டே வினையான கதையொன்று உண்டு.

இந்திய மன்னர் ஷிர்ஹம் அமைச்சரவையிலிருந்த ஒருவர் சதுரங்க விளையாட்டைக் கண்டுபிடித்தார். மன்னர் "அதற்கு என்ன பரிசு வேண்டும்" எனக் கேட்டதற்கு "முதல் கட்டத்தில் ஒரு கோதுமை இரண்டில் இரண்டு, மூன்றில் நான்கு என ஒவ்வொரு கட்டத்திற்கும் இரட்டிப்பாக்கிக் கொண்டே செல்லுங்கள். அதைத் தந்தால் போதும்" என்றார்.

அவருடைய எளிமையில் மகிழ்ந்த மன்னர் ஒரு கோணியை எடுத்து வரச் சொன்னார். மூன்றாவது வரிசைக்கு வரும்போது கணக்குப் போட 97 நாட்கள் தேவைப்பட்டன. 8.4 மில்லியன் தானியங்கள் வேண்டியிருந்தன.

மன்னர் ஒரு கட்டத்தில் தவறை உணர்ந்து, கண்டுபிடித்தவரின் தலையைக் கொய்தார். பில்கேட்ஸ் தன்னுடைய "The road ahead" புத்தகத்தில் இதை மேற்கோள்காட்டியிருக்கிறார்.

கம்ப்யூட்டர் இருந்திருந்தால் மன்னன் வாக்குக் கொடுக்கும் முன்பே கணக்குப் போட்டிருப்பார், ஓர் அறிவு ஜீவி தப்பியிருப்பார் என்கிறார்.

நாம் எந்த விளையாட்டை வேண்டுமானாலும் தேர்ந்தெடுக் கலாம். அது உடலையும் ஆன்மாவையும் அழகுபடுத்துவதாக இருக்க வேண்டும்.

நாம் நாட்டுக்காக விளையாட வேண்டியதில்லை. நமக்காக விளையாடுவோம். நமக்காகச் சரியாக விளையாடும் போது, நாமே

விளையாட்டோடு ஒன்றும்போது அந்த அதிசயம் நடக்கும். நம்மை வெல்லுவது சிரமம் என்கிற நிலை ஏற்படும்.

விளையாட்டு நம் கலையார்வத்தை, நம் படிப்பறிவை வேலை செய்யும் திறனை தலைமைப் பண்பை சப்தமிடாமல் வளர்க்க உதவி புரியும்.

அதனால்தான், தன் மீது படையெடுத்து வந்த அய்னுல் மால்க் (Ainulmalk) அல் - அட்லியின் புகழ்பெற்ற சதுரங்கக் கேள்வியைத் தீர்த்து வைத்ததற்காக அவன் தோற்றும் நாட்டைத் திருப்பித் தந்ததாக முகமது பின் துக்ளக் குறிப்பிடுகிறார். (நன்றி : கிரீஷ் கர்னட் - துக்ளக் நாடகம்)

விளையாட்டு நம் நெஞ்சை நிமிர்த்தும், தலையில் கனத்தை ஏற்றாமல், உண்மையான விளையாட்டு வீரர்களுக்கு வெற்றியைக் காட்டிலும் தாங்கள் விளையாடிய விதமே பெரிது; அவர்கள் வாழ்வையும், மரணத்தையும் சரியாக மதிப்பார்கள் - தோல்வியையும், வெற்றியையும் சமமாகப் பாவிப்பதால்.

19. தேசம் எனும் நேசம்

தொலைபேசி ஒலித்தது. தொடர்பு கொள்பவர் பழக்கமில்லாத புதிய நபர்.

"தினத்தந்தி இளைஞர்மலர் கட்டுரைகளையெல்லாம் வாசிக்கின்றேன். நீங்கள் நாட்டுப் பற்று குறித்து இன்னும் எழுதவில்லையே…"

"நான் இதுவரை எழுதியவையெல்லாம் நாட்டுப்பற்று குறித்தவை தானே?"

"எப்படி?"

"நேர்மையாக நடந்துகொள்வது, உண்மையாக உழைப்பது, கருணையும் அன்பும் ததும்ப வாழ்வது, எளிமையான வாழ்வை மேற்கொள்வது, தேசத்தின் பொருளாதாரத்தை உயர்த்தப் பொருள் ஈட்டுவது, ஒவ்வொரு நொடியையும் ஆக்கப்பூர்வமாகச் செலவழிப்பது, நல்ல நூல்களாக வாசிப்பது, விழிப்புணர்வுடன் இருப்பது, அடுத்தவர்கள் சொற்களில் நம்பிக்கை வைக்காமல் தன்னுடைய திறமையில் மதிப்பு வைப்பது… இவையெல்லாம் திடமான இளைஞர்களையும் உறுதியான தேசத்தையும் உருவாக்காதா?"

"நீங்கள் சொல்வதெல்லாம் நியாயம்தான். ஆனாலும் தேசப்பற்று என்றால் என்ன என்று நீங்கள் தனியாக எழுதவேண்டும்."

நல்ல மனிதனாக ஒருவன் இருப்பது முக்கியம் என நான் நினைக்கிறேன். (good individual) அவர் நல்ல குடிமகன்தான் இலக்கு என எண்ணுகிறார் (good citizen). நான் உலகப் பிரஜைகளை உருவாக்குவது சிறந்தது எனக் கருதுகிறேன். அவர் தேசப் பிரஜைகளே போதும் என்கிறார். தேசம் என்ற வரையறைகள் கூட ஒரு காலத்தில் மறைந்து போக வேண்டியவைதானே?

நம்மை நன்றாக நிர்வகித்துக்கொள்ளவும், நம் வாழ்க்கையின் தரத்தை உயர்த்தவும் தற்காலிக ஏற்பாடுகள்தான் நமது பூமியின் மேல் ஓடும் கோடுகள் இல்லையா?

நிலவை மிதித்தவர்களிடம் கேட்டபோது "நாங்கள் நிலவிலிருந்து பார்த்தபோது பூமி ஒளிர்ந்து அழகுடன் காணப்பட்டது. அதில் எந்தக் கோடுகளையும் நாங்கள் காணவில்லை" என்று பதிலளித்தார்கள்.

"இளைஞர்களுக்கு நாட்டுப்பற்றை ஊட்ட வேண்டாமா?" தொலைபேசித் தோழரின் அக்கறை இன்னமும் காதுகளில் எதிரொலிக்கிறது.

நான் முழுத் தோட்டத்தையும் அவருக்குக் கொடுக்கிறேன்.

அவரோ ஒரு பூவைக் கேட்டுக் கைகளை விரிக்கிறார்.

நான் வானத்தை அவரிடம் தந்துவிட்டேன்.

அவர் ஒரு நட்சத்திரத்திற்காகக் கையேந்துகிறார்.

இளைஞர்களுக்கு நாட்டுப்பற்று வரவேண்டும். ஒத்துக் கொள்கிறேன். ஆனால் அது போலி தேசியம் பேசும் வெற்றுப் பேச்சுகளால் அல்ல, செயல்களால்...

அது சுதந்திரதினக் கொண்டாட்டங்களில் அல்ல.

ஒவ்வொரு நொடியிலும் இந்த சுதந்திரத்தின் முழுமையானதாக ஆக்க மேற்கொள்ளும் முயற்சிகளில்...

அது தேசியக் கொடியை சட்டையில் குத்திக்கொள்வதில் அல்ல.

தேச உணர்வை இதயத்தில் பச்சைக் குத்திக்கொள்வதில்.

இளைஞர்கள் மூத்தவர்களின் செயல்பாடுகளில் இருந்து அதை உணரவேண்டும். சாப்பிடுவதை நடப்பதைக் கற்றுத் தருவதைப் போல் மூத்தவர்கள் தங்கள் செய்கைகளால் இளைஞர்களுக்கு அதைப் பூடகமாக கற்றுத் தரட்டும்.

மென்மையாகவும், பிரச்சாரமின்றியும் நிகழும் தாக்கங்கள்தான் ஆழ்மனத்தில் சென்று நிரந்தரமாகத் தங்கி விடுகின்றன.

இந்திரன் எழுதிய "கவிதையில் அரசியல்" என்ற நூலில் ஒரு சம்பவத்தைக் குறிப்பிடுகிறார். ரவீந்திரநாத் தாகூரிடம் வாழ்த்துக் கையொப்பம் (autograph) பெறவேண்டும் என்று சிறுவன் சத்யஜித்ராய் காத்திருந்தார். மூன்று மணி நேரத்திற்குப் பின் சந்திக்க நேர்கிறது.

"நாளை வா! நான் உனக்காக யோசித்து எழுதி வைக்கிறேன்."

அடுத்த நாள் சென்றபோது அதில் ஒரு கவிதை எழுதிக் கையொப்பமிட்டிருந்தார் தாகூர். அதன் சாரம்:

"அறிவைப் பெற நிறைய செலவழித்து உலகமெல்லாம் சுற்றி வீட்டுக்குத் திரும்பினேன். என் வீட்டு முன் இருந்த புல் நுனியில் இருந்த பனித்துளியில் உலகம் முழுவதும் பிரதிபலிப்பதை அப்போது நான் கண்டேன்." தன் அனைத்துப் படைப்புகளுக்கும் அதுவே ஆதாரம் என்கிறார் ராய்.

தேசியம் என்பது நமக்கு வெளியே இருப்பது அல்ல. நமக்கு உள்ளே இருப்பது.

நம் மனதிற்குள் நம்மைக் குறித்தே நாம் வைத்திருக்கும் பிம்பங்கள் நம் தேசத்தைக் குறித்த அபிப்பிராயங்களை உயர்த்திப் பிடிப்பதற்கு மிகவும் அவசியம்.

தேசம் என்பது வெறும் பூகோள வரைபடம்தானா? அது அங்கு வாழும் மக்களுடைய ஒட்டுமொத்த விழிப்புணர்வின் வெளிப்பாடு இல்லையா? தேசம் என்பது மலைகளும், ஆறுகளும் மட்டும்தானா? மனிதர்களுக்கும் மனங்களுக்கும் இடம் இல்லையா? தேசம் என்பது வயல்களும், வரப்புகளும் மட்டும் தானா? அதில் இருக்கும் பல ஏழை இதயங்களும் அடங்காதா? தேசம் என்பது பொருளாதாரமும் அரசியலமைப்பும் மட்டும்தானா? அங்குள்ள இசையும் இலக்கியமும் இல்லையா?

தேசம் என்பது நம்மைச் சுற்றியுள்ள மக்கள். நம் இயற்கை வளங்கள், நம் சுற்றுச்சூழல் - நம் அரிய வனங்கள் - நம்மை நம்பியே வாழும் விலங்கினங்கள் அனைத்தும்தான். தேரை முதல் நாரை வரை, பாறை முதல் பனிமலை வரை அனைத்தும் நம் தேசத்தை ஆக்குகின்றன.

நம்மைச் சுற்றியுள்ளவர்களை நேசிக்கிறோம்.

நாம் காற்றைக் களங்கப்படுத்தாத போது நாம் தேசத்தைக் கவுரவப் படுத்துகிறோம்.

நம் வளங்களைப் பேணும்போது நம் நாட்டின் மகிமையைப் பாதுகாக்கிறோம்.

நம் உழைப்பை உண்மையாகத் தரும்போது நம் தேசியக் கொடியை அங்கீகரிக்கிறோம்.

தேசப்பற்று என்று தனி நேரம் ஒதுக்க வேண்டியதில்லை. விழிப்புணர்வுடனும், நேர்மையுடனும் ஒவ்வொரு நொடியிலும் நாம் தேசவிருட்சத்தின் வேர்களில் நீர் வார்க்கிறோம்.

நாம் போடும் சாலைகளின் தரம் தேசத்தின் தரத்தையும் நம் வயல்களின் மகசூல் தேசத்தின் தன்னிறைவையும், நம் பொருட்களின் செழுமை நம் நாட்டின் மதிப்பையும், நம் நேர்மையின் கூர்மை நம்மைக் குறித்த பிம்பங்களையும் தீர்மானிக்கின்றன.

"நான் தேசப்பற்றுமிக்கவன். நான் நேர்மையைப்பற்றிக் கவலைப் பட வேண்டியதில்லை" என்று சொல்ல முடியுமா?

குளிர்ப் பிரதேசங்களில் பனிச்சிகரங்களில் பழக்கமில்லாத ஜவான்கள் எத்தகைய துன்பங்களைச் சந்திக்க நேர்கிறது என்கிற விவரங்களை அண்மையில் எங்களைச் சந்தித்த ராணுவ வீரர்கள் கூறும்போது என் எண்ணங்கள் இன்னும் உறுதிபெற்றன.

மனிதனும் ஆயுதங்களும் (arms and the man) என்ற நூலில் பெர்னாட்ஷா போருக்குத் தோட்டாக்களைக் காட்டிலும் உணவுப் பொருட்களை எடுத்துச் செல்வது அவசியம் என்று குறிப்பிடுவார். அது நகைச்சுவையான விஷயம் அல்ல (What uses are catridges in battle? I always carry choclate instead...)

நாங்கள் ஐ.ஏ.எஸ். பயிற்சியின் போது இருவார ராணுவப் பயிற்சிக்கு அனுப்பப்படுவோம். நாகாலாந்தில் எல்லைப் பகுதியில் பயிற்சிக்குச் சென்றிருந்தேன். வாகனங்கள் செல்ல முடியாத அப்பகுதி களில் ஹெலிகாப்டர்கள் மூலமாக உணவுப் பொருட்களை உதிர்ப் பார்கள் (air dropping). சில நேரங்களில் சற்று தாமதமானாலும் சிரமம். ஒரு நாள் பட்டினி கிடக்கவேண்டிய நிலை.

பனிப்பிரதேசங்களில் பணியாற்றும்போது...

உடல் உறுப்புகளைக்கூட இழக்கவேண்டிய சூழ்நிலை சிலருக்கு ஏற்படுவது உண்டு. இரண்டு வருடத்திற்கு ஒரு முறைதான் வீட்டிற்குச் செல்ல முடியும். ஒரு முக்கியமான தகவலைக்கூடத் தெரிவிக்க பல வாரங்கள் ஆகும்.

(இங்கே சென்னையில் இருந்து கூடுவாஞ்சேரியில் படிக்கும் மகனுடன் தினமும் ஒரு மணி நேரம் தொலைபேசியில் பேசுபவர்களும், தாம்பரம் செல்வதற்கே பிரிவு உபசாரம் நிகழ்த்த ரெயில் நிலையத்திற்கு திமுதிமுவெனத் திரளுபவர்களும் கவனிக்க...)

உயிர் எல்லோருக்கும் பிரியமானதுதான்... ஆனால் அதையும் மீறி பணியாற்றும் கடமையுணர்வு கொண்ட ஜவான்களை நாம் எப்படி நினைத்துப் பார்க்கவேண்டும்?

கவிதைகள் எழுதியா?

யார் மூலமாகவாவது சில விஷயங்களைத் திரட்டி நாவல் எழுதி ஏதேனும் ஒரு சங்கத்தில் பரிசு பெற்றா? 'விருதைக்' குறிவைத்துப் போலித் தேசியம் பேசும் திரைப்படங்களை எடுத்தா?

கொடி நாளுக்குக் கொடுக்கிற நன்கொடையைவிட நாம் கும்பாபிஷேகத்திற்குத் தரும் தொகைதானே அதிகம்?

நம்மிடம் தேசியஉணர்வே இல்லை என்று சொல்ல முடியாது. நம்மிடம் இருக்கும் அந்த உணர்வை எப்படிக் கூர்மைப்படுத்துவது என்பதுதான் கேள்வி. நம்மிடம் இருக்கும் உணர்வுக்கான அத்தாட்சி - ஒரு நெருக்கடி வரும்போதெல்லாம் நாம் ஒன்று சேருகிறோம் - உரக்கச் சிந்திக்கின்றோம்.

ஆனால் நெருக்கடி தோன்றுவதே மற்ற நேரங்களில் நாம் ஒன்று சேராமலிருப்பதால்தான் என்பதை நாம் புரிந்துகொள்ள மறுக்கிறோம். நாம் எல்லோருமே தேசத்திற்காகத் துப்பாக்கி தூக்க முடியுமா?

"ஏன் முடியாது. அப்படியொரு நிலை வந்தால் அதற்கும் நாம் தயாராக இருக்கவேண்டும்" இப்படிக் கேள்விகளும் நம்முடைய காதுகளில் விழுகின்றன.

எனக்கு ஒரு ஜென் கதை நினைவுக்கு வருகிறது.

ஒரு மன்னர் சண்டைச் சேவல் ஒன்றை ஒப்பற்ற ஆற்றல்களுடன் வளர்க்க நினைத்தார். பயிற்சியாளரிடம் உயர் ரக சேவல் ஒன்றைக் கொடுத்து அதைச் சண்டைக்கு ஆயத்தப்படுத்துமாறு கட்டளையிட்டார்.

மூன்று மாதங்கள் கழிந்தன. "இன்னுமா சேவல் தயாராகவில்லை?" பயிற்சியாளர் விசாரிக்கப்பட்டார்.

"சேவல் நன்றாக உறுதியுடன்தான் உள்ளது. அதன் கால்களும், அலகும் வலிமையுடன்தான் இருக்கின்றன."

"பிறகென்ன பிரச்சினை?"

"அது எப்போது பார்த்தாலும் சண்டைபோட வேண்டும் என்பதிலேயே குறியாக இருக்கிறது. எந்தச் சேவல் கூவினாலும் அது சிலிர்த்துக் கொள்கிறது. தன்னுடைய நகங்களை நீட்டி சண்டை போடத் துடிக்கிறது. இந்த நிலையில் அதன் ஆற்றல் வீணாகிவிடும். அதனால் ஜெயிக்க முடியாது."

மேலும் மூன்று மாதங்கள் கழிந்தன. "இப்போது சேவல் தயாரா?"

"மன்னா! கொஞ்சம் பொறுங்கள். இப்போது கொஞ்சம் பரவாயில்லை. ஆனால் எந்தச் சேவலைப் பார்த்தாலும் இது கிளர்ந்தெழுகிறது. அதனால் இதன் கோபம், சக்தியை விரயமாக்கிவிடும்."

மூன்று மாதங்கள் கழித்து பயிற்சியாளரே மன்னரிடம் வந்தார்.

"மன்னா! சேவல் தயார். இப்போது அது திடமாகவும், உறுதியாகவும் உள்ளது. தன் ஆற்றல்களைத் தன் வசமே சேமித்து வைக்கிறது. எந்தச் சேவலைப் பார்த்தும் ஆர்ப்பரிப்பது இல்லை. கொக்கரிப்பது மில்லை. எனவே போட்டியை நிகழ்த்தலாம்."

போட்டி ஆரம்பமானது.

மன்னருடைய சேவல் கம்பீரமாக நின்றிருந்தது. போட்டிக்கு வந்த சேவல்களுக்கு அதன் அருகில் நெருங்கி வரக்கூட துணிவு தோன்றாத அளவு அதன் கம்பீரம் அழுத்தமாக இருந்தது. வந்த சேவல்கள் எல்லாம் அதைக்கண்ட மாத்திரத்தில் பயந்து ஓடின.

சண்டை போடாமலேயே அந்தச் சேவல் வென்றது.

நாமும் போர் புரியாமலேயே வெல்ல முடியும்.

சண்டை போடாமலேயே ஜெயிக்க முடியும்.

நம் உழைப்பால், உண்மையால் நமக்குண்டான கம்பீரத்தை நாம் அடைந்தால் நம்மைக் கண்டே மற்றவர்கள் பயப்படுவார்கள்.

தெருச்சண்டைகளிலேயே நாம் சிலிர்த்துக்கொண்டால் நாட்டுப் போரை நாம் எப்படி எதிர்கொள்ள முடியும்?

வாய்ச்சண்டையிலேயே நம் ஆற்றல் வீணடிக்கப்பட்டால் படைக்கலன்களுடன் எப்படிச் செல்ல முடியும்?

நம் நாட்டில் உள்ள ஒவ்வொரு மனிதனுக்குள்ளும் ஆக்கப்பூர்வமான சிந்தனையும், அளவிடற்கரிய ஆற்றலும் அடங்கியிருக்கிறது.

விஞ்ஞானி அப்துல்கலாம் எல்லோருக்கும் அனுப்பிய மின் அஞ்சலில் "சிங்கப்பூரில் கடைவாயில் தேக்கி வைத்த எச்சிலை சென்னை விமான நிலையத்தில் உமிழும்" நம் தேசப்பற்றை வெகுவாகச் சிலாகித்திருந்தார்...! நம் நாடுதானே! யார் கேட்கப் போகிறார்கள்! யார் அபராதம் போடுவார்கள் என்ற அலட்சியம், அஜாக்கிரதை, ஆணவம்.

நெருக்கடி வந்தால் சட்டத்தை மதிப்போம்...

நேரம் வரும்போது உழைப்போம்...

கடுமையான விதிகளுக்கே கட்டுப்படுவோம்...

என்கிற நெறிமுறைகளிலிருந்து நாம் விலகி நமக்கான தேடுதலைத் தொடங்கும்போது மானுடம் முழுமையும் தழைக்கும்.

"நான் செய்யும் பேனா என் நாட்டைப் பற்றி பேசும்!" எனும் உணர்வும், 'நான் செலுத்துகிற வரியில் என் தேசம் செழிக்கும்' எனும் எண்ணமும்தான் நம்முடைய கம்பீரத்தை உலக அரங்கில் உயர்த்திக் காட்டும்.

கோபத்தினால் நிகழ்வதைக் காட்டிலும், நம் அனைவருக்கும் உள்ள பரஸ்பர அன்பினால் அது நிகழும்போது அதன் அஸ்திவாரம் பலமாகவும் திடமாகவும் இருக்கும்.

20. ஊர் சுற்றுவது

ரா‌ஜபாளையத்தில் இருந்து என்னைச் சந்திக்க தசரத ராஜா சென்ற வாரம் வந்திருந்தார். மதிய உணவு நேரத்தின்போது சாப்பிட்டு முடிந்ததும் அவருடைய இலையைக் கவனிக்க நேர்ந்தது.

மறுபடியும் அந்த இலையை உபயோகப்படுத்தலாம் என்கிற அளவிற்கு அது சுத்தமாக இருந்தது. தட்டில் சாப்பிட்டிருந்தால் ஒருவேளை அதைக் கழுவி வைக்கும் கட்டாயம் நேர்ந்திருக்காது.

நான் இதே தொடரில் சாப்பாட்டை இலையில் வைத்து வீணடிப்பவர்களைக் கண்டித்து எழுதியது என் நினைவுக்கு வந்தது.

நிறையப் பேர் நெறிமுறைகளுடன் வாழ்வதைப் பார்க்கும்போது என் மனம் திடப்படுகிறது.

Hobby (ஹாபி) என்கிற சொல்லுக்குப் 'பொழுதுபோக்கு' என்பது சரியான மொழிபெயர்ப்பு அல்ல. அது Entertainment (எண்டர்டெயின்மெண்ட்) என்பதை வேண்டுமானால் குறிக்கலாம் என ஒரு கட்டுரையில் குறிப்பிட்டிருந்தேன். பொழுதாக்கம் என்கிற சொல் சரியானதாக இருக்கும் என்று தோன்றியது. நண்பர் ஒருவரிடம் சொன்னேன். அவர் அதைத் தொலைக்காட்சிப் பேட்டியில் பயன்படுத்திக்கொண்டார்.

சிறுசிறு செயல்களில் மிகுந்த விழிப்புணர்வுடன் இருப்பது குறித்து எழுதியிருந்தேன். தெரிந்த நபர் ஒருவர் தன் மகனிடம் இரு செருப்புகளையும் ஒழுங்காகக் கழற்றி விடுவதில் ஒருவருடைய விழிப்புணர்வைத் தெரிந்துகொள்ளலாம் என அறிவுரை வழங்குவதைக் கண்டேன். மனம் நெகிழ்ந்தேன். நான் எழுதும் பொழுது சிந்திப்பதைக் காட்டிலும் எழுதிய பிறகு எழுதியவற்றைக் குறித்து அதிகம் சிந்திக்கின்றேன் என்பதுதான் உண்மை.

ஏனென்றால் எனக்காகவும் சேர்த்துத்தான் நான் எழுதுகிறேன். யாரைப் புண்படுத்தவும் எழுதவில்லை. என்னையே பண்படுத்திக் கொள்ளவும் எழுதுகிறேன். இதில் பெயர்கள் முக்கியமல்ல; சம்பவங்கள் முக்கியமானவை.

இன்று காலைகூட என்னை ஒருவர் சந்திக்க வந்திருந்தார். "என் மகன் எப்போதும் ஊர் சுற்றிக்கொண்டே இருக்கிறான். ஒரு இடத்தில் உட்கார வைப்பதே சிரமமாக இருக்கிறது."

"அது நல்ல பழக்கம்தானே! அதை வளர்க்க உதவுங்கள்" என்றேன்.

"இதற்காகவா நான் உங்களைத் தேடி வந்தேன். எல்லாவற்றிலும் குதர்க்கமாகப் பேசுகிறீர்களே; இளைஞர்களை நீங்கள் கெடுத்து விடுவீர்கள் போலிருக்கிறதே..." கோபமாக வெளியேறி விட்டார். நான் என்னையே திரும்பிப் பார்க்கிறேன். நான் 'ஊர் சுற்றியதால்' தான் இன்று அனுபவங்களை கட்டுரைகளாக எழுத முடிகிறது. நான் சென்ற இடங்கள் என் இதயத்தில் தங்கள் சுவடுகளை விட்டிருக்கும் விசித்திரப் பயணம் அது.

ஊர் சுற்றுவது சாதாரணச் செயலல்ல. அதற்கு நிறையப் பொறுமையும் விழிப்புணர்வும் நுட்பமும், நுணுக்கமும் தேவை.

"பறவைகளைப் பாருங்கள். அவை விதைக்கிறதும் இல்லை அறுக்கிறதும் இல்லை. களஞ்சியத்தில் கொண்டு சேர்க்கிறதும் இல்லை" என்று பைபிளில் ஒரு வாசகம் வருகிறது.

பறவைகள் மனித மனங்களைக் கவர்கிறது. காரணம், அவை ஓயாமல் ஊர் சுற்றுகின்றன. அதிகம் ஊர் சுற்றுகிற பறவைகள் அதிகம் அழகாக இருக்கின்றன.

ஒரே இடங்களைச் சுற்றுவதால் காகங்கள் கறுத்துப் போயின.

சீனத்துக் கட்டுப்பாடுகளை மீறி ஊர் சுற்றியவர் யுவான் சுவாங். புத்தர் வாழ்ந்த நாட்டை தரிசிக்கும் அவாவில் அவர் மலைகளின் மீது இருந்த சோதனைச் சாவடிகளை மீறி இந்திய மண்ணுக்குள் நுழைந்தார்.

அரசாங்கக் கட்டடத்தில் முதல் தூக்கம் போட்டவர் மோசி கீரனார் (நன்றி : ஞானக்கூத்தன்) என்றால், சோதனைச் சாவடிகளை முதலில் ஏமாற்றியவர் யுவான் சுவாங்காகத்தான் இருப்பார்.

ஆனால் அவர்கள் நோக்கம் உயர்ந்தது.

பாகியான், மார்கோ போலோ, மெகல்லன் போன்ற யாத்திரிகர்கள் அனைவருமே ஊர் சுற்றியவர்கள்தானே.

வாஸ்கோடா காமா, கொலம்பஸ், அமெரிக்கன் வெஸ்புக்கி எல்லோருமே ஊர் சுற்றும் உந்துதலால்தானே உலகத்தின் பல பகுதிகளுக்குக் கடலில் பாதையைக் கடைந்தெடுத்தார்கள்.

ஆன்மிகவாதிகளும் ஊர் சுற்றியிருக்கிறார்கள். அறிவியல் அறிஞர்களும் ஊர் சுற்றியிருக்கிறார்கள்.

நம்முடைய வாழ்க்கையின் ஒவ்வொரு அடியும் நம் உற்று நோக்குதலால், அடுத்தவர்களிடமிருந்து சாரத்தை உறிஞ்சிக்கொள் வதால் எடுத்து வைக்கப்படுகின்றன என்பதே உண்மை.

ஊர் சுற்றிய அராபியன், சீனத்தில் காகிதம் கண்டுபிடிக்கப்பட்ட ரகசியத்தை 700 ஆண்டுகளுக்குப்பிறகு அறிந்து வந்தான்.

இந்தியப் பவுத்தம் காஞ்சிபுரத்து போதி தர்மரால் (காஞ்சி என்கிற சொல்லை எழுதும்போதே கை சிலிர்க்கிறது) சீனத்துக்குச் சென்றது அவர் ஊர் சுற்றியதால்தானே.

ஊர் சுற்றுவது மேன்மையான விழிப்புணர்வின் முடிச்சாக மாற வாய்ப்புகள் உண்டு. தியானத்துடனும், வியக்கும் ஆற்றலுடனும், அதைக் கையாளும்பொழுது நாம் உதிர்க்கவும், செதுக்கவும் கற்றுக் கொள்கிறோம்.

இமயமலைக்குப் புனித யாத்திரை செல்பவர்கள் ஒன்றை கவனிப்பார்கள். சேருகிற இடத்தைக் காட்டிலும் பாதை அங்கு முக்கியம். நாம் இயற்கையின் விசுவரூபத்தின் முன் முற்றிலுமாகக் கரைந்து காணாமல் போகிறோம். பசலைக் கீரைப் பஜ்ஜியில் பசலைக் கீரை வெந்து காணாமல் போவதைப் போல. நாம் இடத்தை அடைந்ததும், நம்மைத் தொலைத்திருப்போம். பிரார்த்தனை அங்கு நன்றி கூறுவது மட்டும்தான். அது வேண்டும், இது வேண்டும் என்று கேட்பதல்ல.

பல இடங்களுக்குச் சென்று வருகிற மனிதன் ஒவ்வொரு முறை திரும்புகிற போதும் புதிய உள்ளத்துடன் புலப்படுகிறான். அவன் கற்றுக் கொள்ளுதல் தீவிரமாகிறது. அவன் பொறுமை முழுமையாகிறது. பசியையும், தூக்கத்தையும் வெல்ல அவன் கற்றுக்கொள்கிறான்.

குறைகளை மட்டுமே பார்க்கிற மனப்பான்மையிலிருந்து விடுபட்டு நிறைகளை மட்டும் வடிகட்டிக் கொள்கிற பக்குவம் அவனுக்கு ஏற்படுகிறது.

பேக்கன் (Bacon) பயணத்தைப் பற்றி எழுதும்போது, "ஒரு ஊருக்குச் சென்றால் தங்குகிற இடங்களை மாற்றுங்கள். மக்களோடு மக்களாகத் தங்குங்கள். அவர்களை வாசிக்கப் பழகுங்கள்" என்கிறார். ஒவ்வொரு நாட்டின் சிறப்புக்கும் அடிப்படையான ஒரு குணம் காரணமாக இருக்கும். அந்த நாட்டின் பண்பாட்டை ஒரே சொல்லில் பிழிந்து விடலாம். மனிதர்களைக் கூட அப்படி வகைப்படுத்தலாம்.

துரியோதனன் என்றால் பொறாமையையும், இலக்குவன் என்றால் விடா முயற்சியையும் பரதன் என்றால் பெருந்தன்மையையும், சகுனி என்றால் சூழ்ச்சியையும் அடைமொழியாக்கி அலங்கரிப்பது போல ஒவ்வொரு நாடு என்று அல்ல; ஒவ்வொரு ஊரையும் கூட ஒரு சொல்லால் விளித்து விடலாம்.

ஒவ்வொரு புதிய இடத்திலும் நம்முடைய உள்ளத்தில் புதிய பூஞ்செடிகள் நடப்படுகின்றன. உழைப்பையும், உன்னதத்தையும், மென்மையையும் விருந்தோம்பலையும் சிரத்தையையும் பெற்றுக் கொள்ளும் அட்சய பாத்திரங்களாக நாம் மாறுகிற அதிசயம் சுற்றுப் பயணங்களால் நிகழ்கிறது.

சுற்றுலா இன்று வெறும் பொழுது போகிற செயலல்ல. அது ஒரு நாட்டின் வருமானத்தை எளிதில் அதிகரிக்கச் செய்கிற தொழில். சிங்கப்பூரின் பெரும் தொழில் தங்கள் நாட்டில் பிறரை ஊர் சுற்றக் கவர்ந்திழுப்பதில் அடங்கியிருக்கிறது.

வளர்ந்த நாடுகள் வருமானத்தில் ஒரு பகுதியைச் சுற்றுலாவுக்கு ஒதுக்க வற்புறுத்துகின்றன. சனி, ஞாயிறுகளில் வெளியே சென்று வருபவனுக்கு வீடே சொர்க்கமாகத் தோன்றும்; அல்லது வீட்டை சொர்க்கமாக்கும் உபாயம் தெரியும்.

அவன் திங்கட்கிழமைகளில் யார் மீதும் எரிந்து விழமாட்டான். வேலை நாட்களில் அவன் ஒவ்வொரு மணி நேரமும் இரண்டு மணி நேரத்தின் அடர்த்தியில் பணிகளை விழுங்கும்.

அவன் களைப்பில்லாமல் உழைப்பான். எரிச்சலடையாமல் பணியாற்றுவான். பதற்றப்படாமல் உத்தரவிடுவான். பயப்படாமல் கருத்து சொல்வான். உழைப்பை அவன் நேசிப்பான்.

பிரமாண்டமான அரண்மனைகளையும், போர்க்கப்பல்களையும், கோட்டைகளையும், கோபுரங்களையும் பார்க்கும்பொழுது வரலாற்றுப் பாடம், வாசிக்கும்போது கைகளிலிருந்து நழுவாமல், மனத்திலிருந்து வழுக்காமல் நிலைத்து நிற்கும்.

செம்பருத்திப் பூவைப் பற்றி ஒரு புத்தகம் வாசிக்கும்போது ஏற்படுகிற அறிவைவிட அதைப் பார்க்கும்போது ஏற்படும் அனுபவம் மேலானது இல்லையா? அடர்ந்த காடுகளை, வனவிலங்குகளை, செழித்த தாவரங்களை, பரந்த கடற்கரைகளை, குதிக்கும் அருவிகளை, குளிர்ந்த ஓடைகளை, நேரில் பார்க்கும்போது ஏற்படும் சிலிர்ப்பை எத்தனை சொற்களால் விவரிக்க முடியும்? வார்த்தைகள் கர்ப்பமாக

இருக்கும்போது ஏற்படும் சுகம் அவற்றைப் பிரசவிக்கும்போது ஏற்படுவதில்லை.

நம் பண்பாட்டை, மகத்தான ஆற்றலை, நம் தேசப்பற்றைக் கூட உணர்ந்துகொள்வது ஊர் சுற்றுவதால்தான்.

ஊர் சுற்றுவது என்பது ஓர் ஊருக்குச் சென்று மலிவு விலையில் எதை வாங்குவது என்று கடை கடையாகப் பேரம் பேசுவதும், அங்கிருக்கும் உயர்ந்த 'உலகத்தர' உணவகங்களில் நம்மூர் திண்பண்டங் களுக்காக அலைவதும் அல்ல.

பெங்களூரில் நடந்த 'டாய்' (travellers association of India # TAI) மாநாட்டில் மீனாட்சி அம்மன் கோவிலைப் பற்றி ஒருவர் அதிசயித்துக் குறிப்பிட்டார். 'எப்பேர்ப்பட்ட பொக்கிஷம்' நம் நாட்டில் இருக்கிறது. ஆனால் அதை விளித்துக்காட்ட (projection) நமக்குத் தெரியவில்லை என்று வருத்தப்பட்டார். மீனாட்சி அம்மன் கோயிலைச் சுற்றிப் பார்க்கவே ஒரு நாள் போதாது. ஆனால் அம்மனைப் பார்த்துவிட்டுத் தெப்பக்குளத்தில் அமர்ந்து பிரசாதம் சாப்பிட்டு அந்த இலையையும் தெப்பக்குளப் படிக்கட்டுகளிலேயே விட்டு விட்டுப் புண்ணியம் சேர்ந்ததாய் புளகாங்கிதம் அடைந்துவிட்டதாகப் பெருமைப்படு கிறோம். தெப்பக்குளத்தையும் குப்பைத் தொட்டியாக்காமல் விட மாட்டோம் என நமக்குக் கங்கணம்.

என்னிடம் ஒருவர் கேட்டார்.

"பகவத்கீதை படித்திருக்கிறீர்களா?"

"படித்துக் கொண்டிருக் கிறேன்" "ஒரு வருடத்திற்கு முன்பு கேட்டபோதும் இதே பதிலைத்தான் சொன்னீர்கள்?"

"அடுத்த வருடம் கேட்டாலும் இதே பதிலைத்தான் சொல்லுவேன்."

"எப்போதும் படித்து முடிக்க இயலாத புத்தகங்கள் பல இருக்கின்றன. அவற்றில் அதுவும் ஒன்று. எப்போது படித்து முடிக்கிறோமோ அப்போது நமக்கு இங்கு வேலையில்லை."

ஒவ்வொரு கோயிலும் அப்படித்தான். அவற்றில் இருக்கும் சிற்பங்களை, ஆதாரத் தகவல்களை, கல்வெட்டுகளை வாழ்நாள் முழுவதும் வாசிக்கும் அளவு அவற்றில் மேன்மை புதைந்து கிடக் கின்றது.

பொதுவாக வலம் வந்து, கண்களை மூடி அமைதியாக அமர்ந்து ஒவ்வொரு இடத்தின் அதிர்வுகளையும் உள்வாங்கும்பொழுது

நமக்குள் ஏற்படும் பரிணாம வளர்ச்சிதான் சுற்றுலாவை முழுமை யாக்குகிறது.

சுற்றுலா நம் நாட்டுப்பற்றைத் தீவிரமாக்கும். மொழிப்பற்றை முழுமையாக்கும். பனி படர்ந்த மலைகளில் பயணம் போகும்போது நமக்காக அங்கு பணிபுரியும் இந்தோ - திபெத்திய எல்லைக் காவல் துறையினர் என் கவனத்தை ஈர்த்தனர்.

வற்றாமல் வழிந்தோடும் அழகிய ஜீவநதிகள் "இவை என் நாட்டில் தான் ஓடுகின்றனவா?" என்கிற வியப்பை எனக்கு ஏற்படுத்தின.

ஸ்ரீரங்கப்பட்டணத்தில் திப்பு சுல்தானின் வீர உடல் கிடந்த இடமும், கயத்தாற்றில் கட்டபொம்மன் தூக்கிலிடப்பட்ட இடமும், கடலூரில் பாரதி வைக்கப்பட்டிருந்த சிறைச்சாலையும் எனக்கு மன அழுத்தத்தை வரவழைத்தன.

உலகத்திலேயே அதிகமான சுற்றுலாத் தலங்கள் இருக்கும் நாடு நம்முடையதுதான். ஆனாலும் சுற்றுலாவில் நமக்குக் கிடைக்கும் வருமானமும் சொற்பம்தான்.

பால் தருகிற பசுவை இரத்தம் வரும்வரை கறந்து விடுவதைப் போல நம் சுற்றுலாப் பயணிகளை முறையாக நடத்தாததுதான் காரணம். அவர்கள் 'நாம் ஏமாற்றப்படுகிறோம்' என எண்ண ஆரம்பித்து விடுகிறார்கள். ஒருவர் அனுபவம் பலருக்கு வாய்மொழியாக, எச்சரிக்கையாக மாறுகிறது. உச்ச நிலையில் இருக்கும் இடத்தைக் கூட ரசிக்கவிடாமல் பிச்சைக்காரர்கள் நச்சரிக்கிறார்கள். அழகிய இடம் சுற்றிலும் அசிங்கங்கள் இரைந்து கிடக்கின்றன.

நாம் (tourist friendly) சுற்றுலா நட்பு ஆக இல்லை என முடிவெடுக் கிறார்கள். நாம் எப்போதுமே 'பொன்முட்டை' இடுகின்ற வாத்தை 'போட்டுத்தள்ளுவதிலேயே' குறியாக இருக்கிறோம். சுற்றுலா - தொழிலை மேம்படுத்துகிறது. வேலைவாய்ப்பை அதிகப்படுத்துகிறது. கட்டமைப்பு வசதிகளை விரிவுபடுத்துகிறது. வாழ்க்கைத் தரத்தை, கல்வியை, வாழ்வியல் நுட்பங்களை, விஞ்ஞான நுகர்வுகளை, பகிர்ந்து கொள்ளலை மேம்படுத்துகிறது.

ஊர் சுற்றுவது அப்போதெல்லாம் சிரமமாக இருந்தது. கள்வர்கள் கைவரிசை, விலங்குகளின் தாக்குதல், தங்க வசதியின்றி இயற்கை இடர்ப்பாடுகள் என்று பயணம் போனவர்கள் திரும்பி வருவது நிச்சய மில்லாத ஒன்றாக இருந்த காலத்தில் அவர்கள் பயணம் போனார்கள். உயிரினும் மேலானதாக அவர்கள் தேடுதல் எழும்பி நின்றது. இன்று

பயணம் எளிது. காற்றின் கடிவாளத்தைப் பிடித்துப் பயணிக்க வசதிகள் ஏராளம். வீண் கேளிக்கைகளில் செலவழிக்கும் பணத்தைச் சுற்றுலாவில் போட்டால் அது முதலீடாக மாறுகிறது. சுற்றுலாவால் விஞ்ஞானம் வியாபித்தது. கலைகள் கலப்புத் திருமணம் செய்து கொண்டன. ஆன்மிகம் ஒளி வீசியது. மொழிகள் கடன் வாங்கின. இலக்கியம் எல்லைகளைக் கடந்தது. உணவுப் பொருட்கள் கைமாறின.

ஆனால் அதை முறையாக முழுமையாக உள்ளார்ந்த ஈடு பாட்டுடன் செய்யவேண்டும் - தியானத்தைப் போல - தவத்தைப் போல.

ஒரே இடத்தில் சுற்றும் செக்குமாடுகளை, திமிள்களைத் திமிறிக் கொண்டு வலம் வரும் காளைகளைக் காட்டிலும் நாம் அதிகம் நேசிக்கிறோம். அதனால் மகன் ‘ஊர் சுற்றுவது’ குறித்து வருத்தப்படும் பெரியவர், நான் இளைஞர்களின் செயல்களை நியாயப்படுத்தி அவர்களைக் கெடுப்பதாகக் குற்றம் சாட்டுகிறார்.

அவர் எப்படி ‘நன்றாக ஊர் சுற்றுவது’ என்பதைச் சொல்லிக் கொடுத்தால் இந்தப் பிரச்சினை ஏற்பட்டிருக்காது.

முறையாக ஊர் சுற்றுபவர்களில் நூற்றில் ஒருவர் இன்னொரு யாத்திரிகர் ஆகலாம் - அது பற்றிக் கவலையில்லை. அந்தக் காத்திருப்பு நியாயமானதுதான். அந்தக்கால அவகாசமும் அதிகமில்லைதான்.

21. போட்டியும் பொறாமையும்

மதுரையில் நெரிசல் மிகுந்த தெரு ஒன்றின் வழியாகச் சென்று கொண்டிருந்தபோது மேனிலைப் பள்ளி ஒன்றின் ஒலி பெருக்கியில் ஒரு குரல் ஓங்கி ஒலித்துக்கொண்டிருந்தது. இது ஆண்டு விழாக்காலம். பேசுபவர் என்ன பேசுகிறார் என்பது குறித்து இம்மியும் கவலைப் படாமல் மாணவர்கள் கலை நிகழ்ச்சிக்காகக் காத்திருந்தார்கள் - பெற்றோர்களும்தான்.

அவரும் மாணவர்களது கவனமின்மைக்குப் பழிக்குப்பழி வாங்கும் பொருட்டு (Tit for Tat) இழுத்து இழுத்துப் பேசிக் கொண்டிருந்தார்.

"மாணவர்களிடையே போட்டி இருக்கலாம்; ஆனால் பொறாமை இருக்கக்கூடாது..." இந்த வரிகள் அவர் பேச்சில் எனக்குத் தெளிவாகக் கேட்டவை.

இந்த வரிகளைப் பலமுறை நான் பலர் பேசக் கேட்டிருக்கிறேன்.

போட்டி எப்படி பொறாமை இல்லாமல் இருக்கமுடியும்? இந்தச் சந்தேகம் எனக்கு அடிக்கடி எழுவதுண்டு. ஒருவரை நாம் முந்த வேண்டும் என்று எண்ணுவதுதானே போட்டி? அப்படி மிஞ்ச முடியாதபோது ஏற்படுகின்ற ரணம்தானே பொறாமைத் தழும்பாக மாறுகிறது.

ஒருவரை நாம் முந்தவேண்டும் என்கிற எண்ணமே பொறாமை யினால்தானே ஏற்படுகிறது. "உன்னைக் காட்டிலும் சிறந்தவன் நான்; பார்" என்னும் மமதைதானே அடுத்தவர்களை விஞ்சி நிற்கத் தூண்டுகிறது.

அடுத்தவர்கள் பார்வையில் அதுவும் குறிப்பாக நம்மை வைரியாக எண்ணுபவர்கள் முன்பு நெஞ்சை நிமிர்த்திக் காட்டுவதுதானே போட்டி.

நீ பெரியவனா? நான் பெரியவனா? என்பதுதானே போட்டி.

நீ வெற்றியடைகிறாயா? நான் வெற்றியடைகிறேனா? என்பது தானே போட்டி.

மற்றவர்களுடன் போட்டி என்பதே ஒரு பக்க மனப் போராக இருக்கிறது. வலுவானவர்கள் போட்டியாக மெலிந்தவர்களைக் கருது வதில்லை.

போட்டிதான் பொறாமையைத் தோற்றுவிக்கின்றது. போட்டியில் தோற்றவர்கள் வென்றவர்களைக் குறித்து மனத்தில் தேக்கி வைத் திருக்கும் வெறுப்பு மட்டுமே பொறாமை.

ஒரு தேர்வு நடக்கிறது...

'நானும் வெற்றி பெற வேண்டும்' இது ஆசை. நான் மட்டுமே வெற்றி பெற வேண்டும் - இது சுயநலம். அவன் வெற்றி பெறக் கூடாது - இது பொறாமை.

பொறாமையை ஷேக்ஸ்பியர் (green eyed monster) பச்சைக் கண் அரக்கன் எனக் குறிப்பிடுகிறார். கிரேக்க மரபிலும் பொறாமையைப் பச்சை வண்ணங்களுடன் தொடர்புபடுத்திப் பார்க்கும் தொன்மை இருந்தது.

பொறாமைப்படும் போது bile நிறைய சுரப்பதாகவும், அதன் வண்ணம் பச்சையாக இருப்பதாகவும் அவர்கள் கருதினார்கள்.

நாமும் வண்ணங்களுடன் எண்ணங்களைத் தொடர்புபடுத்தும் மரபை வைத்திருக்கிறோம்.

"ஆபாசமே!
நீ படங்களில் நீலம்
வசவுகளில் பச்சை
பத்திரிகைகளில் மஞ்சள்
விளக்குகளில் சிவப்பு
எண்ணங்களில் கறுப்பு
கனவுகளில்..."

என்று நிறங்கள் குறித்த கவிதையை நான் படித்திருக்கிறேன்... இது கவிதையில்லை எனினும் ஒரு நல்ல துணுக்குச் சிந்தனை.

பொறாமை என்பது குறித்து திருவள்ளுவர் 'அழுக்காறு' எனக் கூறுகிறார். அதாவது பிறராக்கம் கண்டு பொறாமைப்படுதல் - அழுங்குதல், வருந்துதல், துன்புறுதல் (திருக்குறள்:தேவநேயப் பாவாணர் - தமிழ் மரபுரை)

பொறாமைக்கும், வயிற்றெரிச்சலுக்கும் உள்ள வேறுபாடு பற்றி யோசித்தேன். தனக்குச் சமமாக உள்ளவர்கள் குறித்தும், அவர் தம் உயர்வு குறித்தும், நம்மால் முடியவில்லையே என்கிற ஆதங்கத்தால் ஏற்படும் மனப் புழுக்கமே பொறாமை.

தனக்குத் தகுதி சிறிதும் இல்லாவிட்டாலும், தான் போட்டியில் இல்லாவிட்டாலும் ஏற்படுகிற ஆற்றாமை வயிற்றெரிச்சல் சம்பந்தமே

இல்லாமல் தொடர்பு இராமல் அடுத்தவர்கள் வளம் பெறுவதை எண்ணி உளம் நோகும் இயல்பு சிலருக்கு உண்டு.

சிலர், தான் வெற்றி பெற்றதினும், அடுத்தவர்கள் தேர்வில் தோல்வியுறுவதில் அதிக மகிழ்ச்சியை அடைவார்கள்.

பொறாமையை ஏன் வள்ளுவர் முதல் வாலி வரை கண்டித்திருக்கிறார்கள்?

அது ஒரு மனிதனை ஆக்கப்பூர்வமான திசையிலிருந்து வழி மாற்றிவிடுவதால்தான். நம் சக்தியை நாம் தேவையற்றவற்றிற்குச் செலவழித்தால் மேன்மையானவற்றிற்கு என்ன செய்ய முடியும்.

நாம் முழம் ஏற முயற்சி செய்தால் அது நம்மைப் பர்லாங்கு தூரத்திற்கு கீழிறக்கிவிடுகிற பரமபதமாக இருக்கிறது.

நம்மைப் பற்றிச் சிந்திக்காமல் அடுத்தவர்கள் குறித்தே அதிகம் நினைப்பதால் - நம்மை உணராமலேயே நாம் போய்விடுவோம்.

தன் இலையைப் பார்த்துச் சாப்பிடாமல், நம் தட்டையே பார்த்துக்கொண்டு சாப்பிடுபவர்களை நாம் பார்க்கலாம்.

ஒரு சக கலைஞன், மொசார்ட் மீது கொண்ட பொறாமை அவன் உயிரைக் குடித்தது. ஒத்தல்லோ மீது இயாகோ கொண்ட பொறாமையே அவனைச் சந்தேகப் படச்செய்தது.

கைகேயிக்கு ஏற்பட்ட பொறாமையும், துரியனுக்கு ஏற்பட்ட பொறாமையும் முத்தநாதனுக்கு வந்த பொறாமையும் நமக்குக் காவியங்களைத் தந்தன.

எல்லாப் பேரிலக்கியங்களிலும் 'பொறாமை' தான் கதையின் ஓட்டத்தைத் தீர்மானிக்கின்றன. பொறாமை இருப்பவர்கள் அழிந்து போன சரித்திரச் சான்றுகளே வரலாறு.

நாம் எல்லோரையும் நேசிக்கமுடியும். முகந் தெரியாதவர்களைக் கூட அன்பு செலுத்த முடியும். ஆனால் நம்முடன் பணியாற்றுபவர்களை நம்முடன் தினசரி பயணம் செய்பவர்களை நம்முடன் பழகுபவர்களை நம்மால் நேசிக்க முடியாது. ஏனென்றால் நாம் நம்மை அவர்களுடன் ஒப்பிடுகிறோம்.

நாம் யாருடன் நம்மை ஒப்பிட்டுக்கொள்கிறோமோ அவர்கள் நமக்கு மானசீகமான விரோதிகளாகி விடுகிறார்கள்.

இவ்வுலகம் திருப்பிச் செய்வதில் நம்பிக்கையில்லாதது. இரண்டு பேர் இரட்டைப் பிறவிகளாக இருந்தாலும் மனத்தால் எண்ணத்தால் மைல் கணக்கில் இடைவெளியுடன் இருப்பதைப் பார்க்கலாம்.

இயற்கை 'போலச் செய்வது' இல்லை. ஆனால் மனிதன் போலச் செய்கிறான். தன் முகத்தைச் சிதைத்துக்கொள்வதில் அவனுக்குத்தான் எத்தனை ஆர்வம்.

ஒப்பிடுவது தேவையில்லாதது. அது வருத்தங்களின் பிரசவ விடுதியாகவும், வெறுப்புகளின் நாற்றங்காலாகவும் நம்மை மாற்றிவிடும்.

நாம் ஒப்பிடுவது அவசியம்தான். நம்மை நம்மோடு ஒப்பிட்டுக் கொள்வதுதான் உயர்ந்த ஒப்பீடு.

நான் எடை கூடியிருக்கிறேனா என்பதை யாருடைய எடையோடு ஒப்பிட்டுப் பார்க்க முடியும்?

என் அறிவு வளர்ந்திருக்கிறதா? என் அன்பு அதிகரித்திருக்கிறதா?

என் பார்வை விசாலமாகியிருக்கிறதா?

என் கோபம் உதிர்ந்திருக்கிறதா?

என்றெல்லாம் யாருடன் ஒப்பிட்டுப் பார்த்து நான் முடிவு செய்ய முடியும்?

நமக்கு நாமே ஒப்பிட்டுக்கொள்ளும்போது ஞானமும், இயற்கை யோடு நம் ஆன்மாவை ஒப்பிடும்போது விஞ்ஞானமும், இறைமை யோடு நம் இருத்தலை ஒப்பிடும் போது மெய்ஞ்ஞானமும் அடுத்தவர் களோடு நம் தகுதிகளை ஒப்பிடும்போது அஞ்ஞானமும் அடுக்கடுக் காய் பிறக்கின்றன.

மேன்மையடைந்தவர்கள் எல்லோருமே மற்றவர்களைப் பாராட்டு வதில் பெருமையடைந்திருக்கிறார்கள்.

"நியூட்டனை விஞ்ஞானிகளின் விஞ்ஞானி" என எடிசன் புகழ்ந்தார். பாரதிக்கு தாசனானார் கனகசுப்புரத்தினம்.

கீழ்மையுடையவர்கள் மேன்மையானவர்களிடமும் குற்றம் கண்டு பிடிப்பதில் குறியாயிருப்பார்கள்.

"அவன் சிறப்பாகப் பணிபுரிகிறான்" என்று யாராவது சொன்னால்... "ஆனால்... குடும்பத்தைச் சரியாகக் கவனிப்பதில்லையே..." என்று லேசாகக் குரலை இழுப்பார்கள்.

“அவன் மிகச் சிறந்த விளையாட்டு வீரன்” என்று பாராட்டினால், “ஆனால்... படிப்பு சரியாக வரலியே” எனத் தங்கள் துப்பாக்கியைக் குறி பார்ப்பார்கள்.

சங்சூவைப் பற்றி ஒரு கதை உண்டு.

ஓர் ஊரில் ஒரு திருடன் இருந்தான். ஒருவர் சங்சூவிடம் வந்து “அவன் மிக மோசமான திருடன்” என்றார்.

அதற்கு சங்சூ “ஆனால் அவன் மிக நேர்த்தியாகப் புல்லாங்குழல் வாசிப்பான்” என்று பதிலடி கொடுத்தார்.

இதைக் கேட்டுக்கொண்டிருந்த இன்னொருவர், தான் மனிதனின் நல்ல பக்கத்தை மட்டுமே பார்ப்பவராகக் காட்டிக்கொண்டு அவருடைய மனத்தில் உயர்ந்து நிற்க எண்ணினார். எனவே மாலையில் சங்சூவை அணுகி அவன் பெயரைச் சொல்லி “அவன் புல்லாங்குழல் விற்பன்னன்” என்றார்.

சங்சூ “ஆனால் திருடனாயிற்றே” என்றார்.

மதிப்பீடு செய்வதற்கு நாம் யார்? ‘நீ மதிப்பீடு செய்யும் போது நீயும் மதிப்பிடப்படுகிறாய்’ என்பது பைபிள் வாசகம். ஏனென்றால் நம்முடைய குறைபாடுகளுடன்தான் நாம் மதிப்பிடுவோம். நாமே குறைபாடுகளுடன் இருக்கும் போது நம்முடைய மதிப்பீடு எப்படி சரியாக இருக்க முடியும்?

புதிய ஏற்பாட்டில் (பழைய, புதிய ஏற்பாடுகள் என பைபிளைப் பிரித்துப் பேசுவதை சிலர் எதிர்க்கிறார்கள்) ஓர் அழகிய உருவகக் கதை உண்டு. ஒரு பணக்காரர் தன் தோட்டத்தில் பழுத்திருக்கும் பழங்களைப் பறிப்பதற்காகப் பணியாளர்களை அமர்த்தினார். ஒருநாள் கூலி ஒரு பொற்காசு. காலையில் சிலர் பணிக்கு வந்தனர். பழங்களோ நிறைய இருந்தன. மதியம் சிலர் பணியில் இணைந்தனர். பழங்கள் பறிக்கப் பாக்கி இருந்ததால் மாலையில் சிலர் பணிக்கு வந்தனர்.

நாள் முடிவில் அனைவருக்குமே ஒரு பொற்காசு தந்தார் தோட்டக் காரர்.

அப்போது காலையில் வந்த ஒரு சிலர் “நாங்கள் காலையில் வந்தோம். அவர்களோ மாலையில் வந்தனர். எல்லோருக்கும் ஒரே கூலியா?” என்று முரண்டு பிடித்தனர்.

அதற்கு செல்வந்தர் “உங்களுக்குத் தருகிறேன் என்று சொன்னதை மீறினேனா? அவர்களுக்குத் தருவது உங்களுக்குத் தொடர்பு இல்லாதது” என்று சொல்லி அனுப்பி வைத்தார்.

நம் வயிறு நிரம்புகிறதா என்பதை கவனிக்க வேண்டுமே தவிர அடுத்தவர்கள் இலை எத்தனை முறை பரிமாறப்படுகிறது என்பதை நாம் ஏன் சிந்திக்க வேண்டும்?

Black Tulip என்கிற (கருப்பு துலீப் மலர்கள்) நாவல் அலெக்சாண்டர் டூமாஸ் எழுதியது. துலீப் மலர்களை நேசிக்கின்ற ஓர் இளைஞன் கருப்பு மலர்களைத் தயாரிக்க இனவிருத்தி (breeding) செய்வதாகவும் அவன் தன் தோட்டத்தில் என்ன செய்கிறான் என்பதை உற்று நோக்கவே பக்கத்து தோட்டக்காரர் தன் மாடியில் ஒரு டெலஸ்கோப் பொருத்தி யிருப்பதாகவும் சொல்லப்படுகிறது. தன் தோட்டத்தைக் கவனிக்காமல் தன் துலீப் மலர்களை வருடாமல் அவற்றின் வேர்களுக்கு நீர் வார்க்காமல் சகல நேரமும் பக்கத்து வீட்டுக்காரன் தோட்டத்தையே பார்ப்பவன் தான் கதையில் வில்லன். (வில்லன் என்பது வில்லா கிராமத்தில் குடியிருப்பவன் என்கிற பொருளைத்தான் ஆரம்பத்தில் தந்தது)

பொறாமை இருக்கிற அனைவருமே அடுத்தவர்கள் வீட்டு சன்னல் களை நோக்கிய பெரிய பெரிய டெலஸ்கோப்புகளை வைத்துக் கொண்டு அலைகிறார்கள். அவர்களுக்குத் தங்கள் விரல்களைக் காட்டிலும், அடுத்தவர்கள் முகங்கள் அதிகப் பரிச்சயம்.

நம்மைப் பார்த்து மற்றவர்கள் பொறாமைப்பட வேண்டும் என் பதையே இலக்காக வைத்து இயங்குபவர்களும் இருக்கிறார்கள்.

நம் உடையைப் பார்த்து வீட்டைப் பார்த்து தோற்றத்தைப் பார்த்து மற்றவர்கள் புழுங்க வேண்டும், என்கிற எதிர்பார்ப்பில் தான் உலகியல் ரீதியான வாழ்வு தொடர்ந்துகொண்டிருக்கிறது.

விளம்பரங்களிலும் கூட மற்றவர்கள் பொறாமைப்படுவதைப் போலத்தான் பெரும்பாலானவை தயாரிக்கப்படுகின்றன.

Envy என்கிற ஆங்கிலச் சொல்லுக்கும், jealousy என்கிற வார்த்தைக்கும் சிறிது வேறுபாடு - அதைச் சொல்லுகிற விதத்தில் ஏற்படுகிறது.

இரண்டாவது வகையில் உணர்வுகளோடு நின்று விடாமல் உதைத்துத் தள்ளுவது வரை அது போகிறது.

பொறாமைதான் ஆதிக்க மனப்பான்மை (possessiveness) ஏற்படக் காரணமாக இருக்கிறது. கை நழுவிப்போகின்ற பயத்தில் அன்பு என்பது ஆதிக்கமாக மாறி ஆபத்தாக முடிந்துவிடுகின்ற அவலம் அது.

பொறாமையைத் தவிர்க்க ஒப்பிடுவதைத் தவிர்க்க நாம் தனித் தன்மை கொண்டவர்கள் என்ற எண்ணம் ஏற்படவேண்டும்.

எல்லோரிடமும் இருக்கும் இனியவற்றை நேசிக்கக் கற்க வேண்டும். அப்போது நாம் எப்போதும் மகிழ்ச்சியோடு இருப்பதைக் காணலாம். நம் சக்தி, மேல் நோக்கி கருணையாக எழும்புவதைக் காணலாம்.

தன்னுடைய மேன்மை குறித்து யோசிப்பவனுக்கும், அது குறித்து செயலாற்றுபவனுக்கும் நிறைய நேரம் கிடைக்கிறது.

நிறைய வாசிக்க... படிக்க... எழுத... உதவ... தியானிக்க அவன் மனமும் உடலும் கூட்டணியமைத்துக்கொண்டு பாடுபடுகின்றன.

வள்ளுவர் - பொறாமையைப் 'பாவி' என்கிறார்.

ஷேக்ஸ்பியர் - அதை 'அரக்கன்' என்கிறார்.

விரித்தவர்களே விழும் வலையாகவும், கொண்டவர்களே குலையும் குணமாகவும், படுபவர்களே பாதாளத்தில் விழுவதாகவும் ஆக்கும் காரணத்தால் அவர்கள் அதை அப்படி அழைத்தார்கள்.

"நீங்கள் பொறாமையே படறதில்லையா?"

"ஆமாம்"

"எப்போதுமேவா?"

"ஆம்.

'உங்களைப் பார்த்தா எனக்குப் பொறாமையாக இருக்கு.'

இதற்கு என்ன செய்வது?

22. போதையின் பாதை

நான்கு வாரங்களுக்கு முன்பு ஒரு வெள்ளி இரவு பேருந்தில் கோவைக்கு பயணம் செய்துகொண்டிருந்தேன்.

என் அருகில் ஓர் இளைஞர் ஒரு வாரப் பத்திரிகையைப் புரட்டிக் கொண்டிருந்தார். இருக்கையைப் பார்த்துக்கொள்ளும்படி சொல்லி விட்டு இறங்கியவர் மறுபடியும் பத்திரிகையில் மூழ்கினார்.

வழியில் இரண்டு தாய்மார்கள் ஏறினார்கள். தாராபுரத்தில் இருக்கை காலியானதும் என் இருக்கைக்கு முன் இருக்கையில் அமர்ந் தார்கள். நானாக அந்த இளைஞனிடம் அவரைப் பற்றிய விவரங் களைக் கேட்டேன். தன்னை கண்ணபிரான் என்று அடையாளப் படுத்திக் கொண்டார். படித்துமுடித்துவிட்டுப் பணி தேடிக்கொண் டிருப்பதாகத் தெரிவித்தார். விற்பனைப் பிரதிநிதிப் பணிக்கு விண்ணப் பித்திருப்பதாகவும், அது நிமித்தம் கோவை செல்வதாகவும் சொன்னார்.

சந்தையில் பொருளாதாரம் (marketing) குறித்து விவரம் தெரியுமா எனக் கேட்டேன். அவருக்குத் தெரியவில்லை. ஒரு நல்ல விற்பனைப் பிரதிநிதிகளின் வகைப்பாடுகள் பற்றியோ, விநியோகம் குறித்தோ அவருக்குத் தெரியவில்லை. நேர்முகத் தேர்வுக்கான உடைகளோ காலணிகளோ கழுத்துப்பட்டையோ அவர் எடுத்துச் செல்லவில்லை என்பதை அறிந்தேன். (விற்பனைப் பிரதிநிதி என்றாலே டையும் ஷூவும் இல்லாமலா?)

மிகவும் சாவகாசமாக (casual) ஆள் வராத கச்சேரிக்குப் பார்வை யாளராகச் செல்வதைப் போலப் பிரயத்தனங்களின்றி கண்ணபிரான் காணப்பட்டார்.

என்னைப் பற்றி அவர் தெரிந்துகொள்ளவும் விரும்பவில்லை.

அப்போது என் முன் இருக்கையில் அமர்ந்திருந்த அந்தத் தாய் மார்கள் என்னைத் திரும்பித் திரும்பிப் பார்த்தவண்ணம் இருந்தார்கள்.

“நீங்கள் எந்த ஊர்?” என்றார்கள்.

“ஏன்?”

"உங்களை எங்கேயோ பார்த்த மாதிரி இருக்கிறது?"

பிறகு "நீங்கள் தினத்தந்தியில் எழுதுகிறீர்களே" என்று அடையாளம் சொன்னார்கள், நான் வியந்து போனேன்.

"நீங்கள் எழுதுபவற்றையெல்லாம் பின்பற்ற முடியுமா?"

அவர்களுக்குத் தெரிந்திருக்க நியாயமில்லை. நான் யாரையும் மாற்ற எழுதவில்லை. சில பிரதிபலிப்புகளைப் பகிர்ந்துகொள்கிறேன். அது என்ன தாக்கத்தை வேண்டுமானாலும் ஏற்படுத்திவிடட்டும். எழுதுவதோடு என் பணி முடிந்துவிடுகிறது. எதையும் யாரையும் சிபாரிசு செய்ய வேண்டிய அவசியம் எனக்கில்லை.

நான் ஊரிலிருந்து திரும்பி வந்ததும் வெகுவாகச் சிந்தித்தேன். நாம் யாருக்காக எழுதுகிறோமோ அந்த இளைஞர் அதைப் படிப்பதாகத் தெரியவில்லை. ஆனால் நடுத்தர வயதினர் அதைப் படித்துவிட்டு என்னிடம் விவாதித்துக்கொண்டு வருகின்றனர்.

இன்னும் ஒருசில இளைஞர்கள் சிரத்தையின்றி இருக்கிறார்களோ!

மதுரையில் என் வீட்டுக் கதவு தட்டப்பட்டது.

50 வயது மதிக்கத் தக்க ஒருவர் தன் மகனுடன் என்னைக் காண வந்திருந்தார். "உங்களை நான் பல இடங்களில் பார்த்திருக்கிறேன். இன்று நேரில் சந்திக்க வேண்டும் என்பதற்காகவே வந்திருக்கிறேன்."

"மிக்க மகிழ்ச்சி. இவர் உங்கள் மகனா?"

"ஆமாம். இவன் விஷயமாகத்தான் உங்களிடம் வந்தேன்."

"ஏன்?"

"இவன் எப்போதும் சிகரெட்டுப் பிடித்துக்கொண்டிருக்கிறான். சொன்னால் கேட்க மாட்டேன் என்கிறான்."

"ஏன், பிடித்தால் பிடித்துக்கொள்ளட்டுமே. நீங்கள் ஏன் தடுக்கிறீர்கள்?"

அவர் முகம் சிவந்துவிட்டது. குரல் தடுமாறியது. இப்படியொரு எக்குத்தப்பான கேள்வியை அவர் எதிர்பார்த்திருக்க மாட்டார்.

"என்ன இப்படிச் சொல்கிறீர்கள்?" ஒரு கோபம் தெரிந்தது.

"நீங்கள் சிகரெட் பிடிப்பதில்லையா?" என்றேன்.

"இல்லை"

"நீங்கள் சிகரெட் பிடிக்காமல் என்ன சாதித்தீர்கள்? மெய்ஞ் ஞானம் அடைந்துவிட்டீர்களா? அழியாத இலக்கியம் ஏதாவது படைத்து விட்டீர்களா? அரிய விஞ்ஞானக் கண்டுபிடிப்பு எதற்காவது பங்களித்திருக்கிறீர்களா?"

அடுத்த பந்தும் பவுன்சராக (Bouncer) இருக்கும் என அவர் எதிர்பார்க்கவில்லை.

"என்ன சார்! நீங்க புத்தி சொல்லுவீங்கன்னு எதிர்பார்த்தா இப்படிப் பேசுறீங்க? போற போக்கப் பாத்தா போதை பழக்கம் கூட தப்பில்லைன்னு சொல்லுவீங்க போலிருக்கிறதே." அவர் நரம்புகளில் ரத்தம் வேகமாகப் பாய்வதைப் பார்த்தேன். கைகள் நடுங்கின.

"இப்ப போதையில்லாதவங்க யாரு சொல்லுங்க?"

"என்ன சொல்லுறீங்க?"

"சிலருக்கு அதிகார போதை. சிலருக்குப் புகழ் போதை. சிலருக்குப் பணத்தில் போதை. இப்படி எல்லோரும் ஒரு போதையில் மயங்கிட்டுத் தானே இருக்காங்க."

அவர் மகனை இழுத்துக்கொண்டு விருட்டென்று எழுந்து போய் விட்டார்.

நான் சிரித்துக்கொண்டேன்.

15 நாள் கழித்து அவர் மறுபடியும் என் வீட்டிற்கு வந்தார். என் கைகளைப் பிடித்துக்கொண்டு கண்களில் நீர் வழிய நின்றார். இப்போது அவருடைய வாயிலிருந்து வார்த்தைகள் வரவில்லை. ஆனால் நெகிழ்ச்சியில்...

"உங்களுக்கு எப்படி நன்றி சொல்வது என்றே தெரியவில்லை. என் மகன் சிகரெட் பிடிப்பதை நிறுத்தி விட்டான்."

இந்த மாற்றம் எப்படி நிகழ்ந்தது?

என்னிடம் கோபித்துக்கொண்டு மகனையும் அழைத்துக் கொண்டு அவர் சென்றுவிட்டார். அடுத்த நாள் அவர் மகன் மட்டும் வந்தார். அவர் வருவார் என்பது எனக்குத் தெரியும். "சார் நீங்கள் அப்படிப் பேசியிருக்கக் கூடாது. அப்பா ரொம்ப அப்-செட் சார்."

"நீங்கள் புகைபிடிப்பதால் அப்செட் ஆனதைக் காட்டிலும் நான் அதிகம் பேசியதால் அப்-செட் ஆகிவிட்டாரா?"

அவரால் பேச முடியவில்லை.

"நீங்கள் உங்கள் வாயை சிம்னியாக்கியதற்காக அவர் வருத்தப் படுகிறார். இதில் நான் மூன்றாவது மனிதன். நான் என்ன செய்ய முடியும். நான் DeAddiction Centre நடத்தவில்லையே" என்றேன்.

"நீங்கள் எனக்கு நான்கு வார்த்தை புத்திமதி கூறியிருக்க வேண்டும் என அப்பா எதிர்பார்த்தார். நீங்கள் சொன்னால் நான் கேட்பேன் என நினைத்தார்."

"உங்களுக்குப் படிக்கப் பணம் தந்து, சோறு போட்டு வளர்த்தவரே சொல்லிக் கேட்காத போது, நான் சொல்வதையா நீங்கள் கேட்டுவிடப் போகிறீர்கள்?"

மவுனம் நீடித்தது.

"புத்திமதி எப்படிச் சொல்ல வேண்டும்?" நான் மெதுவாகக் கேட்டேன்.

"சிகரெட் குடிப்பது கெட்டது. உடலைப் பாதிக்கும் என்று எல்லாம் நீங்கள் சொல்லியிருக்கலாமே. உங்களுக்குத்தான் அதன் கெடுதல்கள் அதிகம் தெரியுமே!" புகையின் தீமைகளை அடுக்கினார்.

"உங்களுக்குத் தெரியாதா? உங்களுக்குத் தெரிகிறதே! இப்போது ஒவ்வொன்றாக அடுக்குகிறீர்கள். உங்கள் தந்தை உங்களுக்காக இப்படி என்னைப் போன்ற ஒருவரிடம் அதிர்ச்சிக்குள்ளாகாதவாறு பார்த்துக் கொள்கிற முதிர்ச்சி உங்களிடமில்லையா? நீங்கள் புகைக்காமல் இருந்தால் அவர் ஏன் என்னிடம் வருகிறார்?"

அவர் தலையைக் குனிந்துகொண்டார்.

"வருகிறேன்" என்று கிளம்பப் பார்த்தார். ஒரு கோப்பை தேநீரை வரவழைத்துக் கொடுத்தேன். சில புத்தகங்கள் தந்தேன். மறுநாள் வந்தார். புகைபிடிப்பது தவிர மற்ற எல்லாவற்றையும் நான் அவரிடம் பேசினேன். தினமும் மாலை என்னோடு வாக்கிங் வருவார்.

'இரண்டு முட்டாள்கள் இருக்கிறார்கள். ஒருவர் அறிவுரை கூறுபவர். மற்றவர் அதைப் பின்பற்றாதவர்' என்று ஞானி பல்கிவாலா (we the people) எழுதப் படித்திருக்கிறேன்.

நான் அதனால் அறிவுரை கூறுவதில்லை. என் மனத் தயாரிப்பின் படியும், அனுபவங்களின் படியும் சில கோட்டோவியங்களை வரைந்து காட்டுகிறேன். அதற்கு மேல் அவரவர் அதைத் தங்கள் வசதிக்குப் புரிந்துகொள்கிறார்கள்.

நான் ஒன்றும் அந்த இளைஞனின் தந்தையை மடக்க வேண்டும் என்ற எண்ணத்தில் "நீங்கள் ஏன் பிடிக்கவில்லை" என்று கேட்க வில்லை.

அவர் அதே கேள்வியை என்னை நோக்கி கேட்பார் என நினைத் தேன். ஓர் இளைஞனை அணுகுமுறையின் மூலம் உசுப்புவதுதான் நல்லது என்கிற அடிப்படையில்தான் அப்படிச் செய்தேன்.

என்னைப் பொறுத்தவரை... புகை, மது, போதை இவையெல்லாம் ஒருவர் தீய குணங்கள் (vices) என்று சொல்ல மாட்டேன்.

அவை மனிதனை முழுமையாக ஆக்கவிடாமல் தடை செய்து விடுபவை என்று நான் அறிவேன். ஆற்றல் சிதறிப் போவதற்கு அவற்றால் சாத்தியங்கள் உண்டு. நம் வலிமை, ஓய்வு, உழைப்பு, உயர்வு ஆகிய வற்றைப் பாதிப்பதற்கு அவை காரணங்களாக இருக்கின்றன.

இவை எப்படி உருவாகின்றன என்பதைப் பற்றிப் பரிசீலிப்போம். பெற்றோர்கள் அக்கறை செலுத்தாமை... தாழ்வு மனப்பான்மை... வீட்டில் அன்பற்ற சூழல்...

இவைதான் காரணம் என்பதுபோல கதைகளிலும், காட்சி களிலும் சித்திரங்களை உருவாக்குகிறோம்.

வீட்டில் அன்பு கிடைக்காதவர்கள் எல்லோருமேவா அப்படி ஆகிறார்கள்? படிக்காத, அக்கறை செலுத்தாத பெற்றோர்களுக்கு ஒப்பற்ற இலக்கியவாதியான ஷேக்ஸ்பியர் அமையவில்லையா?

அனாதைகளாக இருந்து 'கீட்ஸ்' போல உலகப்புகழ்பெற்ற பங்களிப் பைத் தந்தவர்கள் இல்லையா? நாம் எதை வேண்டுமானாலும் மனஇயல் ரீதியான சமாதானம் கூறி சரிக்கட்டி விட முடியாது.

விளையாட்டாக ஆரம்பிக்கப்படுகின்ற பழக்கங்கள் இவை. எப்போது வேண்டுமானாலும் நாம் விட்டுவிட முடியும் என்ற நம்பிக்கையில் இவர்கள் பழக ஆரம்பிக்கிறார்கள். இதை விடவே கூடாது என்ற மனநிலையில் யாரும் இருப்பதாகத் தெரியவில்லை. பலரும் 'இதுதான் கடைசி முறை' எனச் சொல்லிக்கொண்டுதான் அதை ஒவ்வொரு முறையும் அணுகுகிறார்கள்.

யார் தன்னைத் திரவமாக ஓடவிடாமல் திடப்பொருளாக, உருட்டிக்கொள்கிறார்களோ அவர்கள் இந்தப் பழக்கங்களில் எளிதாக மாட்டிக்கொள்கிறார்கள்.

யார் தீவிரமாக ஆதிக்கவாதியாக இருக்கிறார்களோ அவர்கள் நாத்திகவாதியாக மாறினாலும் அதிலும் தீவிரமாக இருப்பார்கள்.

திடமாக இருப்பவர்கள் நழுவ நேர்வது, வழுக்க நேர்வது ஒரு நொடியில் மிகவும் எளிதாக நிகழ்ந்து விடுகிறது. ஏதேனும் ஒன்றில் திடமாகவும், இறுக்கமாகவும் இருந்து பழக்கப்பட்டவர்கள் அவர்கள்.

"நான் காலையில் நாளிதழ் படிக்காவிட்டால் அந்த நாள் எனக்கு எந்த வேலையும் ஓடாது" "காலையில் காபி சாப்பிடாவிட்டால் எதுவும் செய்யமுடியாது" "என் வீட்டைத் தவிர வேறு எங்கும் நான் சாப்பிட மாட்டேன்" "இரவு செய்தித்தாள் பார்த்தால்தான் எனக்குத் தூக்கமே வரும்" "இரவு டிபன்தான் சாப்பிடுவேன்" "காலையில் நடை பழகு வதற்கு முன்பே ஷேவ் செய்யலேன்னா, என்னாலே வாக்கிங் சரியாகவே போக முடியாது."

"மேற்கத்தியக் கழிவறை (western type) இல்லாவிட்டால் என்னால் முடியாது" என்று பெருமையாகச் சொல்லிக்கொள்பவர்கள் எல்லோருமே ஒருவித தீராப் பழக்கத்திற்கு உட்பட்டவர்கள்தான். திரவமாக இருக்க முடியாதவர்கள்தாம்.

மிகுந்த கட்டுப்பாட்டுடன் திடப்படுத்த முயற்சி செய்யப்படும் குழந்தைகள் வீட்டை விட்டு வெளியே வந்ததும் இதுபோன்ற பழக்க வழக்கங்களால் ஈர்க்கப்படுகிறார்கள்.

ஒருவகையில் தங்கள் பெற்றோர்களைப் பழிவாங்குவதாக அவர்கள் நினைத்துக்கொள்கிறார்கள். தாங்கள் இழந்த சுதந்திரத்தை ஈடுகட்ட விரும்புகிறார்கள்.

மனத்தளவில் பாதுகாப்பின்மை, ஆதரவற்ற குழந்தைகளுக்கோ பெற்றோர்களுக்கோ அன்பு செலுத்தாத குழந்தைகளுக்கோ மட்டும் ஏற்படுவதில்லை. அளவுக்கதிகமாக அன்பு செலுத்தப்படும் பொத்திப் பொத்தி வளர்க்கப்படும் குழந்தைகளும் பாதுகாப்பின்மையைச் சந்திக்க நேர்கின்றது. தண்டனைகள் மட்டுமல்ல, அன்பும்கூட குழந்தைகளை ஒரு கட்டத்தில் ஊனமாக்கி விடுகின்ற சாத்தியம் கொண்டதுதான்.

பெற்றோர்கள் திணிப்பதன் மூலம் குழந்தைகளை உருவாக்கி விட முடியும் என்று எண்ணுகிற தவறில்தான் இவை எல்லாம் ஆரம்ப மாகின்றன. படிப்பும் கட்டுப்பாடும் இன்ன பிற ஆர்வத்தில் உள்ள படிப்புகளும், அவற்றின் மீது திணிக்கப்படும்போது அவை திமிற ஆரம்பிக்கின்றன. அவர்களின் கிளர்ச்சியே இப்படி ஏதாவது ஒரு வகையில் வெளிப்பட்டு விடுகின்றது.

பெற்றோர்களைக் குறை சொல்லி என்ன பயன்? அவர்கள், தங்கள் பெற்றோர்கள் தங்களுக்குச் செய்ததை குழந்தைகளின் மீது வஞ்சம் தீர்த்துக்கொள்கிறார்கள். இங்கே வீடே வகுப்பறை, பெற்றோர்களே "ராக்கிங்" செய்பவர்களாக சில இடங்கள் காணப்படுகின்றன.

மேம்போக்காக நடக்கும் மாற்றங்களைக் குறிவைத்தே நாம் செயல்பட்டுக்கொண்டிருக்கிறோம். உள்ளுணர்வின் மையப் பகுதியில் நாம் செயல்பட ஆரம்பித்தால் குழந்தைப் பருவம் முதல் தெளிவும், தன்னம்பிக்கையும் தானாக மலரும்.

உள்ளுணர்வின் மையப் பகுதியைத் தொட சுலபமான ஒரு வழியுண்டு. (குறுக்கு வழியல்ல...)

பல் துலக்குவது முதல் படுக்கைக்குச் செல்வது வரை விழிப்புணர் வுடன் முழுவதுமாக ஈடுபட்டு செய்யத் தொடங்குவதுதான் அதற்கான உத்தி.

விழிப்புணர்வுடன் தேநீர் அருந்துபவன், ஒரே குவளைத் தேநீரில் திருப்தி அடைகிறான். திருப்தி அடையாதவன், எத்தனைக் குவளைகள் பருகினாலும் திருப்தியடைவதேயில்லை. விழிப்புணர்வுடன் பொருளை உண்ணுபவன், விழிப்புணர்வுடன் ஒரு செயலைச் செய்பவன், எந்த நேரத்தில் வேண்டுமானாலும் அதை உதிர்க்கத் தயாராக இருப்பான். அது கிளை, பழுத்த இலையைக் கழற்றி விடுவதுபோல நிரந்தர நிகழ்வாக இருக்கும்.

ஒரு பழக்கத்தை விட்டால் கூட மற்றவர்களுக்காக அதை விரும்புகிறவர்கள் மறுபடியும் அதில் புக ஆரம்பித்து விடுவார்கள். மனைவிக்காகப் புகைப்பதை நிறுத்துபவர்கள் அவள் ஊருக்குப் போனதும் அதற்கும் சேர்த்துப் புகைத்துத் தள்ளுவார்கள்.

ஒரு பழக்கத்தை விடுவதுகூட நம் உள்ளுணர்வைத் துலங்கச் செய்வதற்கான வழிமுறையே தவிர வெறுமனே நம்முடைய வைராக்கி யத்தினை நிரூபிப்பதற்காக அல்ல. மகாத்மாகாந்தி மிகக் குறைந்த அளவிலான உணவை அதிக நேரம் உண்ணுவாராம். ஏனென்றால் அவர் அதில் விழிப்புணர்வுடன் செய்யும்போது நேரம் தேவைப்படுகிறது. உண்ணும்போதுதானே உணவாகும் அனுபவம் நிகழ்கிறது.

அதனால்தான் அவர் இயற்கையின் விதிகளையெல்லாம் மீறி, மருத்துவர் கணிப்புகளை எல்லாம் மீறி 1942 ஆம் ஆண்டு 21 நாட்கள் அவர் உண்ணாவிரதம் இருக்க முடிந்தது. அவர் இறந்தால் என்ன

செய்யலாம் என பிரிட்டிஷார் அனைத்து ஏற்பாடுகளும் செய்திருந் தார்கள். அவர் இறக்க வேண்டும் என அவர்கள் எதிர்பார்க்கவும் செய்தார்கள். ஆனால் அவர் உயிருடன் இருந்ததற்குக் காரணம் - யார் பசியை விழிப்புணர்வுடன் அணுகுகிறார்களோ, அவர்கள் விழிப்புணர்வுடன் அணுக முடியும் என்கின்ற அடிப்படைத் தத்துவம் தான்.

முல்லா தெருவில் சென்றுகொண்டிருந்தார். அவர் கண்கள் குடித்துச் சிவந்திருந்தன. அவர் பாக்கெட்டில் ஒரு சிகரெட் பாக்கட் இருந்தது.

அவருடைய நண்பர் எதிரே வந்தார்.

"முல்லா, நீங்கள் குடித்திருக்கிறீர்களா?"

"இல்லை"

"சிகரெட் பிடிப்பீர்களா?"

"இல்லை"

"வேறு ஏதாவது தீய பழக்கம் உண்டா?"

"அவ்வப்போது பொய்கள் மட்டும் சொல்லுவேன்."

23. வார்த்தையே வாழ்க்கையாய்

இளைஞர் மலரில் முகவரியைத் தெரிவித்ததுதான் தாமதம்.

கடிதங்கள் வந்து குவிய ஆரம்பித்துவிட்டன.

பல்வேறு சந்தேகங்கள் - கேள்விகள்.

கடிதம் எழுதுபவர்கள் சுயமுகவரியிட்ட தபால் தலையுடன் கூடிய அஞ்சலறையை அனுப்பினால் பதில் எழுதுவது எளிதாக இருக்கும். ஒரு மாதத்திற்கு 150 கடிதங்களுக்கு பதில் எழுதுவது - சொந்தச் செலவில் - என்பது சற்றுச் சிரமம்தான், இருந்தாலும் இதுவரை வந்தவற்றிற்குப் பதில் எழுதியனுப்பியுள்ளேன்.

கள்ளிக்குப்பத்திலிருந்து லோகேஸ்வரி என்பவர் எழுதிய கடிதத்தில்.

"நீங்கள் தினத்தந்தியில் எழுதிவரும் கட்டுரையில் எனக்கொரு சந்தேகம்.

'நேரமும் நேரமின்மையும்' என்னும் கட்டுரையில் ஒரு செயலை உள்ளுணர்வுடனும் விழிப்புணர்வுடனும் செய்தால், 1 மணி நேரத்தில் முடிய வேண்டியது அரை மணி நேரத்தில் முடியும் என்றீர்கள்.

ஆனால் 'போதையின் பாதையில்' என்னும் கட்டுரையில் காந்தியடிகள் விழிப்புணர்வுடன் குறைந்த உணவை அதிக நேரம் சாப்பிடுவார் என்றும் மேலும் விழிப்புணர்வுடன் செயல்பட்டதால் அவருக்கு அதிக நேரம் தேவைப்படுகிறது எனவும் குறிப்பிட்டிருந் தீர்கள்.

இவை இரண்டும் எனக்கு முரணாகத் தெரிகிறது. தயவுசெய்து விளக்கம் அளித்து என் சந்தேகத்தைத் தீருங்கள்."

என்று எழுதியுள்ளார்.

மிகுந்த விழிப்புணர்வுடன் கட்டுரைகளைப் படித்துவரும் அவரைப் பாராட்டத்தான் வேண்டும்.

இந்த இரண்டு கட்டுரைகளில் எந்த முரணும் இல்லை.

முதலில், சாப்பிடுவது செயலல்ல. அது தேவை. உடல் இயங்க உறுதுணையான ஒன்று. அதை மற்ற காரியங்களைப் போல ஒரு கடமையாக நினைத்து முடிப்பவர்கள் அதன் சுவையையும், ருசியையும் ரசிக்க மறந்து விடுகிறார்கள்.

பல்துலக்குவது, குளிப்பது, சாப்பிடுவது, தூங்குவது ஆகியவை பணிகளல்ல. முக்கியமான இயல்பு சார்ந்த நெறிகள்.

அவற்றில் நேரத்தை மிச்சம் பிடிப்பவர்கள் காலத்தைத் தவறவிட்டு காலனிடம் மிதிபடுவார்கள்.

மொரார்ஜி தேசாயிடம் "நீங்கள் நூறுவயது வரை எப்படி வாழ்ந் தீர்கள்" என்று கேட்டபொழுது

"நீங்கள் எல்லாம் வயிற்றுக்குள் ஒரு பல்செட் இருப்பதாக எண்ணி உணவை மென்று விழுங்க அவசரம் காட்டுகிறீர்கள். நான் நொறுங்கத் தின்றதால் நூறு வயது வாழ்கிறேன்" என்றார்.

காந்தியும் "ஏன் இவ்வளவு நேரம் சாப்பிட்டீர்கள் - அதுவும் சொற்ப உணவை" என்று வந்திருந்த பார்வையாளர் கேட்டபோது "நான் நூறு வயது வாழ வேண்டாமா?" என்று பதில் சொன்னார்.

இப்பொழுதும் சொல்கிறேன் - சாப்பிடுவதைக் கூட விழிப்புணர் வுடன் செய்தால் நேரம் மிச்சமாகும். ஆம். அஜீரணக் கோளாறு, உடல் உபாதை, மலச்சிக்கல், வாயுத் தொல்லை, வயிற்றுப்புண், வாந்திபேதி ஆகியவற்றால் பின்னால் செலவழிக்கும் நேரத்தை நிச்சயம் நாம் மிச்சப்படுத்தலாம்.

குளிப்பதில் நேரத்தைச் சேமிப்பவர்கள் அழுக்குடன் குடித்தனம் நடத்தலாம். அது அவர்களுக்கு மகிழ்ச்சியாகக் கூட இருக்கலாம். ஆனால் அது புத்துணர்ச்சியற்ற பொலிவற்ற வாழ்க்கை முறையை வழி மொழியுமே தவிர முன்னேற்றத்தை முன் மொழியாது.

ஊண் உடம்பு ஆலயமானால் குளிப்பது அபிஷேகமாகவும் (திருமஞ்சணமாகவும்) தலை துவட்டுவது தீபாராதனையாகவும் மாறும்.

அதிக நேரம் எடுத்துக்கொள்ள வேண்டியவற்றிற்கு அதிக நேரம் எடுத்துக்கொள்வதும் விழிப்புணர்வுதான். அது பின்னால் வரும் தொல்லைகளினால் ஏற்படும் கால விரயத்தைக் கட்டாயம் மிச்சப் படுத்தும்.

சீன அறிஞர் கூறுகிற ஓர் அழகிய கதை நினைவுக்கு வருகிறது. (parable)

புதிய ஊருக்குப் போக வழியிலிருந்த படகுக்காரர் ஒருவரிடம் ஓர் இளந்துறவியும் முதிய துறவியும் வழி கேட்டனர்.

வழியைச் சொன்ன அவர் "நீங்கள் மெதுவாகப் போனால் சீக்கிரம் போய்விடலாம்; வேகமாகப் போனால் தாமதமாகும்" என்றார்.

இளந்துறவி அவர் சொன்னதை அப்படியே ஏற்றுக்கொண்டு நடை பயின்றார். மூத்தவரோ 'இவன் தலைகீழாகச் சொல்லுகிறான்; மெதுவாகப் போனால் எப்படி சீக்கிரம் போக முடியும்' என்று விரைவாக நடந்தார். சாய்வுகள் (slope) கொண்ட அந்தப் பாதையில் விரைந்து சென்ற அவர் பலமுறை வழுக்கி விழுந்தார். காயம் ஏற்பட்டது. அவர் சுமந்து சென்ற சுவடிகள் சிதறி விழுந்தன. அவர் அவற்றைப் பொறுக்க நேர்ந்தது. ஊரை அடையும்போது இருள் சம்மணமிட்டிருந்தது. அவருக்கு மடாலயத்தில் தங்க அனுமதி மறுக்கப்பட்டது.

இளந்துறவியோ மெதுவாகச் சென்றதால் சுவடிகள் விழாமல் அடிபடாமல் தக்க நேரத்தில் மடாலயத்தினை அடைந்தார். இரவு தியானத்தில் அமர்ந்து நிஷ்டையில் கலந்தார். வாழ்க்கை விசித்திர மானது.

சில நேரங்களில் நிதானிப்பவர்களே நிற்கிறார்கள்.

தோற்பவர்களே வெல்கிறார்கள்.

அடிபட்டவர்களே அடிக்கோடிடப்படுகிறார்கள்.

பணிவே நிமிரச் செய்கிறது.

இங்கே யாரும் விடைகளை விநியோகம் செய்ய முடியாது. கேள்விகள் புதுப்பித்துக்கொண்டு புறப்படுபவை.

வாழ்க்கை தேர்வுதான். ஆனால் நாம் கேள்விகளை நாமாகவே கேட்டு விடையளிக்கும் தேர்வு. அது தேர்தலும்தான். இங்கு நாமே வேட்பாளராகவும், வாக்காளராகவும் இருக்கிறோம்.

என் பணி இந்தக் கட்டுரையில் பதில்களைப் பத்திரப்படுத்து வதல்ல. (கடுகு டப்பாவிற்குள் காசுகளைப் போட்டு வைப்பது போல்)

நான் கேள்விகளை உருவாக்கவே முயற்சி செய்கிறேன்.

கேள்விகளுக்கு விடையளிப்பது மிகவும் எளிது. அது ஓர் உத்தியும் கூட.

"இது அருமையான கேள்வி. ஆனால் நீங்களே இதற்கு விடை கண்டுபிடியுங்கள் - தேடுங்கள்" என்று உங்களை ஆசுவாசப்படுத்தலாம்.

"உங்கள் கேள்வியிலேயே அதற்கான விடை இருக்கிறது" என்று மழுப்பலாம்.

"வாழ்க்கைதான் உங்கள் கேள்விக்கான விடையைப் புரிய வைக்கும்." எனப் பூசி மெழுகலாம். ஆனாலும் நாமாகக் கண்டுபிடித்த விடையில்தான் நமக்குத் திருப்தி.

என் சகோதரர் (திருப்புகழ், குஜராத் மாநில நிலநடுக்க மறுவாழ்வு இயக்குநர்) பிளேட்டோவின் வாழ்வில் நடந்த சம்பவத்தை மேற்கோள் காட்டுவார்.

ஆடு மேய்த்துக்கொண்டிருந்த சிறுவனை அழைத்து அவனிடம் சின்னக் கேள்வியிலிருந்து பிளேட்டோ ஆரம்பித்தார். அவன் பதில் சொன்னான். கொஞ்சம் கொஞ்சமாகப், படிப்படியாகக் கேள்விகளின் கனத்தைக் கூட்டி அவனிடமிருந்தே பதிலை வரவழைத்தார். இறுதியாக அவன் மிகப் பெரிய கணிதக் கணக்கை தெளிவுபடுத்தினான்.

பிளேட்டோ அப்போதுதான் சொன்னார் "எல்லோரிடமும் விடை இருக்கிறது. நாம்தான் வெளியே கொண்டு வர முயற்சி செய்ய வேண்டும்."

விடையைத் தெளிய, தெரிந்ததிலிருந்து தெரியாததை நோக்கி நாம் செல்லவேண்டும். அடுத்தவர் அளிக்கும் விடைகள் ஆடைகளைப் போலவும், நாமே தெரிந்துகொள்பவை தோலைப் போலவும் விளங்கு கின்றன.

சென்னையிலிருந்து கார்த்திகேயன் "நம்மை நம்மோடு ஒப்பிடுவது எல்லோராலும் இயலக்கூடியதா?" என வினவியுள்ளார்.

எல்லோராலும் பணக்காரராக முடியாது (affluence is relative) ஏனென்றால் செல்வந்தர் என்பது தொடர்புடையது. ஆனால் எல்லோரும் பண்பாளராக முடியும். 'நம்மை நம்மோடு ஒப்பிடுவோம்' என்கிற எண்ணம் தோன்றினாலே போதும். நம் பாதையில் இருக்கும் கற்கள் காணாமல் போகும்.

எல்லோரைப் பற்றியும் நாம் ஏன் கவலைப்பட வேண்டும்? நாம் ராபர்ட் பாரஸ்ட் (robert frost) சொல்வது போல யாரும் பயணம் போகாத பாதையைத் தேர்ந்தெடுக்கலாம்.

(I took the one less travelled by

and that has made the difference # the road not taken)

ஒரு பிரச்சினையை நாம் எப்படி அணுகுகிறோம் என்பதில்தான் அதைப் பற்றிய தீர்வு நுட்பமாய் அடங்கியிருக்கிறது.

ஒரு மூத்த தவளை சின்னஞ்சிறு தவளைக்களுக்கெல்லாம் பாடம் கற்றுக்கொடுத்தது. பூச்சிகளைச் சாப்பிடுவது பற்றியும், அவற்றை நாக்கைச் சுழற்றிப் பிடிப்பது குறித்தும் அந்தப் பாடம் சொல்லித் தரப்பட்டது.

"குளவிகள் புழுக்களை சாப்பிடுவதைப் பார்த்திருக்கிறீர்கள் அல்லவா? நான் குளவிகளை சாப்பிடுகிறேன். இவையெல்லாம் இயற்கையின் நியதி" என்று வியாக்கியானம் செய்தது அந்த மூத்த தவளை.

"வாழ்வதற்காகக் கொல்வது பாவமில்லையா" என ஒரு குஞ்சு தவளை கொஞ்சியது.

"அது சூழ்நிலையைப் பொறுத்தது" என்று மூத்த தவளை பதில் சொல்லும் போதே அந்த வழியாக வந்த பாம்பு ஒன்று அதைப்பிடித்து விழுங்க ஆரம்பித்தது.

உடனே அந்த மாணவத் தவளைகள் "எந்தச் சூழ்நிலையைப் பொறுத்தது?" என்று கேட்டன. அந்த குரு தவளை "நீங்கள் நடப்பவற்றை உள்ளிருந்து பார்க்கிறீர்களா அல்லது வெளியே இருந்து பார்க்கிறீர்களா என்பதைப் பொறுத்தது" என்று சன்னமான குரலில் பதிலளித்தது.

சில கேள்விகளுக்கு வார்த்தைகளால் பதில் சொல்ல முடியாது. வாழ்க்கையால்தான் பதில் சொல்ல வேண்டும். மௌனத்தைப் பற்றி மணிக்கணக்கில் பேசிப் புரிய வைக்க முடியுமா?

அண்மையில் சேவை என்பதன் பொருளை விளங்க வைக்கும்படி வாழ்கின்ற ஒருவரைச் சந்திக்க நேர்ந்தது.

சிலருக்கு சேவையே பணியாக இருக்கிறது. சிலருக்கோ பணியே சேவையாக அமைந்துவிடுகின்றது.

விழிகள் மற்ற உறுப்புகளைவிட உன்னதமானவை. அவை மற்ற உறுப்புகளுக்கு அடிபட்டாலும் அழுகின்ற அக்கறை கொண்டவை.

அவர் ஒரு விழி மருத்துவர். மருத்துவத்தை மகத்துவமானதாக மனம் ஏற்றுக்கொண்டதால் மணம் புரியாமல் நறுமணம் பரப்புகிறார்.

ஏழைகளின் விழிகளுக்கு இமைகளாகும் ஆசையில் தன் சேவையையே வாழ்க்கைத் துணையாகக் கொண்டு பணியாற்றுகிறவர். கிருஷ்ணன்கோயில் கிராமியக் கண் மருத்துவ மனையை நடத்தும் டாக்டர் விவேக் ஆசை ஆசையாய் தன் மருத்துவமனையைச் சுற்றிக் காட்டினார்.

தான் தியாகம் செய்ததாகவோ, சேவை புரிவதாகவோ துளியும் பிரக்ஞையின்றி அவர் செயல்படுவது மகிழ்ச்சியாயிருந்தது. அவருடன் டாக்டர் மாணிக்கவாசகமும் ஊதியமின்றி மருத்துவமனை வளாகத்தி லேயே தங்கி உதவிபுரிகிறார்.

இதுவரை இரண்டரை லட்சம் பேர் தங்கள் விழிகளை அங்கே பழுது பார்த்திருக்கிறார்கள். பணம் குறித்த சிந்தனை வலுப்பெறாத பலர் வாழ்வது நம்மிடம் தாக்கத்தை ஏற்படுத்தியது.

மருத்துவம் பார்ப்பது சாதாரண பணியல்ல. பல சந்தேகங்கள் தேவையில்லாமல் கேட்கப்படும். கொடுக்கப்படும் அறிவுரைகள் காற்றில் பறக்கவிடப்படும்.

நான் படித்திருக்கிறேன்.

“வலதுகால் மூட்டு வலிக்கிறது” என்று மருத்துவரிடம் ஒருவர் சொன்னார்.

“வயதாகிறது அல்லவா? எனவே வலி ஏற்படுவது சகஜம்தான்.”

“இடதுகால் மூட்டுக்கும் அதே வயதுதானே ஆகிறது. அது ஏன் வலிக்கவில்லை?” என்றான் நோயாளி.

‘கண்கள் போல்’ என்றும் ‘கண்ணே’ என்றும் இலக்கியங்கள் சிலாகிக்கும் விழிகள் நம்மால் எப்படிப் புறக்கணிக்கப்படுகின்றன என டாக்டர் விவேக் விவரித்தார்.

விறகு செதுக்கும்போது செதாம்பு விழிகளில் பட்டும், சுண்ணாம்பு, கண்களில் தெறித்தும் பார்வையைப் பறி கொடுத்தவர்கள் பலர் என்றார்.

மருத்துவமனையை விட்டு வெளியே வரும்போது மனம் கனத்தது.

“பத்துக் கிலோ மீட்டரில் எங்கள் கொய்யாத் தோப்பு இருக்கிறது” என்று அவர் சகோதரர் எங்களை அழைத்தார்.

கொய்யாவுக்கு இந்த வருடம் விலையில்லாததால் பறிக்கப் படாமல் பழங்கள் கீழே விழுந்து கிடந்தன. பொறுக்கத் தருகின்ற

கூலியைக் காட்டிலும் விற்றுப் பெறுகிற விலை குறைவு என்பதால் தோப்பு முழுவதும் பழங்களாய் வாசம் பரப்பி.

அங்கே 200க்கும் மேற்பட்ட மயில்கள் சுற்றித் திரிந்தன. பழங்களைக் கொத்தி பவனி வந்தன. திரும்பிய திசையெல்லாம் தோகை விரித்தும், கொண்டை சிலிர்த்தும் அழகழகாய் அவை. ராஜஸ்தானில் மயில்கள் கிராமங்களில் வலம் வருவதைப் பார்த்திருக்கிறேன். ஆனால் இத்தனை எண்ணிக்கையில் ஒரே இடத்தில் ஆடி மகிழும் அவற்றை இப்போதுதான் பார்த்திருக்கிறேன்.

யாரும் இடையூறு செய்யமாட்டார்கள் எனத் தெரிந்ததும் அந்தத் தோப்பே அவற்றிற்குக் கோடை வாசஸ்தலம் ஆகிவிட்டது.

அவை கீழே விழுந்த பழங்களைத்தான் கொத்தித் தின்கின்றனவே தவிர மரத்தில் இருப்பவற்றைத் துளியும் காயப்படுத்துவதில்லை.

எனக்கு மருத்துவமனையும் பிடித்திருந்தது.

மயில்களின் மனையும் பிடித்திருந்தது.

24. பிரிவினைத் தவிர்ப்போம்

கல்லூரி ஒன்றிற்குப் பேச அழைத்திருந்தார்கள்.

பேசி முடித்ததும் மாணவர் ஒருவர் "அரசு சாதி இல்லை என்று அழுத்தமாகச் சொல்லுகிறது. ஆனால் பள்ளியில் சேர்ந்த உடனேயே 'உன் சாதி என்ன?' என்று கேட்கிறீர்கள்" என்று வெகு நாட்கள் புழக்கத்தில் இருக்கும் பழைய கேள்வியையே திரும்பக் கேட்டார்.

பல talk showsகளில் சொல்லப்படுகின்ற கருத்துகளும், கேட்கப் படுகின்ற கேள்விகளும் பெரும்பாலும் இரவல் வாங்கியவையாக இருக்கின்றன.

தேவையானவற்றைச் சொல்லாமல் தெரிந்தவற்றையெல்லாம் சொல்லி அனைவரையும், அனைத்தையும் தூஷிக்கின்ற மனப்பான் மையை இவற்றில் காணமுடிகிறது.

நான் வரும் வழியில் சிந்தித்தேன்.

"கலப்புத் திருமணம் புரிந்த தம்பதியினர்
வீட்டில் வளர்க்கத் தேடினர்
சாதி நாயாய்"

"நந்தனாரை உள்ளே வரவழைக்காமல் நீயும்
நந்தியைத் தானே விலக்கினாய்"

"சாதி இல்லை என்கிறார்கள்
தன் சாதியைத் தவிர வேறு சாதி இல்லை என்கிறார்கள்"
(எஸ். வைத்தீஸ்வரன்)

என்று எண்ணற்ற கவிதை வரிகள் முந்தியடித்துக் கொண்டு என் முன் வந்து நின்றன.

"சுப்புராயச் செட்டியார் நகரில்
ஏகாம்பர முதலியார் தெருவில்
குப்புசாமி நாயக்கர் மண்டபத்தில்

வைசியாள் சங்கம் வைக்கும்
கவிதைப் போட்டி : தலைப்பு
"சாதிகள் இல்லையடி பாப்பா"

தெருக்களின் பெயரில் இருந்த சாதி அகன்று மனங்களில் ஒட்டிக் கொண்டது; அழியாமல் இருக்கிறது.

இங்கு பள்ளிச் சான்றிதழ்கள்தான் சாதியைத் தீர்மானிப்பது போல் பேசுவது அறியாமை. குழந்தைகளுக்கு இங்கு அம்மை குத்துவதற்கு முன்பே சாதி முத்திரை குத்தப்படுகின்றது.

"இங்கே பலருக்கு சாதியே பெயர்;
பெயர் வெறும் பெயருக்கு" **(கவிஞர் வைரமுத்து)**

என்பதுதான் உண்மை.

இன்று ஒவ்வொரு கிராமத்திலும் நான்கைந்து கிராமங்கள்!

அர்த்த சாஸ்திரத்தில் சாதிக்கேற்றபடி உணவு குறிப்பிடப் பட்டிருக்கிறது; அதுவும் படைவீரர்கள் ஒரே பணி செய்பவர்களுக்கு. ஆனால் திருக் குறளோ "பிறப்பொக்கும் எல்லா உயிர்க்கும்" என்கிறது.

செய்கிற தொழிலால் வேற்றுமை என்பது கூட எந்தத் தொழிலை செய்கிறோம் என்பதைப் பற்றிக் குறிப்பிடவில்லை. எப்படிச் செய்கிறோம். அர்ப்பணிப்புடன் செய்கிறோமா இல்லையா என்பது பற்றியது. செருப்பை செம்மையாகவும் செய்யலாம்; ஆடையை அசிங்க மாகவும் செய்யலாம்.

"ஆயிரம் உண்டிங்கு சாதி எனில்
அந்நியர் வந்து புகல் என்ன நீதி?"

என்று பாரதியார் புகன்றார். ஆயிரம் சாதிகள் இருந்ததால்தான் அந்நியர்கள் எளிதில் புக முடிந்தது.

'பிரித்தாளும் சூழ்ச்சி' (divide and rule) எளிதில் கைகூடியதற்கு நம்மிடையே இருந்த பிரிவுகள்தானே காரணம்.

அன்று போர்க்கலன்களோடு வந்தவர்கள் இன்று புதுப் பொருட் களோடு வருகிறார்கள். பொருளாதார ரீதியான வீழ்ச்சியும் ஆபத் தானதுதான்.

"புதிய சிந்தனைகளும், கிளர்ந்தெழும் ஆற்றலும் நிறைந்திருக்கும் இளைஞர்கள் இன்று சாதியச் சிந்தனைகளில் சிக்கித் தவிக்கிறார்களே"

என்று ஒருமுறை என்னைச் சந்தித்தவர் கேட்டது என் நினைவுக்கு வருகிறது. இன்னொரு தமிழறிஞர் "1960 களில் தமிழகத்தில் மொழி சார்ந்த விழிப்புணர்வு தோன்றியது. கிராமம் தோறும் இலக்கிய மன்றங்கள் ஆக்கப்பணிகள் நடந்தன. அவை 1980 களில் குறைய ஆரம்பித்தன. அதனால் பற்றிக்கொள்ள ஏதும் இல்லாத இளைஞர்கள் திசை திருப்பப்பட்டார்கள்" என்று அதற்கு விளக்கமளித்தார்.

டயோஜினஸ் என்கின்ற கிரேக்க ஞானி இரண்டு எலும்புக் கூடுகளை உற்றுப் பார்த்துக்கொண்டிருந்தார்.

அவ்வழியே வந்த அலெக்ஸாண்டர் அது குறித்துக் கேட்டார்.

டயோஜினஸ் "இந்த இரண்டு எலும்புக் கூடுகளில் ஒன்று உன் தந்தையுடையது. இன்னொன்று ஒரு யாசகனுடையது. இதில் எது உன்னுடைய தந்தையுடையது என அடையாளம் கண்டுபிடிக்க முயற்சி செய்கிறேன்" என்று பதிலளித்தார்.

எலும்புக் கூடுகளுக்கு ஏது கிரீடம்?

இல்லாத ஒன்றைத் திணித்து நாம் ஏற்றத்தாழ்வுகளால் சரிந்து கொண்டிருக்கிறோம்.

ஆசாரத்தினால் பூஜை செய்த சிவகோசரியாருக்குக் கிடைக்காதது அன்பினால் பூஜை செய்த கண்ணப்பனுக்குக் கிடைத்தது.

"ஒரு வேட்டுவனுக்கு இறைவன் தரிசனமா?" என்று பொறாமைப் பட்டவர்கள் கண்ணப்பன் சென்ற பிறப்பில் அர்ஜுனனாக இருந்தவன் என்று கதை கட்டினார்கள்.

வேட்டுவன் ஒரு மெய்ஞ்ஞானம் பெறுவதை ஏற்றுக்கொள்ள முடியுமா?

குளித்து முடித்துவிட்டு வந்த ஆதிசங்கரர் வழியில் வேட்டுவன் ஒருவருடன் மோதியதால் மறுபடியும் குளிக்கச் செல்கிறார்.

"இது உங்கள் அத்வைதத்திற்கு முரணாக இருக்கிறதே" என்று அவரை அவன் (இல்லை இல்லை... அவர்) மடக்குகிறார்.

சங்கரர் அவனைத் தொழுது 'குரு' என்று சிலாகிக்கிறார்.

சிவபெருமான்தான் வேட்டுவனாக வந்தார் என்று பொய்யை அவிழ்த்துவிட்டோம்.

பன்னெடுங்காலமாக சாதியின் பெயரால் நடக்கும் கொடுமைகள் நமக்குப் பழகிப்போய்விட்டன. கருப்பினத்தில் 3 பேரும், வெள்ளையினத்தில் ஒருவரும் யாசகம் கேட்டால் கருப்பினத்தைச் சார்ந்தவர்களும் வெள்ளையினத்தினருக்கே பரிதாபப்படுவார்கள் என்று கருப்பினத் தலைவர் ஒருவர் எழுதப் படித்திருக்கிறேன்.

சாதியின் பெயரால் உயர்வு தாழ்வு மனப்பான்மைகளை நம்முடைய ஒருமித்த உள்ளுணர்வுக்குள் திணிக்கின்ற முயற்சி வெகு காலமாக நடந்து வருகின்றது.

கபீர் இறந்தபொழுது அவரை முஸ்லீம்கள் எங்கள் மரபுப்படி அடக்கம் செய்ய வேண்டும் எனவும், இந்து சீடர்கள் 'எங்கள் மரபுப்படி தகனம் செய்யவேண்டும்' என்றும் தங்களுக்குள் தகராறு செய்து கொண்டனர்.

அப்போது ஓர் அதிசயம் நடந்ததாகவும், கபீர் உடல் மறைந்து அங்கு கொஞ்சம் மலர்கள் காணப்பட்டதாகவும் இருசாராரும் தங்கள் கைகளில் பூக்களை அள்ளிக்கொண்டு போனதாகவும் கதையொன்றை கேள்விப்பட்டிருக்கிறேன்.

இன்றும் மரணத்திற்குப் பிறகும் மயானப் பிரச்சினையால், மயானப்பாதைத் தகராறுகளால் எத்தனையோ இடங்கள் ரணகளங்களாகின்றன.

புதைக்கும் வரை வைத்திருந்து உடல் அழுகுகின்ற உதாரணங்கள் உண்டு. ஒரு பிணம் விழும்போது இன்னும் சிலர் பிணங்களாக விழுந்த சம்பவங்களும் இங்கு உண்டு. தங்களை முன்னிறுத்திக்கொள்ள ஏதேனும் ஒரு பிரச்சினை நமக்குத் தேவைப்படுகின்றது. குட்டை குழம்பக் குழம்ப மீன்களின் மகசூல் அவர்களுக்கு அதிகரிக்கின்றது.

தங்கள் விருப்பத்தை ஒரு சாராரின் விருப்பமாக மாற்றுவதில் அவர்கள் முனைப்புடன் செயல்படுவார்கள். அவ்விருப்பத்தால் அவர்கள் சுயநலம் பூர்த்தியாகும்.

தமிழகத்தில் பல்வேறு இடங்களில் பெண்கள் குழுக்கள் அமைக்கப்பட்டு அவை சிறப்பாகச் செயல்பட்டு வருகின்றன. இரண்டு வாரங்களுக்கு முன்பு கூட திருச்சுழி என்ற பகுதியில் அந்தக் குழுக்களைத் தனிப்பட்ட முறையில் சந்திக்க நேர்ந்தது.

அவர்கள் அடைந்துள்ள விழிப்புணர்வும், பொருளாதாரச் சுய சார்பும் மேன்மையானவையாக இருந்தன. அதனினும் அதிகமாக

அவை சாதி மதங்களைத் தாண்டி செயல்படுவதைப் பார்க்கும்போது மகிழ்ச்சியாக இருந்தது.

அவர்கள் சகோதரிகளைப்போலப் பழகுகிறார்கள். உறவினர்கள் போல ஒன்று சேர்கிறார்கள்; தோழியர் போல செயல்படுகிறார்கள்.

சமூக வாழ்வைப் பொருளாதாரம் நிர்ணயிக்கின்ற சூழலில் ஒருங்கிணைந்து செயல்படுகின்ற நிர்ப்பந்தம் இருக்கின்ற காரணத்தால் அவர்களிடம் வேறுபாடுகள் இல்லை; இயங்கிக்கொண்டேயிருப் பவர்கள் தங்களிடம் இருக்கும் ஒற்றுமைகளைக் குறித்து மகிழ்வார்களே தவிர வேறுபாடுகளை உள்ளே நுழைய அனுமதிக்கவே மாட்டார்கள். சும்மாயிருப்பவர்களுக்கே அதன் மீது குற்றம் சொல்லலாம் என்று எண்ணத் தோன்றும்.

முன்னேறியவர்கள் அனைவருமே தங்கள் சொந்த உழைப்பால், நெறிகளால், ஒழுக்கத்தால் உயர்ந்தவர்கள்தானே தவிர கைகொடுத்துத் தூக்கி விடுவதால் முன்னேற்றம் முகிழ்க்க முடியாது.

"இருட்டறையில் உள்ளதடா உலகம்
சாதி இருக்கிறதென்போனும் இருக்கின்றானே"

என்று பாடினார் புரட்சிக் கவிஞர் பாரதிதாசன். சாதியையே விலக்காமல் விளக்காக்கும் முயற்சியில் இன்று முன்னைக் காட்டிலும் அதிக வீரத்தை சிலர் காட்டுகிறார்கள்.

அதனால்தான் கலப்பு மணங்கள் பல கலகலப்பு மணமாக ஆகாமல் கைகலப்பு மணமாக ஆகி சலசலப்பு ஏற்படுத்திச் சங்கடங்கள் தருகின்றன.

ராஜாராவ் தன்னுடைய 'காந்தப்புரா' நாவலில் விடுதலைப் போரைக் காட்டிலும் சாதியப்போர் அடிமை இந்தியாவில் எவ்வளவு ஆழமாக இருந்தது என்று விவரிக்கிறார். நரம்பும் சதையுமாக இருக்கின்ற ஒன்றை தான் நம்புகிற ஒன்றுக்காக தியாகம் செய்யத் தயாராக இருக்கிறவர்களால் தான் நம் முகம் இன்னும் கோரமாகிக் கொண்டிருக்கிறது.

"இந்தச் சமூகம் நம்மைப் புறக்கணிக்க முடியாத அளவு நம் உழைப்பை தீவிரப் படுத்துவதுதான் இதற்குத் தீர்வு. நாமாகப் பெற வேண்டும்; அடுத்தவர்களால் அளிக்கப்படுவது எப்போது வேண்டு மானாலும் பறிக்கப்படலாம். நம்மை ஒதுக்க முடியாதபடி நாம் முக்கிய மானவர்களாக ஆனால், நிச்சயம் நம் மீது திணிக்கப்பட்ட அடை யாளங்கள் மறக்கப்படும்" என்பதை இளைஞர்கள் உணர ஆரம்பித்து விட்டார்கள்.

நான் நம்பிக்கையுடன் இருக்கின்றேன். நெருப்பில் இருந்து எழுந்து வருவதைப்போல சுடர்விடும் சிந்தனையுடன் 'தகதகவென' மின்னும் மனித நேயத்துடன் நிறைய இளைஞர்கள் புறப்பட்டு வருவார்கள். பெண்கள் குழுக்கள் ஒருமைப்பாட்டுச் சிந்தனைகள் குறித்த தகவல் களைத் தயாரித்துத் தரும். நாம் சமத்தன்மையுடன் நடத்தப்படும் நிலையை நிச்சயம் அடைவோம்.

விழிப்புணர்வு இருக்கும் இடங்களில் வெளிவட்டத்தில் மட்டும் காணப்படும் சமத்தன்மையை இவர்களால் ஊடுருவி இதயத்திற்குள்ளும் அனுப்பி வைக்க முடியும் என்று திடமாக நம்புகிறேன். நிச்சயம் இது நம்பிக்கைக்கு எதிரான நம்பிக்கையல்ல. (hope against hope) நிறைய மூடநம்பிக்கைகள் நம்மிடமிருந்து மறைந்திருக்கின்றன. சதி மறைந்த சமுதாயத்தில் சாதியும் மறையும் என நம்புவதுதானே தீர்க்கதரிசனம்.

நாம் ஒன்றைப் புரிந்துகொள்ளலாம், நாம் எதைக் கட்டிக் கஷ்டப்பட்டு இழுக்க நேர்கிறதோ, இறுதியில் அது நம்மை இழுத்துக் கொண்டு போகிறது.

வயயோதிகரும், கடலும் (old man and the sea) என்கின்ற நாவல் எர்னெஸ்ட் ஹெமிங்வே எழுதிய நாவல். அதற்கு நோபல் பரிசு கூட கிடைத்தது. 202 முறை அவர் அதைத் திரும்பத் திரும்ப எழுதி செம்மைப்படுத்தினாராம்.

வயோதிகர் ஒருவர் மிகப்பெரிய மீனைப் பிடிப்பதே தன் லட்சியமாகக் கொண்டு கடலுக்குச் செல்கிறார். வெகுநாட்கள் அது கிடைக்கவில்லை. யாரும் பிடித்திராத மீனைப் பிடிக்கும் முயற்சியால் அற்பமாகக் கிடைக்கும் மீன்களைப் பிடிக்க அவர் விரும்பவில்லை.

அவருக்கு ஒரு நாள் அந்த அதிசய மீன் கிடைக்கிறது. ஆனால் அதை இழுக்க அவர் சிரமப்பட வேண்டியதாக இருக்கிறது. நேரம் செல்லச் செல்ல அவர் மீனை இழுப்பது போக மீன் இழுக்கிற இடத்திற்கு அவர் அலைக்கழிக்கப்படுகிறார். அவர் எங்கே கடலில் செல்வது என்பதை அந்த மீன் தீர்மானிக்கிறது.

நாம் முன்னிறுத்தும் பிரிவினைகளே நம்மை இழுத்துச் செல்லுகிற நிலை வாழ்க்கையில் நேர்ந்துவிடுகின்ற அவலம் கட்டாயம் உண்டு. நம் தூண்டிலில் நாமே சிக்கிக்கொள்கிறோம். இனம், மொழி, மதம், சாதி என்கிற எந்தத் தூண்டிலை நாம் உபயோகித்தாலும் இதுவே நிகழும்.

ராஜபாளையம் நாய்கள் நான்கைந்து வருடங்கள் கழித்து கண்பார்வை மங்கியும், காது மந்தமாகியும் காணப்படுகின்றன. ஒரே

இனத்துக்குள் அபிவிருத்தி (Inbreeding) செய்யப்படுவதால் இனவழிச்சர ஒரே மரபணுக்களுடன் சுழல்வதால் இது நேர்கிறது என்கிறார்கள் விவரம் தெரிந்தவர்கள்.

"உலகத்தில் முதலில் தோன்றிய குரங்குகூடத் தமிழ் குரங்குதான்" என்று தமிழர்கள் வீண்பெருமை பேசுவார்கள் என்றார் புதுமைப் பித்தன்.

மனித இனம் முழுவதுமே தென் ஆப்பிரிக்காவிலுள்ள ஒரு பெண் வழியாகத் தோன்றியது என்கிறார் ஆசிமோவ். (Isac asimov)

நம் பிரிவினைகள் குறித்து ஒரு சம்பவம்.

ஒரு நாடு இரண்டாகப் பிரிகிறது. எல்லைக்கோடு முடிவு செய்யப் படுகிறது. அந்த எல்லைக்கோடு மனநிலை சரியில்லாதோர் மருத்துவ மனையின் மீதும் செல்கிறது.

மருத்துவமனை நிர்வாகிகள் உள்நோயாளிகளை அழைத்து

"நீங்கள் எந்த நாட்டிற்குப் போக விரும்புகிறீர்கள்" என்கிறார்.

"எங்களை மாற்றப்போகிறீர்களா?"

"இல்லை இரு நாடுகளின் நடுவிலும் ஒரு சுவர் மட்டும் வைக்கப் படும். இந்த மருத்துவமனையிலேயே இருப்பீர்கள்."

"நாங்கள் இந்த மருத்துவமனையை விட்டுப் போகப் போவ தில்லை என்கிறீர்கள். ஆனால் வேறு நாட்டுக்குப் போக விரும்பு பவர்களைக் கைதூக்கச் சொல்கிறீர்கள். எங்களுக்கு இருக்கும் சந்தேகம் நாங்கள் புத்திசுவாதீனமில்லாதவர்களா? இல்லை நீங்கள் புத்தி சுவாதீனமில்லாதவர்களா என்பதுதான்."

எல்லா பேதங்களும் நம்மை புத்தி சுவாதீனமற்றவர்களாக மாற்றி விடுபவைதான்.

25. கல்லறை வரிகள்

49 வாரங்களாக என் அனுபவங்களைப் பகிர்ந்துகொண்டேன். நான் எழுதிய திருப்தியுடனும், நீங்கள் வாசித்த மகிழ்ச்சியுடனும் (?) எதிரெதிரே நின்று கைகுலுக்கிப் பிரியும் கட்டத்தில் நின்றிருக்கிறோம்.

எவ்வளவு நீளமான நதியும் கடலில் விழுந்துதானே கரை சேர வேண்டும். பிறவிப் பெருங்கடல் நீந்த ஆற்றுக்கு மட்டும் ஆசையிருக்கக் கூடாதா? கலக்காமல் ஓடினால் நதிகூட சாக்கடை ஆகிவிடாதா?

நான் வாசித்திருக்கிறேன்.

மேனாட்டு அறிவுஜீவி ஒருவர் “உன் கல்லறையில் என்ன எழுதப்பட வேண்டும் என்பதைத் தீர்மானித்து உன் வாழ்க்கையின் திக்குகளை நிர்ணயித்துக் கொள்” என்கிறார்.

நம்மை இந்த உலகம் எப்படி விமர்சிக்கப் போகிறது?

நாம் எப்படி நினைந்து கொள்ளப்படப் போகிறோம்?

ஆகியவை முக்கியமாக எனக்குப் படவில்லை. நாம் செய்த பணிகள் தான் நம்முடைய கல்லறைகளாகக் காலமெல்லாம் விளங்குபவை.

சற்று ஆழ்ந்து நோக்கினால் எவரும் உலகில் நம் பங்கு பற்றிப் பேசவில்லை என்பது புரியும். நாம் மரணத்தின்போது ஏதாவது செய்த திருப்தியில், வாழ்வை சுகமாகக் கழித்த உற்சாகத்தில் இன்னும் கொஞ்ச நாள் வாழவில்லையே என்ற ஏக்கமற்ற எண்ணத்தில் உடலைவிட்டு நீங்குகிறோமோ என்பதுதான் முக்கியம். அதுவே நாம் வாழ்ந்த தரத்தை நிர்ணயிக்கும் அளவுகோல்.

கிழக்கில் கல்லறை வரிகள் இல்லை. இங்கு வாழ்க்கை முழுவதுமே கல்லறை வரிகள்தான். மேற்கில் தன் மரணத்திற்குப் பிறகு என்ன கல்லறையில் எழுதப்பட வேண்டும் என்பதைத் தானே தீர்மானிக்கின்ற வழக்கம் இருக்கிறது.

“இந்த தூசியை மன்னித்து விடுங்கள்” (excuse this dust) என்று டோரத்தி பார்க்கர் எழுதினார். அதுவே அவர் கல்லறை வாசகமானது.

கீட்ஸ் "நீரில் எழுதப்பட்ட பெயரைத் தாங்கியவன் இங்கே படுத்திருக்கிறான்" (here lies one whose name was writ in water) என்று தன்னைப் பற்றியே அடக்கமாக அடக்கம் செய்யும் இடத்தின் மேல் எழுதச் செய்தார்.

துப்பறியும் படங்கள் எடுத்த ஹிட்ச்காக்

"நான் ஒரு கதைக்கருவில் ஆழ்ந்திருக்கிறேன்"

(I'm involved in a plot)

என்று தன் கல்லறையில் எழுதப் பணிந்தார்.

"வெகுநாட்கள் இருந்தால் இதுபோல் ஏதாவது நிகழும் என்பது எனக்குத் தெரியும்" என்று பெர்னாட்ஷா எழுதினார்.

(I knew if I stayed around long enough, something like this would happen)

W.H. டேவீஸ் கீட்சுக்குக் கல்லறை வரிகளாக எழுதியவை:

"சில கவிஞர்கள் அன்பினால் மடிந்திருக்கிறார்கள்."

சிலர் தங்கள் சொந்தக் கனவுகளால் - இங்கு படுத்திருக்கும் ஜான் கீட்ஸ்.

இனிப்புக்கு ஏங்கும் தன் தன்மையை நிறுத்த முடியாததால் இறப்புக்குள் பயணமானார்.

ட்ரைடன் (John dryden) தன் மனைவிக்காக எழுதிய கல்லறை வாசகம்:

"இங்கு கிடக்கிறாள் என் மனைவி-
அப்படியே கிடக்கட்டும்-
இப்போது அவள் ஓய்வில்
நானும் கூட ஓய்வாக"

(Here lies my wife; here let her lie!
now she is at rest and so am i)

ஷேக்ஸ்பியருடைய கல்லறை வரிகள் அபத்தமானவை என்றும், அறிவிற் கூரிய கோபுரங்களை எழுப்பியவர் அப்படி மிகச் சாதாரண வரிகளை எழுதியிருக்க முடியாது என்றும் விவரம் தெரிந்தவர்கள் கருதுகிறார்கள்.

அவருடைய மருமகன்தான் இப்படி (Dr.John hall) எழுதியிருக்க வேண்டும் என்கிறார்கள்.

"இந்தக் கற்களை நகர்த்துபவன் சபிக்கப்படுவான்.

இவற்றை சிதைக்காதவன் ஆசீர்வதிக்கப்படுவான்"

என்கிற பொருளில் நிச்சயம் அவர் எழுதியிருக்க முடியாது என்று இங்கர்சால் கூறும் வாதம் சரியென்றே படுகின்றது.

(Good friend, for Jesus sake forbeare
to digg the dust enclosed heare
Blese be ye man yt spares thes stones
And crust be he yt moves my bones)

(அக்கால ஆங்கில வாசகங்களை அப்படியே அளித்திருக்கிறேன்).

மன இயல் வல்லுநர்கள், மரணத்தின்போது வாழ்க்கையின் முக்கியச் சம்பவங்கள் நிழற்படம் போல ஓடும் என்கிறார்கள்.

நம் வாழ்க்கையில் எது ஓடப் போகிறது?

நாமும் மகிழ்ச்சியுடன் இருந்து மற்றவர்களையும் மகிழ்ச்சிக் குட்படுத்திய சம்பவங்களா? இல்லை நாம் அழுது வடிந்த நிகழ்வுகளா?

எது அதிகமோ, எவை செறிந்தவையோ அவையே ஓடும்.

நம் வாழ்க்கையை ஒரே வரியில் தொகுத்துச் சொல்வது என்றால் எப்படிச் சொல்லப் போகிறோம்?

மரணத்திலிருந்து தப்பிக்க முடியாது.

'மயானத்திலிருந்து திரும்பும்போது எல்லாப் பாதைகளும் வீட்டில் முடிவதைக் கண்டேன்' என்ற பொருள்பட எழுதப்பட்ட வஸந்த் செந்திலின் கவிதையை நான் வெகுவாக ரசித்தேன்.

அதற்குள் நாம் என்ன செய்யப்போகிறோம்? அதுதான் கேள்வி.

திருவள்ளுவர் கூட

"நெருநல் உளனொருவன் இன்றில்லை என்னும்
பெருமை உடைத்து இவ்வுலகு"

என்று குறிப்பிடுகிறார்.

மனிதனின் மரணம், உலகிற்கு நிச்சயம் பெருமையல்ல. வள்ளுவர் மரணம் பற்றிப் பேசவில்லை. 'நேற்று இருந்தவன் வேறு; இன்று இருப்பவன் வேறு -' பரிணாம வளர்ச்சி பற்றிப் பேசுகிறார்.

நேற்று அவன் கல்லாக இருந்திருக்கலாம்;

இன்று சிற்பமாக மாறியிருக்கலாம்.

நேற்று அவன் முள்ளாக இருந்திருக்கலாம்;

இன்று மலராக ஆகியிருக்கலாம்.

நேற்று அவன் மகரந்தமாக இருந்திருக்கலாம்;

இன்று தேனாகத் தேறியிருக்கலாம்.

நேற்று அவன் வண்ணமாக இருந்திருக்கலாம்;

இன்று ஓவியமாகப் பரிமளிக்கலாம்.

நேற்று இழையாக இருந்து இன்று ஆடையாக ஆகியிருக்கலாம்.

நேற்று பெண்ணாக இருந்தவர் இன்று தாயாக மாறியிருக்கலாம்.

ஆயிரம் சாத்தியக் கூறுகளை உள்ளடக்கியது வாழ்க்கை.

பலர் குறிக்கோள்களை வரையறுக்கிறார்கள். ஆனால் சிலர் மட்டுமே அதில் உறுதியாக இருக்கிறார்கள்.

ஓர் அழகிய ஜென் கதை:

தலைமைத் துறவி உடலைவிட்டு உயிர் நீங்கும் நிலையில் இருந்தார். சிறந்த சீடன் ஒருவனை அழைத்து "இந்த மடாலயத்திற்கு அடுத்த தலைமைத் துறவியைத் தேர்ந்தெடுக்க வேண்டும்." தூரத்தில் உள்ள மடாலயத்தின் பெயரைச் சொல்லி "அங்கிருந்து நூறு சீடர்களை நான் கேட்டதாகப் பெற்று அழைத்து வா" என்று கட்டளையிட்டார்.

ஒரு தலைமைத் துறவிக்கு நூறு சீடர்கள் எதற்கு என்று அவன் யோசித்தான். இருந்தாலும் அவர் சொன்னதற்கு எதிர்ப்பேச்சு பேசாமல் பணிந்தான். கடுமையான பயணம். மலைகள், பள்ளத்தாக்குகள், ஆபத்தான ஆறுகள் கடந்து பயணம் செய்ய வேண்டியிருந்தது. கடுமையான விடாமுயற்சியுடன் இலக்கை அடைந்தான்.

நூறு சீடர்களைப் பெற்றுக்கொண்டு வந்தான்.

வரும் வழியில் ஒரு நாட்டில் போட்டியொன்றை அறிவித்தார்கள். வெற்றி பெற்றவருக்கு நாடும், மன்னனின் பெண்ணும் பரிசு என்பது நிபந்தனை. 50 பேர் காணாமல் போயினர்.

அடுத்து இன்னொரு நாட்டில் மன்னர் வாரிசுக்காக ஆள் தேடிக் கொண்டிருப்பதாகக் கேள்விப்பட்டு இன்னும் 25 பேர் காலியாயினர்.

எஞ்சியிருந்தவர்களில் ஒரு சிலர் தங்கள் ஊர் வழியில் வந்ததும் அப்புறம் வருவதாக வாக்களித்துப் பிரிந்து சென்றனர்.

மீதமிருந்தவர்களில் ஓர் அழகான பெண் ஒருத்தியைக் கண்டு காதல் வயப்பட்டு பிரிந்து சென்றார்.

இறுதியாக, படிப்படியாக அனைவரும் கழிய தூது சென்ற சீடன் மட்டுமே திரும்பி வந்தான்.

மரணப் படுக்கையில் இருந்த தலைமைத் துறவி "நீ மட்டும்தான் திரும்பி வருவாய் என்பது எனக்குத் தெரியும்" என்று புன்னகை செய்தார்.

"அப்போது அடுத்த தலைமைத் துறவி யார்?" என்று அவன் கேட்டான்.

"நீ தான்" என்று சொல்லி அவர் ஆவி பிரிந்தது.

எல்லோரும் உயர்ந்த குறிக்கோளுடன்தான் பயணத்தை ஆரம்பிக்கிறார்கள். ஆனால் அதில் விடாப்பிடியுடன் வைராக்கியமாக இருப்பவர்கள் ஒரு சிலர்தான். அவர்கள்தான் நீடித்து நிற்பவர்கள்.

பெம்பர்ட்டன் (pemberton) என்பவர் ஆப்பிரிக்க கோலா இலைகளிலிருந்து ஒரு பானத்தைத் தயாரித்தார். விற்கவும் முயற்சி செய்தார். முடியவில்லை. பிறகு 2000 டாலர்களுக்கு அதை ஜூனியர் சாண்ட்லர் (junior chandler) என்பவருக்கு விற்றார்.

விற்றவர் 1889 ஆம் ஆண்டு ஆகஸ்ட் 15-ஆம் தேதி போண்டியாகி இறந்தார்.

வாங்கியவர் கம்பெனியோ பல்லாயிரம் கோடி ரூபாய்க்குச் சொந்தமான கோகோ கோலா கம்பெனியாகத் திகழ்கிறது எனப் பேராசிரியர் பிரபாகர் சொல்லக் கேட்டிருக்கிறேன்.

கண்டுபிடித்தால் மட்டும் போதாது. எது குறிக்கோள் என்பதில் தீர்மானமாக இருக்கவேண்டும். ஜூனியர் சாண்ட்லர்.

"தண்ணீரே எங்களுக்குப் போட்டி" (water is our competitor) என்றார்; வென்றார்.

நாம் குறிக்கோளை தீர்மானிக்கும் போது தீட்சண்யமாக இருக்க வேண்டும். பணம், புகழ், பெருமை ஆகியவை குறிக்கோளாக இருந்தால் நாம் மக்கிவிடுவோம்.

உயர்ந்த குறிக்கோள்கள் உள்ளவர்கள் மற்றவர்களுக்கு நிழற் குடையாகவும், சரணாலயமாகவும் இருப்பார்கள்.

ஓவியக் கல்லூரி ஆசிரியர் மனோகர் - சென்னையில் பணி. தங்கள் கிராமத்திலிருந்து வருகின்ற எல்லா மாணவர்களுக்கும் வழிகாட்டி. அவர் இல்லமே அவர்களுக்கு வேடந்தாங்கல். கின்னஸ் சாதனைகளைக் காட்டிலும் மேன்மையானது. மனித நேயத்துடன் இருக்கும் குறிக் கோள். யாருக்கும் போட்டியில்லாததாலேயே அந்தக் குறிக்கோள் கேட்பாரற்றுக் கிடக்கின்றது.

ஜேக் மேக் ஆர்டல் (jack Mcardle) தொகுத்த புத்தகம் ஒன்றில் அழகான கதையொன்றைப் படிக்க நேர்ந்தது.

ஒரு தோப்பில் அருகருகில் மூன்று மரங்கள் வளர்ந்திருந்தன. இளமைத்துடிப்புடன் அந்த மரங்கள் தங்கள் கனவுகளைப் பகிர்ந்து கொண்டன.

முதலாவது மரம் "நான் பெரிய மாளிகைக்குத் தூணாக விரும்புகிறேன். பார்வையாளர்கள் என்னைப் பார்க்கும்போது பூரிப்படைவேன்" என்றது.

இரண்டாவது மரம் "நான் பெரிய கப்பலின் கொடிக்கம்பமாகி, துறைமுகத்திலிருப்பவர்கள் கவனத்தை ஈர்க்க விரும்புகிறேன்" என்றது.

மூன்றாம் மரம் "நான் மக்களுக்குத் தெரிகிற மாதிரி வழிகாட்ட விரும்புகிறேன்" என்றது. மூன்றும் பழுத்தன. வெட்டப்படும் காலம் வந்தது.

முதல் மரம் ஒரு மாட்டுக்கொட்டகைக்குப் பந்தக்கால் ஆனது.

அதற்கு மிகுந்த வருத்தம். தன் கனவு நனவாகவில்லையே என்று. ஆனால் வெகுவிரைவில் அங்கு ஒரு குழந்தை பிறந்தது. கிழக்கில் ஒரு நட்சத்திரம் மின்னியது. பலர் வந்து அந்தக் கொட்டிலை பயபக்தியுடன் பார்த்துச் சென்றனர்.

இரண்டாம் மரம் படகானது. அதற்கும் வருத்தம். ஆனால் அதுவே கலீலீயில் தேவமைந்தன் பயணம் செய்யப் பயன்பட்டது.

மூன்றாம் மரம் சிலுவையானது. பலருக்கு வாழ்வு குறித்த விளக்கம் தந்தது.

நம் குறிக்கோளில் தற்காலிகமாக நிகழ்கிற பின்னடைவுகளைக் குறித்து நாம் வருந்த வேண்டியதில்லை. இருத்தல் நமக்காக என்ன இருப்பு வைத்திருக்கிறது என்பது இப்போது நமக்குத் தெரியாது.

மருத்துவம் கிடைக்கவில்லையே, விரும்பிய வரன் அமைய வில்லையே.

நினைத்த பணி கிடைக்கவில்லையே என நாம் எதிர்பார்ப்புகளில் ஏமாற்றம் அடைய வேண்டாம். உயர்ந்த குறிக்கோள் வசதியான பாதையைத் தேர்ந்தெடுக்க, காலம் கையசைக்கிறது என்று பொருள்.

மரங்களே கல்லறை வரிகளைப் பற்றி யோசிக்கும்போது, மனிதர்கள் சிந்திக்க வேண்டாமா? எழுதிகொண்டிருக்கும் போதே நண்பர் உள்ளே வருகிறார்.

"என்ன செய்கிறீர்கள்?"

"ஓடும் நதியின் கடைசி அத்தியாயத்தை எழுதிகொண்டிருக்கிறேன்."

"ஏன் இவ்வளவு விரைவில் முடிக்கிறீர்கள்?"

"50 வாரங்கள் எழுதிவிட்டேன்."

"இன்னும் இளைஞர்களுக்குச் சொல்லவேண்டியது நிறைய இருக்கிறதே?"

"ஆமாம். ஆனால் அதற்கு ஓர் எல்லையே இல்லை."

"நன்றாகத்தானே இருக்கிறது!"

"இன்னும் கொஞ்சம் சாப்பிடலாம் என்று தோன்றும்போதே எழுந்து விட வேண்டும் என்று என் தந்தை சொல்லுவார்."

"உங்கள் அப்பாதான் உங்கள் வழிகாட்டியா?"

"ஆம். ஆனால் அவர் பெற்ற வெற்றியை நான் பெற முடியாது என்றே எண்ணுகிறேன்."

"இன்னும் பத்து வாரம் எழுதலாமே? ஏன், அவர்களாக நிறுத்தச் சொல்வதற்குள் நீங்களாகவே நிறுத்திவிடுவது கவுரவம் என எண்ணுகிறீர்களா?" நண்பர் விடுவதாக இல்லை.

"ஏன் நிறுத்துகிறேன் என்ற உண்மையான காரணத்தை சொல்ல வேண்டுமா?"

"என்ன?" ஆர்வமாய் நாற்காலி நுனிக்கு வந்துவிட்டார் நண்பர்.

"சரக்குத் தீர்ந்துவிட்டது அதனால்தான்."

மவுனமாகிவிட்டார் நண்பர். அவர் முகத்தில் ஒரு விதத் திருப்தி தெரிவதை நான் கவனிக்காமல் இல்லை.

புறப்பட்ட இடத்துக்குப் போய்ச் சேருவதுதானே நதியின் இலக்கு.

இதோ கடல் வந்துவிட்டது.

இதோ கடல் வந்துவிட்டது.

நதி களைத்து கடலில் விழுகிறது.

இது மரணம் அல்ல - சங்கமம்.

இது இழப்பு அல்ல - கூடல்.

இது காணாமல் போதல் அல்ல - தேடல்.

* * *